நான்கு கதைப் பாடல்கள்

உள் அட்டையில் காணும் சிற்பக் காட்சியில், பகவான் புத்தரின் அன்னை மாயாதேவி கண்ட கனவின் பலனை மன்னர் சுத்தோதனருக்கு நிமித்திகர் மூவர் விளக்குகின்றனர். அவர்களுக்குக் கீழே அமர்ந்து அந்த விளக்கத்தை எழுதுகிறார் ஓர் எழுத்தர். எழுதும் கலையைச் சித்தரிக்கும் முதல் இந்தியச் சிற்பம் இதுவாகவே இருக்கலாம்.

நாகார்ஜுன் மலைச்சிற்பம் கி.பி. இரண்டாம் நூற்றாண்டு.
(படஉதவி நேஷனல் மியூசியம், புது தில்லி)

நான்கு கதைப் பாடல்கள்

தொகுப்பாசிரியர்
சு. சண்முகசுந்தரம்

சாகித்திய அகாதெமி

Naangu Kathai Padalgal
(Anthology of Tamil Ballads)
Compiled by S. Shanmugasundaram
Sahitya Akademi, New Delhi 2012.

© சாகித்திய அகாதெமி

முதல் பதிப்பு: 2012

ISBN- 978-81-260-3157-3

சாகித்திய அகாதெமி 'இரவீந்திர பவன்', 35, பெரோஸ்ஷா சாலை, புது தில்லி: 110001.

விற்பனை:

'ஸ்வாதி' மந்திர் சாலை, புது தில்லி 110 001 ⦿ மத்தியக் கல்லூரி வளாகம், பல்கலைக்கழக நூலகக் கட்டடம், டாக்டர் அம்பேத்கர் வீதி, பெங்களூரு 560 001 ⦿ 4, டி.எல் கான் சாலை, கொல்கத்தா 700 025 ⦿ 172, மும்பய் மராத்தி கிரந்த சங்கிரகாலய சாலை, தாதர், மும்பய் 400 014 ⦿ குணா பில்டிங்ஸ், 443, அண்ணா சாலை, தேனாம்பேட்டை, சென்னை 600 018.

Rs. **220.00**

Visit our website at http://www.sahitya-akademi.gov.in
E.mail: sahityaakademichennai@gmail.com

ஒளி அச்சு: **Image Digital**, Chennai 17 - E.mail: **image_vsnarayanan@yahoo.in**

அச்சகம்: ***Saibonds Print Systems, Chennai.***

பொருளடக்கம்

	முன்னுரை	 7
1.	கட்டபொம்முதுரை கதை	 15
2.	தேசிங்கு ராஜன் கதை	 104
3.	மதுரைவீரன் கதை	 289
4.	பழையனூர் நீலி	 434

தேசிங்கு, மதுரைவீரன், நீலிக் கதைப் பாடல்கள் 1979லேயே என்னால் பதிப்பிக்கப்பட்டவை. கட்டபொம்மு கதைப் பாடல் தற்போது தான் இதற்காக சேர்த்துக் கொண்டேன். இதுதான் கட்டபொம்மு தொடர்பாக அச்சான முதல் (1929) நூல் என்பதில் சிறப்பும் சேர்ந்து கொள்கின்றது.

'வீரபாண்டி கட்டபொம்மன் சின்ன வயது முதல் என்னை ஈர்த்த பெயர். நமது விடுதலை இயக்கப் போராட்டத்தில் இவனது பெயர் மறக்க முடியாதது. இரண்டாவது கதை பட்டிதொட்டிகளில் கதைப் பாடல்களாக பாடப்பட்டது; "கறந்த பாலையும் காகம் குடியாது கட்ட பொம்மன் துரை பேரைச் சொன்னா'' என்பது எங்கள் நெல்லை வட்டாரத்துப் பழமொழி. வீரத்தின் அடையாளமாக புலித்தேவனுக்குப் பிறகு கட்டபொம்மனும் வரலாற்றில் போற்றப்பட்டான். ஊமைத்துரை, வெள்ளையத்தேவன், சுந்தரலிங்கம், மருது சகோதரர்கள் என வெள்ளையர்க்கு எதிராக வாள் தூக்கியவர்கள் எண்ணிக்கை விரிகின்றது.

ஆந்திராவின் கொத்து பல்லாரியிலிருந்து பஞ்சம் காரணமாக தமிழ் நாட்டுக்குள் நுழைந்து எட்டையபுரம் அருகில் பிழைப்புக்காக தங்கி அரசனிடம் அடைப்பக்காரனாக சேர்ந்தவன் கம்பளத்து நாயக்கனான பொம்மு. அந்த வம்சத்தில் வந்த கட்டபொம்மு எட்டயபுரத்துக்கு எதிராக அணிசேர்ந்தபோது கும்பினி அரசுக்கு எதிராகிட, வரிதர மறுத்திட, கும்பினி கலெக்டர் ஜாக்சனும் அவமானப் படுத்த முயல்கிறார். கட்ட பொம்முதனது தனாதிபிள்ளையை விட்டு விட்டு வெள்ளையத்தேவன், ஊமைத்துரை போன்றவர்களோடு இராமநாத புரத்திலிருந்து தப்பி விடுகிறான். கும்பினி நெல்களஞ்சியங்களைக் கொள்ளையடித்து தனாதி பிள்ளை மகனுக்கும் வெள்ளையத் தேவனுக்கும் திருமணம் செய்து வைக்கிறான். கும்பினி பானர்மேன் படையெடுத்து வர வெள்ளையத் தேவன் போரில் மடிய தப்பிய கட்ட பொம்மன் புதுக்கோட்டை தொண்டைமானால் பிடிபட்டு வெள்ளையரால் கயத்தாற்றில் புளிய மரத்தில் தூக்கிலிடப்படுகிறான். தப்பிய ஊமைத்துரையும் மீண்டும் கோட்டை கட்டி மருது சகோதரர்கள் உதவியுடன் போராடினாலும் இறுதியில் தூக்கிலிடப் படுகிறான்.

"தென்னாட்டு மக்கள் பொன்னாட்டு மக்கள். போரென்றால் புலி குணம். பொங்கும் இன்பக் காதல் என்றால் பூமணம்" என்பது கட்ட பொம்மன் சினிமா வசனம். அதில் உள்ள "வரி வட்டி கிஸ்தி திறை, வானம் பொழிகிறது பூமி விளைகிறது உனக்கு ஏன் தரவேண்டும் வரி" என்ற வசனத்தைப் பேசாத இளைஞர்களே கடந்த 50 ஆண்டுகளில் தமிழகத் தில் இருக்க மாட்டார்கள். நடிக்கப் பழகும் அத்தனைபேரும் சிவாஜி கணேசனின் இந்த வசனங்களைப் பேசிப் பார்த்திருக்கின்றனர். இந்தக் கதை இவராலேயே மேடையிலும் நாடகமாக நடிக்கப்பட்டுள்ளது. ம.பொ.சி. போன்றோர் இவன் வீரக் கதையைப் பேசியும் எழுதியும் பரப்பினர்.

முன்னுரை

இரு பிரிவுகள் எல்லாவற்றிலும் இருப்பது போலவே இலக்கியத்திலும் உண்டு. ஒன்று எழுதப்பட்டவை; இன்னொன்று எழுதப்படாதவை- வாய்மொழியாக வழங்கப்படுபவை- காலந்தோறும் காதுகளிலும் நாக்குகளிலும் மட்டும் வாழ்பவை. இந்த இரண்டாவது வகைதான் மக்களால் மக்களுக்காக உருவான மக்கள் இலக்கியம் என்பர். ஏட்டு இலக்கியம் பண்டிதர் இலக்கியம் என்றால் ஏட்டில் எழுதப்படா இலக்கியமோ பாமரர் இலக்கியம். இதில் இயல்பு, இன்பம், இலகு, பாரம்பரியம் எல்லாம் கலந்திருக்கும். இதனைப் படித்தவர்கள் நாட்டுப்புற இலக்கியம் என்பர். இதில் பாட்டு, கதை, பழமொழி, விடுகதை, புராணம் போன்றவை அடங்கும். கதைப்பாட்டும் ஒருவகை.

இது தமிழில் வழங்கப்படும் நான்கு கதைப் பாடல்களைத் தொகுக்கும் முயற்சி. நான்கும் நான்கு விதம். கதைப்பாட்டும் வில்லுப் பாடலாக, உடுக்குப் பாடலாக, கும்மிப் பாடலாக, சிந்துப் பாடலாக, அம்மானைப் பாடலாக, லாவணிப் பாடலாக, பல அவதாரங்கள் எடுக்கும். வரலாறு, சமூகம், புராணம், பக்தி என்று கதைப்பாடல்கள் பாடு பொருள் அடிப்படையிலும் பகுக்கப்படும்.

இத்தொகுப்புள் கட்டபொம்மு கதை, தேசிங்கு ராஜன் கதை, மதுரைவீரன் கதை, பழையனூர் நீலி கதை என்னும் நான்கு கதைப் பாடல்கள் இடம்பெற்றுள்ளன. தென்பகுதியில் கட்டபொம்மனும் நடுப்பகுதியில் மதுரைவீரனும் வடபகுதியில் தேசிங்கு ராஜனும் பிரபலம். இம்மூன்றிலும் பேரளவுக்கு வரலாறும் பெரும் அளவுக்கு கற்பனையும் கலந்திருக்கும். பழையனூர் நீலி கதையோ பக்தி கலந்த புராணக்கதை. இசக்கியம்மன் எனும் கொடூர பெண் தெய்வமாக நெல்லை குமரி வட்டாரங்களில் வழிபடப்படுவதும் காஞ்சிபுரம் வட்டாரத்தில் பழைகை நல்லூர் நீலியாக வழிபடப்படுவதும் ஒன்றே எனும் தமிழகம் அளாவிய பக்தி நம்பிக்கையும் உண்டு. எனவேதான் நான் இந்த நான்கு கதைப் பாடல்களை இதற்கென்று தொகுத்தேன்.

கிராமத்து சிறுவனாக வளரும்போதே கிராமிய கலை இலக்கியங்களில் ஈடுபாடு கொண்ட நான் கல்வி ஆராய்ச்சிக்காக 1971 முதல் நாட்டுப்புறவியல் ஆய்வு மாணவனாகவே இருந்து வருகிறேன். எனது டாக்டர் பட்ட ஆய்வுக்காக பல்வேறு நூல்களைப் படித்தபோது 1975 முதல் கதைப் பாடல்களைப் பதிப்பிக்கும் ஆர்வமும் வளர்ந்தன. இதில் உள்ள

ஒருவர் யாரோ தெரியவில்லை விளக்கு...
பார்த்த திரைப்படம் என் மன அரங்கில்...
ஒரு கட்டபொம்மன்; வடக்கே ஒரு தேசி...
கொடுக்க மறுத்தவர்கள். கொடுக்க இயலாது...
இழிவு என்பதால்" ஒப்பிட்டு பார்த்தது...

எம்.ஏ. படிக்கையில் தேசிங்கு ராஜன் கதை...
என் மனதுள் தேசிங்கு சிலையானான், நிலை...
காகவும் படித்தேன். அன்று பூம்புகார் நிறு...
பரதன் அவர்கள் என்னை இராஜா தேசிங்கு...
அனைவரும் படித்து மகிழும் வகையில்...
சிறந்த பாக்கியமாகக் கருதினேன். டாக்...
ஆலோசனைகள் சொன்னார்.

இரத்தின நாயகர் அண்ட் சன்ஸ் வெளி...
எழுத்தில் அமைந்தது. இன்று உங்கள் கை...
கிறது. படிக்க ஏதுவாகப் பிரித்துள்ளேன். ட...
இட்டுள்ளேன். தெ.கிருஷ்ணசாமி பாவலரின்...
வரலாற்றுப் பெட்டகம். அது என் ஆய்வுக்குப்...
தேசிங்கு ராஜனைப் பற்றி 'ராஜா ஜெயசி...
முத்துசாமி ஐயரால் 1947இல் எழுதப்பட்டுள்...
என் ஆய்வுக்குப் பயன்பட்டது.

3

மதுரை வீரன் ஒரு மாபெரும் வீரன். க...
சீமையிலே வளர்ந்து, திருச்சியிலே புகழ்பெ...
கிறான். மதுரையில் தெய்வமானதால் தான்...

வீரம், விவேகம், ஆற்றல், அஞ்சாநெ...
இருப்பது போலவே காமம், கொள்ளை, கெ...
இவனிடம் உள்ளன. சரித்திர வீரனான இ...
களாலேயே குட்டி தேவதையாக மாறுகி...

மதுரை என்றதும் பொதுவாக மது...
வரும். மதுரை வீரனின் புகழை சமீப கா...
திரைப்படத்தைச் சாரும். எனினும் 17ஆம் நு...
வீரனைக் கதை பாடல்களும், வில்லுப் ப...
களும் பூசாரிப் பாடல்களும், கோலாட்ட...
வருகின்றன. இவனுக்கு மதுரை பொற்றாமரை...
மதுரையின் தெருதோறும் சிலைகளும் இரு...

கலைஞர் முதலமைச்சரானபோது பாஞ்சாலங்குறிச்சி புதுப்பிக்கப்பட்டு நினைவுச் சின்னமானது. தமிழர் நெஞ்சங்களில் தனி இடத்தைப் பிடித்த ஒரே தெலுங்குப் பெயர் 'கட்டபொம்மு' தான்.

திருநெல்வேலிக்காரன் என்பதாலும் தேசிய விடுதலையில் பற்று கொண்டவன் என்பதாலும் நாட்டுப்புற இலக்கியங்களைப் பாதுகாப்பதில் நாட்டம் கொண்டவன் என்பதாலும் எனக்குக் கட்டபொம்முவின் கதையும் பிடித்துப்போனது. ஆய்வாளனாக இதைப் பற்றி ஆராய முனைந்தேன்.

தி.நா. சுப்பிரமணியன், ம.பொ.சி., வே. மாணிக்கம் போன்றோர் கட்டபொம்மனின் வரலாற்றை உரைநடையில் எழுதியுள்ளனர். எனினும் 1929ல் ஒரு கதைப்பாடல் அச்சானது; 1933ல் மறுபதிப்பானது. இதனை மு. கிருஷ்ணப்பிள்ளை பதிப்பித்தார். 1951ல் ஆனந்தவிகடன் வார இதழ் 32 வாரங்களாக ஒரு கதைப்பாடலைத் தொடராக வெளியிட்டது. நா. வானமாமலை, என்.சி.பி.எச். பிரைவேட் லிமிடெட் மூலமாக 1961ல் ஒரு கதைப் பாடலையும் மதுரைப் பல்கலைக் கழகம் மூலமாக 1971ல் ஒரு கதைப் பாடலையும் 1972ல் ஒரு கூத்தையும் பதிப்பித்தார். டாக்டர் தி. நடராசன் ஒரு கும்மிப் பாடலை 1978ல் பதிப்பித்து வெளியிட்டார். இன்னொரு கும்மிப்பாடலை வே. மாணிக்கம் பதிப்பித்து தமிழ்நாடு மாநிலத் தமிழ்ச் சங்கம் மூலமாக வெளியிட்டார். இவை கட்டபொம்மு வின் கதையைப் பல்வேறு பாட பேதங்களுடன் வேறுபாடுகளுடனும் பதிவு செய்தன.

முதலில் அச்சான நூல் பிரதியை நண்பர் சேலம் தமிழ்நாடன் என்னிடம் தந்துதவினார். இது 'பாஞ்சாலங்குறிச்சி கட்டபொம்முரை கதை' என்ற பெயரில் மதுரை விவேகானந்தா பிரஸில் அச்சாகி மதுரை பி.என்.சி. பிரதர்ஸ் ஏஜெண்டு மு. கிருஷ்ணபிள்ளை அவர்களால் பதிப்பிக்கப் பெற்றது. அடைக்கலபுரம் ஸ்ரீலஸ்ரீ சிதம்பர சுவாமிகளால் இக்கதைப் பாடல் பாடப்பெற்றது. சக்கதேவி துணையும் பிள்ளையார் சுழியும் அட்டையில் இடம்பெற்றன. சாத்தூர் தாலுக்கா நள்ளி ஸ்டேஷன் முள்ளிச் செவல் முருக பஜனை மடாலயபதி சடையச் சுவாமியவர்கள் இயற்றிய சாற்று வெண்பாக்கள் இரண்டும் இடம் பெற்றுள்ளன. 'மறவர் செய் தவத்தால் பிறந்தவர்' என்று சிதம்பர சுவாமிகளைப் போற்றுவதும் கவனிக்கத் தக்கது.

வாசிக்க எளிதாகப் பதம்பிரித்தும், அன்றைய அச்சுக் கோப்புகளில் 'முன்டவாய்' என்று இருந்ததை 'முன்னடவாய்' எனப் பதம் சேர்த்தும், சந்தம் என்ற குறிப்பை நீக்கியும் நான் பதிப்பித்துள்ளேன். பேராசிரியர் வானமாமலை கூத்தாக பதிப்பித்ததும் மு.கிருஷ்ணப் பிள்ளையின் இந்தக் கதைப் பாடல்தான் என்பதும் குறிப்பிடத்தக்கது.

2

தேசிங்கு ராஜன் என்றதும் நம் க
தின் சுயரூபம் தான். ஐந்து வயதுக்கு
விளங்கினான். பள்ளிப்படிப்பு, படை
பாராசாரியை அடக்கல் இவ்வளவை
முடிகிறது! விரல் நம் மூக்கருகில் சென்
ஒரு விடை உண்டு. பாராசாரியை
பெற்றவனாக இருக்க வேண்டும் என்
அரங்கநாதர் அருள் தேசிங்கைத் தீர

நவாப்பு தன் பெண்ணைத் தேசிங்
கொள் என்று சொல்லும் போது அ
சிறந்த பொறுப்புள்ளவனாகக் காட்
அவன் அடிபணிகையில் பக்த சிகாம
பைக் கண்டு தரணிசிங்கு கலங்கும்
முடியாமல் வேதனைப்படும்போது சிற
தில் வேங்கடராயனைத் தப்பவிடும்ப
தருகிறான்.

இருபத்திரண்டு வயதுக்குள் இப்ப
விம்முகிறது விரிகிறது. மணம் முடித்தா
கண்டான் இல்லை. இதை எண்ணும்
என்னவோ செய்கிறது. அவனெறிந்த
பிளக்கவில்லை. நமது மார்பையும் பி
மோவுத்துக்காரன் நட்பின் இலக்கண
வீரத்தின் விளைநிலம். இந்து இஸ்லாப
எடுத்துக்காட்டு.

என்ன வயது என்று தெரியவில்
டெண்ட் திரை அரங்கத்தில் தேசிங்கு
தாவுத்துக்காரன் என்று இக்கதைப்
கானும் தேசிங்கும் ஒரு தந்தையின்
என்று அப்போது வியந்திருக்கிறேன். தி
என்னை சின்ன வயதில் கட்டிவை
யெல்லாம் அப்படத்தின் வீரக்காட்சிகளா
நினைத்தாலும் இதயமெல்லாம் ஒரு வ

நான் எம்.ஏ. படிக்கும் போ
சாத்தனூருக்கு உல்லாசப் பயணம் செ
கோட்டையில் இறங்குகிறோம். "ராண
இங்கேதான் சண்டை நடந்தது. இங்கே

12 நான்கு கதைப் பாடல்கள்

லும் மதுரை வீரனுக்கு நாட்டுப்புறக் கதைப் பாடல்களே நல்ல நினைவுச் சின்னங்கள்.

மதுரை வீரனைப் பற்றிய வரலாற்று நூல்கள் எதுவும் கிட்டவில்லை. இவனைப் பற்றி ஒரு நூல் எழுத வேண்டும் என்ற ஆசை எனக்கு நெடுங்காலமாக உண்டு.

மதுரை வீரன் கதையைத் திருந்திய முறையில் நான் பதிப்பித்துள்ளேன். படிப்பதற்கு ஏதுவாகப் பதம் பிரித்துள்ளேன். கதை யோட்டத்திற்குத் துணையாகப் பத்திகளைப் பிரித்து தலைப்புகளை இட்டுள்ளேன். அத்துடன் இதனை நான்கு காண்டங்களாக, காசிக் காண்டம், பொம்மிக் காண்டம், திருச்சிக் காண்டம், மதுரைக் காண்டம் எனப் பகுந்துள்ளேன்.

கோவலன் புகாரிலே பிறந்தவன். பிழைப்புக்காக மதுரை வருகிறான். வீரனும் காசியில் பிறந்து வேலை காரணமாக மதுரை வருகிறான். கோவலனும் பெண் காமம் மிக்கவன். வீரனும் அவ்வாறே. கோவலன் கள்ளன் என்று தண்டிக்கப்பட்டான். வீரனும் அவ்வாறே. கோவலன் இறுதியில் மௌனமாக இருந்தான். அவனது மௌனத்தைக் கலைத்து இருந்தால் உயிர் பிழைத்து இருக்கலாம். கோவலனை ஊழ்வினைத் தூண்டியது, வீரனையும் விதியே தண்டித்தது. கோவலனுக்குக் கண்ணகியும் மாதவியும் வீரனுக்குப் பொம்மியும் வெள்ளையம்மாளும், கண்ணகி மதுரையை எரித்தாள் காரணம் கணவனுக்குத் தீங்கு இழைக்கப்பட்டது எனக் கருதினாள். பொம்மி மதுரையை எரிக்கவில்லை. காரணம் கணவனே தீங்கிழைத்தான் எனக் கருதினாள். எனவே உடன்கட்டை ஏறுகிறாள். மாதவி தாசிகுலம். வெள்ளையம்மாளோ தாதி குலம். தாசி கற்புடையவள் ஆனாள். தாதியோ தன்னைத் தொட்ட ஒரே காரணத்துக்காக கற்புக்கரசி ஆனாள். மாதவி மகளுக்காக வாழ்ந்தாள். வெள்ளையம் மாளோ கணவனோடு உடன்கட்டை ஏறுகிறாள். மதுரைக் காண்டம் ஒரு கொலைக் காண்டம். பாண்டியன் தீர விசாரிக்காமல் கோவலனைத் தண்டித்தான். நாயக்கனும் அப்படியே. மதுரையின் சிம்மாசன மகிமையே அப்படித்தான் போலும். கோவலனால் மதுரை அழிந்தது. வீரனால் வாழ்ந்தது; பெற்றது. கோவலன் அவல வீரன். வீரனோ மாயாஜாலன். இப்படி எவ்வளவோ கூறலாம்.

பூம்புகார் பிரசுரம் இதனை 1983ல் வெளியிட்டு உதவியது.

4

நீலி என்ற சொல் நமக்கு கொடுமையை நினைவூட்டுகின்றது; நினைத்ததை முடிக்கும் ஆற்றலைக் குறிக்கின்றது. நயவஞ்சகம் மிக்க ஜகதல பிரதாபங்களைக் காட்டுகின்றது.

"எண்ணிய எண்ணியாங்கு எய்துப எண்ணியர்
திண்ணிய ராகப் பெறின்"

என்ற திருவள்ளுவரின் இலக்கணத்துக்கு இலக்கியம் இந் நீலி கதை. ஆனால் இவ்வுணர்வு பழிவாங்கும் எண்ணத்தை வளர்த்து விடுகின்றது.

சந்தன நங்கையாக அவள் சரசமாடும் போது நாமும் சபலப் படுகிறோம். நம்பிய அவளது தலையில் நம்பி, கல்லைப் போட்டுக் கொல்லும் போது நமது தலையும் நொறுங்குகிறது; அவள் பேயாய் மாறி நீலியாகப் பழகநல்லூர் காட்டில் காத்திருக்கும் போது, நமது ரத்த ஓட்டம் சூடு அடைகிறது. அவளது ஜாலங்களைக் காணும் அச்சம் நமது எலும்பு குருத்துக்குள் ஈட்டியாக நுழைகின்றது; அவள் பூட்டப்பட்ட அறைக்குள் செட்டியை நெருங்கி பல்லால் தொண்டையைக் கடிக்கும்போது நமது இதயத் துடிப்பு நின்று போகிறது.

பழையனூர், பழகநல்லூர், பழகைநல்லூர் என்று அழைக்கப் படுகிறது நீலியின் ஊர்ப்பெயர். இப்போது திருநெல்வேலி, குமரி மாவட்டத்தில் பழவூர் நீலி என்று அழைக்கப்படுகின்றது.

நீலி, தாசி குலத்தில் பிறந்தாலும் அந்தணனை உயிராக நேசித்தாள். அவனைப் பின் தொடர்ந்து காட்டுக்கும் வந்தாள். அங்கே அவளை அவன் வஞ்சகமாகக் கொன்று பழிதீர்த்துக் கொண்டான். அவளோ மறு பிறவியில் பேயாகப் பிறந்து தன் வஞ்சத்தைத் தீர்த்துக் கொண்டாள். இக்கதையில் அந்தணன் மீதும் தவறில்லை; கைப்பொருள் இழந்ததால் வந்த ஆத்திரமே அவனைக் கொலை செய்யத்தூண்டியது. எனினும் அவன் அவள் உள்ளத்தைப் புரிந்து கொள்ளாததுதான் தவறு. பாம்பால் இறந்ததுவே ஒரு தண்டனைதான். மறுபடியும் அவனுக்கு மரண தண்டனை கொடுப்பது கொடுமைதான்.

வழிபாட்டிற்குக் காரணம் அச்சமும் ஆசையும் என்பர். நீலி வழிபாடு அச்சத்தின் அடிப்படையில் தோன்றி உயிரின் மீதும் உடமை மீதும் கொண்ட ஆசையில் வளர்ந்து, இன்று தாய்வழிபாட்டின் சிகர மாகத் தென்பாண்டி நாட்டில் விளங்குகின்றது.

இக்கதைப் பாடலை வில்லுப்பாட்டாக இசக்கி அம்மன் கோவில் விழாக்களின் போது பாடி வருகின்றனர். கணியான் பாடகர்களும் இதைப் பாடுவதுண்டு. இக் கொடை விழாக்கள் பெரும்பாலும் பங்குனி அல்லது சித்திரையில் நடைபெறும்.

குமரி மாவட்டத்து வில்லுக்காரர்களான திரு ஈசாக்கும், கண்ணஞ்சேரி சங்கரநாராயணனும் நீலி கதையின் இரு கையெழுத்துப் பிரதிகளைத் தந்தனர். இவற்றை ஒப்பிட்டபின் திரு ஈசாக்கின் கதையைப் பதிப்பித்துள்ளேன். இதனை நண்பர் கொடுமுடி சண்முகம் 1976ல் வெளியிட்டார்.

இக்கதையின் இரண்டாம் பதிப்பு 1980ல் வெளிவந்தது. முதல் பதிப்பின்போது 1934இல் வெளியான நீலி கதையென்று வழங்கி வரும் முப்பந்தரத்து இசக்கியம்மன் கதையென்று வழங்கி வரும் முப்பந்தரத்து இசக்கியம்மன் கதையை ஆராய்ச்சி அறிஞர் திரு. மு. அருணாசலம் கொடுத்தார். அது ஒப்பிட்டு ஆராய உதவியது. இப்பொழுது இரண்டாம் பதிப்பின்போது நாவலாசிரியர் சுஜாதா 1978ல் வெளியான நீலியம்மன் கதையைக் கொடுத்தது என் ஒப்பாய்வுக்கு உதவியது.

உலக மயமாதலால் அழிந்து வரும் நமது அடையாளங்களையும் கால வெள்ளத்தில் கரைந்து கொண்டிருக்கும் நமது கலாச்சாரப் பண்பாட்டு படிமங்களையும் வளரவேண்டிய நமது வரலாற்று தரவு களையும் காப்பாற்ற வேண்டியது இன்றைய சமூக அக்கறை கொண்ட ஒவ்வொரு ஆய்வாளனின் கடமையுமாகும். இதற்கு பெருந்துணை புரிவது நாட்டுப்புறக் கலை இலக்கியங்களைப் பாதுகாப்பதும் பதிப்பிப்பதுமாகும். இதில் கடந்த 35 ஆண்டுகளாக அக்கறையும் ஆர்வமும் கொண்டிருக்கும் எனக்கு சாகித்ய அகாதெமி வாய்ப்புகள் வழங்கி வருகிறது. ஏற்கனவே 'நாலு வகை பூவெடுத்து' என்ற பெயரில் பாடல் களைத் தொகுக்கவும், 'தமிழ்ப் பழமொழிகள்' என்ற பெயரில் பழமொழி களைத் தொகுக்கவும், 'நாட்டுப்புறக் கதைகள்' என்ற தலைப்பில் கதைகளைக் கி.ரா. தலைமையில் தொகுக்கவும் உதவிய அகாதெமி தற்போது 'நான்கு கதைப் பாடல்'களைத் தொகுக்கவும் வாய்ப்பளித் துள்ளது. இதற்காக சாகித்ய அகாதெமிக்கும் அதன் அதிகாரிகளுக்கும் குறிப்பாக திரு. ஜி.தேந்திரநாத் அவர்களுக்கும் என் நன்றிகள் என்றென்றைக்கும் உரித்தாகும்.

கட்டபொம்மனும், மதுரை வீரனும், தேசிங்கு ராஜனும் ஏற்கனவே கூத்து, நாடகம், சினிமா போன்றவற்றால் பிரபல்மாகியுள்ளனர். நீலியும் நம் நினைவுகளில் படிந்துள்ளாள். தேசீய விடுதலைப் போராட்டத்தின் வெற்றிச் சின்னம் வீரபாண்டிய கட்டபொம்மன்; சத்திரியர் சக்கிலியர் என்ற ஜாதீயத்திற்கு எதிரான மானிட மதிப்பீடுகளின் மகத்தான வடிவம் மதுரைவீரன்; இந்து, இசுலாம் எனும் இனவாதம் கடந்த நட்பு, வீரம் ஆகியவற்றின் ஒருருவம் தேசிங்கு ராஜன். பெண்மை என்பது காதல், தாய்மை எனக் கனிவது போலவே பேய்மையாக கனல்வதும் உண்டு எனக்காட்டும் ... ... நீலி. இவை அனைத்தும் மனித மேன்மைக்கான, மானுட உறவுக்கான, தேசிய ஒருமைக்கான அடையாளச் சின்னங்கள். இவற்றைப் பதிப்பதும் படிப்பதும் பாதுகாப்பதும் தேசிய தேவைகளில் ஒன்றாகும். இப்பணிவுகள் என்னை ஈடுபடுத்திய அனைவருக்கும் என் நெஞ்சார்ந்த நன்றியைத் தெரிவித்துக் கொள்வேன்.

சு. சண்முகசுந்தரம்

கட்டபொம்முதுரை கதை

கதைச் சுருக்கம்

கொத்து பல்லாரி என்ற நாட்டை காளைபொம்முதுரை குற்றம் இல்லாமல் ஆண்டு வருகிறார். என்ன குற்றம் வந்ததோ தெரியவில்லை 12 ஆண்டுகள் மழை இல்லாமல் போனது. கம்பளத்து மக்கள் பஞ்சத்தால் பரிதவித்து கஷ்டப்பட்டார்கள்.

தம்பி காளைபொம்முதுரை அண்ணனிடம் தங்கள் பஞ்சமும் துன்பமும் போக்க சக்கம்மாதேவி உதவவேண்டும் என்று சொல்கிறான். அண்ணன் செல்லபொம்முதுரையும் ஏற்றுக் கொண்டு தோக்கல வார்க்குலக் கம்பளத்து மக்கள் பஞ்சம்பிழைக்க தென்னாடு நோக்கி செல்வதாகக் குறிப்பிடுகின்றனர். மக்களும் வந்து புலம்ப செல்ல பொம்முதுரை ஆதரவாக விசாரிக்கிறான். அவர்களும் தென்னாட்டுப் பயணம் பற்றி கூற அவன் அவர்களுக்கு விடை தந்து வருத்தமுடன் வழியனுப்பி வைக்கிறான்.

பின்னர் அவர்களும் பிழைக்க வேண்டி புறப்பட்டு போகிறார்கள். செக்காரக்குடியில் கம்பளத்தார் தங்குகின்றனர். செல்லபொம்முதுரை குண்டூருக்குப் போக அங்குள்ள ராஜா அவர்களை அங்கேயே தங்கிவிடச் சொல்ல அவர்கள் ஒப்புக் கொள்ளாமல் மேலும் செல்கிறார்கள். மன்னார் கோட்டை ராஜாவும் தங்கிடச் சொல்ல அவர்கள் கடந்து போகிறார்கள். பல இடங்களில் தங்கி இறுதியில் குருமலை சேர, மேய்க்கவும் விவசாயம் செய்யவும் அந்த இடம் தோதாக இருந்தது.

அங்கே குடிசைகள் அமைத்தனர். சக்கதேவிக்கும் கோவில் கட்டினர். அவர்கள் வசதியாக வாழ்ந்து கொண்டு இருக்கும்போது ஆட்டுக்காரர்கள் அவர்களைப் பார்த்து விட்டு கம்பளத்தாரிடம் சொல்ல அவர்களும் வந்து பார்க்கின்றனர். தங்கள் ராஜாக்கள் என்பதை அறிந்து வணங்கி மகிழ்கின்றனர். தாங்கள் குடியிருக்கும் செக்காரக் குடிக்கு வருமாறு அழைக்க செல்லபொம்முதுரை தாய் முத்தியம்பாளிடம் உத்தரவு கேட்கிறார். அவரும் உத்தரவு தர அவர்கள் அனைவரும் செக்கர் நகர் வருகிறார்கள்.

அங்கே சின்னமுத்து பெரிய முத்து என்னும் எட்டையபுரம் காவற்காரர்கள் ஆட்டைப்பிடித்துக் கொள்கிறார்கள். அனுமதி இல்லாமல் மேய்ந்ததாகக் குற்றம் சாட்டுகின்றனர். அரசனிடம் அறிவிக்கப் போகின்றனர். எட்டையபுரத்து அரண்மனையில் தீர்வை பற்றியும் தேவஸ்தான வருமானம் பற்றியும் அரசன் பேஷ்காரரிடம் கேட்டு எந்தக் குறையுமில்லை என்று தெரிந்து கொள்கிறார். பெரிய முத்து வந்து கம்பளத்தார்கள் பற்றி அறிவிக்க, அரசனும் அவர்களைத் தண்டிக்க முடிவு செய்கிறான். ஆட்டுக்காரர்கள் செல்லபொம்மு துரையிடம் போய் முறையிடுகின்றனர். செல்லபொம்முதுரையும் காளை பொம்மு துரையும் புறப்பட்டு எட்டையபுரம் வருகின்றனர். அரசனும் அவர் களைச் சந்திக்கின்றான்.

செல்லபொம்முதுரை வந்து தம்மை அறிமுகம் செய்து கொள்கிறார். எட்டையபுரம் ராஜாவும் மாதம் ஒரு கொம்புகிடாவும் ஏழு பால்குடமும் தருமாறும் பண்ணையில் ஆடுமேய்க்குமாறும் கட்டளையிடுகிறான். இதனை அவர்கள் ஏற்றுக்கொள்கின்றனர்.

இவ்வாறு வாழ்ந்துவரும் போது செல்லபொம்முதுரைக்கு கொண்ட பொம்முதுரை என்ற ஆண்குழந்தை பிறக்கிறது. அது வளர்ந்து ஆளாகி மணமுடித்தபின் அவனுக்குக் கட்டபொம்முதுரை பிறக்கிறான். கட்டையை வெட்டும்போது பிறந்ததால் இப்பெயர் வாய்க்கிறது. பின்னர் ஊமைத்துரையும் வீரமல்லுதிம்மி, வீரசக்கு பொம்மி எனப் பிள்ளைகள் பிறக்கின்றனர். எட்டையாபுரம் அரசனுக்குச் செலுத்த வேண்டியதைச் செலுத்த கட்டபொம்மு மறுக்கிறான்; செய்ய வேண்டிய மரியாதைகளையும் செய்யவில்லை. இதனால் அவர்களுக்குள் பகை ஏற்படுகிறது. அவர்கள் செக்காரக் குடிக்குப் போய் வாழ்கின்றனர்.

கட்டபொம்முவுக்கு கிரீடம் புனைந்து அரசாள ஆசை ஏற்படு கிறது. படை சேர்த்து பரிவாரம் அமைத்து பேரைக் கேட்டு பயப்படும் படி ஆள்கின்றனர். எட்டையபுரத்தோடு மீண்டும் பன்றி வழக்கு ஏற்படு கிறது.

கட்டபொம்மு சாலிகுளம் பக்கம் வேட்டையாடும் போது நாயை முயல் எதிர்க்கும் அதிசயத்தைக் கண்டு அந்த இடத்தில் கோட்டை கட்டுகின்றனர். பாஞ்சாலி குறிச்சி ஆகிய ஊர்களைச் சேர்ந்து பாஞ்சாலங்குறிச்சி ஆக்குகின்றனர். வெள்ளையத்தேவன் கொண்டையன் கோட்டை வம்சத்தில் பிறந்தவன். அவனை வளர்த்து பாதர் வெள்ளை ஆக்குகின்றனர். கோட்டையில் ஆயிரம் கம்பளங்கள்

நூறு பரிவாரத்தோடு வாழ்கின்றனர். சுந்தரலிங்கம் என்ற குடும்பனை யும் தானாபதி பிள்ளையும் சேர்த்துக் கொள்கின்றனர். மல்லிகையும் சந்தனமும் மணக்க ஆள்கின்றான்.

இவ்வாறு கட்டபொம்முதுரை அரசு புரிந்து வரும்போது மற்ற பாளையப்பட்டுக்காரர்கள் அரசாங்கத்துக்குக் கட்டபொம்முவைக் குற்றம்சாட்டிக் கடிதங்கள் எழுதினர். சென்னை அரசாங்கம் கோபத் துடன் ஜில்லா கலெக்டர் சாக்ஷன் மேஜர்துரைக்கு உத்தரவு கொடுக் கிறது. கலெக்டரோ குற்றால கூட்டத்துக்கு வருமாறு கட்டபொம்மு வுக்குக் கடிதம் எழுதுகிறார். கட்டபொம்மு கடிதம் கண்டு கலெக்டரைச் சந்திக்க படைவீரர்களோடு செல்ல, அங்கு அவர் இல்லாததால் திருச்சிக்குச் செல்ல அங்கும் அவர் இல்லாததால் இராமநாதபுரம் செல்கின்றனர். அங்கே மேல்மெத்தையில் கலெக்டரைச் சந்திக்க கட்டபொம்மு ஆத்தூர், அருமங்கலம் ஆகிய ஊர்களை அபகரித்தது, கருங்குளத்தில் கம்பங்குதிரைக் களவெடுத்தது, காட்டு நாயக்கன்பட்டி எல்லையில் மேய்மாட்டைப் பத்தியது, எட்டையாபுரம் பண்ணை மாட்டைப் பத்தியது, ஏழு வருடம் கப்பம் கட்டாதது போன்ற வற்றை விசாரிக்கிறார். அங்கே அவர்களுக்குள் சண்டை தொடங்கவே ஊமைத்துரை படையோடு தப்பிக்கிறான். கன்னிமார் கோவிலில் வரும்போது தானாபதி வராததை அறிவிக்கின்றனர். பின்னர் குறிமூலம் அவர் சிப்பாய்களிடம் சிக்கி சென்னைக்குக் கொண்டு செல்லப்பட்டது தெரிந்தது. பத்து நாட்களுக்குள் திரும்பி விடுவார் என்று நம்பினர். வெள்ளையத்தேவனுக்குத் திருமண ஏற்பாடுகள் நிகழ, கல்யாணம் முடிந்தவுடன் வேண்டிய சீர்களைத் தந்தான் கட்டபொம்மு.

சென்னையில் தானாபதி விசாரிக்கப்பட்டு விடுவிக்கப் படுகிறார். பாஞ்சாலங்குறிச்சிக்கு வந்து கட்டபொம்முவிடம் தனது வருத்தத்தை வெளிப்படுத்துகிறார். தன் பிள்ளையின் திருமணத்துக்குத் தேவையான நெல்லைக் கேட்க அரசனும் ஒத்துக்கொள்கிறான். பாண்டியத்தேவனைக் கொலை செய்ததை அறிந்த கருப்பாயி பாளையங்கோட்டைக்குப் போய் சின்னமக்காலே பெரிய மக்காலே ஆகியோரிடம் முறையிடுகிறாள். கட்டபொம்முவின் சூழ்ச்சியென்று துரைமார்கள் கூறி சென்னைக்கும் குற்றசாட்டை அனுப்புகிறார்கள்.

கட்டபொம்முவை அடக்க சென்னைத் துரைத்தனத்தார் பிற்கெட்டு மேவியருடன் காலன் துரையையும் பட்டாளங்களுடன் அனுப்பி வைக்கின்றார். பட்டாளம் ஒட்டைப்பிடாரத்தில் வந்து இறங்கவே, கட்டபொம்மு திருச்செந்தூர் போனதை அறிகின்றனர். சாம்பிராணி

ஓடையில் அவனை மடக்க அவர்கள் திட்டமிட அவன் தப்பிவிடுகிறான். கோட்டையை அவர்கள் முற்றுகையிட்டனர். பாதர் வெள்ளை வல்லநாட்டுக்கு வருகிறான். போர் தொடங்கவே வெள்ளையத் தேவனை அழைக்க சுந்தரலிங்கத்தை அனுப்பினர்.

வெள்ளையன் தூக்கத்திலிருந்து எழுந்து மனைவியிடம் போருக்கு விடை கேட்கவே அவள் தான் கண்ட பொல்லாத சொப்பனத்தைக் கூறி தடுக்கிறாள். அவன் தடையை மீறி கட்டபொம்முவிடம் வர போருக்கு அனுப்பப்படுகிறான். போரில் வெள்ளையத்தேவன் மடிய அவன் மனைவி ஒப்பாரி வைத்து புலம்பினாள். கட்டபொம்மு மிகவும் கலங்கினான். இச்செய்தி மகாராணியாருக்குத் தெரிவிக்கப்பட அவரும் அவனுக்குப் பாராட்டாக சின்னநவாப்பாக்கச் சொல்லி கடிதம் எழுத, மற்ற பாளையப்பட்டுகள் கடிதத்தை மாற்றி விடுகின்றனர். கட்ட பொம்முவை அடக்க அக்னி சென்னல் பட்டாளத்துடன் அனுப்பப் படுகிறான்.

இரண்டாவது சண்டை தொடங்குகிறது. கட்டபொம்முதுரை காரைக்குடி முத்தையா பாண்டியனால் உபசரிக்கப்படுகிறான். நாகலாபுரம் எட்டப்பநாயக்கரால் ஏமாற்றப்பட்டு, மருது சகோதரர் களால் ஆதரிக்கப்பட்டு சாகிப்புமார்களுடன் சண்டையைத் தவிர்த்து விருப்பாச்சியில் கொட்டகையில் அடைபட்டு தப்பித்து தம்பியைப் பிரிந்து கட்டபொம்மு வாடுகிறான். புதுக்கோட்டைத் தொண்டைமான் அவனைப் பிடித்து கொடுக்க அக்னிதுரை கயிற்றாத்து புளிய மரத்தில் தூக்கில் போடுகிறான். அதற்குமுன் எல்லாவற்றையும் நினைத்து புலம்பு கிறான்.

கட்டபொம்முதுரை மாண்டதும் ஊமைத்துரை கன்னிவாடியில் பிடிபட்டு பாளையங்கோட்டையில் சிறைபடுகிறான். முள்ளுப்பட்டி முத்தப்ப நாயக்கரால் தப்பித்து தூத்துக்குடியில் திருமணம் செய்து மண்ணாலே கோட்டைக்கட்டி 7 வருடம் ஆண்டான். அவனைப் பற்றி குற்றச்சாட்டு சொல்ல மீண்டும் அக்னிதுரை அனுப்பி வைக்கப்படு கிறான். அவனது பட்டாளத்தைக் கண்டு வண்ணான் வந்து ஊமைத் துரையிடம் சொல்ல, பட்டாளம் வர போர் தொடங்குகிறது. தூத்துக்குடி முத்தையா பாண்டியன் ஆங்கில சிப்பாய்களுக்கு உதவிட வல்ல நாட்டு அரண்மனையை அழிக்க வெள்ளையம்மாள் எதிர்த்து போரிடுகிறாள். தப்பிச் செல்லும் போது அவள் சுடப்பட்டு சாகிறாள்.

ஊமைத்துரை தப்பித்து போய் திண்டுக்கல் மலையில் சுப்ரமணிய கோவிலில் தற்கொலை செய்துகொள்கிறான்.

கட்டபொம்முதுரை கதை
விநாயகர் காப்பு வெண்பா

பூஞ்சோலை பொங்கும் புவிமீது அருளாலே
பாஞ்சாலி நன்னகரப் பண்போங்கத் - தேன்சொரியுங்
கட்டபொம்மு கீதங் கழறவே[1] யானைமுகந்
தொட்டகரப் பாதந் துணை.

தன்னை தானன தன்னனன்னா
தன்னன தானன தன்னனன்னா
   சீர்மலியும்[2] எங்களாண்டவனே
   சித்திக்கணேசா முன்னடவாய்
   நீர்மலியும் புவிமீது விலங்கிய
   நீதவிநோதா வசீகரனே
   உத்தமனே நவரத்தினமே
   ஓங்காரரீங்காரத்து உட்பொருளே
   முந்திமுந்தி விநாயகனே
   முருகபிரானுக்கு மூத்தவனே
   ஆலமரத்தடிப் பிள்ளையாரே
   அரசமரத்தடி நாயகனே   10

   வேலமரத்தடிப் பிள்ளையாரே
   விக்கினம்[3] வாராமற் காத்தருள்வாய்
   தந்திமுகனே தயாபரனே
   சங்கடமில்லாமல் காக்கவேண்டும்
   மோதகம் தோசை பணியாரம்
   முருக்குச் சர்க்கரை எள்ளுருண்டை
   அப்பம் அவல்பொரி லட்டுடனே
   ஆனவகையெல்லாம் நான்படைப்பேன்
   தேங்காய் உடைத்து வைத்திடுவேன்
   தெட்சணையால் உனைக் கும்பிடுவேன்   20

   பாடறியேன் படிப்பறியேன்
   பக்கத்துணைசெய்ய வேண்டுமையா
   ஏடறியேன் எழுத்தறியேன்

எந்தனைக் காப்பாற்ற வேண்டுமையா
கட்டபொம் கதை யான்படிக்க
கண்ணாலே பார்த்திட வேண்டுமையா
ஊமைத்துரைகதை யான்படிக்க
உண்மையுரைத்திட வேண்டுமையா
பாஞ்சாலி கதையை யான்படிக்கப்
பக்கத்துணைசெய்ய வேண்டுமையா

சக்கதேவிகதை யான்படிக்கத்
தயவுசெய்திட வேண்டுமையா

சரஸ்வதி துதி

வெண்தாமரையில் உறைபவளே
வேதாந்த ஞானத்தினுட் பொருளே
நான்முகன் நாவில் இருப்பவளே
நம்பினபேர்க்கு அருளம்பிகையே
நாடெங்குஞ் செல்லுதுன் சாத்திரங்கள்
நானெங்குஞ் சொல்லுவேன் உன்மகிமை
ஊரெங்குஞ் செல்லுதுன் சாத்திரங்கள்
உண்மையைச் சொல்லுவேன் கேட்டவர்க்கு

உன்துணையல்லது வேறுதுணையுண்டோ
யோசனை செய்யயிலே
என்துணைநீயென்று சொல்வதானால்
எங்களை ரட்சிக்கவேண்டுமம்மா
சக்கம்மாள்வாக்கும் பலிக்கவேணும்
தண்டமிழ்வாசகம் பொங்கவேணும்
பாஞ்சாலிவாக்குப் பலிக்கவேணும்
பங்கமில்லாச்[4]செல்வம் பொங்கவேணும்
ஊமைத்துரை கட்டபொம்முசெய்த
ஒப்பில்லாச் செய்கை தெரியவேணும்

மாத மும்மாரி பொழியவேணும்
வந்தெம்மைக் காப்பாற்ற வேண்டுமம்மா

முருகன் துதி

நீலமயிலிலுறை வேலவனே
நீர்மலி செந்தில் கடவுளரே

அம்பிகைமீனாக்ஷி பாலகனே
ஆறுமுகவள்ளி நாயகனே
பாலாபிஷேகம் பழநியிலே
பண்டாரவேடம் புனத்தருகே
தேனாபிஷேகம் பழநியிலே
சிங்காரவேடங் கழுகுமலை

கற்பூரவாசம் கமகமென
கல்யாணமேடை பளபளென
சாம்ப்ராணிவாசம் கமகமெனத்
தண்டைசிலம்பு கலகலென
தொண்டரரோகரா என்றுரைக்கத்
துந்துமிமேளந் துணையென்றுரைக்க
பாவனையாகிய பூஜையிலே
பல்லாண்டுகூறிப் பணிந்தேனய்யா
வந்தெனைரட்சிக்க வேண்டுமையா
மன்னவன்கட்டன்[5] கதைபடிக்க

சங்கம்மாள் துதி

என்னையாண்டவளே சக்கதேவி
எங்களைமுக்காலுங் காருமம்மா
ஆண்டவளே குலதேவதையே
ஆதரிக்கவேண்டும் சக்கம்மாளே
மேலமலையாளம் போனவளே
விஞ்சை[6]மந்திரங் கற்றவளே
தெற்குமலையாளம் போனவளே
தேவிமந்திரம் கற்றவளே
பொண்டுமலையாளம்[7] போனவளே
பேர்பெற்றமந்திரம் கற்றவளே

கொத்துப்பல்லாரியை ஆண்டவளே
கூடையிற்கூடவே வந்தவளே
கூடையிற்கூடவே வந்தவளே
கொப்பாடுசூல்கொண்ட சக்கதேவி
மாறாட்டப்பாசியும் கொண்டவளே
மந்திரதந்திரம் கற்றவளே
கைவளையோலை கருகுமணி

கண்டஞ்[8]சொலித்திடும் சக்கம்மாளே
பொங்கும் இலந்தைமுட் கோட்டையிலே
போற்றிடவாழ்கின்ற சக்கதேவி   90

பாஞ்சைப் பதியிலே கட்டபொம்மு
பக்கம் இலங்கிய சக்கதேவி
வாய்பேசாப் பாண்டியன் ஊமத்துரை
வல்லபம்[9]பேசிட வந்தருள்வாய்
வல்லபம் பேசிட வந்தருள்வாய்
வஞ்சனை வல்பிணி தீர்ப்பவளே
என்ன பிழைகள் இருந்தாலும்
எங்களை முக்காலுங்[10] காருமம்மா

துதிவிருத்தம்

வாதவமும்[11] கல்வியிலே மகிமையான
   வல்லபமுஞ் செல்வமிக வளமிருந்தப்   100
பூதலத்தில் கட்டபொம்மு கதையைப் பாடப்
   புந்தியிலே[12] வந்தருள்வாய் சக்கதேவி
பாததுணை என்றுன்னைப் போற்றுமென்னைப்
   பார்முகத்தைப் பாராமல் இருந்திடாதே
சீதவயல்[13] சூழ்பெருமைப் பாஞ்சைநாடு
   சிந்தாத தெள்ளமுதே சிந்தித்தேனே

கதை ஆரம்பம்

தன்னன தானன தன்னனன்னா
தன்னன தானன தன்னன்னா
தம்பி காளை பொம்முதுரை
சக்கம்மாள் பாத விசேஷமதால்   110
கொத்துப் பல்லாரியை ஆண்டதிலே
குற்றம் இதுவரை கண்டதில்லை
யார்செய்த மோசமோ பூமியிலே
அந்தரமாரி[14]பொழியவில்லை
எவர்செய்த மோசமோ பூமியிலே
எள்ளளவு மழை பெய்யவில்லை
பன்னீர் வருட மழையுமில்லை
பஞ்சம் உண்டானது தேசமெல்லாம்
கால மழைகள் பெய்யாததனால்

கவலை உற்றது கம்பளங்கள் 120
கோடை மழைகள் பெய்யாததனால்
குறைவு அடைந்தது கம்பளங்கள்
தேச மழைகள்[15] பெய்யாததனால்
சிந்தை மெலிந்தது கம்பளங்கள்

காளை பொம்முதுரை சொல்வது

அண்ணாவே அண்ணாவே கேளுமையா
அன்பான தம்பிநான் சொல்லுகிறேன்
நம்மாலே காரியம் ஒன்றுமில்லை
நாதன் செயலன்றி வேறுமில்லை
ஈசனால் ஆவதை அல்லாமல்
எம்மாலே உம்மாலே ஆவதுண்டோ 130

என்னென்ன கவலை வந்தாலும்
ஏற்படுமோ சக்கதேவி முன்னால்
சக்கதேவி துணை என்றிருந்தால்
சங்கடம் வந்தாலும் தீர்ந்துவிடும்
உத்தமிதான் துணை என்றிருந்தால்
உண்டான துன்பமும் தீர்ந்துவிடும்
பத்தினிதான் துணை என்றிருந்தால்
பஞ்சம் உண்டானாலும் தீர்ந்துவிடும்

செல்லபொம்முதுரை சொல்வது

தெக்ஷண பூமியை[16] நோக்குதையா
தெய்வீக வாக்குள்ள கம்பளங்கள் 140
அன்னம்[17] இல்லாமலே வாடுதையா
அஞ்சாத நெஞ்சுள்ள கம்பளங்கள்
ஆடை இல்லாமலே வாடுதையா
அட்டகாசம் செய்யும் கம்பளங்கள்
மாரி பொழிந்திடும் சீமையிலே
வாழ்ந்திடலாம் என்று போகிறதாம்
செந்நெல் விளைந்திடும் சீமையிலே
சேர்ந்திடுவோம் என்று போகிறதாம்
ஏற்பட்ட பஞ்சக் கொடுமையினால்
எத்தேசம் போகுதோ கம்பளங்கள் 150
இன்பம் அடைந்திடும் நாளையிலே

ஏற்பட்டதோ பெருஞ் சங்கடங்கள்
துன்பம் உண்டாகியே வாடலாமா
தோக்கலவார் குல கம்பளங்கள்

(கம்பளத்தார் மழையில்லாமல் வருத்தமுற்று செல்லபொம்மு துரை யிடம் உரைத்தல்)

கம்பளத்தார் சொல்வது

ஒரேஒரே ரண்டா ஒக
உத்தமமாட்டலு செப்ப பொய்யேன்
வானம் இந்த சூடண்டரா
மஞ்சுவொகட்டியும் கானமுறா
இல்லவுண்டித்த மேமந்தறு
எல்லபதுகேதி செப்பண்டறா

மொக்கேதெய்வ முறேகான
மோசமுகேசிதா பொய்யேசனே
வித்தினபத்திச் செட்டந்த
விட்டிலுதினேசி பொய்யேசனே
ஏமிசேசி செப்பண்டறா
எந்துபொய்யேதி பொய்யேசனே
வானகுரிசின தேசமுகுமேமு
எந்துபொய்யேதி செப்பண்டறா
வானகுரிசின தேசமுகுமேமு
பொய்யிபதுகவலா

தக்ஷணசீமைகு போகவலா
தல்லிபிட்டலு பாரிரண்டா

(கம்பளத்தார் இப்படிப் புலம்பிக் கொண்டு செல்லபொம்மு துரை யிடம் சென்றவுடன் உபசரித்தல்)

செல்லபொம்முதுரை சொல்வது

வாருங்கோ வாருங்கோ கம்பளங்காள்
வந்த விபரத்தைச் சொல்லுமையா
வாட்ட முகமுடன் வந்ததென்ன
மண்டிலே[18]கூடியே நொந்ததென்ன
ஒன்பது கம்பளச் சாதியிலே
உண்டான குற்றங்கள் என்னசொல்வீர்

சாதி முறையிலே தப்பினதோ
சங்கடம் நேர்ந்ததைச் சொல்லிடுவீர்

கம்பளம் சொல்வது

அய்யாவே எங்களைஆண்டவனே
அவ்வித சங்கடம் ஒன்றுமில்லை
தேச மழையின்றி வாடுகிறோம்
திக்கு வேறில்லாமல் ஓடுகிறோம்
கால மழையின்றி வாடுகிறோம்
காப்பவர் இல்லாமல் ஓடுகிறோம்
காக்குந் திடமுள்ள சக்கதேவி
காருண்யம் இல்லாமல் போயினளோ
தெக்ஷண பூமி செழித்ததனால்
சென்று வருகிறோம் ராஜாவே
செல்ல விடைதர வேண்டுமையா
தெக்ஷண தேசத்திற் கிக்ஷணமே

செல்லபொம்துரை தம்பி
காளைபொம்மிடம் சொல்வது

தம்பி காளை பொம்முதுரை
சக்கம்மாள் செய்கையைப் பார்த்தனையா
கம்பளத் துன்புறக் காணலாமா
கஷ்டமெலாம் சொல்லக் கேட்டனையா

அதற்குப் பதில் காளைபொம்முதுரை சொல்வது

அண்ணாவே அண்ணாவே என்னசெய்தோம்
ஆதரவு அற்றது கம்பளங்கள்
கம்பளஞ் சொன்னதற்கு உத்தரவு
தென்புடனே தரவேண்டுமையா

செல்லபொம்முதுரை
கம்பளத்தாருக்கு விடையளிப்பது

அய்யாவே அய்யாவே கேளுமையா
அன்பான வார்த்தைநான் சொல்லுகிறேன்
தெக்ஷண பூமி செழித்ததனால்
சென்றிடுவீர் மிக நன்றெனவே

(கம்பளத்தார் உத்தரவைக் கேட்டவுடன் புறப்படுவது)

சக்கம்மாள் துதி

சென்று வருகிறோம் மன்னவனே
சேவிக்கிறோம்[19] தன்மை பாவிக்கிறோம்
உன்னைப் பிரிந்திட ஞாயமுண்டோ
உத்தமனே எங்கள் ராஜாவே
நீரில்லாத கிணறாய் ஆமையா
நின்னைப் பிரிந்திடுங் காரணத்தால்
நின்னைப் பிரிந்திடுங் காரணத்தால்
நிழலில்லா மரம்போல் அலைந்தோம்
வாசம் இழந்தவர் போலே
வாடுகிறோம் உன்னைத் தேடுகிறோம்
சோடி பிரிந்த கிளிபோல
தூங்குகிறோம் நகர் நீங்குகிறோம்
தாமரை இல்லாத பொய்கையிலே
தாழுகிறோம் மண்ணில் வீழுகிறோம்
தெக்ஷணம் நோக்கிக் கம்பளம் செல்வது
ரண்டரா ரண்டரா போத்தாமுறா
ராஜாவாக்கட செப்பாய
நஸ்ஸவுண்டாதி நம்பதுகு
எல்லவுண்டினாலு முண்டிபொய்யி
இன்னடே தக்ஷணம்போகவ லா
தக்ஷணசீமைகு போத்தேதா
ஒச்சினதுன்பமு தீரபொய்யி

(சென்ற கம்பளங்கள் இடை இடையே தங்க வேண்டிய இடங்களில் தங்கி செக்காரக்குடி சென்று இதில் வாசம் செய்வோம் என ஆலோசனை செய்தல்)

பெரிய நாயக்கர் சொல்வது

ஒரே ஒரே முத்தாலு ஒக
உத்தமாட்டலு செப்பபொய்யேன்
யீடதாறமன அந்தறுனு
இன்பமு பெட்டி பதுகவலா

சக்கம்மாஇல்லுக் கட்டவலா
சந்தோஷமுகா பதுகவலா
மனகுமில்லுக் கட்டவலா
மங்கள க்ஷேமமு பெட்டவலா

கம்பளங்கள் புறப்பட்டு செக்காரக்குடி சென்று குடியேறினபின் செல்லபொம்முதுரை வருத்தமடைவது

தம்பி காளை பொம்முதுரை
சங்கடம் நேர்ந்ததைப் பார்த்தனையா
நம்மை வணங்கிய கம்பளங்கள்
நண்ணுந்[20]திசையெதோ நானறியேன்
எவ்விடஞ் சென்றதோ கம்பளங்கள்
என்னென்ன பட்டதோ சங்கடங்கள்
யாரிடஞ் சென்றதோ கம்பளங்கள்
அங்கென்னப் பட்டதோ சங்கடங்கள்
முன்னே சென்றது கம்பளங்கள்
பின்னே செல்லுவோந் தம்பியரே
இட்ட பயிர்களை விட்டில்தின்றால்
இங்கே நமக்குச் சோலி[21]யென்ன

காளை பொம்முதுரை சொல்வது

அண்ணாவே அண்ணாவே நீர்கேளும்
அன்புள்ள தம்பிநான் சொல்லுகிறேன்
அன்னையினுத்தர வாகுமையா
அண்ணன் உரைத்திடுங் காரியங்கள்
எப்படி யாகிலுந் தெக்ஷணத்திற்கு
ஏகத் துணிந்திடில் உய்திடுவோம்

செல்லபொம்முதுரை தன் குடும்ப சகிதம் புறப்பட்டு என்னை ஆண்டவளே என்று பாடிக்கொண்டு நடத்தல்

குண்டுருக்கு ராஜா சபை தேச விசாரணை

முன்வருங் கார்யம் உரைப்பவரே
முந்திரி பிசகில்லா மந்திரியே
பின்வருங் கார்யம் உரைப்பவரே
பேர றிவான சிகாமணியே
மாத மும்மாரி பொழிகிறதா
மானிடப் பூண்டு தழைகிறதா
நாட்டில் மும்மாரி பொழிகிறதா
நஞ்சை புஞ்சை விளைகிறதா
கேட்டதற்குப் பதில் சொல்லவேண்டும்
க்ரீடதர்பார்க் குண்மை மந்திரியே

மந்திரி சொல்வது

ஏராள மழை பெய்ததாலே
இட்ட பயிர் விளைந்திட்டதய்யா
நம்அதிகாரத்தில் உள்ளதெல்லாம்
நன்மை அல்லாதென்ன தின்மைவரும்

தர்பார் நடக்கும்போது செல்லபொம்முதுரையும் தம்பியும் என்னையாண்டவளே என்றுபாடிக் கொண்டு ராஜாவைக் கண்டுரைப்பது

குண்டூருக்கு ஆள்கின்ற கோமானே
கொற்றவனே நலமுற்றவனே
நாடிழந் தேகும் வழிதனிலே
கீர்த்தியைக் கேட்டிங்கு வந்தோமையா

நாடிழந் தேகும் வழிதனிலே
நன்மையைக் கேட்டிங்கு வந்தோமையா

குண்டூருக்கு ராஜா சொல்வது

கொத்துப் பல்லாரியை ஆண்டவனே
கோத்திர கம்பள தோத்திரனே
நாட்டை இழந்திடக் காரணமேன்
ஞாயமதைச் சொல்ல வேண்டுமையா
தெக்ஷண தேசத்தில் கேகும்வகை
தீரனே செப்பிட வேண்டுமையா

செல்லபொம்முதுரை சொல்வது

பன்னீர் வருடமு[22]மாரியின்றி
பட்டது கஷ்டங்கள் கம்பளங்கள்

கஷ்டம் அடைந்திட மாட்டாமல்
மட்டில்லா தெக்ஷணஞ் சென்றதுகாண்
கம்பளம் முன்செலக் கண்டதனால்
அன்புள்ள நாங்களும் செல்கின்றோம்

குண்டூருக்கு ராஜா சொல்வது

முந்தின கம்பளம் போனாலும்
பிந்தின நீரங்கு போகவேண்டாம்
பஞ்சம் தெளிந்திடும் காலம்வரை
இங்கிரும் ஒன்றுக்கும் அஞ்சவேண்டாம்

கட்டபொம்முதுரை கதை

காற்று மழை வெயிலில்லாமல்
கவலை யென்னென்ன வந்தாலும்   290
மாற்றிடுவேன் எனச் சொன்னதற்கு
மாற வேண்டாம்பதில் கூறவேண்டாம்

செல்லபொம்மு துரை சொல்வது

குண்டுருக் காள்கின்ற கோமானே
கொற்றவனே நலமுற்றவனே
தெகூஷண மேகும் வழிதனிலே
சீர்த்தியைக் கேட்டிங்கு வந்தோமையா
வந்த வழியிலிருந்து கொண்டால்
எந்தவிதம் தெற்கே போகிறது
பெற்றவள் வீட்டுக்குப் போனாலும்
பிள்ளை விருந்துநாள் மூன்றலவோ   300

என்ற பழமொழி கேட்டிருந்தும்
இவ்விதஞ் சொல்லிவிடக் கூடுமோதான்

குண்டூருக்கு ராஜா சொல்வது

கொத்துப் பல்லாரியை ஆண்டவனே
கோத்திரக் கம்பள தோத்திரனே
தெகூஷணை பூமிக்குச் சென்றிடவே
செப்பினேன் என்மனது ஒப்பவில்லை
ஆனாலுஞ் செல்வதற்கு உத்தரவு
அன்புடன் தந்துநான் கும்பிடுறேன்

செல்லபொம்முதுரை சொல்வது

கும்பிட்ட கைகட்கு நூறுவிசை
கும்பிட்டேன் செல்கிறோம் ராஜாவே   310
போற்றிய கைகட்கு நூறுவிசை
போற்றியே சொல்கிறோம் ராஜாவே

(நகர் நீங்கும் போது என்னை ஆண்டவனே என்று
பாடிக்கொண்டு போதல் மன்னார் கோட்டை ராஜா சபை)

மந்திரியே சர்வ தந்திரியே
வல்லவனே ரொம்ப நல்லவனே
தாமதம் ஏனிங்கு காணவில்லை
சங்கதி ஒன்றுமே தோணவில்லை

மந்திரி சொல்வது

சங்கதி வேறென்ன செல்லபொம்மு
இங்கே வரும்வகை சாற்றினர்காண்
சாற்றும் விடைதன்னைக் கேட்டுவந்தேன்
போற்கிறேன் எங்கள் ராஜாவே 320

ராஜா சொல்வது

எங்குற்றார் எங்குற்றார் சொல்லபொம்மு
இங்கழைத் தோடியே வாருமையா

மந்திரி சென்று சொல்லபொம்முதுரையை அழைப்பது

கொத்துப் பல்லாரி தேசம்விட்டுக்
கும்பிடுங் தெய்வத்தைக் கூடையிட்டு
ஆடோடு மாடுடன் வந்ததனால்
அரசன் அழைக்கிறார் வாருமையா

செல்லபொம்முதுரை என்னை ஆண்டவளே என்று பாடிக்கொண்டு போதல்

மன்னார் கோட்டையில் உள்ளவனே
மங்களனே கரகங் கணனே
தக்ஷணம் போகும் வழிதனிலே
சீர்த்தியைக்[23] கேட்டிங்கு வந்தோமையா 330

மன்னார்கோட்டை ராஜா சொல்வது

தெக்ஷணஞ் சென்றிடக் காரணமேன்
தீரனே செப்பிட[24] வேண்டுமையா

செல்லபொம்முதுரை சொல்வது

பன்னீர் வருட மழையுமில்லாப்
பஞ்சத்தினால் அதன் வஞ்சத்தினால்
பஞ்சத்தினாற் சென்ற கம்பளத்தைப்
பார்க்கவேண்டும் இடம் நீக்கவேண்டும்

மன்னார்கோட்டை ராஜா சொல்வது

முந்தின கம்பளம் போனாலும்
பிந்தின நீரங்கு போகவேண்டாம்
பஞ்சத்தைப் போக்குதற்கு இங்கிருந்தால்
நெஞ்சத்தில் சற்றுங் கவலைவேண்டாம் 340

செல்ல பொம்முதுரை சொல்வது
தாயிடம் பிள்ளை சென்றாலுஞ்செய்யத்
தக்க விருந்துநாள் மூன்றலவோ
மூன்று நாளைக்குள்ளே போகாவிட்டால்
முக்காடு போட்டு அழுவார்களையா
போக விடைதர வேண்டுமையா
புண்ணியனே தடை இல்லாமல்

மன்னார்கோட்டை ராஜா சொல்வது

சங்கம்மாள் பக்கத்திருந்தும் இந்தச்
சங்கடம் ஆகுமா மன்னவனே
சங்கடம் இல்லாமற் சென்றிடுவீர்
சக்கதேவி துணை பக்கமுற

(செல்லபொம்முதுரை புறப்பட்டு என்னையாண்டவளே என்று பாடிக்கொண்டு தங்குகின்ற இடமெல்லாந்தங்கி குருமலை சேர்ந்தவுடன் இவ்விடந்தான் சரியென்று ஆலோசனை செய்தல்)

தம்பி காளை பொம்முதுரை
தங்குமிடந் தன்னைப் பார்த்தனையா
ஆடுகள் மாடுகள் மேய்வதற்கும்
அப்புறந் தண்ணீர் குடிப்பதற்கும்
காலி நிலமது போல்நமக்குக்
கண்ணிலே பார்க்க முடியாது
அண்ணாவே அண்ணாவே கேளுமையா
அன்புடன் தம்பிநான் சொல்லுகிறேன்
வேளாண்மை இல்லை விளைவுமில்லை
வேந்தர்கள் காவலை அல்லாமல்

நஞ்சையும் இல்லை நடவுமில்லை
ராஜாக்கள் காவலை அல்லாமல்
புஞ்சையும் இல்லை பொழியுமில்லை[25]
பூவேந்தர் காவலை அல்லாமல்
காவலர் தம்மை வணங்கிக்கொண்டால்
கண்டாலுந் துன்பங்கள் செய்யமாட்டார்
கொற்றவர் தம்மை வணங்கிக்கொண்டால்
கும்பிட்ட கைகட்கு வெட்டுமில்லை
அப்படியே நமக்கான தெல்லாம்
அமைக்க வேண்டும் இமைப்பொழுதில்

செல்லபொம்முதுரை சொல்வது

ஆடு மாடுகள் வாழ்வதற்கும்
அஞ்சாது நாமரசு ஆள்வதற்கும்
மண்டிலே கம்பளி போடுதற்கும்
வந்த குறிகள் உரைப்பதற்கும்
சக்க தேவி வசிப்பதற்குத்
தக்க இலந்தைமுட் புக்குதற்கும்
நல்ல குடிசை அமைக்கவேண்டும்
நாடோறும் இங்கே வசிக்கவேண்டும்
காட்டெலியும் ஒரு காப்புக்குள்ளே
சோட்டெலி யோடு வசிப்பதுபோல்   380

சோட்டெலிக்குப் புடை ஆனாலுஞ்[26]
சொந்தப்புடை வேண்டு மென்பதுபோல்
நமக்கு உரிய குடிசையிலே
நம்மை வணங்கிட வாழவேண்டும்

காளைபொம்முதுரை சொல்வது

அப்படியே வாழ்ந்தி டுவோம்
ஆண்டவன் பாதத்தைப் போற்றிடுவோம்
ஆண்டவள் பாதத்தைப் போற்றுவதால்
அச்சமில்லை அவள் பட்சமுண்டு

(செல்லபொம்முதுரை குடிசைகட்டி வசிக்கிற நாளில் ஆட்டுக்காரர் இவர்களைக் கண்டு செக்காரக் குடியிலுள்ள கம்பளத்தாரிடஞ் சொல்வது)

ஆட்டுக்காரர் கம்பளத்தாரை வணங்கல்
கம்பளத்தார் குல பாத்திபரே[27]
காரணரே[28] உம்மைக் கும்பிடுறோம்   390

கம்பளத்தார் வினாவுதல்

ஆயர் குலத்தில் உதித்தவரே
அஞ்சலி செய்திடக் காரணமேன்
வஞ்சம் இல்லாத மனத்தவரே
வந்தெமைக் கும்பிடக் காரணமேன்

ஆட்டுக்காரர் சொல்வது

ஆண்டவரே துரைப் பாண்டியரே
அஞ்சாத வீரம் உடையவரே

கம்பளத்தார் குலச் செல்வர்களே
கண்ட அதிசயஞ் சொல்லுகிறோம்
எட்டையா புரம் பக்கத்திலே
ஏற்ற குருமலைச் சார்பினிலே

ஆடு மாடு அளவில்லாமல்
ஆளமும் நீளமுந் தோன்றவில்லை
உங்கள் உருவத்தைப் பார்க்கையிலே
ஒரு ருவாகத் தோணுதையா

(ஆட்டுக்காரர் சொன்னதைக் கேட்டவுடன் நமது ராஜாக்கள் தான் அங்கே வந்திருக்கலாம் இப்போது சென்று பார்க்க வேண்டுமென கம்பளங்கள்)

பெரிய நாயக்கர் சொல்வது

ஒரே ஒரே முத்தாலு ஒக
உத்தமாட்டலு செப்பபொய்யேன்
அந்துஒச்சின ராஜாவாறு
அந்தறுனு மனதல்லி பிட்ட
யீபோடுலு செப்பமாட்டலு
இங்க ஒகவிசை வினவண்டறா

அந்தறுரண்டறா போத்தமுரா
அய்வாடுத்த சூசவலா
மஞ்சிகாலமு மொச்சேசே
மங்குகாலமு பொய்யேசே
போத்தமுறாஒரே போத்தமுறா
போடுலு அந்தறு போத்த முறா
மஞ்சிகாலமு மொச்சேசே
மங்குகாலமு பொய்யேசே
போத்தமுறாஒரே போத்தமுறா
போடுலு அந்தறு போத்த முறா

கம்பளத்தார் புறப்பட்டு குடிசை சமீபமாக வரும்பொழுது காளைபொம்முதுரையும் தமையனும் பேசிக்கொள்வது

தம்பி காளை பொம்முதுரை
சாந்தவர் யாரென்று பார்த்தனையா
நம்குலம் போலவே தோன்றுதையா
ஞாயம் விசாரிக்க வேண்டுமையா

இருவரும் பேசிக்கொண்டிருக்குஞ் சமயம் கம்பளத்தார்கள்
ராஜாவென நன்றாகத் தெரிந்து நமஸ்காரஞ் செய்தல்

ஆண்டவனே துரைப் பாண்டியனே
அஞ்சாத வீரம் உடையவனே
கொத்துப் பல்லாரியை ஆண்டவனே
கோடி நமஸ்காரம் செய்தோமையா
எங்கள் நமஸ்காரம் உங்களுக்கு
உங்கள் அடியிணை எங்களுக்கு
நாங்களும் நீங்களும் ஒன்றெனவே
ரக்ஷிக்க வேண்டுகிறோம் இத்தினத்தில்

செல்லபொம்முதுரை சொல்வது

கம்பளத்தார் குலம் ஓங்கிடவே
நம்குல தேவதை காப்பவளே   430

நம்பத் துணையெனக் காப்பவளே
நாட்டில் துலங்கிடச் செய்பவளே
மாரி இல்லாமலே நாடிழந்து
வந்து நமக்கருள் சக்கதேவி
என்னென்ன துன்பங்கள் வந்தாலும்
இன்பம் கொடுப்பவள் சக்கதேவி
உட்காரும் உட்காரும் நிற்கவேண்டாம்
உண்டு களைப்பாருவீர் உத்தமரே
காய[29]ம் அழியாது இருந்ததானால்
கண்களில் கண்டு களித்திடலாம்   440

ஆவி அழியாது இருந்ததனால்
அங்கத்தைக்[39] கண்டு களித்திடலாம்
மாயவழி போன மானிடர்கள்
வந்தவர் யாரதைக் கண்டவர்யார்

கம்பளத்தார் சொல்வது

தேசம் அழிந்திடுஞ் சீமையிலே
தேர்ந்து கொண்டோமென்று சேர்ந்துகொண்டோம்
நாங்கள் இருப்பது செக்கநகர்
நண்ணிட வேண்டுமென்று எண்ணுகிறோம்   450

எம்முடனே வர வேண்டுமையா
ஈஸ்வரனே எங்கள் ராஜாவே

செல்லபொம்முதுரை சொல்வது

எம்மை அழைத்திடுங் கம்பளங்காள்
உம்முடனே வரக் குற்றமுண்டோ
உம்முடனே வரக் குற்றமுண்டோ
உண்மையில் இன்றே புறப்படுவோம்

தாய் முத்தியம்மாளிடம் செக்காரக்குடி போவதாக உத்தரவு கேட்டல்

பெற்றவளே எனக்கு உற்றவளே
பிள்ளை உனைத்துதி செய்தேனம்மா
நம்குலகம்பளஞ் செக்கநகர்க்கு
அன்புடன் எம்மை அழைப்பதனால்   460

போவதற்கு உத்தாரம் தாருமம்மா
பொற்கொடியே மெத்த கற்புடையாய்
தம்பியைக் கூட்டியே செல்வதற்குத்
தாயே உத்தாரம் தாருமம்மா

தாய் முத்தியம்மாள் சொல்வது

சக்கம்மை பாத விசேஷமதால்
சந்ததியாய் வந்த கண்ணிகாள்
கொத்துப் பல்லாரி தேசத்திலே
கொண்டல்[33] பொழியாத காரணத்தால்
தாயோடு பிள்ளைகள் கூடாத
சங்கடங்கள் பல நேர்ந்ததனால்   470

இவ்விடந் தன்னில் இருப்பதற்கே
ஈசன் அமைத்தனன் என்மகனே
எத்தனை காலங்கள் சென்றாலும்
ஏமன் வராவிடில் பார்த்திடலாம்
ஓர்கோடி காலங்கள் சென்றாலும்
உடம்பு இருந்திடில் பார்த்திடலாம்
மாய வழிசென்ற மானிடரை
மாறியும் பார்க்க முடியாது

இருபேருந் தாயை வணங்கல்

நம்குலத் தாரிடஞ் செல்வதற்கே
நல்வாக்குத் தந்திட வேண்டுமம்மா   480

கம்பளத் தாரிடஞ் செல்வதற்கே
கட்டளை செய்திட வேண்டுமம்மா
செக்கநகர் சென்று வாரோமம்மா
சேவடி வாழ்த்தியே தெண்டனிட்டோம்

(இருபேரும் செக்கநகர் சென்றவுடன் எட்டையாபுரம் சின்ன
முத்து பெரியமுத்து என்று காவற்காரர்கள் ஆட்டைப் பற்றுவது)

பெரிய முத்து சொல்வது

தம்பி கேளடா சின்னமுத்து
சாமர்த்திய வேலை நடக்குதடா
காவலை மீறிய காரியங்கள்
காரண மாக நடக்குதடா
ஏவலை மீறிய காரியங்கள்
வஞ்சக மாக நடக்குதடா   490

ஆரும் நுழையாத காவலிலே
ஆடு மாடுகள் மேயுதடா
மாடுடன் ஆடுகள் மேய்வதற்கு
மன்னர் அளித்தாரோ உத்தரவு
சீக்கிரஞ் சென்றதைப் பார்க்கவேண்டும்
செல்வ னிடத்திலே சொல்லவேண்டும்
விரைவிற்சென்றதைப் பார்க்கவேண்டும்
வேந்தனிடத்தில் சொல்லவேண்டும்
சல்தியிலே[34]சென்று பார்க்கவேண்டும்
தாமதமில்லாமல் ஓடி வாடா   500

ஆட்டுக்காரர் கோபித்தல்

ஆரடா ஆரடா ஆட்டுக்காரா
அஞ்சாது நிற்கின்ற சண்டாளா
கோபம் வருதைப் பார்க்கலையா
கூக்குரல் இட்டதுங் கேட்கலையா
மீசை துடிக்குது மேனியிலே
வேர்வை உண்டாவதைப் பார்க்கலையா
கைத்தடி நிற்பதைப் பார்க்கலையா
கண்கள் சிவப்பதைப் பார்க்கலையா
உன்னுயிர் ஏமனுக்கு ஆகுமுன்னே

உண்மையாச் சொல்லடா ஆட்டுக்காரா 510
எட்டையா புரத்து ராஜாவால்
ஏற்பட்டதோ இந்த உத்தரவு

ஆட்டுக்காரர் சொல்வது

அய்யாவே அய்யாவே வாருமையா
அன்புடனே சொல்லக் கேளுமையா
எட்டையா புரத்து ராஜாவால்
ஏற்பட்ட காரியம் ஒன்றுமில்லை
எங்கட் கதிபதி செல்லபொம்மு
உங்கட் கதிபதி உட்டேந்த்ரன்
எங்கட் கதிபதி உத்தரவால்
இங்கே ஆடுகள் மேயுதையா
உங்கட் கதிபதி எட்டேந்த்ரன்
உத்தரவுப் படி செய்யுமையா
எங்கட் கதிபதி செல்லபொம்முக்கு
இந்த விபரத்தைச் சொல்லுகிறோம்

பெரியமுத்து சொல்வது

உங்கட் கதிபதி செல்லபொம்மு
உத்தரவுப் படி செய்ததனால்
எங்கட் கதிபதி எட்டேந்த்ரன்
இடத்திற் கேகுது மாடாடு
எட்டயா புரத்து ராஜசபை
ஆரய்யா ஆரய்யா பேஷ்காரா[35]
அங்கங்கே தீர்வை வசூலாச்சா 530

தீர்வை வசூலிலே பாக்கியுண்டா
சேர்ந்திடும் பண்ணையில் சோலியுண்டா
இவ்வருட வரு மானத்திலே
ஏற்பட்ட மிச்சம் ஏதேனுமுண்டா
வழிவழி யாகவே வந்ததெய்வம்
வையகத் தார்கள் வணங்குங்கந்தன்
கந்தன் இருப்பது செந்தியிலே
காவல் புரிதல் கழுகுமலை
வைகாசி மாசி தைமாதத்திலே
வாரவர் போறவர் கோடியுண்டு 540

பிரார்த்தனைக் காவடிக் காணிக்கையும்
பேரிட்ட காணிக்கை கோடியுண்டு
தேவ ஸ்தான வருமானங்களில்
செப்பிய கட்டளைக் குற்றமுண்டா
இவ்வித காரியத் தப்பிருந்தால்
என்னிடஞ் சொல்லிட வேண்டுமையா

பேஷ்காரர் சொல்வது

தாழை மடலின் மணஞ்சொரியச்
சந்தனத் தேக்ககில் பொங்கமுற
தென்னை கமுகு குலைபோடச்
சிறிய வாளைமீன் மாறிவிழ

வாழை பலாவில் பழம்பழுக்க
மந்திர குரங்குகள் பந்தாட
கோகிலங் கூவிய சோலையிலே
கொற்றம் பொருந்தியது எட்டைநகர்
எட்டை நகர் அதிகாரத்திலே
எள்ளளவுங் குற்றம் இல்லைமன்னா

அச்சமயத்தில் பெரியமுத்து சொல்வது

வீராதி வீரனே எட்டமன்னா
விக்கிர மாதித்த பூபதியே
இன்று நடந்திடுஞ் செய்திகளை
இன்பமுடன் சொல்லக் கேளுமையா

நம்ம திகாரத்தின் எல்லையிலே
நண்ணுங் குருமலைச் சார்பினிலே
ஆரோ ஒருபயல் ஆடுகளைஅஞ்சாமல்
செல்ல பொம்மென்று பேர்சொல்லுகிறான்
சேவிக்கிறான் தன்மை பாவிக்கிறான்
கூவியேதெற்கு பக்கத்திலே
கூவியே தெற்கு முன்னோடுகிறான்
ஓடுகிறான் சக்க தேவி
உண்டெனக் கும்பிட்ட கையுடனே

கட்டபொம்முதுரை கதை 39

ராஜா சொல்வது

காவலை மீறிய செய்கையிலே
கண்டிப்புச் செய்திட வேண்டுமடா
ஆணை மீறிய செய்கையிலே
அவனை தண்டிக்க வேண்டுமடா
ஏவலை மீறிய செய்கையிலே
ஈஸ்வரன் ஆனாலும் தோஷமில்லை[37]
வார்த்தையை மீறிய செய்கையிலே
வம்புகள் செய்தாலும் தோஷமில்லை.

(இங்கிப்படியிருக்க செக்காரக்குடியில் கம்பளத்தாருடன் வீற்றிருக்கும் செல்லபொம்மு துரைக்கு ஆட்டுக்காரர் சொல்வது)

பூதலனே கருணாகரனே
போற்றுகிறோம் சாற்றுகிறோம்

செல்லபொம்முதுரை கேட்பது

என்ன அவசரம் இங்குவந்தீர்
எனக்க றியவே சொல்லுவீரே

ஆட்டுக்காரர் சொல்வது

செல்வர்க் கழகிய சீராளா
செல்ல பொம்முதுரை கேளுமையா
எட்டையா புரத்து ராஜாவால்
ஏற்பட்ட காவல்கள் மெத்தவுண்டாம்
காவலர் உத்தரவில்லாமல்
காலடிவைக்க முடியாதாம்
மன்னவன் உத்தர வில்லாமல்
மாடாடு மேய்த்திடக் கூடாதாம்

அம்மலை காப்பவர் சின்னமுத்தாம்
அவனுக் கண்ணன் பெரியமுத்தாம்
அண்ணனுந் தம்பியும் ஓடிவந்தார்
ஆட்டையும் மாட்டையும் கொண்டுபோனார்
எங்கள் துரையிடம் வாருமென்றார்
எட்டையா புரத்தைச் சேர்ந்திருப்பார்
நாங்களும் நில்லாமல் ஓடிவந்தோம்

ராஜனே உம்மையும் கண்டோமையா
கண்களில் கண்ட அதிசயத்தைக்
காரண மாகவே சொன்னோமையா
காரண மாகவே சொன்னோமையா
காலை வணங்குறோம் நூறுவிசை[38]

ஆட்டுக்காரர் சொன்னவுடனே செல்லபொம்முரை உடனே புறப்படுகிறது

தம்பி காளை பொம்முதுரை
சல்தி புறப்பட வேண்டுமையா
எட்டையா புரம் போகவேணும்
இப்போதே ராஜாவைப் பார்க்கவேணும்

காளைபொம்மு துரை சொல்வது

தங்களி னுத்தரவு அண்ணாவே
தலைக்கு மேலே விளம்புகிறேன்[39]
எட்டைய புரம் போகவேணும்
இப்போதே ராஜாவைப் பார்க்கவேணும்
சீக்கிரம் சென்றிட வேண்டுமையா
தென்னி ளசைப்பதி மன்னனிடம்
கம்பளத் தார்கள் தயவாலே
காரண மாகப் புறப்படுவோம்

செல்லபொம்முதுரை கம்பளத்தாரிடம் விடை கேட்டல்

அய்யாவே அய்யாவே கம்பளங்காள்
அன்புடனே சொல்லக் கேளுமையா
தென்னி ளசைப்பதி செல்லவேண்டும்
சீக்கிரமாக விடை கொடுப்பீர்

கம்பளத்தார் சொல்வது

சக்கம்மாள் பாத விசேஷமதால்
சங்கடம் வந்தாலும் தீர்ந்துவிடும்
போய்வாரும் போய்வாரும் புண்ணியரே
பூபதியே எங்கள் ராஜாவே

எட்டையாபுரம் ராஜா சபை

அய்யாவே அய்யாவே பேஷ்கார
அன்புடனே சொல்லக் கேளுமையா

தென்னி ளசைப்பதிச் சீமையிலே
சேர்ந்த குடிகளின் வாழ்க்கையிலே
செய்யு முறைமைகள் தப்பினரா
சேதிக ளென்ன விளம்பிடுவாய்

பேஷ்காரர் சொல்வது

செய்யு முறைமைகள் தப்பவில்லை
சேதிக ளொன்றிங்கே வந்ததுவே

செல்ல பொம்மு பொம்மெனவே
சேர்ந்தவர் சோதர சோதரராம்[40]
ராஜவைப் பார்த்திட வேணுமென்று
நம்பிக்கை கொண்டிங்கே வந்தனராம்

ராஜா சொல்வது

அன்னவர் யாரெனப் பார்க்கவேணும்
அவரை இங்கே அழையுமையா
ஆர்காணும் நீர்வந்த தன்மைகளை
அன்புடனே சொல்லக் கேளுமையா

செல்லபொம்முதுரை சொல்வது

எங்கட் கிருப்பு வடதேசம்
இப்போ திருப்பது தென்தேசம்

தெக்ஷண பூமியைப் பார்க்கவென்று
செய்தனளோ சக்க தேவியாம்மாள்
மாரியு மில்லை மழையுமில்லை
மாடாடு நிற்பதற்கு ஆசையில்லை
நாட்டி லிருக்கும் குடிகளெல்லாம்
நாம மில்லாமலே ஓடினார்காண்
நாங்களும் வந்திங்கே பார்க்கையிலே
நண்ணுதற் கான குருமலைதான்
வாழ்ந்து வருகிறோம் ராஜாவே
வஞ்ச மில்லைக் கண்பாருமையா

எட்டையாபுரத்து ராஜா சொல்வது

நல்லது நல்லது உன்மனம்போல்
நடப்போம் ஒன்றுக்கும் அஞ்சவேண்டாம்

மாதமொரு கிடாய் கொம்புடனே
வந்தவுடன் பேட்டி காணவேணும்
பாற்குட மேழும் வரவேணும்
பண்ணையி லாடுகள் மேய்க்கவேணும்
இந்தப் பிரகாரம் செய்தீரானாம்
எந்நாளு மங்கே வசித்திடலாம்

செல்லபொம்முதுரை சொல்வது

மன்னனேநீர் சொல்லு முத்தரவை
மாறி நடந்திடோம் பூமியிலே

செல்ல விடைதர வேண்டுமையா
தென்னி ளசைப்பதி காவலனே

(உத்தரவு பெற்றுக்கொண்டு இருப்பிடம் வந்து சேர்ந்து சில நாளையில் கொண்ட பொம்முதுரை பிறத்தல் செல்லபொம்முதுரை புத்திரப்பெருமை உரைப்பது)

ஒன்பது லக்கமிட்ட
உறுதிசேர் கம்பளத்தில்
பொன்பணம் பெறுதற்கான
புத்திரன் அவதரித்தான்
சம்ப்ரமச் சரிதஞான
தாண்டமிழ்க் கொண்டபொம்மென்
இப்பாரிலெவரும் போற்றற்கு
என்னுளம் மகிழத்தானே

தன்னனச்சந்தம்

மைந்தன் பிறந்திடும் நாளையிலே
மங்கள நாதம் முழங்குதையா
செல்வன் பிறந்திடும் நாளையிலே
சீதள கற்பம்[41] வீசுதையா
பிள்ளைக் கவலை பெருங்கவலை
எள்ளத்தனை இல்லா தோடியதே
சக்கம்மை பாத விசேஷமாதல்
சங்கட முற்றிலும் தீர்ந்திடுமே

(கொண்ட பொம்முதுரை பிறந்த சிலநாளைக்குப் பின்னர் விவாகஞ் செய்தல்)

செல்லபொம்முதுரை சொல்வது

தம்பி காளை பொம்முதுரை
சங்கதி சொல்லிடக் கேளுமையா   680

சின்ன வயது சிறுவயது
சேர்ந்த பிராயம் பதினாறு
இந்த வயதிலே மைந்தனுக்கு
இன்பமுடன் மாலை சூடவேண்டும்
மாலைக் கழுத்தையும் பார்க்கவேண்டும்
மைந்தற்கு மைந்தன் பிறக்கவேண்டும்
செக்க நகருள்ள கம்பளத்தில்
செல்வக் கல்யாணம் செய்யவேண்டும்
மாப்பிள்ளைக்கான பெண்பார்க்க வேண்டும்
வாழையடி வாழை ஆகவேண்டும்   690

(கொண்ட பொம்முதுரைக்குக் கல்யாணம் நடந்த சில நாளைக்குப் பின் கட்டை வெட்டையிலே கட்டபொம்முதுரை பிறந்ததனால் கட்டபொம்மென்று பெயர் வைத்தும் பின்னால் ஊமத்துரை முதலானவர்கள் பிறந்ததையும் சொல்வது)

கொண்டபொம்முதுரை சொல்வது

புஞ்சை நிலங்களை சேர்க்கையிலே
புத்ரன் பிறந்தனன் எந்தனுக்கே
கட்டையை வெட்டயில் உற்றதனால்
கட்டபொம் மென்றுபேர் இட்டழைப்பேன்
ஊமத்துரை பிறந்தார் மணிபோல்
உடன் பிறந்தனள் வெள்ளையம்மாள்
வீரமல்லு திம்மி பாஞ்சாலி
வீரசக்கு பொம்மி உற்பவித்தார்
மக்கள் சம்பத்துப் பெருகிடவே
வந்தருள் செய்தனள் சக்கதேவி   700
நாளொரு மேனி பொழுதொருவண்ணம்
நலம்பெற வாழ்வதற்கு அன்பளித்தாள்
செல்வமில்லா துற்ற எங்களுக்கு
சேயர் கிடைத்ததே தெய்வச்செயல்
முள்முறியாமல்[42] முருங்கைப்பூ வாடாமல்
முற்றிலுங் காப்பவள் சக்கதேவி

கட்டபொம்மு ஊமைத்துரை பிறந்து வாலிபமான பின்னர் கொண்ட பொம்முதுரை வழக்கப்படி எட்டையாபுரத்திற்கு சங்கராந்திப் பொங்கலுக்குப் போக கட்டபொம்மு துரையிடம் சொல்வது கொண்டபொம்முதுரை சொல்வது

கட்டை வெட்டையிலே பிறந்தாய்
கட்டபொம் மென்று நாமங்கொண்டாய்
நான்பெற்ற கண்மணி கட்டபொம்மு
நானொன் றுரைத்திடக் கேளுமையா
எட்டையாபுரம் ராஜாவே
ஏற்பட்ட காரிய மொன்றுளது
பாற்குடம் ஏழ்கிடாய் ஒன்றுடனே
வாக்குத் தவறாமல் போகவேண்டும்
சங்கராந்திப் பொங்கல் வந்ததனால்
தாமத மில்லாமல் போகவேண்டும்
தம்பியுட னிங்கு வீற்றிருப்பாய்
சற்குணவானே என்கட்ட பொம்மு

கட்டபொம்முதுரை சொல்வது

அய்யாவே அய்யாவே நீர்கேளும்
அன்புடன் நானொன்று சொல்லுகிறேன்
எட்டையா புரத்து ராஜாவை
இப்போதே நாங்களும் பார்க்கவேண்டும்
இப்போதே நாங்களும் பார்க்கவேண்டும்
எங்களைக் கூட்டியே போகவேண்டும்
எங்களை கூட்டியே போகவேண்டும்
இல்லா வழக்கை நீக்கவேண்டும்

கொண்டபொம்முதுரை சொல்வது

நான்பெற்ற பாலகா கட்டபொம்மு
ஞாய மில்லாவழி செல்லாது
முன்னோர் வழக்கத்தை நம்மாலே
முந்தி பிசகு செய்யலாமா

எட்டையாபுரத்து ராஜா சபை

ஆரய்யா ஆரய்யா பேஷ்காரா
அன்புடனே சொல்லக் கேளுமையா

செல்ல பொம்முதுரை சென்றபின்னே
சேயன் எனவருங் கொண்டபொம்மு
கொண்ட பொம்முதுரை வந்தனரா
கொற்றவன் வார்த்தையை மீறினரா
காடுவெட்டிநிலஞ் சேர்க்கச் சொன்னோம்
பாடுபட்டதிலே வாழச் சொன்னோம்
பாடுபட்டதிலே வாழச் சொன்னோம்
பண்ணையிலாடுகள் மேய்க்கச் சொன்னோம்   740

சங்கராந்தியில் நம்மை வந்து
சந்திக்க இன்னும் வரவுமில்லை

ராஜா சபையிலே இவ்விதம் கேட்டுக்கொண்டிருக்கும் போது கொண்ட பொம்முதுரை தன்புத்திரரோடு சந்தித்தல்

அய்யனே எட்டப்ப ராஜாவே
அன்புடனோர் வார்த்தை சொல்லுகிறேன்
ஆண்டவன் வாக்குக் கெதிர்வாக்கு
அஞ்சாமற் சொல்வரோ பூமியிலே
சொன்ன கிடாயுடன் பால்குடம்
சொன்னதுபோல் கொண்டு வந்தோமே
பூபதியே உங்க புண்ணியத்தால்
புத்திர பாக்கியம் பெற்றெடுத்தேன்   750
உங்கள் சமுகத்தைப் பார்க்கவென்றே
ஓடியே வந்தனர் என்பிறகே

எட்டையாபுரத்து ராஜாவுக்கு கட்டபொம்முதுரையும் ஊமைத் துரையும் வணங்காமல் நிற்கிறபடியால் கோபமாக உரைத்தல்

ஏழைமதி உள்ள உங்களுக்கு
எங்களைப் பார்க்கவும் ஞாயமுண்டோ
மூடமதி உள்ளவர்களுக்கு
முன்னே நிற்கவும் ஞாயமுண்டோ
எட்டையா புரம் சீமையிலே
என்னை வணங்காத பேர்களில்லை
ராஜ மரியாதை செய்யவில்லை
நல்லோர் பழக்கமுஞ் செய்யுவில்லை   760

நல்லது நல்லது கொண்டபொம்மு
வல்லபம் பேசிட வந்தனையோ

துஷ்டப் பிள்ளைகள் பெற்றவர்க்குத்
துன்பம் கடோசி[42] மெத்தவுண்டு
செல்ல பொம்முதுரை போனபோதே
செய்குயும் கூடவே போயினதோ

இப்படிச் சொல்லக் கட்டபொம்முதுரைக்குக் கோபம் பிறந்து சொல்வது

ஏற்பட்ட பாற்குடம் ஏழுடனே
ஏற்கும் கிடாயொன்று கொண்டுவந்தேன்
கட்டனும் கப்பங் கொடுத்திடவோ
மட்டில்லா வீரம் படைத்திடவோ 770
மன்னவன் கப்பங் கொடுத்திடவோ
வையகத் தார்கள் நகைத்திடவோ
எம்மை வரவேண்டாம் என்றுசொன்னா
இங்கே எதற்கு வாறோமையா
இங்கே எதற்கு வாறோமையா
இப்போதே நாங்களும் போறோமையா
சின்ன வயது பெரிதாகிச்
சீமையெல்லாம் கட்டி ஆளுவதும்
வாழ்ந்தவர் தாழ்ந்தவர் ஆகிறதும்
வையகத்துஸ் ஜயம் எடுப்பதுவும் 780

யார் செயலாலே முடிந்ததையோ
ஆண்டவன் செயலை வல்லாது
எமக்குத் தாதாநீர் ஆகையினால்
இங்கே வந்தது கட்டபொம்மு
இப்படி யென்று தெரிந்தபின்னால்
இங்கே வருமோ கட்டபொம்மு

(எட்டையாபுரத்தில் பகையோடு புறப்பட்டு குருமலைச் சார்புக்கு வந்ததும் கொண்டபொம்மு பயந்து சொல்வது)

கொண்டபொம்முதுரை சொல்வது

சக்கம்மாள் பாத விசேஷமதால்
சந்ததியாய் வந்தாய் கட்டபொம்மு
எட்டையா புரத்து ராஜாவால்
ஏற்பட்ட காவலிது ஆகையினால் 790

பண்டை வழக்கங்கள் இல்லையென்று
சண்டை பிடித்தனர் என்மகனே
நாமினி வாழ்வது செக்கநகர்
நண்ணிடத் தாமதம் செய்யவேண்டாம்

(இந்த விதம் சொன்னவுடனே கட்டபொம்முதுரையுடன் இசைந்து ஆடுமாடுகளுடன் புறப்பட்டு செக்காரக்குடி போதல் ஆண்டவளே என்று பாடவும்)

கம்பளத்தார் வரவேற்பு

ஆண்டவனே எங்கள் ராஜாவே
அன்புடனே எல்லோரும் கும்பிடுறோம்
எவ்விடஞ் சென்றாலும் வந்தபின்னால்
இனத்தில் ஓடியே சேரவேண்டும்
என்ற பழங்கதை போலவந்தீர்
எங்களை ரட்சிக்குந் தாதாவே

எங்கள் குடுசுடன் உங்களுக்கு
ஏற்ற குடிசில் அமைத்திடுவோம்
வேலியின் உள்ளே பயிர்போலும்
மேகத்தின் உள்ளே மழைபோலும்
நாங்களும் நீங்களுஞ் சேர்ந்திருந்தால்
ஞாயம் பிறந்திடும் பூமியிலே

(கம்பளத்தார் வரவேற்பால் காலங்கழிக்கையில் கொண்டபொம்முதுரை காலஞ் சென்றபின்னர் கட்டபொம்முதுரை ஊமத்துரை அதிக பராக்கிரமான காலமுண்டாதல் என்னை ஆண்டவளே என்று பாடவும்)

பராக்ரமம்

தம்பி தம்பி ஊமைத்துரை
சக்கம்மாள் வாக்கு விசேஷமதால்
வேந்தரெல்லாம் நம்மைப் போற்றவேணும்
வெற்றிக் கொடியினை நாட்டவேணும்

மன்னவர் எல்லாரும் போற்றவேணும்
மானிடர் கெர்வத்தை மாற்றவேணும்
பூமி பணங்களைச் சேர்க்கவேணும்

போரினிற் கியாதி[44] அடையவேணும்
கிராம அதிகாரங்கள் செய்யவேணும்
க்ரீடம் புனைந்து அரசாளவேணும்
ஈட்டி பாலா எடுக்கவேணும்
எப்போதும் கோபத்தைக் காட்டவேணும்
வெற்றி தோர்வைகள்[45] பார்க்கவேணும்
வீணான கார்யத்தைப் போக்கவேணும்

தொண்டைக் குழியில் உயிரிருந்தால்
தோக்கல வார்க்குலம் சாகாது
தோக்கல வார்குல கம்பளத்தைச்
சொந்தப் படையாகச் சேர்க்கவேணும்
சொந்தப் படையோடு வந்தபடைகளும்
துணைப் படையாகச் சேர்க்கவேணும்
இந்தப்படி நாமள் செய்தோமானால்
ஏது நமக்கெதிர் பூமியிலே

ஊமைத்துரை பராக்ரமம்

தூத்தேர் மாதிரி மாதச்சோ[46]
தொண்டர்க்குத் தொண்டன் ஊமத்துரை

ஊமைத்துரை யென்றேன் பேரைச்சொன்னால்
ஊக்கம் பிறக்கமோ மற்றவர்க்கு
கட்ட பொம்மென்று பேரைச்சொன்னால்
கண்டவர் நெஞ்சம் திடுக்கிடுமே
சக்க தேவியென்று பேரைச்சொன்னால்
சங்கட மோடுமே காதவழி

(இருவரும் பராக்கிரமம் மேலிட்டு உலக துன்பங்கள் செய்து வரும் நாள் குருமலை வேட்டையாடையில் எட்டையாபுரத்தாரும் வேட்டையாடையில் பன்றி வழக்கு கட்டபொம்முதுரை)

பன்றி இருந்தது எம்மாலே
பன்றியைக் கண்டது உம்மாலே
காயங்கள் பட்டது எம்மாலே
கண்களில் கண்டது உம்மாலே

குண்டுகள் பட்டது எம்மாலே
கோபம் பிறந்தது உம்மாலே

ஈட்டிகள் தைத்தது எம்மாலே
எதிரே கண்டது உம்மாலே

எட்டையாபுரத்தார் சொல்வது

ஆரால் இறந்தாலும் எந்நகர்வந்து
அறிக்கை செய்துநீர் போகவேண்டும்
எவரால் இறந்தாலும் எந்நகர்வந்து
இந்த வழக்குகள் தீரவேண்டும்
என்பன்றி உன்பன்றி என்றுரைத்தால்
இந்த வழக்குகள் தீர்ந்திடுமோ

போவென்றும் வாவென்றுஞ் சொல்வதனால்
புண்ணியம் உண்டுமோ மன்னர்களே

(இருபேருக்கு தர்க்கமா மீறிய செய்கையால் செக்காரக்குடி சேர்ந்து பின்னால் சாலிகுளம் பக்கம் வேட்டையாடையில் நாயை முயலெதிர்க்க அந்த இடத்தைக் கண்டு சொல்வது)

தம்பி தம்பி ஊமத்துரை
சம்ப்ர தாயத்தை[47]க் கேட்டனையா
சாலி குளத்துப் பக்கத்திலே
சார்ந்திடும் செம்மணல் மேட்டினிலே
காடை வேட்டை ஆடையிலே
கண்ட அதிசயம் சொல்லுகிறேன்
முன்முயல் சென்றிட பின்னேநாய்
முடுக்க மேட்டுக்குப் போனவுடன்

பின்னோடும் நாயை விரட்டுதுபார்
முன்னோடு கின்ற முயலினையே
நாயைமுயல் வெற்றி கொண்டதனால்
நாமிதில் கோட்டைகள் போடவேண்டும்
ஓங்கிய பாஞ்சாலி பக்கத்திலே
ஓடுங் குறிச்சியைச் சேர்க்கவேண்டும்
தங்கச்சிம்மாசனம் போடவேண்டும்
தாழ்ச்சி இல்லாது அரசாளவேண்டும்
எண்ணின காரியம் ஈடேற
எப்போதும் காப்பவள் சக்கதேவி

(இருபேரும் அந்த இடத்தில் அடையாளம் போட்டு வல்ல நாட்டுப் பக்கம் வர சிறுபையன் அழுங்குரல் கேட்க அங்கே சென்று பார்த்தால்)

பாதர்வெள்ளை துக்கம்

என்னைப் படைத்திடும் ஈஸ்வரனே
ஈதென்ன சங்கடங் கர்த்தாவே
தாயுடன் கோபித்து வந்ததிலே
சங்கடம் நேர்ந்ததோ என்னசெய்வேன்
கொண்டையங் கோட்டை[48]வம்சத்தில்
கோவென நின்று புலம்பிடவோ
நீரில்லாச் சேற்றிலே கால்கள்பட்டு
மாறி எடுக்கவுங் கூடுதல்லை
அங்கம் நடுங்குதே தாகமதால்
ஆவி ஒடுங்குதே தெய்வங்களே   880
ஆரும் அறியாரோ என்குரலை
ஆபத்தை நீக்காரோ புண்ணியர்கள்

கட்டபொம்முதுரை சொல்வது

வாய்பேசாப் பாண்டியா ஊமத்துரை
மைந்தன் அழுங்குரல் கேட்டனையா

ஊமத்துரை சொல்வது

என்ன வருத்தமோ யார்பிள்ளையோ
இப்போதே சென்றுநாம் பார்க்கவேண்டும்

(கட்டபொம்முதுரை உடனே கைவிரலை நீட்ட ஓர்லாகையால் வெளியேவரப் பாதர் வெள்ளையென்று பட்டங்கொடுத்தது)

கட்டபொம்முதுரை சொல்வது

ஆரோ அறியாத பாலகனே
அஞ்சாமல் என்விரல் பற்றிடுவாய்
என்விரல் பற்றியோர் லாகையினால்
இங்கெழுந்து ஓடிவா பொங்கமுடன்   890
பற்றிய கையுடன் வந்ததனால்
பாதர்வெள்ளை என்று கூப்பிடுவேன்

கூப்பிடுவேன் பாதர்வெள்ளை யென்றே
கொடுத்த பட்டம் நிலைத்திடவே

(கட்டபொம்மு வெள்ளையன் வரலாற்றைக் கேட்டு தம்பியுடன் சென்று அடையாளம் போட்ட இடத்தில் கோட்டைபோடுகிறது)

கோட்டையின் பெருமை

வாய்பேசாப் பாண்டியா ஊமத்துரை
வல்லபம் பார்க்கலாம் உள்ளவரை
கோட்டை அலங்காரம் பார்க்கையிலே
கொண்டல் உறங்கிடும் பொங்குறவே
வானத்திலே கொடி வீசையிலே
வந்தனம் செய்யுமே காற்றினங்கள்

வேகத்திலே கொடி வீசையிலே
வேண்டிய நீர்த்துளி வீசிடுமே
தேவபுரி சென்று பார்க்கையிலே
சிந்திடுமே நவ ரத்தினங்கள்
எங்கும் விளம்பரம் செய்யயிலே
ஏங்கிடுவார் பயம் ஓங்கிடவே
சந்திரர் ஓடிய பாதையிலே
தடைகள் செய்திடும் கோட்டையிது
சூரியர் ஓடிய பாதையிலே
துணிவு பேசிடும் கோட்டையிது

கோட்டையிட்டு ஆயிரங்கம்பளங்கள் நூறுபரிவாரத்துடன் அரசு செய்யப்போகிற சமையம் கட்டக்கருப்பணன் சுந்தரலிங்கம் சரண்புகல்

தோக்கல வார்குல பார்த்திபனே
தொண்டன் அடைக்கலம் சேரவேண்டும்
பாலன் அடைக்கலம் சேரவேண்டும்
பார்வையில் சேவகம் செய்யவேண்டும்
சேவக வேலையுந் தந்தாக்கால்
திக்கு விஜயம் புரிந்திடுவேன்
கெவுனகிரிப் பள்ளி புண்ணியத்தால்
கீர்த்தி கிடைத்தது ராஜாவே

கட்டபொம்முதுரை சொல்வது

சக்கம்மாள் வாக்குப் பலித்ததடா
சந்ததி போல்வந்த சுந்தரலிங்கம்

பாஞ்சாலி வாக்குப் பலித்தடா
பாலனைப் போல்வந்த சுந்தலிங்கம்
கட்டக் கருப்பணன் சுந்தரலிங்கமென
மட்டில்லாப் பேரும் கொடுத்தேனடா
ஆயிரம் கம்பளம் நூறுபரிவாரம்
அதற்கு நீயொரு வீரனடா

தானாபதி சரண்புகல்

வாருங்கோ வாருங்கோ பிள்ளைமகனேவுன்
வல்லமை யாவையும் கூறுமைய்யா
கங்கை குலத்தில் உதித்தவரே
காரணம் யாவையும் கூறுமையா

தானாபதி சொல்வது

நாட்டிலுள்ள கணக்குகள் யாவும்
நலத்தில் முடித்திடுவேன்
நாடா லோபர்கள் என்றாலும்
கல்நார் போல் உரித்திடுவேன்
நஞ்சைப் பகுதிகள் புஞ்சைக்கிடுவதும்
புஞ்சைப் பகுதிகள் நஞ்சைக்கிடுவதும்
நாணயம் ளசேர்ப்பதும் என்னால்தான்
நாடகத் தீர்வையும் ராகத்தீர்வையும்
லாபத் தீர்வையும் நாலாதீர்வையும்
நயங்கண்டு எழுவது என்னால்தான்

லஞ்சந்தரவில்லை யென்று தெரிந்தால்
ராஜனென்றாலும் யோசனை செய்யேன்
நயந்து கெடுப்பது மென்னால்தான்
நண்புடன் வந்தவர் என்றுதெரிந்தால்
நஷ்டம் தெண்டம் தீர்வைகொடுத்தபின்
ஞாயம் பிறப்பதும் என்னால்தான்
மிஞ்சும் அனாதிபுரம் போக்குண்டதில்
விரும்பிய தர்க்காஸ்துந் தருவேன்பின்
விரட்டி அடிப்பது சுப்ரமண்ய

பிள்ளை என்றுரைப்பதும் பிரியப்படுவதும்
மேல் யோசனைகளும் என்னால்தான்
விபரீதம் பலபுரிவா மெனிலவர்

குடிபோகுங்கதி தெரியாது எனக்கு
அதிகாரம் கொடுத்திடு வீரேலெந்
நாட்டையும் ஓர்கைக்குட் சிக்கச்செய்வேன்
நம்பிக்கை யோடுனைப் பாதுகாப்பேன்
நம்பிக்கை யோடுனைப் பாதுகாப்பேன்
ராஜாவே என்னையும் ஆதரிப்பீர்

கட்டபொம்முதுரை சொல்வது

பாஞ்சால நாட்டுக்குத் தானாபதிப்
பட்டம் கொடுத்திருக்கேன் உந்தனுக்கு
க்யாதியும் மெத்த உண்டாகுமையா
மாததிற் நூறு பொன்தருவேன்
மன்னவன் பக்கம் இருந்தீரனால்
திங்களுக்[49]கு ஐநூறு பொன்தருவேன்
சீமைக் கணக்கு முடித்தீரானால்

கட்டபொம்முதுரை ஆயிரங்கம்பளம் நூறுபரிவாரத்துடன் அரசுபுரிதல்

தம்பி தம்பி ஊமத்துரை
சக்கம்மை பாத விசேஷமதால்

பாஞ்சைப்பதி[50]யிலே கோட்டை யிட்டோம்
பார்த்தவர் நெஞ்சம் திடுக்கிடவே
ஆயிரங் கம்பளம் நூறுபரிவாரம்
அஞ்சாத சேனைகள் சூழ்ந்திடவே
கட்டியக் காரர் பராக்கெனவே
கம்பளத் தார்கள் சபாஷெனவே
மார்பிலே சந்தன வாடையிலே
மல்லிகை வாடை கமகமென
கையிலே கங்கணம் கட்டையிலே
காதிற் கடுக்கண் பளீரெனவே

முத்துச் சரப்பளி மாலையிலே
மோகன மாலை பளீரெனவே
வஜ்ஜிர மோதிரக் கற்களிலே
மாணிக்கக் கிரீடம் பளீரெனவே
தங்கத்தில் வார்த்திடுஞ் சிங்கமுகத்
தண்டியல் மீது கொலுவிருந்தேன்

இந்தப் பிரகாரம் கட்டபொம்மு துரை அரசுபுரிந்து வரும்போது கவர்ன்மெண்டாருக்கும் நாட்டுக்கும் ஒப்பாத காரியங்களால் மற்றப் பாளையப்பட்டாரால் சென்னைக்கு கடிதம் எழுதுதல்

இங்க்லீஷ் கொடியுள்ள நாளையிலே
இப்படி யுமொரு செய்தியுண்டோ
பீரங்கிக் குண்டுள்ள நாளையிலே
பின்னிட்டும் நிற்கவும் ஞாயமுண்டோ

துப்பாக்கி குண்டுள்ள நாளையிலே
துன்பம் பிறக்குமோ மற்றவர்க்கு
பாஞ்சைப் பதியிலே கட்டபொம்மு
பயம் பிறந்தது பூமியிலே
வாய் பேசாதவன் ஊமத்துரை
வல்லபம் பேசிட மார்க்கமுண்டோ
நம்பின எங்களுக்கு உம்மாலே
நன்மை பிறந்திட வேண்டுமையா
அண்டின எங்களுக்கு உம்மாலே
அச்சந்த விர்ந்திட வேண்டுமையா

(அந்தரங்கக்கடிதம் சென்னைக்கு மென்மேலும் போகிறதால் அங்குள்ள மேலான துரைமார்களுக்குக் கோபம் பிறந்து ஜில்லா கலெக்டர் சாகீஷன் மேஷர் துரைக்கு உத்தரவு கொடுக்க அதை அறிந்த கலெக்டர் கட்டபொம்முதுரைக்குக் குற்றால மீட்டிங்கியென்று கடிதம் எழுதுதல்)

தானாபதி யென்ற சண்டாள
தப்பிதம் செய்திடும் கட்டபொம்மு
நாட்டுக்கு இடைஞ்சல் இழைத்ததனால்
ஞாயம் கிடைத்திட வேண்டுமென்றார்
சீமைக்கு கிடைஞ்சல் விழைத்தனால்
ஜெயம்கிடைத்திட வேண்டுமென்றார்
ஞாயம்கிடைத்திட வேண்டுமென்றால்
நாமும் அவர்க்கருள் செய்யவேண்டும்
ஆகை யினாலே காகிதங்கள்
அடிக்கடி வரப் பார்த்ததினால்

குற்றாலத்து மீட்டிங் கிக்குக்
கொற்றவனே வர வேண்டுமையா

கட்டபொம்முதுரை கதை

(இந்தக் கடிதம் கண்டவுடனே ஊமத்துரை பராக்ரம எண்ணத்துடன் இப்போதே பார்க்கவேண்டுமென தனது படைவீரற்கு அறிக்கை செய்ய அவர்கள் வந்து சேர்தல்)

படைவீரர் பெயர்

முத்துக் கருத்தையாவும் சிவத்தையாவும்
முட்காட்டு சூரனும் ஓடிவந்தான்
கொட்டம் அடக்கி பெரியகோடாலி
குமரய்யா சின்னக் கோடாலி சித்தன்
சித்துளியும் கண்டாரக்கோடாலி
நல்ல சேருவைக்காரர் சிவத்தையாவும்
சின்னத் தளவாய் புலிகுத்திநாயக்கர்
சில்லவார்க் கம்பளச் சேருவையும்

சின்னணன் வீரணன் பொன்னையாவும்
சின்னம நாயக்கர் பாதர்வெள்ளை   1020
காவற் காரன்மகன் கோபக்காரன்
சாவற் கட்டிலே கெட்டிக்காரன்
அப்ப நாயக்கன் சின்னத்துரை
சுப்பை முத்தையா புங்கபிள்ளை
குப்பணன் வீரப்பன் வெள்ளைச்சாமி
நொண்டிச் சுப்பையா சிங்கன்குழந்தைவேலு
மாதவ நாயக்கன் வீரப்பன்வன்னியன்
வால சுப்ரமண்யன் கட்டமல்லன்

பாண்டிய நாயக்கர் வீரலெக்கையா
பட்டியிலே வளர் மெய்யணனும்   1030
முத்து வீரணனுங் சுருப்பையாவும்
முள்ளுக் காட்டு வீரபாண்டியனும்
வேடிக்கைக் காரன் கருத்தமுத்து
ஆறுமுகன் சிங்கன் முத்துப்பிள்ளை
அருட்புரத் துரை முத்துப்பிள்ளை
சுப்ரமண்ய பிள்ளை என்றுரைத்தால்
துன்பங்கள் ஓடுமே காதவழி

சங்கரன் குடையன் காலாடி
வங்காறு நாயக்கன் பாண்டியனும்
கந்தன் பகடையும் முத்தன்பகடையும்   1040

கைகார ராமன் பகடையுடன்
பொட்டிப் பகடையும் சட்டிப்பகடையும்
போர்வீரன் சக்கையன் லெக்கையனும்
கட்டையன் மொட்டையன் கொட்டாப்
புலியுடன் கம்பளராணுவம் பொங்கிடவே

இவ்விதம் சேனைவீரர்கள் புறப்படக் குற்றாலஞ் சென்று விசாரிக்க அங்கில்லையென்று திருச்சுழிவரை அலையச் செய்து கடேசியில் ராமனாதபுரம் மீட்டிங்கியென்று சொன்னவுடனே அங்கேயும் செல்வது

கட்டபொம்முதுரை சொல்வது

ராமநாதபுர மீட்டிங் கியாம்
ரயிட்டன் துரையினுத் தரவு

வாய்பேசாத் தம்பி நாமங்குஞ்சென்று
வஞ்சகஞ் செய்வதைப் பார்க்கவேண்டும் 1050
உத்தரவு என்னென்ன தந்தாலும்
உட்படும் காரியந்தான் பெரிது
ஆயிரம் கம்பளம் நூறுபரிவாரம்
யாவரும் அங்கும் புறப்படுவோம்

ராமநாதபுரஞ்சென்று விசாரிக்கையில் மீட்டிங்கியென்று கோணத்தலைவாசலில் மேல்மெத்தைக்கு வரும்படியாய்ச் சொல்லி சாகீஷன் மேஷர் ரயிட்டன் துரை தனது பட்டாளம் காவலைத் தயார் செய்யச் சொல்வது சாகீஷன் மேஷர் துரையவர்கள் சொல்வது

வாருங்கோ வாருங்கோ சிப்பாய்கள்
கேளுங்கோ கட்டன் செய்சங்கதியை
ஆங்கிலேயே ஆட்சியில் இப்படியும்
ஆணவம் செய்தானே கட்டபொம்மு

பானையக்கார ரோடிங்கு வந்தான்
பந்தய வேடிக்கை காட்டுகிறான் 1060
சேனை தளங்களோடு இங்குவந்தான்
செய்யாத காரியம் செய்யலுற்றான்
சந்திப்பதற் கிங்கே வந்தவன்போல்
சண்டை பிடித்திட வந்தவன்தான்
உண்டான சட்டத்தை இல்லையென்றான்

ஒப்பாத சட்டத்தைக் கொண்டுவந்தான்
ராஜாங்க நீதியைத் தப்புகிறான்
ஞாயமில்லா வார்த்தை செப்புகிறான்
அட்டாள தேசமும் எங்கள்கொடி
ஆடுவது என்பதைப் பாராமல்   1070

இந்த விதம் கோபத்துடன் பேசிக்கொண்டிருக்கையில் வரும் படியாய் உத்தரவைக்கேட்ட கட்டபொம்முதுரை அங்கங்கே கம்பள வீரர்களைத் தயார் செய்து தானும் தம்பியும் தானாபதியும் உள்ளே போதல்

கட்டபொம்முதுரை சொல்வது

குற்றாலம் நெய்வேலி வந்தாற்பேட்டிக்
    கொடுக்கிறோம் சொல்லிக் கொடுக்கவில்லை
பற்றான சங்கரனார் கோவில் வைத்து
    பார்க்கிறோமென்று சொல்லிப் பார்க்கவில்லை
சற்று கரிவலம்வந்த நல்லூர்சோலை
    சூழ்ந்த திருச்சுழிகமுதியெல்லாஞ் சென்று
சொற்படி செய்யாமல் வருத்தமுற்றேன்
    துரைகளே இனியேனுந்துணை செய்வீரே

கட்டபொம்முதுரை சொல்வது தன்னனச் சந்தம்

ராம நாதபுர மீட்டிங்கியிலே
இனி யாகிலும் எங்களுக்கே   1080
பேட்டிக் கொடுத்திட வேண்டுமையா
மீட்டிங்கி செய்திட வேண்டுமையா

பேட்டிக் கிடையாமல் வாடலாமா
பேசாமல் பேசாமல் ஓடலாமா
பேசாமல் பேசாமல் ஓடலாமா
பேட்டி கொடுத்திடத் தாமதேன்

மீட்டிங்கு விசாரணை
சாகீஷன் மேஷர்துரை கேட்பது

ஆத்தூரிலரு மங்கலத்தை உனக்கு
ஆர்கொடுத்தது கட்ட பொம்மு

கட்டபொம்முதுரை சொல்வது

எனக்கு நானே கொடுத்ததல்லா
இன்ன மொருவர் கொடுப்பதுண்டோ   1090

சாகீஷன் மேஷர்துரை கேட்பது

அருங் குளத்திலே கம்பங்கதிர்
ஐநூறு கட்டுகள் ஏனெடுத்தாய்

கட்டபொம்முதுரை சொல்வது

காடைக் கிரையிலை நானெடுத்தேன்
கன்னக் களவா வழிப்பறியா

சாகீஷன் மேஷர்துரை கேட்பது

எப்பல கொண்டான் காட்டுநாய்க்கன்பட்டி
எல்லையில் மேய்மாட்டைப் பத்தலாமா

கட்டபொம்முதுரை சொல்வது

காட்டை உழுதிடத்தான் ஏதேனுங்
காரணம் இல்லாமல் பற்றுவேனோ

சாகீஷன் மேஷர்துரை கேட்பது

எட்டையா புரம் பண்ணைமாட்டை
எதற்குப் பத்தினீர் பத்தலாமா   1100

கட்டபொம்முதுரை சொல்வது

பிள்ளைப் பாலுக்காகப் பத்தினதல்லாமல்
பேதகஞ்[52]செய்வேனோ கட்டபொம்மு

சாகீஷன் மேஷர்துரை கேட்பது

எங்கட் களித்திடுங் கப்பங்களை
ஏழு வருடம் ஏனீயவில்லை

கட்டபொம்முதுரை சொல்வது

வானம் பொழியமுப் போகம்விளையுது
மன்னனென் காணிக்கு ஏதுபணம்
காலமழையில் முப்போகம் விளையுது
கட்டனென் காணிக்கு ஏதுபணம்   1110
மாரிகள் பெய்தும் பொய்யாமலும்
போவதை மாற்றுதற்கோ கப்பம்வாங்குகிறீர்

கட்டபொம்முதுரை வாக்குமூலத்தினால் கலெக்டர் துரையவர்களுக்குக் கோபம் பிறந்து சொல்வது

அத்தரி பாணிச்சோ என்னசொன்னாய்
ஆரிடம் பேசுவது இந்தவிதம்

ரெங்கப்பன் சிப்பாயி கேட்டனையா
நீதி இல்லாதவன் வார்த்தைகளை
கட்டபொம்மு சொன்ன வார்த்தைகளைக்
காதாலே கேளுங்கள் சிப்பாய்காள்
பாஞ்சையிலே நீயாய் வாழ்வதற்குப்
பட்டங் கொடுத்தாரோ ராணியம்மாள்
கம்பள ராணுவ மேட்டிமையா[53]
காணாமற் செய்கிற சேட்டைகளா
கோட்டைக்கதவைச் சாத்துங்கடா
கூசாமல் சண்டைகள் போடுங்கடா

கட்டபொம்முதுரை சொல்வது

சந்திப்புச் செய்திட வந்ததற்குத்
தக்க மரியாதை செய்தீரையா
மீட்டிங்கு பார்த்திட வந்ததற்கு
வேண்டு மரியாதை செய்தீரையா

ஊமத்துரை பராக்ரமம்

அண்ணாவே அண்ணாவே கேளுமையா
அன்புள்ள தம்பிநான் சொல்லுகிறேன்
சாகீஷன் மேஜர்செய் சைகையினால்
சண்டைக் குறிகளும் தோன்றுதையா
சண்டைக் குறிகளும் தோன்றுவதால்
இந்த இடத்தினில் நிற்கவொண்ணா
இந்த இடத்தினில் நிற்பதென்றால்
என்னென்ன மோசங்கள் வந்திடுமோ

தம்பிவார்த்தைக் கேட்டவுடனே தானாபதியை மறந்து மேல்மெத்தையிலிருந்து கீழே இறங்கும்போது துரையவர்கள் போகாதே என்று தடுத்தல்

போகாதே போகாதே கட்டபொம்மு
பொல்லாங்கு செய்யாதே சொல்வதைக்கேள்
ஏகாதே ஏகாதே கட்டபொம்மு
எங்கேநீ போகிறாய் கட்டபொம்மு
ஓடாதே ஓடாதே கட்ட பொம்மு
ஓடினாலுன் மடியைப் பிடிப்பேன்டா
கிஸ்தி கொடுக்காத உன்கையிலே

கிட்டிகள்[64] போடுவேன் சட்டப்படி
சொல்லை மறுத்துநீ போனாயானால்
துப்பாக்கி குண்டாலே சுட்டிடுவேன்
சீமைக்காரர் வெள்ளைக் காரர்
தேசமெங்குங் கொடி நாட்டையிலே
சட்ட விரோதங்கள் செய்தபின்னால்
தப்பவோ பார்க்கிறாய் இப்பொழுது   1150
கேட்டதற்குப் பதிற் சொல்லாத
கெர்வத்திற் பேசாமல் போகலாமா

கட்டபொம்முதுரை சொல்வது

காசிதொடுத்துக் கன்யாகுமரி வரை
கட்டபொம்மு முந்தி தொட்டதில்லை
என்மடியைத் தொடநுய முண்டோ
இனிமேல் தொட்டிடில் கோபம் வரும்

ஊமத்துரை சொல்வது

கோபம் பிறக்குது கண்களிலே
கொற்றவன் முந்தியைத் தொட்டதனால்
மீசை துடிக்குது பார்க்கையிலே   1160
விட்டுவிடு முந்தி தொட்டகையை

பாதர்வெள்ளை பராக்ரமம்

பேசாமல் போவேனோ பாதர்வெள்ளை
பின்வாங்கி நிற்பேனோ சண்டையிலே

அல்லக்காப் புல்லாக்காப் பாய்ந்தேனென்றால்
ஆயிரம் வந்தாலும் கண்டிடுமோ
கம்படி குஸ்திகள் செய்தேனென்றால்
கண்டவர் சண்டைகள் போடுவாரோ
கொண்டயன் கோட்டை மறத்திபெற்ற
கொடுமுடி வெள்ளை நானலவோ

கட்டபொம்முதுரை சொல்வது சக்கதேவி வணக்கம்

என்னை ஆண்டவளே சக்கதேவி   1170
எங்களை முக்காலும் காருமம்மா
ஒன்பது கம்பள வாக்கினிலே

உறுதி தந்திட வேண்டுமம்மா
என்னம்மா என்னம்மா சக்கம்மாளே
என்ன குறைவுகள் செய்தோமம்மா
ஒரு குறைவுமே செய்யவில்லை
உண்மையுடன் காக்க வேண்டுமம்மா
காட்டிக் கொடுக்காதே சக்கதேவி
கண்பார்க்க வேண்டுமே இப்பொழுது
போ கவழியில்லை கோட்டையிலே   1180
பொல்லாத வஞ்சனை செய்ததனால்
போக வழிதர வேண்டுமம்மா
பொல்லாத வஞ்சகம் நீங்கிடவே

சக்கம்மாள் தயவினால் மனம் குதூகலிக்க உடனே கோட்டையை நீங்கி கம்பள வீரர்களுடன் புறப்பட்டு கன்னிமார் கோவிலண்டை வரும்போது தானாபதியைக் காணாமல் வருந்துதல்

கட்டபொம்முதுரை சொல்வது

ஈதென்ன அன்யாயம் தானாபதி
எங்கே சென்றாரோ பிள்ளைமகன்
தானாபதியை நமக்கில்லா விட்டால்
சங்கதி யொன்றும் முடியாது
பிள்ளைமகன் நமக்கு இல்லாவிட்டால்
பின்வருங் காரியம் சொல்பவர்யார்   1190
நாட்டுக் கணக்கு முடிப்பவர்யார்
நமக்குத் தந்திரம் சொல்பவர்யார்
ஏட்டுக் கணக்கு முடிப்பவர்யார்
இனிமேல் மந்திரம் சொல்பவர்யார்
வருமுன்னறிவான் வெள்ளாளன்
வந்தபின் அறிவான் கம்பளத்தான்

புலிகுத்தி நாயக்கர் முத்துக்குறியுரைப்பது

முத்துக் குறியினில் தோன்றுதையா
முன்னின்று கேளுங்கள் சங்கதியை
சிப்பாய் கைகளில் சிக்கிக்கொண்டான்
செென்ன பட்டனம் போய்ச்சேர்ந்தான்   1200
வைது அடிப்பதை அல்லாமல்
மன்னன் உடம்புக்குச் சேதமில்லை

திட்டி அடிப்பதை அல்லாமல்
சென்ற உடம்புக்குச் சேதமில்லை
பத்துத் தினங்கள் கழித்ததானால்
பக்கத்தில் பார்க்கலாம் பிள்ளைத்தன்னை

எட்டுத் தினங்கள் கழித் தானால்
இங்கே பார்க்கலாம் பிள்ளைதன்னை

முத்துக்குறி பார்த்து வரும்போது பலகாரியங்களைச் செய்து பாஞ்சை வந்தவுடனே வெள்ளையைக் கல்யாணம் செய்ய வேண்டுதல்

கட்டபொம்முதுரை சொல்வது

பாதர் வெள்ளையென்று பட்டங்கொண்ட
பாலகனே சொல்லக் கேளுமையா   1210
மாலையின் கோலத்தைப் பார்க்கவேண்டும்
மட்டிலாக்கியாதி அடைய வேண்டும்
கல்யாண கோலத்தைப் பார்க்கவேண்டும்
கன்னிச் சடங்குகள் செய்யவேண்டும்
கண்ணுள்ள போதே கண்காட்சி
கண்தப்பிப் போனபின் ஒன்றுமில்லை

வெள்ளையன் சொல்வது

நீரில்லாப் பள்ளத்தில் கைகொடுத்து
நிலைக்கும் பட்டமும் தான்கொடுத்தீர்
உன்னுரை தட்டவும் நீதியுண்டோ
உத்தமனே எங்கள் ராஜாவே   1220
செல்வக் கலியாணம் செய்யவென்றால்
சேயன் எனக்கது சம்மதந்தான்
நல்ல கலியாணஞ் செய்யவென்றால்
நம்பும் எனக்கது சம்மதந்தான்

வெள்ளையனுக்குக் கல்யாணஞ் செய்தவுடன் கொடுக்க வேண்டிய விமரிசையெல்லாம் செய்து வல்லநாட்டுக்கு சென்றவுடன் (தானாபதி கதை ஆரம்பம் என்னை யாண்டவனே என்று பாடவும்)

சென்னையில் துரைமார்கள் தானாபதியைக் கோபித்தல்

பேயினைத் தெய்வமாகப் பெற்றவன் கட்டபொம்மு
ஞாயமில்லாத செய்கை நாட்டினில் இழைத்ததாலே

நீயுமன்னவ னோடுற்று நியாயமில்லாத சம்ப்ர
தாயங்கள் செய்ததாலே தண்டனைக்கு ஆளாவாயே

தன்னனச் சந்தம்

தானாபதி என்ற வார்த்தையிலே
சண்டை பிறக்குதே பூமியிலே
இந்த அதிகாரஞ் செய்தீரானால்
எங்கள் கொடிக்கும் ஏற்குமோசொல்
பாஞ்சைப்பதி மன்னன் கட்டபொம்மைப்
பார்த்திடக் கிங்கே வரவழைத்தால்
உனக்குத் துரோகங்கள் செய்யவில்லை
உண்மையைச் சொகிறேன் தானாபதி

தானாபதி சொல்வது

கர்னல் துரைகளே கேளுமையா
கட்ட பொம்முதுரை சங்கதியை
மந்திரி சொன்னாலும் கேட்கமாட்டார்
மற்றவர் சொன்னாலுங் கேட்டமாட்டார்
செய்யாத காரியம் செய்யமாட்டார்
செய்தாலும் பின்வாங்கி ஓடமாட்டார்
தன்புத்தி அல்லது வேறுபுத்தி
சாற்றினாலு[55]மதைக் கேட்கமாட்டார்

வேஷங்கள் போட்டவர்க்கே காசு
வேலைகள் செய்திடில் கூலியுண்டு
வேஷம் போடாவிடில் காசுமில்லை
வேலை செய்யாவிடில் கூலியுண்டோ
போக விடைதர வேண்டுமையா
பொல்லாத கஷ்டங்கள் செய்யவேண்டாம்

(தானாபதி ரெம்பவேண்ட சென்னைத் துரைமார்களுக்கு இரக்க முண்டாகி தானாபதியைப் போவென உத்தரவு கொடுக்க பாஞ்சைநகர் வந்தவுடன் பாதர்வெள்ளைக்குக் கல்யாணம் செய்ததை நினைத்து சிறிது வருத்தமுண்டாகிச் சொல்வது)

சாமிகளே ஐயா கட்டபொம்மு
தானாபதி கோடி தெண்டனிட்டேன்

கட்டபொம்முதுரை சொல்வது

வாருங்கோ வாருங்கோ தானாபதி
வந்தீரா வந்ததே நல்லவேளை

தானாபதி சொல்வது

ராம நாதபுரம் கோட்டையிலே
நீர் மறந்தோ பயந்தோடிவந்தீர்

கட்டபொம்முதுரை சொல்வது

நாங்கள் மறக்கவும் ஞாயமுண்டோ
ஞாபகம் இல்லாமல் ஓடிவந்தோம்

தானாபதி சொல்வது

ஞாபகம் இல்லாமல் ஓடிவந்தால்
நான்படும் கஷ்டத்திற் கென்னவழி 1270

கட்டபொம்முதுரை சொல்வது

என்னென்ன சங்கடம் செய்தனரோ
எங்கட்கு உரைத்திட வேண்டுமையா

தானாபதி சொல்வது

பெற்றவள் பிள்ளையை வைதாலும்
ப்ரீதி இல்லாமலே தள்ளுவரோ

கட்டபொம்முதுரை சொல்வது

அப்பனே வந்ததே போதுமையா
இப்படி வாருங்கே தானாபதி

தானாபதி சொல்வது

நான்பெற்ற பிள்ளைக்குக் கல்யாணம்
நடத்து வதற்குநெல் வேண்டுமையா
அருமைப் பிள்ளைக்குக் கல்யாணம்
அன்புடன் செய்திட வேண்டுமையா 1280

கட்டபொம்மு துரை சொல்வது

உமக்குப் பிள்ளை என்றுற்றதனால்
எமக்கு பிள்ளைதான் தானாபதி

அருமைப் பிள்ளைக்குத் தாலிகட்ட
ஐநூறு கோட்டை நெல்போதாதா

தானாபதி சொல்வது

ஐநூறு கோட்டை நெல்லுதந்தாலும்
அப்பள பந்திக்குக் காணாது
தொண்ணூறு கோட்டை நெல்லுதந்தாலுந்
தோசைப் பந்திக்குக் காணாது
என்குலத்தார்க்கு விருந்து வைத்தால்
எண்ணற்ற கோட்டை நெல்வேண்டுமையா 1290

கட்டபொம்முதுரை சொல்வது

சின்னக்குளம் விளைந்த தானால்
சீரகச்சம்பா நெல்லுத் தாரேன்
பெரியகுளம் விளைந்த தானால்
பேர்போனசம்பா நெல்லுத் தாரேன்

ஆராக்குளம் விளைந்த தானால்
ஆனைக்கொம்பன் சம்பா நெல்லுத்தாரேன்
சாலிகுளம் விளைந்த தானால்
தடையில்லாமலே நெல்லுத் தாரேன்

(கட்டபொம்முதுரை இப்படிச்சொல்ல மனப்பொறாமையினால் ஊமத்துரையிடம் சொல்ல அவர் மற்றக் கம்பள வீரற்கு அறிக்கை செய்து கம்பெனியார்க்கு இடஞ்சல் செய்த பாண்டியத் தேவனைக் கொலை செய்ததை அறிந்த கருப்பாயி பாளையங்கோட்டை சின்னமக்காலே பெரியமக்காலே துரைக்குச் சொல்லி முறையிடல்)

தர்மத் துரைகளே கேளுமையா
தஞ்சம் உண்டோவேறே எங்களுக்கு 1300
எட்டுத்திசையும் பதினாறு கோணமும்
எங்குஞ்செயம் பெற்ற கட்டபொம்மு
கட்டபொம்மு தம்பி ஊமத்துரை
கணக்கப் பிள்ளையாந் தானாபதி

தானாபதிப் பிள்ளை செய்தகதை
சாற்றிடக் கொண்ணுமோ பூமியிலே
பாண்டியத் தேவனைக் காணவில்லை
ஆண்டவனே நாங்கள் என்னசெய்வோம்

துரைமார்கள் உரைப்பது

கட்டபொம்மு செய்த சூட்சியிலே
கஷ்டம் அடைந்திட வேண்டாம்நீ							1310
ஊமத்துரை செய்த சூட்சியிலே
யோசனை செய்திட வேண்டாம்நீ
தானாபதி செய்த சூட்சியிலே
தஞ்சம் புகுந்தனை அஞ்சவேண்டாம்

(தைரியஞ்சொல்லி உடனே இரண்டு துரைமார்களும் சென்னைக்குக் கடிதம் எழுதுதல்)

அகவல்

திருவுறை நகராம் சென்னபட்டணமாம்
பெருமைகளை கலாப் பெற்றியாலோங்கு
அரசுகள் புரிந்தோம் அறிவுளோரென
வருகிற நம்மால் வையகமீதே
இதுவரை குற்றம் ஏற்படவில்லை
விதிவலிதானோ வெற்றிகள் பெறவோ				1320
பாஞ்சைப் பதியைப் பரிபாலனஞ்செய்
தேன்சொரி வாயான் தெய்வசம்மதமாய்
வாஞ்சை இல்லாத மன்னவன்கட்ட
பொம்மெனத் தோன்றும் புத்தியில்லாதான்

நன்மைசெய்யாமல் திம்மையே புரிவோன்
சொல்வதுபோலத் துணிவு முடிப்போன்
பின்னுளோர் செயலைப் பேசிடக்கொண்ணாது
ஆகையால் லிகிதம் அறிந்தவுடனே
இங்கிலீஷ் துருப்போ[57]டிங்கு எழுந்தருள்வீர்
பாளையங்கோட்டை பண்பாய் வாழ்வோன்				1330
சின்னமக்காலே சிப்பாய்க் கெஜமான்
இந்தப்படிக்கி எழுதினேன் கடிதம்
அந்தரங்கத்தின் அதிசயம் எல்லாம்
சிந்தையினாலே தெரிவீர் துரைகாள்

(சென்னை துரைத்தனத்தார் கடிதங் கண்டவுடன் பிற்கெட்டு மேஷருடன் காலன்துரையான்களும் பட்டாளங்களுடன் புறப்பட்டு ஒட்டைப்பிடாரத்தில் இறங்கி விசாரிக்கையில் ஊமத்துரையுடன் தானாபதி திருச்செந்தூர் போனதைக் கண்டு சின்னமக்காலே பெரிய

கட்டபொம்முதுரை கதை

மக்காலே சாம்ப்ராணி ஓடையில் வளைத்தல். அதுகண்ட கட்ட
பொம்முதுரை நகராவை அடிக்க).

ஊமத்துரை சொல்வது

அய்யாவே அய்யாவே தானாபதி
அஞ்சாத டம்மாரங் கொட்டுதையா
அஞ்சாத டம்மாரம் கொட்டுதையா
அண்ணர் அழைக்கிறார் போகவேணும்

(திருச்செந்தூரை நீங்கிவரும்போது சாம்ப்ராணி ஓடையில் சின்ன
மாக்காலே பெரியமக்காலே துரையவர்கள் பட்டாளங்களுடன்
எதிர்க்க அதனின்று தப்பி பாஞ்சை வந்து சேர்ந்தனர். காலன்துரையும்
பிற்கட்டு மேஷரும் கோட்டையை முற்றுகைபோடுவதை அறிந்து வல்ல
நாட்டிற்குப் பாதர்வெள்ளையனை அனுப்பிவிட்டு கட்டபொம்மு
துரை சொல்வது)

முதற் சண்டை

இன்பம் அடைந்திட வேண்டுமென்றால்
இருக்க ஒண்ணாது கோட்டைக்குள்ளே   1340
துன்பம் அடைந்திட வேண்டுமென்றால்
துணிந்து வாழுவோம் கோட்டைக்குள்ளே
குண்டுக்குத் தப்பிட வேண்டுமென்றால்
கூட வொண்ணாது கோட்டைக்குள்ளே
உயிர் பிழைத்திட வேண்டுமென்றால்
ஒளிய வொண்ணாது கோட்டைக்குள்ளே
காகம் பறக்காத பாஞ்சையிலே
கருப்புச் சட்டைகள் நிற்பதைப்பார்
சிட்டுப் பறக்காத பாஞ்சையிலே
சிவப்புச் சட்டைகள் நிற்பதைப்பார்   1350
இப்படிச் சண்டைகள் கூடிக்கொண்டால்
எப்படி நாட்டினில் வாழ்கிறது

பாஞ்சையிலே கட்டபொம்முதுரை வீரர்களுடன் தயாராய் வல்ல நாடு
சென்ற சுந்தரலிங்கம் வெள்ளையனுக்கு அறிக்கையிடல்

வெள்ளையன் நித்திரை
வல்லநாடு சுந்தரலிங்கம் சொல்வது

கொண்டையன்கோட்டை மறத்தி பெற்ற
கொடுமுடியேஓ வெள்ளை ஐயா

கொடுமுடியேஓ வெள்ளை ஐயா
கோபம் இல்லாமல் எழுந்திருப்பீர்

வெள்ளையன் சொல்வது

ஆரடா ஆரடா வெள்ளைமுன்னே
அஞ்சாமல் நிற்பவன் மாதரிச்சோ
நான்குலை வாழையை வெட்டுமுன்னே
நீஎதிர் நில்லாமல் ஓடிப்போடா   1360

சுந்தரலிங்கஞ் சொல்வது

வாழைக் குலைகளை வெட்டவேண்டாம்
வம்பான வார்த்தைகள் பேசவேண்டாம்

வெள்ளையன் சொல்வது

என்னெதிர் பேசிட நீதியுண்டோ
உன்னுயிர் போவது அறியாமல்

சுந்தரலிங்கம் சொல்வது

கட்டக் கருப்பணன் சுந்தலிங்கம்
காளை என்றின்னமுந் தோன்றலையா
வல்லபம் பேசிட மார்க்கமுண்டோ
மன்னன் அழைத்திடும் நாளையிலே
உருண்டைச் சோறு கொடுத்ததனால்
உன்னை அழைக்கிறார் கட்டபொம்மு
திரளைச் சோறு கொடுத்ததனால்
தேடி அழைக்கிறார் கட்டபொம்மு   1370

வெள்ளையன் நித்திரைமயக்கந்தீர்ந்து ஆதரவாகக் கேட்டல்

அப்பனே சுந்தரலிங்கம்
அருகினில் வாடாய் பிள்ளாய்
செப்பிய வார்த்தை எல்லாஞ்
செவியினில் நுழைந்த தாயா
எப்படி விளையுமோ நாம்
என்செய்வோம் சக்க தேவிக்

கொப்பிய கருணை இல்லாது
உண்மையில் உறங்கி னேனே

தன்னனச் சந்தப்பாட்டு

காலகெதி என்ன நேர்ந்ததடா
கட்ட பொம்முதுரை நாளையிலே
ஊழ்வினையே வந்து மூண்டதோடா
ஊமத்துரை உள்ள நாளையிலே

சுந்தரலிங்கம் சொல்வது

காலன் துரையொடு பட்டாளம்
மேலும் மேலும்வந்து கூடினதே

வெள்ளையன் சொல்வது

காலன் துரைஎம காலனடா
கஷ்டங்கள் என்ன விழைந்திடுமோ

பெண்சாதியிடம் விடை கேட்டல்

பாஞ்சையிற் கோட்டையிட்டுப் பாரினில் எவரும்போற்ற
வாஞ்சையிலரசு செய்யும் மன்னவன் கட்டபொம்மு
பூஞ்சொரி கமலபாதம் போற்றவே போகவேண்டும்
தேன்சொரி பவளவாயால் ஜெயமெனவிடை ஈவாயே

தன்னனச் சந்தப்பாட்டு

மாதரசே சொல்லக் கேளடி
நீமன்னவன் கட்டபொம்மேந்தரதுரை
பெற்ற குழந்தைக்கு மேலான
உற்ற குழந்தைபோற் காப்பவன்டி
பூமியிலென்ன நடக்கக் கண்டால்
பொற்சதங்கைப் பாதம் நோகுமென்று
தண்டியல் மேல்வர வேண்டுமென்று
சண்டை பிடிக்கின்ற சிங்கமடி
சிங்கம் அழைத்திடும் நாளையிலே
செல்வதற்குத் தடை செய்யவேண்டாம்
போக விடைதர வேண்டுமடி
போகத்தடை செய்தால் கோபம்வரும்

பெண்சாதி சொல்வது

நல்லவர் உலவுமிந்த நாட்டினால் கற்பினாலே
சொல்வதற்கு அருமையான சுந்தரா உன்னைக்கூடி
எல்லையில் வல்லநாட்டிற்கு இறையவர் என்னவாழ்ந்தீர்
தொல்லையில் வருந்துதற்கே தோற்றின கனவைக்கேண்மோ

தன்னனச் சந்தப்பாட்டு

போகாதே போகாதே என்கணவா
பொல்லாத சொற்பனங் கண்டதனால்

வெள்ளையன் சொல்வது

கண்ட கனவினைச் சொல்லாவிட்டால்
கத்தியால் வெட்டுவேன் இச்சனமே

பெண்சாதி சொல்வது

சொல்லப் பதறுதே நெஞ்சமய்யோ
தொந்தரை என்னென்ன வந்திடுமோ   1410

வெள்ளையன் சொல்வது

தொந்தரை என்னென்ன வந்தாலும்
சிந்தைகலங்குமோ சொல்லு சும்மா

பெண்சாதி சொல்வது

குளிக்க மஞ்சள் அரைக்கையிலே
கும்பங் கரிபோல ஆச்சுதையா
பாஞ்சை நகரம் அழியக்கண்டேன்
பாழே ராகவே போகக்கண்டேன்
பட்டத்து யானைகள் வீரிடவே
பந்தயக் குதிரை சாகக்கண்டேன்
பூனை குறுக்கிட வால்குருவி   1420
போகுது பார் வலப்பக்கமதில்
காகமி டமாகுது என்னசெய்தேன்
கன்னி நான் சொல்வதைக்கேளுமையா
கூகை நின்று குழறக்கண்டேன்
கோபத்தில் ஆந்தை அலறக்கண்டேன்
மேகம் இல்லாமல் இடிக்கக்கண்டேன்
வீரனே உன்தலை போகக்கண்டேன்
கோட்டையில் பீரங்கி பாயக்கண்டேன்
குண்டினில் யாவருஞ் சாகக்கண்டேன்

வாழைத் தோட்டம் அழியக்கண்டேன்
மாமரந் தோப்பும் அழியக்கண்டேன்
இஞ்சிக் கிணறும் இடியக்கண்டேன்
எலுமிச்சந் தோப்பும் அழியக்கண்டேன்
மஞ்சட் கிணறும் இடியக்கண்டேன்
மல்லிகைத் தோட்டம் அழியக்கண்டேன்
இவவிதஞ் சொற்பனங் கண்டதனால்
எவ்விதம் போவது பாஞ்சைநகர்

வெள்ளையன் சொல்வது

தமையனும் தம்பியோடு தாமரைக் குளத்திற்கண்டார்
சமமென உரைப்பேனுந்தன் தன்மையில் எதிரேவந்தால்
விமரிசை பெறவேபாதர் வெள்ளையன்று அழைத்தார்கையால்
அமைவுறு சாதந்தந்தார் அன்னவர் அழைத்தவேளை

தன்னனச்சந்தம்

போகவிடை தர வேண்டுமடி
போகத்தடை செய்தால் கோபம்வரும்
என்புத்தி கேட்பவர் கோடியதில்
பெண்புத்தி கேட்பேனோ பாதர்வெள்ளை
உண்ட வீட்டுக்கு இரண்டகஞ்
செய்து உலகிலே உயிர்வாழலாமா
ஆறிலுஞ் சாவுபின் நூறிலுஞ்சாவென
ஆன்றோர் பழமொழி கேட்டிலையா
மாறிப் பேசாதேநீ பேசுவையேலுனை
வாளுக் கிரையாக வைத்திடுவேன்

வெள்ளையனிந்தவிதம் மனைவியைக் கோபித்து சுந்தரலிங்கத்தைக் குதிரையைச் சீனிவையெனச் சொல்வது

பிள்ளையைப் போல்வந்த சுந்தரலிங்கம்
பேய்க் குதிரையைச் சீனிவைப்பாய்[52]
முத்து வர்ணத்திலே சீனிவைத்தால்
மூடி விழிக்குமுன் போகுமடா

போகும்போது இடைவழியில் பேசிக்கொள்வது

என்ன விழையுமோ சுந்தரலிங்கம்
என்மனம் நோகுதே என்னசெய்வேன்

சண்டைக்கு வந்தவன் காலன்துரை
சாகத் துணிந்தவன் பாதர்வெள்ளை
வானத்தைச் சுற்றுதே கண்கள்ரெண்டும்
வாரி அடிக்குதே பேய்க்குதிரை

இருபேரும் பாஞ்சைப்பதி சென்று கட்டபொம்மு துரையை வணங்கல்

பாஞ்சையிலே இதுநாள் வரைக்கும்
பங்கம் அடைந்திடக் கண்டதில்லை
சாலி குளத்துக்குப் பக்கத்திலே
சண்டைக் கொடியினை நாட்டலுற்றார்
சண்டைக் கொடியினை நாட்டையிலே
சங்கதி பேசவும் ஞாயமுண்டோ
வெள்ளம் வரும்முன்னே போட்டஅணை
வெற்றி அடைந்திடும் குற்றமில்லை

வெள்ளங்கள் வந்தபின் போட்டஅணை
வெற்ற ணையாக முடியுமையா
நாமினி யோசனை செய்வதனால்
ஞாயம் கிடைக்குமோ பூமியிலே
ஆனாலும் ஆகுது போனாலும்போகுது
ஆண்டவனே விடை தாருமையா

கட்டபொம்முதுரை சண்டைசெய்யும் வகை கூறல்

மல்லிகை முல்லைப்புஷ்ப மணஞ்செறி கொண்டையிட்டு
கல்லினிற் ஜொலிக்குமுத்துக் கடுக்கனும் இலங்கக்கையால்
வல்லயம் பிடித்து நின்றமைந்தனே உலகமீதே
வெல்வதும் தோற்பதெல்லாம் விதிவசம் ஆகையாலே

தன்னனச் சந்தம்

யுத்த முனையிலே நிற்கையிலே
யோசனை இல்லாமல் நிற்கவேண்டும்
சண்டை முனையிலே நிற்கையிலே
தந்திர மாகவே நிற்கவேண்டும்
தந்தரமும் மந்த்ரமும் வேண்டுமடா
சமர்த்துப் பேசில் ஆகாது

கம்பள வீரர்கள் மத்தியிலே
கர்னனை ஒப்பெனப் போய்வருவாய்

யுத்த ஆரம்பம் என்னையாண்டவளே என்று பாடிக்கொண்டே
லாகைபாய்வது அப்போது காலன்துரை சொல்வது

வெள்ளை யென்று உரைக்கும்
வீரனும் நீதான் ஓடாய்

பிள்ளையென்று உன்னைப் பேணிப்
பிரியமாய் வளர்த்தாரோ சொல்
கள்ளமும் கவடுஞ் சூதும்   1490
கருணை இல்லாமல் நாட்டைக்
கொள்ளைகள் அடிப்பதற்குக்
கும்புகள் கூடினீரே

தன்னனச் சந்தம்

நில்லடா நீதானா பாதர்வெள்ளை
நேர்நின்று சண்டைகள் செய்யவேண்டும்
வானைத் துளைத்திடும் குண்டுமுன்னே
வந்தவர் மீளவும் மார்க்கமுண்டோ
மேர்வைத் துளைத்திடுங் குண்டுமுன்னே
வெற்றிய அடைந்திடக் காரணமோ
டப்பென்ற குண்டுகள் போடையிலே   1500
குப்பென்று எழும்புதே தீப்பொறிகள்
காலன் வலையிலே சிக்கச்செய்வேன்
காருண்யம் இல்லாத உன்னுயிரை
எமன் வலையிலே சிக்கச்செய்வேன்
எங்கேநீ போனாலும் உன்னைவிடேன்

வெள்ளையன் விருத்தம்

நிற்பவர் சுத்தவீரர் நியாயமில்லாமல் நானே
தப்புகள் செய்யமாட்டேன் சண்டைகள் புரியும்போது
மற்புரி சமயமுன்னே வைத்தகால் பின்னேவைக்கேன்
இப்பொழுது என்னகாரியம் இயற்றினும் இயற்றுவாயே

தன்னனச் சந்தம்

சிட்டுப் பறக்காத பாஞ்சையிலே   1510
சிட்டுப் பறக்கவும் காலமுண்டோ

காகம் பறக்காத பாஞ்சையிலே
காகம் பறக்கவும் நீதியுண்டோ
வெள்ளையன் என்று விளம்பையிலே
மேதினி யெங்கும் நடுங்கிடுமே
கட்டபொம் மென்று விளம்பையிலே
கண்டவர் நெஞ்சம் திடுக்கிடுமே

ஊமத்துரை யென்று பேசையிலே
ஊக்கம் பிறக்குமே மற்றவர்க்கு
ஆனாலும் ஆகுது போனாலும்போகுது
அஞ்சாமல் சண்டைகள் செய்திடுவோம்

(காலன்துரையவர்களும் கண்டாங்கிமேஷரும் யுத்த ஆரம்பத்தில் சொல்வது)

மாயமும் மருந்தும் கூட்டி
மனிதரால் இறந்து ளோரைத்
தாயென எண்ணி எண்ணிச்
சக்கென நாம மிட்டுப்
பேயெனும் தெய்வந் தன்னைப்
பேணியே கூவிக் கூவி

ஞாய மில்லாது செய்தால்
நம்புமோ உண்மைத் தெய்வம்

தன்னனச் சந்தம்

நில்லடா நில்லடா பாதர்வெள்ளை
நியாயந் தெரியாத சண்டாளா
குண்டுக்கு நேர்நிற்க மாட்டாமல்
கூசாமல் ஓடுவதுன்னுயிர் பார்
பீரங்கி நேர்நிற்க மாட்டாமல்
பேசாமல் ஓடுவதுன்னுயிர் பார்
துப்பாக்கி நேர்நிற்க மாட்டாமல்
சொல்லாமல் ஓடுவதுன்னுயிர் பார்

மேகம் போலே புகைசூழையிலே
வீரர்கள் நிற்கவும் ஞாயமுண்டோ
கும்பினி வெற்றி அடைந்ததானால்
கோட்டைக்குள்ளே சென்று பாருங்கடா

வெள்ளையனால் வீரம் விளக்கவேண்டிய முயற்சி செய்துங்கூட ராமபாணத்தை ஒத்தகுண்டுக்கு நேர் நிற்கமாட்டாமல் காலன்துரை காலங்கண்டு கண்டாங்கி மேஷர் குண்டால் கீழே வீழ்ந்தனன் அப்போது என்னை ஆண்டவளே என்று பாடி உயிர்போதல்

(மனைவி புலம்பல்)

தெம்மாங்குத் தளுக்குப்பாட்டில் ஒப்பாரி

முல்லை மலரே முருக்கம் பூவாயழகா
மல்லிகை ரோஜாவே வாடா மருக்கொழுந்தே
கோணாக் கொடிமரமே குன்றாத வாசகமே
வாடாத செண்பகமே மங்கையுனைப் பார்ப்பதெப்போ
அடடா சண்டாளா
தூண்டா மணிவிளக்கே சூதாடும் பம்பரமே
மாண்டாயோ நீமணந்த மங்கையுனைப் பார்ப்பதெப்போ
கொண்டையன் கோட்டையிலே கோலாகலக் கொழுந்தே
அண்டருல் அடைந்தால் அடியாளைச் சேர்வதெப்போ
அடடா சண்டாளா
மாணிக்க முத்து வயிரம் விலைபோகையிலே
ஆணிப்பொன் என்ற மாரணியப் புகுந்தாயோ
இத்தரையில் அஞ்சாதிருந்த ஜெயக் கொடியை
அத்தரையில் உள்ளோர்க்கு அறிவிக்கச் சென்றனையோ
அடடா சண்டாளா
சிங்கத்தின் கர்ச்சனையால் திரண்ட கருமேகம்
பங்கப்படுத்து மென்று பாராது இருந்தேனே
மல்லாளி யென்று மகுடத்தைச் சூட்டையிலே
வில்லாளி நாட்டில் விருதுபெறச் சென்றாயோ
அடடா சண்டாளா
கோடை மழையிலே கூடுவிட்ட குழவிபோலே
கால மழையிலே கன்றிழந்த மானைப்போலே
கூவுகிற நானடியாள் கொங்கையிலே கையறைந்து
வாடுகிற நானடியாள் மன்னாவுன் மேல்விழுந்து
தேடுகிறே நானடியாள் திருமுகத்தைப் பாராமல்
கூடுகிறே நானடியாள் கோலவிழி கூத்தாட
ஓடுகிறே நானடியாள் உன்னாசை இல்லாமல்
ஆடுகிறே நானடியாள் ஆதரிப்பார் இல்லாமல்

மீசை முறுக்கழகா வில்லேந்துங் கையழகா
வில்லேந்துங் கைகளிலே வேந்தனிட்ட கங்கணமும்

வேந்தனிட்ட கங்கணத்தில் வீராதிவீரனென்று
பாந்தமிட்ட உங்களையே பாதர்வெள்ளை என்றழைக்கும்
போதெதிர்த்துப் பேசையிலே பொன்னாலே தேன்சொரியும்
மாதர்பெற்ற கூந்தலிலே வாடாத வண்டினம்போல்   1570
தேசிகமே தெள்ளமுதே சிங்காரச் சோலையிலே
மாசில்லாக் கொக்கோக மல்லாடு மன்மதனே
போதாதார் சீமையிலே போகவழி தேடுகிறேன்
ஆகாதார் சீமையிலே ஆனவழி தேடுகிறேன்
போகவழி தேடையிலே ஆகாது என்பவர்யார்

ஆனவழி தேடினாலும் அடைக்கலஞ் சேராயோ
அடைக்கலஞ் சக்கதேவி அம்மனும் மறந்தாளோ
அம்மனு மறந்ததனால் அண்டரிடஞ் சென்றாயோ
அண்டரிடஞ் செல்லுமுன்னே அடைந்தாயோ வெற்றிக்கொடி
அண்டரிடஞ் சென்றபின்னே அக்கொடியுந் தோற்றாயோ   1580
அய்யாவே என்சாமி அப்பனிடம் சென்றாயோ
அப்பனுனைக் கண்டதேனுஞ் செப்பநேரில் வந்தானோ

ஆலை வாய்க் கரும்புபோலே
வேலை⁵³ வாய்த் துரும்புபோலே
ஆற்றில் நட்டக் கோரைபோலே
காற்றில் இட்ட பட்டம்போலே
ஆண்டி பரதேசி போலே
தூண்டி பட்ட மீனைப் போலே
ஆவிழந்த கன்று போலே
சோடிழந்த அன்றில்போலே   1590
ஆனேனே சாமிகளே
அறியாரோ பூமியிலே
ஆளொருநாள் பார்க்க வேணும்
அழகொருநாள் பார்க்க வேணும்

வேலை யொருநாள் பார்க்கவேணும்
வேண்டிய சுகானு போகம்
நீண்டிருவார் வாழையிலே
ஆண்டவன் அழைத்தனரோ
ஆகாகா ஐயோ ஐயோ

தன்னனச் சந்தம்

அய்யோ உடையாளி[54] தீவினையோ 1600
ஆயன் அமைத்திட்ட கட்டளையோ
ஆயன் அமைத்திட்ட கட்டளையோ
யாரால் ஏற்பட்ட கற்பனையோ

ஆரைச் சதமென்பேன் பூமியிலே
அய்யாவே உன்துணை அல்லாமல்
எவரைச் சதமென்பேன் பூமியிலே
ஏந்தலே உன்துணை அல்லாமல்
ஆவி பதறுதே பார்க்கையிலே
அங்கம் நடுங்குதே பேசையிலே
ஆசை பழுக்குதே சிந்தையிலே 1610
ஆக்க மழிந்ததே பாஞ்சையிலே

வாழை பழுக்குதே சோலையிலே
மாங்குயில் வாடுதே பாஞ்சையிலே
கூடிக் கலந்திடும் நாளையிலே
கோலம் அழிந்ததே மேனியிலே
வாரி அணைத்திடும் கையாலே
மார்பில் அடித்திடக் காரணமோ
புஷ்பம் அணிந்திடும் கையாலே
பூமியில் தட்டவும் காரணமோ
நீங்கள் பிறந்தது வல்லநாடு 1620
நீதி பிறந்தது பாஞ்சையிலே
நாங்கள் மயங்கிய வேளையிலே
நாயகன் என்று எதிர்பாரதெப்போ

வீரம் பிறந்த வல்லநாடு
வெற்றி அடைந்தது பாஞ்சையிலே
ஆவி துறந்தது சண்டையிலே
ஆண்டவன் என்னெதிர் வாரதெப்போ
உன்கட்டை சந்தனக் கட்டையிலே
ஓங்கிய தீயினில் வேகையிலே
ஏன்கட்டை தங்கமா உன்னுடனே 1630
இன்றே உடன்கட்டை யேறாமல்

கட்டபொம்முதுரை வெள்ளையன் இறந்தவுடன் ரெம்பக் கவலையடைந்து பதிலாள் தேடப் புறப்படல்

கட்டபொம்முதுரை சொல்வது

தம்பி தம்பி ஊமத்துரை
சங்கடம் நேர்ந்ததைப் பார்த்தனையா
மட்டில்லா வெள்ளையன் போனபோதே
வல்லபம் பேசவும் மார்க்கமுண்டோ
கோடி தவங்களைச் செய்தாலும்
கொற்றவன் போலே கிடைத்திடுமோ
மேதினி சுற்றித் திரிந்தாலும்
வெள்ளையன் போலும் அகப்படுமோ
எப்படி யாகிலும் பார்க்கவேண்டும்
இன்றே புறப்பட வேண்டுமையா
சேனை மடிந்ததைப் பார்க்கையிலே
செப்பற் கடங்குமோ சிந்தையிலே

(இரண்டு பேரும் புறப்பட்டுச்செல்ல இச்சமாசாரம் சென்னைக்குப் பறந்தது. மகாராணியம்மாள் அவர்களுக்குத் தெரிவிக்க அப்படிப் பட்ட வீரனைக் கொல்லாமல் சின்ன நவாபுப் பட்டங்கொடுக்கச் சொல்லி அக்கடிதம் கோவில் படிக்கிவர மற்றப் பாளையப் பட்டார் அறிந்து வேறே கடிதம் எழுதித் தெரிவிக்க அக்கினிச்சென்னல் பட்டாளத்துடன் புறப்படல்)

இரண்டாவது சண்டை

அக்கினிச் சென்னல் கோபம்
அத்தரி மாதரி மாதரிச்சோ
அன்யாயஞ் செய்தானே கட்டபொம்மு
நெய்யிலே ரொட்டியைத் தின்னலாமா
மெய்யிலே சட்டைகள் போடலாமா
தொப்பி தலையிலே வைக்கலாமா
துரைக ளென்றபேர் சொல்லலாமா
காலிலே சூசுகள்[55]போடலாமா
கையிலே துப்பி வைக்கலாமா
இங்கிலீஷ் கொடியை நிறுத்தலாமா
இங்கி லாண்டிலே வசிக்கலாமா
பற்பல யோசனை செய்யவேண்டாம்
பாஞ்சைப் பதிக்குப் புறப்படவே

புறப்பட்டு பட்டாளங்களுடன் இங்குள்ள பாளைப்பட்டாரால் வெள்ளையனுக்குப் பதிலாள் தேடப்போனதை அறிந்து பின்சென்று விரட்டல்

ஆரடா ஆரடா சிப்பாய்கள்
அஞ்சா யுத்தங்கள் செய்யவேண்டும்
கப்பங் கொடுக்காத கட்டபொம்மைக்
கண்டு பிடித்திட வேண்டுமடா
எட்டு நாளையில் பார்க்கவேண்டும்
ஏலேலேத் தூக்கிலே போடவேண்டும்
எவ்விடஞ்சென்றானோ பாஞ்சையிலே
இங்கே இருக்கிறான் பாருங்கடா

மாயா விநோதத்தில் மிக்கவன்தான்
வஞ்சகஞ் செய்திடத் தக்கவன்தான்
ஊமத்துரைக்கு மூத்தவன்டா
ஊக்கம் பிறந்திட்ட கட்டபொம்மு

அக்கினிச் சென்னல் பட்டாளங்களுடன் பின்தொடர கட்டபொம்மு துரை நடுக்காடு நத்தக்காடு சென்று காளைக்குடி முத்தையா பாண்டியனால் உபசரிப்பது

அட்ட திசைகளும் வெற்றியினால்
அஞ்சா தலைந்திடும் சிங்கங்களே
அஞ்சா தலைந்திடும் சிங்கங்களே
ஆகாத காலமோ உங்களுக்கு
ஆண்டவனுந் துணைச் செய்யலையோ

கட்டபொம்முதுரை சொல்வது

காளைக் குடிலே முத்தையாபாண்டியா
காரண வெள்ளையைத் தோற்றதனால்
அங்கம் நடுங்குதே என்ன செய்வேன்
ஆவி யொடுங்குதே மன்னவனே
வெற்றிக் கொடிதந்த வீரனைப்போல்
சுற்றித் திரிந்தாலும் கிட்டிடுமோ

(இப்படிப் பேசிக்கொண்டிருக்கையில் பட்டாளம் வருஞ்செயலை அறிந்து நாகலாபுரம் எட்டப்ப நாயக்கரால் வஞ்சனைக்காளாகி சிவகங்கை சின்னமருது பெரியமருது கண்டு உபசாரஞ்செய்யல்)

பெரியமருது சொல்வது

வாருங்கோ வாருங்கோ மன்னவரே
வஞ்சனைக் காளாகி வாடலாமா
வஞ்சனைக் காளாகி வாடலாமா
வையகத் தார்நகை செய்திடவே

யார்செய்த பாவமோ பூமியிலே
நீரிந்த மாதிரி ஆவதற்கு

கட்டபொம்மு துரை சொல்வது

ஆதி பராபரன் சோதனையோ
நானென்ன கர்மங்கள் செய்தவனோ 1690
நானென்ன கர்மங்கள் செய்தவனோ
ஞாய மில்லாமலே வாடுகிறோம்
ஞாய மில்லாமலே வாடுகிறோம்
நாட்டில் நகைத்திட ஓடுகிறோம்

(இந்தவிதம் பேசிக்கொண்டிருக்கையில் பட்டாளம் அங்கும் வருவதைக் கண்டு சித்தாத்துக் காலின் வழியாய்ச் செல்ல சாகிப்புமார் கண்டு எதிர்த்தல்)

சாகிப்புமார் சண்டை

சாதித் துலுக்கரே வாருமையா
சங்கதி ஒன்றினைக் கேளுமையா

சென்னைத்துரைத் தனத்தார்க் கொடுமை
செய்கின்ற பாரத நாட்டினிலே
கப்பங் கொடுக்காத கட்டபொம்மு
கஷ்டம் அடைந்திங்கே வந்ததனால் 1700
எல்லோருஞ் சண்டைகள் போட்டோமானால்
இரண்டு பேரும் அகப்படுவார்
கைப்பிடியாகப் பிடித்து நாமள்
கவர்மெண்டார் கையில் ஒப்பித்தால்
நஞ்சை இனாமுண்டு புஞ்சையினாமதை
நம்பிப் பிழைக்கலாம் கோடிஜனம்
ஆகை யினாலே வாங்களடா
அதோ போகிறான் கட்டபொம்மன்

கட்டபொம்முதுரை கதை

சாகிப்புமார் பேசி வருவதைக்கண்ட ஊமத்துரைக்கு மகா பராக்கிரமவேச முண்டாகிச் சொல்வது என்னை யாண்டவளே சக்கதேவியென்று பாடி பின்னால் அவர்கள் நேரிலுரைப்பது

ஊமத்துரை சொல்வது பராக்ரமம்

மொட்டைத் தலையிலே கோணக்குல்லா
முகமது அல்லாவைத் தெய்வமென்றீர்　　　　1710
கட்ட பொம்மென்று அறியாததனால்
கபடஞ் செய்ய நினைத்தீர்களோ
வேண்டாமய்யா சண்டை வேண்டாமய்யா
வேண்டுகிறோஞ் சண்டை வேண்டாமையா
சண்டைகள் போடவு மார்க்கமுண்டோ
சாடைகள் பேசவும் ஞாயமுண்டோ
சாடைகள் பேசவும் ஞாயமுண்டோ
சக்கம்மா திம்மக்கா ஓடிவாவேன்

இரண்டு பேர்களும் பேச வெற்றியடைந்து விருப்பாச்சி சென்று ராஜா ஏற்றில் இருட்டுக்கொட்டகையில் அடைபட்டு மல்லப் புறத்து வழியாய் வரும்போது தாகத்தால் உழுகிறவர்களிடம் தண்ணீர் கேட்டல்

ஊமத்துரை சொல்வது

மேழி பிடிக்கின்ற அண்ணமாரே
வேண்டுகிறோம் கொஞ்சந் தாகஜலம்　　　　1720
தாகந் தவிர்க்கும் ஜலங்கொடுத்தால்
தாழ்விலாது எந்நாளும் வாழ்ந்திருப்பீர்

முத்தணத்தேவன் வெறுத்துப்பேசல்

ஏருழும் எங்கட்கே தண்ணீரில்லை
என்றால் உனக்குக் கொடுப்பதெங்கே

ஊமத்துரை சொல்வது

ஏனப்பா இப்படிப் பேசுகிறா
ஏழைக் கிரங்காதோ உன்மனது

முத்தணத்தேவன் சொல்வது

தர்மமடம் இங்கே கட்டவில்லை
சாஸ்தியாய்ப்[56]பேசினால் கோபம்வரும்

கூலிக்குமுங் குப்பணத்தேவன் சொல்வது

தாகத்திற்குச் சலமில்லை என்றால் 1730
சங்கடம் நீங்காதது அலைந்திடுவார்
ஆரய்யா தாகந் தணிந்திடுவீர்
அன்பிலாது எங்கள்மேற் கோபம்வேண்டாம்

அவ்விதம் சொன்னவனை ரட்சித்து சொல்லாதவனைப் பட்சித்து[57] வடக்கே புறப்பட்டுப் போக மழை அதிகரிக்க இருவரும் பிரிந்தனர். தம்பியை நினைத்து புலம்பல்

கட்டபொம்முதுரை புலம்பல்

பாஞ்சையில் கோட்டை யிட்டோம்
பக்தியால் சக்க தேவி
வாஞ்சையில் அரசு செய்து
வாழ்ந்த நாள் முதலின்றாக

நாஞ் சணம் பிரிந்ததில்லை
நம்பின என்னை நீங்கி
போஞ் செயல் தெரிகிலேனே 1740
பூபதி என்செய்வேனே

தன்னானச் சந்தம்

என்பிறப்பே அய்யா ஊமத்துரை
எங்கே சென்றாயோ ஊமத்துரை
வான முழங்கையிலே திகைத்து
மற்ற வழிகூடிப் போயினையோ
மேக முழங்கையிலே திகைத்து
வேறு வழிகூடிப் போயினையோ
மின்னல் பளீரென மாரிபொழிந்திடும்
வேளையிலே புத்தி மாறினதோ
எங்கே தேடுவேன் பூமியிலே 1750
எவரைக் கேட்பது பாண்டியனே
கால்கள் தள்ளாடுது ஊமத்துரை
கண்கள் இருட்டுது பாண்டியனே

கட்டபொம்முதுரை புலம்பிக்கொண்டு தொண்டமான் புதுக்கோட்டை சேர்ந்தவுடனே அங்கே பிடிபடல் தொண்டமான் புதுக்கோட்டை

ராஜா சபை

மந்திரிகளே யோடி வாருங்களே
வந்துஎன் வார்த்தையைக் கேளுங்களே
தந்திரிகளே ஓடி வாருங்களே
சங்கதி நான்சொல்லக் கேளுங்களே

மந்திரிகள் சொல்வது

என்ன உரைத்தாலும் கேட்பதல்லால்
எதிர்த்துப் பேசிட மார்க்கமுண்டோ
எதிர்த்துப் பேசிட மார்க்கமுண்டோ
எவ்வித உத்தரவும் கொடுப்பீர்

ராஜா சொல்வது

பாஞ்சைப்பதி மன்னன் கட்டபொம்மு
பட்டுக் கொண்டான் அமதிஷ்டப்படி
கும்பினியார் கையில் ஒப்பிவித்தால்
கோடி இனாமுண்டு குற்றமில்லை
இங்கிலீஷ் காரருக்கு ஒப்பிவித்தால்
ஒன்றுஞ் சுகமாக வாழ்ந்திடலாம்
உங்கள் அபிப்ராயம் எப்படியோ
உண்மை விளம்பிட வேண்டுமையா

மந்திரிகள் சொல்வது

நீங்கள் உரைத்தபின் மாறுமொழி
நாங்கள் உரைத்திட ஞாயமுண்டோ

கும்பினியார்க்குக் கடிதம்

ஆங்க்லேய வீரரே வாருமையா
அவசரம் பதில் கூறுமையா
கட்ட பொம்முதுரை பட்டுக்கொண்டார்
கையில் விலங்கினைப் போடுமையா
தொண்டைமான் புதுக்கோட்டை வந்தால்
துன்பம் இல்லாமல் பிடித்திடலாம்

இக்கடிதம் கண்டவுடன் அக்கினிச் சென்னல் துரையவர்கள் பட்டாளங்களுடன் வந்து கட்டபொம்மு துரையைப் பிடிக்கும் போது என்னையாண்டவளே என்று பாடிவீரம் பிறக்குஞ் சமயம் வாள்தவறின

உடனே விலங்கிட்டு கல்வண்டியிலேற்றி கயிற்றாலே கட்டபுளியிலே
தூக்கும்போது புலம்பல்

அநியாயம் அநியாயம் என்போலே
கவலைகள் அடைந்தார் புவியிலே   1780
ஆதியிலே முன்னோர்கள் கொத்துப்பல்லாரியை
அகன்றதை நினைந்து அழுவனோ
அழகான பாஞ்சையில் கோட்டையிட்ட
கிலா தரசினை நினைந்தழுவனோ
அஞ்சாத பிள்ளை மகனதிகார
வார்த்தையில் நீதியை நினைந்தழுவனோ
ஆகாத வேலை உதவாததன்
தம்பியின கத்தையை நினைந்தழுவனோ

அன்பான துரைமார்கள் மீட்டிங்கு
செய்யாது அலைந்ததை நினைந்தழுவனோ   1790
அப்புறம் இராமநாதபுரங் கோட்டையில்
அடைந்ததை நினைந்து அழுவனோ
அதிவீர வெள்ளையன் யுத்தத்தில்
வானுலகு அடைந்ததை நினைந்தழுவனோ
நனியான புகழ்பெற்ற அவனமக்காரென
நடந்ததை நினைந்து அழுவனோ

நாகலாபுர மதனிலே வஞ்சகஞ்
செயபித்ததை நினைந்து அழுவனோ
நானடுக்காடு நத்தக்காடு காளையக்குடி
நண்பரை நினைந்து அழுவனோ   1800
நம்பிய குளத்தூரிலே சுப்பய்யா
நடந்தையை நினைந்து அழுவனோ
நத்துசிவகங்கையில் இரண்டுபேர் துணைசெய்
நலத்தினை நினைந்து அழுவனோ
நலமான சாய்புமார் யுத்தத்திலேசொல்லி
நகைத்ததை நினைந்து அழுவனோ
ராஜயேற்றினில் அருள்பிறங்கு கொட்டகையில்
நலிந்ததை நினைந்து அழுவனோ

நானிலம் தனிலெதை நினைந்தழுதவம்பிகா
நம்பினேன் அருள் செய்வாயே   1810

கட்டபொம்முதுரை காலஞ்சென்றபின்னர் ஊமத்துரை கன்னிவாடியில் பிடிபட்டு பாளையங்கோட்டையில் அடைபட்டு முள்ளுப்பட்டி முத்தப்பநாயக்கரால் சிறைமீண்டு தூத்துக்குடியில் கல்யாணஞ் செய்து மறுபடியும் மண்ணாலே கோட்டையிட்டு ஏழுவருடம் ஆண்டனர் பின்னும் விரோதமான காரியம் நிற்கவில்லை. மென்மேலுங் கோளான காகிதங்கள் சென்னைக்குப் போனதால் இரக்கமுள்ள துரைத்தனருக்குப் பின்னும் கோபம் பிறந்து அக்கினிமேஷர் கண்ணாடிச் சென்னல் பட்டாளத்துடன் ஆராக்குளம் பக்கத்தில் கூடாரமடித்தல் வண்ணாத்திவஸ்திரம் சலவைசெய்யப் புறப்படல் தென்பாங்குசந்தம்

ஆனைமேலே அழுக்கெடுக்கும் ஏமச்சான்
ஆண்டி வண்ணான் பேத்திநானே
தில்லேலே லோலே லோலே லோ

தன்னான்னனானானானே

குதிரைமேலே அழுக்கெடுக்கும் ஏமச்சான்
குமர வண்ணான் பேத்திநானே
தில்லேலே லோலே லோலே லோ

தன்னானன்னனானனானே

கழுதைமேலே அழுக்கெடுக்கும் ஏமாமா
கருப்ப வண்ணான் பேத்திநானே 1820
தில்லேலே லேலோ லேலோ லோ

தன்னனன்னனானனானே

வண்ணாத்தி தன்புருஷனைப் பார்த்துச் சொல்லுவது

கழுகுமலை குருவிகுளம் ஏசண்டாளா
கண்டெடுத்த குண்டுமுத்து ஏசண்டாளா
குண்டுமுகத்தைக் காணாமல் ஏசண்டாளா
சுண்டுதானே கண்ணீரை ஏசண்டாளா
நானும் நடந்திருப்பேன் ஏசண்டாளா
நடப்பாரைப் பார்த்திருப்பேன் ஏசண்டாளா
சாமி நடையைப்போலே ஏசண்டாளா
சையலிலே நான்காணேன் ஏசண்டாளா 1830

ஊரில் அழுக்கெடுப்பது
தன்னனச் சந்தம்

கழுதை பத்தவும் நேரமாச்சு
கஞ்சி ஊத்துங்கோ அம்மாமாரே
அழுக்கு எடுக்கவும் நேரமாச்சு
அன்னம் போடுங்கோ அம்மாமாரே
துறைக்குப் போகவும் நேரமாச்சு
சோறு போடுங்கோ அம்மாமாரே
சோறு போடுங்கோ அம்மாமாரே
நேரம் ஆகுது போகவேணும்

வண்ணால் சேலை துவைப்பது

கட்டபொம்மு சீமையிலே சோ சோ சோ
காரணங்கள் மெத்தவுண்டாம் சை சை சை
ஊமத்துரை சீமையிலே சோ சோ சோ
ஊக்கங்களும் மெத்தவுண்டாம் சை சை சை
பாஞ்சாலி சீமையிலே சோ சோ சோ
பாக்யங்களும் மெத்தவுண்டாம் சை சை சை

சதுரகிரி மலையோரம் சோ சோ சோ
சார்ந்திருக்கும் திருகுகள்ளி சை சை சை
திருகுகள்ளிப் பூவெடுக்க சோ சோ சோ
திரிந்தேன் சிலகாலம் சை சை சை
என்புருஷன் அழுக்கெடுக்க சோ சோ சோ
இருபேரும் பொதி சுமக்க சை சை சை
பின்புருஷன் முன்னேபோக சோ சோ சோ
பேசமாட்டா சக்களத்தி சை சை சை
ஆற்றுக்குள்ளே ஊத்துத்தோண்டி சோ சோ சோ
அழுக்குச் சேலையெல்லாந் தப்பி [58] சோ சை சோ
வேற்றுப் பொழுதாகுமுன்னே சோ சை சோ
வீட்டுக்கு நாம்போகவேணும் சோ சை சோ

சேலை துவைத்துக் கொண்டிருக்கும்போது ஆராக்குளம்பக்கம் பட்டாளங்களைக் கண்டு தன் புருஷனுக்குரைப்பது

தன்னனச் சந்தம்

ஏடேஏடே என் புருஷா
என்னமோ சூதாய்த் தோணுதடா
பட்டாக் கத்தி பளீரெனவே
பட்டாளங்களைப் பார்த்தனையா

இன்னஞ் சண்டைகள் செய்யத்தாண்டா
இங்கே கூடுது பட்டாளம்
கால மழைகள் பெய்ததாலே
கம்பங் கதிர் விளைந்திடவே

படகுருவி போற் கூடுதடா
பார்த்திடவே பயம் ஆகுதடா
பார்த்திடவே பயம் ஆகுதடளா
பாஞ்சையில் மன்னற்குச் சொல்லவேணும்

வண்ணான் சொல்வது

ஆமடி ஆமடி சின்னப்பிள்ளை
அறிந்து சொன்னவள் கெட்டிக்காரி
இக்ஷணமே சென்று சொல்லாவிடில்
என்னென்ன விழையுமா பாஞ்சையிலே
கண்களில் கண்டதைச் சொன்னோமானால்
கருணை செய்குவாள் சக்கதேவி
நேரில் கண்டதைச் சொன்னோமானால்
நியாயம் உண்டென ஓடிவாடி

ஊமத்துரையிடம் வண்ணாத்தி சொல்வது

பாஞ்சைப் பதியாளு மன்னவனே
பார்த்த சங்கதி கேளுமையாற்றோம்
ஆராக் குளம் பக்கத்திலே
ஐந்நூறு பட்டாளங் கூடினதால்
எங்கள் கண்களில் கண்டதையே
இப்பொழுதே அதைச் சொல்லலு
என்ன துன்பம் விழைந்திடுமோ
என்ன செய்குவோம் ராஜாவே

பட்டாளம் வந்திருக்கிறது வண்ணாத்தி சொல்லக் கேட்டவுடனே

சட்டிப்பகடை பொட்டிப்பகடை சண்டைக்குப் புறப்படல்
கோவிந்தன் ஆராதனை பந்தமெடுத்தாடல்

ஓராம் படித்தளமாம் கோவிந்தா
ஒய்யாரச் சாவடியாம்
ஈராம் படித்தளமாம் கோவிந்தா

மும்மூர்த்தி காவல்களாம்
நாலாம் படித்தளமாம் கோவிந்தா
நாராயண மந்த்ரங்களாம்
ஐந்தாம் படித்தளமாம் கோவிந்தா
அன்பர்கட்கு மோக்ஷங்களாம்

ஆறாம் படித்தளமாம் கோவிந்தா
அம்பரர்க்குக் காட்சிகளாம்
ஏழாம் படித்தளமாம் கோவிந்தா
ஏகாந்த லீலைகளாம்
எட்டாம் படித்தளமாம் கோவிந்தா
எண்திசையோர் கூட்டங்களாம்
ஒன்பதாம் படித்தளமாம் கோவிந்தா
ஓங்காரச் சப்தங்களாம்
பத்தாம் படித்தளமாம் கோவிந்தா
பாண்டரங்கள் நித்திரையாம்

பத்துப் படிகளென்ன கருமலையாஉனக்குப்
பதினெட்டா மேற்படியாங் கருமலையா
எட்டுப் படிகளென்ன கருமலையா உனக்கு
ஏகாந்த சாட்டையென்ன கருமலையா
வாருமையா சோலைமலை
வந்து விளையாடும் வீதியிலே
காக்கையைக் கண்வாங்கிவிட்ட பெருமாளே
கஞ்சனை நெஞ்சை வகுந்தபெருமாளே
கஞ்சனை நெஞ்சை வகுந்தபெருமாளே
கல்லேத்திக் கடலையழைத்த பெருமாளே
வில்லேத்தி ராவணனைக்கொன்ற பெருமாளே

கோவிந்தன் ஆராதனையால்
பொட்டிப்பகடை சொல்வது

தன்னனச் சந்தம்

ஒரேஒரே சட்டிப்போடா ஒஸ்த்தானே
ஒஸ்த்தானே ஒஸ்த்தானேறா
முந்தாசச்சின வாரிகினு
மொக்குமேமு கனமோறா
என்னிகால முண்டினாலும்
வென்கசச்சிதா போத்தாறா

செய்யின கட்டத்த எத்தண்டறா
செப்புமாட்டலு வினவண்டறா
சகடம்பெட்டிச் சச்சவலா
சக்கம்மபாதமு சேரவறா

இதிமஞ்சி யோசனைறா
எல்லகூடிப் போத்தமுறா
இங்கிலீஷ்வாறு சூசித்த
எல்லசேசேறா நேன்கண்டிறா

பொட்டிப்பகடை சொல்வது

இங்கிலீஷ்வாறு சூசித்த
ஏமிசேசு பொட்டிப் போடா
டுப்பென்ற துப்பாக்கி நீட்டுத்துறு
குப்பென்று கிந்தபடியவலா
குப்பென்றுகிந்தே படேபோத்தே
கோபமுகர்சகடம் பெட்டவலா

அம்மாபுட்டின காலமுனா
அந்தேசச்சின வாறுதாறா
இங்காயோசனை பெட்டொத்துகறா
இவடனே பயிலெக்கண்டறா

கண்ணாடிச் சென்னல் சொல்வது

டப்பென்ற சப்தங்கள் கேட்குமுன்னே
சாற்றாமல் ஓடுங்கள் சக்கிலிகாள்

பகடைகள் சொல்வது

டப்பென்ற சப்தங்கள் கேட்டாலும்
சாகத் துணிந்தவர் ஓடுவரோ

கண்ணாடிச் சென்னல் சொல்வது

சாகத் துணிந்தவர் போகமாட்டார்
சண்டைக்கு வந்தவர் மீளமாட்டார்

பகடைகள் சொல்வது

சண்டைக்கு வந்தவர் மீளாவிடில்
சக்கம்மை பாதத்தைச் சேர்ந்திடுவோம்

துரை சொல்வது

குண்டு வருகுது குண்டுவருகுது
கண்டு விலகிட தக்கவரோ

பகடை சொல்வது

குண்டையுந் தட்டியே கம்புவருகுது
கோபத்திற்கார் பதில் சொல்பவரே

இவ்விதம் பேசி கோவிந்தனாராதனையால் வேண்டிய பாடு பட்டும் குண்டுநேர் நிற்கமுடியாமல் முடிந்தனர் பகடைகள் முடிந்தவுடன் துரைகள் சொல்வது

சட்டி யுடைந்தது குண்டாலே
தன்மை பிறந்தது பாஞ்சையிலே
பொட்டி கிழிந்தது குண்டாலே
புண்யம் பிறந்தது பாஞ்சையிலே

பொட்டியும் சட்டியும் போனதினால்
போருந் துலைந்தது இன்றோடே
போருந் துலைந்தது இன்றோடே
பொல்லாத ஊமையைப் பாருங்கடா

இவ்விதமான சண்டை செய்தல் பாஞ்சைக்கதிபனாக விளங்கிய வீரத்தைப் பாரோர் கவனித்தால் நம்மால் பேசுந்தரமாக இருந்தாலும் குண்டுக்கு நேர்நிற்க முடியாதல்லவா. ஆகையால் பாஞ்சையோர் காலஞ்சென்றனர் ஊமைத்துரை வெளியேறுந் தந்திரம் யோசிக்கக் கிச்சுக்குடும்கை போடல் கோட்டையில் ஊமத்துரை கடோசி வீரம்

தூத்துக்குடி முத்தையா பாண்டியானிடம் அந்தப்புரத்தை எல்லாம் அந்தப்புறமாகச் சொல்வது

தூத்துக்குடி முத்தையா பாண்டியா
சுந்தரனே சொல்லக் கேளுமையா
அந்தப் புரத்தில் உள்ளவரை
அருங்கிணற்றினில் தள்ள வேண்டும்
அருங்கிணற்றினில் தள்ளா விடில்
ஆண்சிறை பெண்சிறைக்கு ஆளாவோம்

ஆண்சிறை பெண்சிறைக்கு ஆளாகாது
அவசரமாகச் செய்திடுவாய்

கட்டபொம்முதுரை கதை

உடனே முத்தையா பாண்டியன் சொல்வது

அந்தப்புரத்தில் உள்ளவரே அன்புடன்
நானொன்று சொல்லுகிறேன்
உங்கள் எல்லோரையும் கொல்லும்படி
ஊமத்துரை தந்த உத்தரவு   1970
மாறிப் பேசவும் மார்க்கமில்லை
மாறினாலும் விடப் போறதில்லை
வையகத் தாசையை வையாமல்
வானுலகந் தனில் வாழ்ந்திடுவீர்

அந்தப்புரத்தை அழிக்கும்போது பட்டத்தரசி வெள்ளையம்மாளை வெட்டத்துணிந்தவுடன் அவள் உரைப்பது

தூத்துக்குடி முத்தையா பாண்டியா
துஷ்டத் தனஞ்செய்ய வந்தனையா
அண்ணன் இறந்திடும் சீமையிலே
அடக்கச் சொன்னாரோ ஊமத்துரை
கொற்றவன் இல்லாத சீமையிலே
கொல்லத் துணிந்தாரோ ஊமத்துரை   1980
வேந்தன் இல்லாத சீமையிலே
வெட்டெனச் சொன்னாரோ ஊமத்துரை
என்னையும் வெட்டவும் நீதியுண்டோ
ஏந்திழை வெட்டுவேன் நூறுபேரை
உன்னையும் வெட்டுவேன் வெள்ளையம்மாள்
ஊமத்துரை தப்ப மார்க்கமுண்டோ

முத்தையாபாண்டியன் வெள்ளையம்மாள் நிற்கிற வீரத்தைக்கண்டு ஊமத்துரையிடம் தெரிவிக்க வெள்ளையம்மாளுரைப்பது

தம்பி தம்பி ஊமத்துரை
சமர்த்தைப் பார்க்கிறேன் வெள்ளையம்மாள்
சாகத் துணிந்தாயோ ஊமத்துரை
சண்டைக்குத் தோற்பேனோ வெள்ளையம்மாள்   1990
கொல்லத் துணிந்தாயோ ஊமத்துரை
கூசாமல் வெட்டுவேன் வெள்ளையம்மாள்
தூரப்போ நில்லாதே ஊமத்துரை
துண்டாய் வெட்டுவேன் வெள்ளையம்மாள்

வெள்ளையம்மாள் வீரங்கொண்டவுடனே ஊமத்துரை
தாழ்ந்துரைப்பது

பட்டத் தரசியென் வெள்ளையம்மாள்
பாங்கான சோதரி என்னசெய்வோம்
உனக்குத் துரோகங்கள் செய்யவில்லை
உத்தமியே இனிஅஞ்ச வேண்டாம்
இந்த இடந்தனை நீங்கவேண்டும்
எந்த இடத்திற்கும் போகவேண்டும்   2000
எந்த இடத்திற்கும் போகாவிட்டால்
என்னென்ன துன்பங்கள் வந்திடுமோ
என்னென்ன துன்பங்கள் வந்திடுமோ
எங்கே சென்றாளோ சக்கதேவி

இரண்டு பேரும் சுரங்கத்தின் வழியாய் வெளியேறிப் போகும்போது பட்டாளத்தான் பின் தொடர வெற்றியுடன் செல்ல கூந்தலவிழ்ந்து குதிரைக்காலில் சிக்க உடனே கொலை செய்து பட்டாளத்திற்காகப் படாமல் கோலார்ப்பட்டிப்பாதை வழியாய்ச் சென்று விட்டிலாபுரம் கருப்பசாமி கோவில் வழியாய் வடக்கே போக கண்டவனூர்க் கணவாயில் குதிரையைப் புலியென்று சுட நினைந்து புலம்பல்

வாயுவுக்கு வேகமுண்டோ பஞ்சவர்ண
மாசிலாப் பேய்க்குதிரை மாளலாச்சே
தாயனைய வெள்ளையம்மாள் வெற்றிகண்டும்
சந்தேகமில்லாமல் தலையைக் கொய்தேன்
ஞாயமென ராணுவத்தார் பின்தொடர்ந்தார்
நமது சக்கதேவியும் விட்டோடிப்போனாள்   2010
மாயமதால் என்னென்ன செய்தபோதும்
வந்தவதை நீக்குதற்கு வகையற்றானே.

தன்னனச்சந்தம்
என்னையாண்டவளே சக்கதேவி என்று பாடவும்.
சோபம்
அவ்விடம் நீங்கி கெவுனகிரிப்பள்ளிகண்டு ஆதரித்தல்
அநேக பட்டாளந் தேடல்
பட்டாளத்தார் கேட்டல்

ஊமத்துரையிங்கு வந்ததனால் ஒளித்து
வைத்தநீ உண்மை சொல்வாய்

உண்மை சொல்லாவிடில் குண்டாலே
உன்னையும் சுட்டுப் பரத்திடுவேன்

பள்ளிகள் சொல்வது

ஊமத் துரைமுகம் நானறியேன்
உங்கள் முகத்தையும் நானறியேன்
என்வீட்டுக் காரன்தான் அம்மையினால்
ஏங்கிக் கட்டிலில் தூங்குகின்றான் 2020
அடுமை[59]சொல்வதில் பொய்யும்மெய்யும்
அறிந்து சொல்லிட வேண்டுமையா
வந்து பாருங்கள் ஊட்டுக்குள்ளே
வம்பு செய்வேனோ பள்ளிமகள்

வைசூரி என்று ஏமாற்ற பட்டாளத்தார் போக எழுந்து ஆலம் பட்டி வங்காள ஈஸ்வரி கோவில் சென்று தண்ணீரருந்தி கள்ளிக்கூடத்து சின்னவீராயி பெரியவீராயிடம் சென்றவுடனே அவர்கள் வஞ்சனையால் பிடித்துக் கொடுத்தது. பள்ளி சொல்வது

ஏச்சிக்கி ஏச்சிக்கி சின்னப்பிள்ளை
இங்கேவா சின்னவீராயி
ஊமத் துரையைப் பிடிக்கவேண்டும்
உடனே சர்க்காருக்குச் சொல்லவேண்டும்
கம்பளத் தாரைப் பிடிக்கவேண்டும்
கவர்ன்மெண் டாருக்குச் சொல்லவேண்டும் 2030
கவர்ன்மெண் டாருக்குச் சொன்னோமானால்
காப்பாற்று வாருள்ள காலம்வரை

சின்னவீராயி சொல்வது

ஆமடி ஆமடி பெரியபுள்ளே
அறிந்து சொன்னநீ கெட்டிக்காரி
அதற்குத் தந்திரம் ஒன்றுளது
அவற்றை செய்யிற் பிடித்திடலாம்
முந்திரிச் சாராயங் கோழிக்கறி
முட்டை கொடுத்து மயக்கவேண்டும்
போதை வெறியிலே தூங்கையிலே
புலன் தெரியாமல் கட்டவேண்டும் 2040

அவ்வஞ்சனையைச் சக்கதேவியால் வெற்றியடைந்து திண்டுக்கல் மலையில் சுப்பிரமணியர் கோவில் வந்து எங்கே போனாலும் தப்ப முடியாது பின்வாரீஸ் துலக்க நமது மனைவி தப்பினாள் நாம் தற்கொலை செய்ய வேண்டுமென உடனே தற்கொலையால் இறந்தார். தேவர்கள் புஷ்பமாரி பொழிந்தார்கள்.

சக்கதேவிக்குப் பட்டாபிஷேகம்

பார்வாய்த்த பாஞ்சாலி பதிக்கும் வாழி
பக்திதரும் சக்கம்மாள் பதமும் வாழி
சீர்வாய்த்த நமதுமன்னர் செங்கோல் வாழி
தெய்வீகக் கட்டபொம்மு தீரம் வாழி
ஏர்வாய்த்த ஆங்க்லேய அரசும் வாழி
எமதுகுல வெள்ளை முதலியாரும் வாழி

நேர்வாய்த்த இந்நூலைப் பாடச்சொன்னார்
நிச்சயமென்று உரைத்தவரும் நீடுவாழி.

அருஞ்சொற்பொருள்

1. கழறவே : பாடவே
2. சீர்மலியும் : சிறப்பு தரும்
3. விக்கினம் : குறை, துன்பம்
4. பங்கமில்லா : குற்றமில்லா
5. கட்டன் : கட்டபொம்மு
6. விஞ்சை : தேவருலகம்
7. பெண்டு மலையாளம் : பெண்கள் மலையாளம்
8. கண்டம் : கழுத்து
9. வல்லபம் : வீரம், புகழ்
10. முக்காலும் : மூன்று காலமும்
11. வாதவம் : உயர்தவம்
12. புந்தியிலே : புத்தியிலே
13. சீதவயல் : குளிர்ந்த வயல்
14. அந்தரமாரி : மழை
15. தேசமழை : நாட்டுமழை, பருவமழை.
16. தெட்சிண பூமி : தென்னாடு
17. அன்னம் : உணவு
18. மண்டி : குடியிருப்பு
19. சேவிக்கிறோம் : வணங்குகிறோம்
20. நண்ணும் : சொல்லும்
21. சோலி : வேலை, வாழ்வு
22. பன்னீர் வருடம் : 12 ஆண்டுகள்
23. சீர்த்தி : புகழ்
24. செப்பிட : சொல்லிட
25. பொழி : வயல்
26. புடை : வளை, பொந்து

27.	பார்த்திபரே	:	அரசரே
28.	காரணரே	:	தலைவர்
29.	காயம்	:	உடல்
30.	அங்கம்	:	உடல்
31.	நேர்ந்து	:	வேண்டி
32.	உத்தாரம்	:	அனுமதி, ஆசிர்வாதம்
33.	கொண்டல்	:	மழை மேகம்
34.	சல்தியிலே	:	விரைவாகவே
35.	பேஷ்காரர்	:	வரிவசூலிப்பவர்
36.	எட்டை நகர்	:	எட்டையபுரம்
37.	தோஷம்	:	குற்றம்
38.	விசை	:	முறை
39.	விளம்புகிறேன்	:	சொல்லுகிறேன்
40.	சோதரர்	:	சகோதரர்
41.	சீதளகற்பம்	:	குளிர்தென்றல்
42.	முள்முறியாமல்	:	துன்பம் இல்லாமல்
43.	கடோசி	:	கடைசி
44.	கியாதி	:	புகழ்
45.	தோர்வை	:	தோல்வி
46.	தூத்தேர் மாதிரி மாதரிச்சோ (வசைச்சொல்)	:	தாயைப்புணர்பவன்
47.	சம்ப்ரதாயம்	:	செய்தி
48.	கொண்டையங் கோட்டை	:	மறவரில் ஒரு பிரிவினர்
49.	திங்கள்	:	மாதம்
50.	பாஞ்சைபதி	:	பாஞ்சாலங்குறிச்சி
51.	மீட்டிங்	:	Meeting
52.	பேதகம்	:	பகை
53.	மேட்டிமையோ	:	உயர்வானதோ

கட்டபொம்முதுரை கதை

54.	கிட்டிகள்	:	விலங்கு
55.	சாற்றினாலும்	:	சொன்னாலும்
56.	துருப்பு	:	படை
57.	சீனிவைத்தல்	:	சேணம் பூட்டுதல், சவாரிக்குத் தயார் செய்தல்
58.	வேலை	:	கடல்
59.	உடையாளி	:	கடவுள்
60.	சூசு	:	Shoes
61.	சாஸ்தி	:	மிகுதி
62.	பட்சித்து	:	வென்று
63.	தப்பி	:	துவைத்து, சலவை செய்து
64.	அடுமை	:	அடிமை
65.	ஏர், நேர்	:	சிறப்பு

கட்டபொம்மு வரலாற்றுச் செய்திகள்

மதுரையைத் தலைநகராகக் கொண்ட பாண்டிய மண்டலம் 72 பாளையங்களாக, கோட்டை கொத்தளங்களையும், படைவீரர்களையும் கொண்டதாக அமைக்கப்பட்டது. நெல்லை மாவட்டத்தில் 36 பாளையங்கள் இருந்தன. விசுவநாத நாயக்கரின் காலத்திற்கு முன்பே சில பாளையக்காரர்கள் குறுகிய மன்னர்களைப்போல் இருந்தனர். தேவர்கள், நாயக்கர்கள், பிள்ளைமார்கள் பாளையக்காரர்களாகவும் இருந்திருக்கின்றனர். இவர்களில் புலித்தேவரும் கட்டபொம்முவும் குறிப்பிடத்தக்கவர்கள்.

மொகலாயப் பேரரசின் ஆதிக்கம் தென்னகத்தில் ஏற்பட்டபோது ஆர்க்காட்டு நவாபு அதன் பிரதிநிதி. தான் பட்ட கடனுக்காக வரி வசூலிக்கும் உரிமையை நியமித்து பாளையக்காரர்களை அதிகாரம் செய்தனர். சில பாளையக்காரர்கள் சில நேரங்களில் கம்பெனிக்கு அடங்க மறுத்தனர். அவர்களில் ஒருவன்தான் கட்டபொம்மு.

ஆங்கிலேயர்கள் பாளையக்காரர்களை அடக்க பலவிதமான தந்திரங்களையும் பயன்படுத்தினர். பிரித்தாளுதல், போரிடுதல், தண்டித்தல் என்பவை அவற்றுள் அடங்கும். 1767ல் மேஜர் பிராண்டும், 1783ல் கர்னல் புல்லர்டனும் பாஞ்சாலங்குறிச்சி மீது படையெடுத்தனர். இந்த இண்டு முறையும் பாளையக்காரர்கள் தோற்று தப்பி ஓடினர். ஆங்கிலப்படை 40,000 வராகன்களைக் கைப்பற்றினர். எனினும் கட்ட பொம்மு இறுதிவரை போராடினான். அவனுக்கு முன்னோடி 1756லேயே வரிகட்ட மறுத்துப் போராடியவன் புலித்தேவன்தான். இவன் மேற்குப் பாளையங்களுக்குத் தலைமை தாங்கினான்.

கட்டபொம்முவைப் பற்றி ஆங்கிலேயர் எழுதிவைத்த வரலாற்று குறிப்புகளே ஆரம்ப காலத்தில் கிடைத்தன. அவை அவர்களுக்குச் சார்பானவை. கட்டபொம்முவைக் கொள்ளைக்காரனாகவும் முரடனாகவும் சித்தரித்தன. எனினும் சில வரலாற்று நூல்கள் கட்ட பொம்முவைப் பற்றிய சில உண்மைகளை உரைக்கின்றன.

1761ல் கட்டபொம்மு பிறந்தான். 1790ல் தனது பாட்டனார் ஜகவீரப் பாண்டியன் இறந்தபின் பாளையக்காரர் ஆனார். இவன் இதன் 46வது

கட்டபொம்முதுரை கதை

தெலுங்கு பாளையக்காரன். இவனது மனைவி ஜக்கம்மாள்; ஊமைத் துரையும் சிவத்தையாவும் இரு சகோதரர்கள்.

கி.பி. 1792ல் பாஞ்சாலங்குறிச்சிக்குச் சொந்தமான அருங்குளம் சுப்பாலபுரம் எனும் ஊர்களை ஆங்கிலேயர் எட்டையபுரத்தோடு இணைத்தனர். இதனால் கோபம் கொண்ட கட்டபொம்மு திறை கொடுக்க மறுத்து, கம்பெனிக்கு எதிராகச் செயல்பட்டதோடு எதிரான ஒரு அணியையும் உருவாக்கினான். எட்டையபுரம் புதுக்கோட்டை போன்றவை எதிரணி ஆனது. 1792 முதல் 1798 வரை வரி பற்றிய தகராறு தொடர்ந்தது.

சாக்சன்துரை தன்னைச் சந்திக்கும்படி ஆணையிட கட்ட பொம்முவும் படையுடன் திருநெல்வேலி, குற்றாலம், சொக்கம்பட்டி, சிவகிரி, ஸ்ரீவில்லிபுத்தூர் ஆகிய இடங்களில் அலைந்து அவமானப் பட்டான். 23 நாட்கள் அலைந்து இறுதியில் இராமநாதபுரத்தில் சந்திக்க, கட்டபொம்முவையும் தானாதிபதியையும் மூன்று மணிநேரம் நிற்க வைத்தே விசாரித்தான். கைது செய்ய முயன்றபோது கட்ட பொம்மு தப்பித்துப் போய் கடைத்தெருவைச் சூறையாடினான். சிறு சண்டையில் கிளார்க் மரணம் அடைய தானாதிபதி கைதானார்.

கட்டபொம்மன் சென்னைக்குக் கடிதம் எழுத ஆளுநர் விசாரித்து சாக்சனைக் கண்டித்தார்; தானாதிபதியை விடுதலை செய்தார். கட்டபொம்மு கிளார்க் குடும்பத்துக்கு நஷ்ட ஈடு தொகை தர வேண்டியதாயிற்று. கட்டபொம்மு தலைமையில் திருநெல்வேலி கூட்டமைப்பு உருவானது. இதில் சிவகங்கை, நாகலாபுரம், மன்னார்கோட்டை, போவாலி, கோலார்பட்டி, சென்னல்குடி, சாப்டூர், ஏழாயிரம் பண்ணை, சாயல்குடி, குளத்தூர் ஆகிய பாளையக்காரர்கள் சேர்ந்தனர். மதுரைக் கள்ளர் களின் உதவியையும் பெற்றனர்.

ஸ்ரீவைகுண்டத்தில் இருந்த வெள்ளையரின் தானியக் களஞ்சியத்தைத் தானாதிபதி கொள்ளையடித்தார்; அப்போது காவல்காரன் கொலை செய்யப்பட்டான். தானாதிபதியை ஒப்படைக்கும்படி கம்பெனி கட்டளையிட கட்டபொம்மு மறுத்து இழப்பீடு தர முன்வர, கம்பெனி யும் இணங்கவில்லை.

முதல் பாஞ்சாலங்குறிச்சி போர் 1799 செப்டம்பரில் ஆரம்பித்து, மேஜர் பானர்மேன் பிரிட்டிஷ் படையோடு இராமநாதபுரம் வழியாக வந்து தாக்க எட்டையபுரமும் திருவிதாங்கூரும் உதவின. 9.10.1799

அன்று ஆறாவது நாளில் பாஞ்சாலங்குறிச்சி கோட்டைத் தகர்க்கப்பட்டு கட்டபொம்மு குடும்பம் கைதானது.

கட்டபொம்முவும் ஊமைத்துரையும் தப்பினர். நாகலாபுரம் அடைக்கலம் தந்ததற்காக சௌந்திர பாண்டியனையும் தானாதி பதியையும் தூக்கிலிட்டுக் கொன்றான் பானர்மேன். புதுக்கோட்டைத் தொண்டைமான் கட்டபொம்முவைப் பிடித்துத்தர 1799 அக்டோபர் 17ல் தூக்கிலிடப்பட்டான். கோட்டை தரைமட்டமானது. ஊமைத் துரை சிறையிலிருந்து தப்பித்துக் கொண்டான். 1801ல் 200 வீரர்கள் பக்தர்களைப் போல் வந்து மீட்டனர். தூத்துக்குடிக்குப் போய் ஆங்கிலேயர் ஆயுதங்களைப் பறித்துக்கொண்டு மீண்டும் ஆறுநாட்களில் கோட்டை கட்டி ஆண்டான். மருதுபாண்டியர் உதவினர். இரண்டா வது போர் கடுமையாக இருந்தது. பாஞ்சாலங்குறிச்சிக்கும் ஸ்ரீ வைகுண்டம் ஆழ்வார் திருநகரிக்கும் இடைப்பட்ட பகுதிகளையும் கொமேரிக் கோட்டையையும் கைப்பற்றினர். நெட்டூரில் வெற்றி பெற்றனர். ஆனால் 1801 மே 24ல் பாஞ்சாலங்குறிச்சி கோட்டை வீழ்ந்தது. காயமுற்று ஊமைத்துரை தப்பித்தான்.

ஆங்கிலப்படை 1801 மே 28ல் சிவகங்கையைத் தாக்க, நான்கு மாதங்களுக்குப்பின் 1801 அக்டோபர் முதல் தேதியன்று காளையார் கோவில் வீழ்ந்தது. மருதுசகோதரர்களும் ஊமைத்துரையும் கைதாகி முறையே திருப்பத்தூர் கோட்டையிலும் பாஞ்சை பீரங்கி மேட்டிலும் தூக்கிலிட்டுக் கொல்லப்பட்டனர்.

கால்டுவெல் தனது 'திருநெல்வேலி வரலாறு' நூலில் "புலித் தேவரைப் போலவே ராஜவிசுவாசம் இன்மைக்கும் முறையற்ற ஆட்சிக்கும் முதன்மையானவர் என்று குறிப்பிடுகிறார். இவரைப்பின் பற்றியே குருகதாசப்பிள்ளையும் கணபதியாபிள்ளையும் திருநெல்வேலி வரலாற்றை எழுதுகின்றனர். சிரஞ்சீவி, துர்க்காதாஸ் சுவாமி, தமிழ்வாணன் போன்றோர் கட்டபொம்முவைக் கோழை என்றும் கொள்ளைக்காரன் குறிப்பிட்டு எழுதினர். வே. மாணிக்கமோ தன் ஆய்வின் மூலம் "வீர பாண்டிய கட்டபொம்மு தம் வாழ்வில் சுயமரியாதையையும் உரிமை யையும் விட்டுக்கொடுக்காமல் ஆதிக்க சக்திகளை எதிர்த்து வீரவாழ்வு வாழ்ந்தான்" என்பார்.

கட்டபொம்மு தெலுங்கன்தான். வீரபாண்டியன் என்பதுவும் ஒட்டுப்பெயர்தான். காட்ரகெட்ட பிரமைய்யா நாயுடுவின் பரம்பரையில் வந்த கட்ட பிரமைய்யா வீரபாண்டியபுரத்தில் வாழ்ந்ததால்

வீரபாண்டியபுரத்து கட்டபிரமைய்யா ஆகி பின்னர் வீரபாண்டிய கட்டபொம்மு ஆயிற்று என்பார் சிரஞ்சீவி. (வீரபாண்டிய கட்ட பொம்மன், ப.312) இக்கதைப் பாடல்களில் பல இடங்களில் தெலுங்கிலேயே பேசு கிறார்கள்.

தானாதிபதியின் மகன் திருமணத்துக்குக் கட்டபொம்மு நெல் தருவதாக ஒப்புக்கொண்டிருந்தான். ஊமைத்துரைக்கும் கல்யாண ஏற்பாடு நடந்தது. அரிசித் தட்டுப்பாடு, கும்பினியார் நெல்லை ஆழ்வார் திருநகரி, ஸ்ரீவைகுண்டம் போன்ற இடங்களில் சேமித்து வைத்திருந் தனர். கட்டபொம்மு அவற்றைக் கொள்ளையிட்டான் என்கிறார் சிரஞ்சீவி (ப.371). இராமநாதபுரம் கடைவீதியிலும் கொள்ளையிட்டனர். வரிவசூலில் கடுமை காட்டினர். இப்படியும் பல குற்றச்சாட்டுகள். இவை குற்றங்கள் அல்ல. ஒரு பாளையக்காரன் இப்படித்தான் அன்றைக்கு நடந்து கொள்வான். நல்லவர்களாக இருப்பது விதிவிலக்கு. இவற்றை வெள்ளையர்க்கு எதிராக கொள்ளை என்று வருணிப்பார் வே. மாணிக்கம். ஸ்ரீவைகுண்டம் கொள்ளையை ஒரு பொய்யான செய்தி என்றும் அது எவ்வாறு உருவாக்கப்பட்டது என்றும் விவரிக்கிறார். தனது 'தானாபதிப் பிள்ளை வரலாறு' என்ற நூலில் (ப.ix). எனினும் அவரது கும்மிப்பாடல் பதிப்பில் கொள்ளையைப் பற்றிய குறிப்புண்டு.

ஸ்ரீவைகுண்டம் கொள்ளையை தானாதிபதி பிள்ளை ஊமையன் துணையுடன் கட்டபொம்மனுக்குத் தெரியாமல் நடத்தினாரென்று சிதம்பர சுவாமிகள் இயற்றிய கட்டபொம்மன் கதைப்பாடல் கூறும்.

வெள்ளையத்தேவன் இறந்ததும் வெள்ளையம்மாளும் உடன் கட்டை ஏறினாள் என்று நாடோடிக் கதை கூறும். சில கதைப் பாடல்கள் அவள் இரண்டாவது பாஞ்சாலங்குறிச்சிப் போர் வரை உயிர் வாழ்ந்து வெள்ளையன் படையோடு போராடி தந்திரமாக 60 வீரர்களைக் கொன்ற தாகக் கூறும்.

இக்கதைபாடலில் கட்டபொம்முடன் பிறந்தவர்கள் ஊமைத் துரை, வெள்ளையம்மாள், வீமல்லு, நிம்மி, பாஞ்சாலி, வீரசக்கு, பொம்மி என்போர். வேறு கதைகளிலும், வரலாற்றிலும் வேறு விதமாகக் கூறப் படும். தமிழ்வாணன் கட்டபொம்மனின் தந்தைக்கு 4 மனைவியர் என்பார்.

1. காட்ர கட்ட பிரமையா - குலமுதல்வன்
2. கட்டபிரமையா என்ற முதலாம் ஜெகவீரப் பாண்டிய

கட்டபொம்மன் - கொள்ளுப்பாட்டன். (1709-1736)

3. பொல்லாப்பாண்டிய கட்டபொம்மன் (1716-1790)

5. வீரபாண்டி கட்டபொம்மன் (1790-1799) தி.நா. சுப்பிரமணியன் ஜாக்சன் தயாரித்த கொடி வழியை மொழி பெயர்த்தார்.

1. வீரபாண்டிய கட்டபொம்மன் நாயக்கர் 1709-1736. இவருக்குப் பொல்லா பாண்டிய நாயக்கர் 1736-1760 சின்ன பொம்மு நாயக்கர், பூஞ்சனம்மாள் என்று மூன்று மக்கள். சின்ன பொம்முவுக்குத் தளவாய் குமாரசாமி நாயக்கர். அவருக்குக் கல்யாணமில்லாத சிறுமி. நஞ்சனம் மாளுக்குச் சுப்பிரமணிய நாயக்கருக்கும் 5 பிள்ளைகள். பொல்லா பாண்டியருக்கு ஜெகவீர கட்டபொம்மு நாயக்கர். அவருக்கு 1760-1791 கட்டபொம்மு (1991-1799) குமாரசாமி, சுப்பநாயக்கர் என்ற ஊமைத் துரை, ஈஸ்வரவடிவு, துரைக்கண்ணம்மாள் என்று 5 பிள்ளைகள் ஊமைத் துரைக்கு ஒரு பெண் குழந்தை மட்டும் உண்டு.

இறுதியில் ஊமைத்துரை தற்கொலை செய்து கொள்வதாக வருகிறது. இதற்குச் சான்றில்லை. சிவகங்கைப் போரில் கலந்துகொண்டு ஊமைத்துரை பிடிபட்டுத் தூக்கிலிடப்பட்டதாக சிவகங்கைக் கும்மி, அம்மானை போன்றவை கூறும்.

வீரபாண்டிய கட்டபொம்மனுடைய வாழ்வு அவனுடைய 39வது வயதில் 1799ம் ஆண்டு அக்டோபர் 16ஆம் தேதி மாலை முடிவுற்றது. சிலம்புச்செல்வர் ம.பொ.சி.யின் கருத்துப்படி 1780ல் பிறந்து 39 ஆண்டு வாழ்ந்தான் என்றால் மறைந்த ஆண்டு 1818ஆக இருக்க வேண்டும்.

சக்கம்மாள் கம்பளத்தார் குலதெய்வம். பல்லாரியிலிருநாது வந்த போது கூடையில் கொண்டுவந்தார்களாம். இது இலந்தை முள் கோட்டைக்குள் இருக்கும். ஆதியில் சிலை இன்றியும் பின்னர் வாளை நட்டும் கடைசியில் சிலையையும் உருவாக்கி வழிபட்டனர். சித்திரை மாதம் கடைசி வெள்ளிக்கிழமை விழா நடைபெறும். ஜகதேவிதான் சக்கதேவி என்று ஆனது. இதை உலகம்மாள் என்று தமிழர் அழைப்பர்.

தோக்குலவார் என்பது கம்பளத்தாரில் ஒரு பிரிவு. தோகலவார், மேகலவார், மால்வார், பெல்லவார், சில்லவார், குரு சில்லவார், ஏற சில்லவார், கொல்லவார், மல்லவார் என 9 பிரிவுகள் உள்ளன. "தொண்டைக் குழியிலே சீவனுள்ள மட்டும், தோகல்வார் சாதி தோக்குமாடா?" என்பது பழமொழி. கட்டபொம்மு இந்தப் பிரிவினன்.

மக்கள் வீரர்களின் நினைவைப் பாதுகாக்க எழுப்பிய நினைவுச் சின்னங்கள் நாடோடிப் பாடல்களே ஆகும். அவை சரித்திர சான்றுகள் என்று ஒப்புக்கொள்ளப்படாவிட்டாலும் இவ்வீரர்களைப் பற்றி மக்களுடைய நோக்கு என்ன என்று எடுத்துக்காட்டும் சாதனங்கள் இவை என்பதை யாரும் மறுக்க முடியாது என்பார் பேராசிரியர் நா.வானமாமலை (வீரபாண்டிய கட்டபொம்மு கதைப் பாடல், ப.3).

கட்டபொம்மன் தேசபக்தன் என்பவர்களும் கொள்ளைக்காரனென்று இகழ்பவர்களும் ஒரே மூல ஆதாரங்களையே வைத்துள்ளனர். அவை ஆங்கிலேயர்களும் அவர்களுக்குச் சாதகமானவர்களும் எழுதிய நூல்களும் வரலாற்றுக் கதைப்பாடல்களும் ஆகும். எனவே கதைப் பாடல்களைக் காப்பாற்ற வேண்டியது காலத்தின் கட்டாயம். காப்பாம்; கற்போம்.

2. தேசிங்கு ராஜன் கதை

கதைச்சுருக்கம்

நாட்டுப்படலம்:

தேசிங்கு மகாராஜனின் செஞ்சியானது இயற்கை வளமிக்கது; பேரும் புகழும் உடையது. செந்நெல் வயல்களும், கரும்புத் தோட்டங் களும், இந்நாட்டில் செழிப்பாக உள்ளது இங்குள்ள காடுகளில் இயற்கையாகப் பகை கொண்ட புலியும் பசுவும் கூட தம் பகை மறக் கின்றன. காடை, கவுதாரி, காட்டுப்புறா, மயில் போன்ற பறவை இனங்கள் கூவி மகிழ்கின்றன. புன்னை, பலா, சந்தனம், சாதிமல்லி, மந்தாரை, கோங்கு, மல்லிகை, தாமரை போன்ற சோலைகளும், பொய்கைகளும் இங்கு நிரம்ப உண்டு. ஏரிகளும் ஆறுகளும் வளம் தருகின்றன.

செஞ்சி நகரமானது, சிறந்த வீதிகளையும் அழகு தோரணங் களையும், வாழை கமுகு ஆகிய மரத்தோரணங்களையும் கொண்டது. ஏழைகளை விரும்பி அழைத்து அன்னம் இடுவர். அரண்மனை இந்திர லோகம் போல் இருக்கும். பெண்கள் கற்பில் மிக்கவர்கள். வேதியர்கள் வேதம் படிப்பர். புலவர்கள் நீதி தவறாமல் பாடுவர். அமராவதி போன்று இந்நகரம் விளங்கியது.

குதிரைப் படலம்

வடபுலத்தில் உள்ள மேருமலையில், தவம் செய்யும் எண்ணற்ற முனிவர்களுடன் பக்கிரி ஒருவனும் தவம்செய்து கொண்டிருந்தான். இவன் மந்திரம் தந்திரம் அறிந்தவன் தெய்வ லோகக் குதிரையான பாராசாரி திசை தப்பி இச்சாரலுக்கு வந்தது. பக்கிரி இதனைக் கண்டான். மாயமை போட்டு குதிரையின் வலிமையை அறிந்து கொண்டான். மந்திர வலையை வீசி மயக்கி குதிரையைப் பிடித்தான். மாயமாகப் பகாரை வைத்து, குதிரை போலே கூடாரம் போட்டு மடக்கி வைத்துக் கொண்டான்.

பக்கிரி, தான் பிடித்த குதிரையை டில்லி நவாப்புக்கு வெகுமதி யாகக் கொடுக்க வேண்டும் என்று விரும்பினான். எனவே டில்லியை அடைந்து, நவாப்பின் அரண்மனை வாசலில் குதிரையை நிறுத்தினான்.

அவன் மாயக் கட்டுகளை அவிழ்த்தான். குதிரையோ அண்டம் இடிவது போன்று கனைத்தது. இதைக் கேட்டு, பட்டணம், கூட கோபுரம், மக்கள், மன்னன் அனைவரும் நடுங்கினர்.

நவாப் தனது முதல் மந்திரியான ராஜலிங்கம் பாபுவை விளித்து தான் கேட்ட முழக்கம் பற்றி விசாரிக்குமாறு வேண்டினான். மந்திரி வெளியே வந்தான் பக்கிரி கொண்டு வந்த குதிரையைக் கண்டான். பக்கிரி மூலம் அக்குதிரை தெய்வலோகக் குதிரை என்றும் பன்னிரெண்டு வயதுள்ள வெள்ளிக் கிழமையில் பிறந்தது. என்றும் அக் குதிரைமேல் தெய்வ வரத்தால் பிறந்த குழந்தையே சவாரி செய்ய முடியும் என்றும் மந்திரி அறிந்து கொண்டான். நவாப்புக்கு மந்திரி, ஓலை மூலம் அந்தச் செய்தியை அனுப்பினான்.

ஓலையைக் கண்ட நவாப்பு உளம் மகிழ்ந்தான். குதிரை மீது சவாரி செய்ய ஆசைப்பட்டார். பட்டத்து யானை மீது ஏறி, அரசர்கள் புடைசூழ குதிரை நின்ற இடத்துக்கு வந்தார். நவாப்பைக் கண்ட குதிரை கர்ஜனை செய்தது. கர்ச்சனை கேட்ட மன்னர்கள் மயங்கி விழுந்தார்கள். நவாப்பும் திடுக்கிட்டு விழுந்தார். வியப்புடன் குதிரையைப் பற்றி விசாரித்தார். பக்கிரியின் விளக்கத்தையும் விருப்பத்தையும் கேட்டு நவாப்பு மகிழ்ந்தார்.

குதிரையை அன்பளிப்பாகப் பெற்ற நவாப்பு பக்கிரிக்குப் பலவகை யான பரிசுகள் கொடுத்தார். பல விருந்துகள் கொடுத்தார். குதிரையைப் பாதுகாப்பாகக் கொட்டடியில் அடைத்தார்.

நவாப்பு தன் முதல் அமைச்சரை விளித்து இக்குதிரையில் சவாரி செய்யும் வலிமை உள்ள வீரர்கள் நாட்டில் யார் என்று விசாரித்தார். முதல் அமைச்சர் செஞ்சி மன்னன் தேரணி மகாராஜன் வீரத்தை எடுத்துக் கூறினார். உடனே நவாப்பு நாட்டிலுள்ள அனைத்து மன்னர் களுக்கும் ஓலை அனுப்பி வரவழைத்தார். தேரணியை நகரத்துக்கு அழைத்து அன்புடன் ஓலையொன்றை எழுதினான்.

அர்க்காரு பாப்பையன் ஓலையை எடுத்துக் கொண்டு தபால் வழியில் பத்து நாள் பயணம் செய்து செஞ்சி வந்தான். தேரணி ஓலையைப் பார்த்தான் படித்தான் மகிழ்ந்தான். ஓலையைப் படித்து விளக்கம் சொன்னான் தேரணியின் தம்பி தரணிசிங். இருவரும் டில்லிக்குப் புறப்பட்டுச் செல்ல விரும்பினர். தேரணிராஜன் அந்தப் புரத்தில் தேவியைச் சந்தித்தான். அவள் பத்துமாத கர்ப்பிணி கணவனுக்கு விடை கொடுக்க முடியாமல் தவித்தாள். அரசன் அவளைத் தேற்றினான்.

தேவியும் தேறினாள். அரசன் விடை பெற்றான். அண்ணனும் தம்பியும் டில்லி அடைந்தனர்.

சிறைப்படலம்

ஐம்பத்தாறு தேசத்து அரசர்கள் எல்லாம் நவாப்பின் முன்னால் கூடினர். தேரணிராஜனும் நவாப்பினால் மிக மரியாதையுடன் வரவேற்கப் பட்டான். வந்தவர்களுக்கு முன் நவாப்பு ஒரு நிபந்தனையை வைத்தான். குதிரையைச் சவாரி செய்பவர்களுக்குப் பரிசுகள் உண்டு. குதிரையைக் கண்டு அஞ்சுபவர்களுக்குச் சிறைவாசம் உண்டு. நிபந்தனையை அனைவரும் ஒத்துக் கொண்டனர். பின்னர் கொட்டடி சென்று குதிரையைக் கண்ட போது குதிரை கனைத்தது கேட்டு நடுங்கினர். தேரணியும் தரணியும் தோல்வியைப் பின்பற்றி தலை குனிந்தனர். அனைவரும் நவாப்பிடம் சென்று நம் தோல்வியை ஒப்புக் கொண்டனர். தண்டனைக்குத் தயாராக இருப்பதாகக் கூறினர்.

நவாப்பு ஏழு வருடம் அவர்களுக்குச் சிறை தண்டனை கொடுத் தான். அனைவரும் தண்டனையை ஏற்றுக் கொண்டனர். தங்கள் நாட்டுக்குச் சேதி அனுப்பினர்.

தேரணி ராஜன் டில்லிக்குச் சென்ற ஏழாவது நாள் தேசிங்கு ராஜன் பிறந்தான். நகர மக்கள் அனைவரும் மகிழ்ந்தனர். பிள்ளை ஜாதகம் அறிந்தோர், களிப்புற்றனர். பொருள் தானமாகக் கொடுக்கப் பட்டது. இனிப்பும் வழங்கப்பட்டது வண்டி வண்டியாக.

ஒரு நல்ல நாளில் குழந்தையைத் தொட்டிலில் இட்டு தேசிங்கு என்று பெயரிட்டனர். தேசிங்கு பிறந்து இருபது நாள் சென்ற பின் கணவன் சிறைப்பட்ட சேதியை அறிந்தாள் இராணி ரம்பாயி. அனைவரும் கலங்கினர். தேவி துயரக் கடலில் மிதந்தாள். 'குழந்தையைக் காணும் பாக்கியத்தைக் கொற்றவன் இழந்து விட்டானே' என்று கதறினாள். அரங்கரின் அருள் அவ்வளவுதான் என்று தேறுதல் கொண்டாள். பின் குழந்தை பிறந்த சேதியைக் கணவனுக்கு அனுப்பினாள். செய்தியை அறிந்த மன்னனும் அவன் தம்பியும் தம்மால் குழந்தையைப் பார்க்க முடியவில்லையே என்று வருந்தினர்.

தேசிங்கு ராஜன் நாளொரு மேனியும் பொழுதொரு வண்ணமுமாக வளர்ந்தான். தொட்டியில் கிடந்து தரையில் தவழ்ந்து தெருவில் விளையாடி வளர்ந்து வந்தான். பள்ளிக்குச் செல்லவும், குதிரை ஏறவும், அரங்கரை வணங்கவும் அறிந்து கொண்டான். தாயாரோ கண்ணாய்

வளர்த்தார்; திருஷ்டி கழித்தார், தேவையான உணவுகளைக் கொடுத்தார்.

தேசிங்கு சண்டைகள் கற்றான். தன் நண்பன் மோவுத்துக் காரனோடு சேர்ந்து குதிரை ஏறி காடுமலைகளில் வேட்டை ஆடினர். சங்கராபரணி ஆற்றினைத் தாண்டிக் குதித்தனர்; பனை மரம் உயரம் பல்டி அடிப்பார்கள்; பனை மரங்களைப் பிடுங்கி பந்து அடிப்பார்கள். இவ்வாறு தேசிங்கு ராஜனின் பாலகாண்டம் ஐந்து வயது வரை நடை பெற்றது.

சிறை மீட்டுப் படலம்

ஒரு நாள் தேசிங்கு ராஜன் தன் தாயிடம் கேட்டான். 'அம்மா ஊரில் உள்ள பிள்ளைகளுக்கு அம்மாவும் அப்பாவும் இருக்கிறார்கள். எனக்கு அம்மா இங்கே இருக்க அப்பா எங்கே!" தாயோ தந்தையின் நிலையை விளக்கி உரைத்தாள். அவள் சொன்னாள்: 'சிறைத் தண்டனை ஐந்து வருடம் முடிந்து விட்டது. இன்னும் இரண்டு ஆண்டுகள், பின்னர் உன் தந்தை வருவார்.'

செய்தி அறிந்த தேசிங்கு விஷம் ஏறியவனைப் போல் துடித்தான். தந்தையைச் சிறை மீட்க எண்ணினான். தந்தையைச் சிறையிட்ட நவாப்பின் மீதும் சினம் கொண்டான். டில்லிக்குச் செல்ல தாயிடம் விடை கேட்டான். தடுத்தாள் தாய். "எட்டு நாளையில் டில்லி சென்று வருகிறேன்" சொல்லிப் பார்த்தான் தேசிங்கு. தாயே கலங்கினாள்; கண்ணீர் சொரிந்தாள்; கையற்று வீழ்ந்தாள். தாயின் மயக்கம் அறிந்ததும் அவளைவிட்டுவிலகி, சங்கராபரணியில் குளித்தான். அரங்கரைப் போய் வணங்கினான். "சுவாமி! நான் சவாரி செய்வதற்காக டில்லிக்குப் போகிறேன். என்னுடன் இருந்து காப்பாற்ற வேண்டும்" தேசிங்கு வேண்டினான். "போய் விட்டு வா. நானும் வருகிறேன்" அரங்கரும் அருள் புரிந்தார். தேசிங்கு தன் மோவுத்துக்காரனிடம் செய்தியைச் சொல்லி தன்னோடு டில்லிக்கு அழைத்தான். நண்பனும் சம்மதம் தந்தான். இரு குதிரைகளில் ஏறி டில்லியைப் பத்து நாட்களுக்குப் பின்னர் அடைந்தனர்.

இருவரும் நவாப்பின் கொலு மண்டபத்தை அடைந்த போது அங்கே அனைத்து அரசர்களும் கூடி இருந்தனர். சிறையில் இருந்தவர் களும் கொலுவிலே குழுமினர். உதயசூரியனைப் போன்று மண்டபத் துக்குள் தேசிங்கு பிரவேசித்தான். ஐந்து வயது தேசிங்கைக் கண்டு அனைவரும் எழுந்து மரியாதை கொடுத்தனர். மன்னரை நோக்கினான்.

தேசிங்கு "உங்களிடம் ஒரு குதிரை இருக்கிறதாம். அதன் மீது ஏறி சவாரி செய்யப் போகிறேன்," இடியாக முழங்கினான் தேசிங்கு.

வியப்பு நவாப்பை விழுங்கியது. அனைவரையும் நோக்கினான். அனைவரும் தேசிங்கைப் பார்த்தனர். 'குழந்தை குதிரை ஏறுவதா.' கொக்கியாகி தறிப் போட்டது கேள்விக்குறி. ஆச்சரியம் அனுதாபமாக உருமாறியது. நவாப்பு தேசிங்கிடம் "அறியா குழந்தாய்! எந்த ஊரு. என்ன பேரு உன் பெற்றோர் யார்" வினாக்களை அடுக்கினான். "செஞ்சிக் கோட்டையை ஆள்பவன் தேரணி மகாராஜன். அவரது மகன் நான். அவரைச் சிறை மீட்க வந்தேன்" என்றான். தேரணி அறிந்து மகனை வாரி அணைத்து முத்தம் இட்டான். திருஷ்டி கழித்தான். அனைவரும் அதிசயம் கொண்டாடினர்.

"மகனே! மகிழ்ச்சி அடைந்தேன். உன்னைப் பிரிந்த உன் தாய் வருந்துவாள் வா. நவாப்பிடம் அனுமதி பெற்று ஊருக்குப் போவோம்" என்றான் தேரணி. "குதிரைக்காக நீங்கள் சிறை இருந்தீர்கள். நான் குதிரை ஏறியே உங்களை மீட்பேன். இல்லாவிடில் நான் உன் மகன் என்பது வீண்" என்றான் வீரத்தோடு. அது கேட்டு அஞ்சினான் தேரணி. குழந்தையோ ஓடினான் கொட்டடிக்கு. குதிரை கனைத்தது. கேட்டவர் நடுங்கினர்.

கால் கயிற்றையும் கழுத்துக் கயிற்றையும் அவிழ்த்து விடுமாறு மோவுத்துக்காரனை வேண்டினான் தேசிங்கு. கயிறுகள் அவிழ்க்கப் பட்டன. தேசிங்கு குதிரை மீது ஏறி விட்டான். குதிரை குதித்துக் கிளம்பியது. தேசிங்கு தன் தந்தையைத் துணிச்சலோடு பார்த்தான். "சாவு இன்றைக்கும் வரலாம். நாளைக்கும் வரலாம். அஞ்ச வேண்டாம்" என்று கூறினான். அனைவரும் அவனைத் தடுத்துப் பார்த்தார்கள். "பிறந்த போதே இறந்து போனால் பெரிய துக்கம் இல்லை. ஐந்து வருஷம் வளர்த்த அன்னை உன் இறப்பைத் தாங்கிக் கொள்ள மாட்டாள்" என்று கூறினார்கள். தேசிங்கு இதனைக் கேட்டுச் சிரித்தான். 'கோவிந்தா' என்று கூறி குதிரையைத் தட்டி விட்டான்.

குதிரை வான வெளியில் பறந்து சென்றது. மேக மண்டலம் வரை குதிரை செல்வதைக்கண்டு லகானை சிமிட்டா கொடுத்தான். குதிரை கோபம் கொண்டு காடு, மலை, செடி எல்லாம் கலங்குமாறு ஓடியது குதிரை வேகம் கண்டு தேவர்களும் திசைகளும் நடுங்கின. மகாமேரு சாரல் மைந்நாக மலை, இலங்கை என்று பல இடங்களில் ஐந்து நாட்களாகக் குதிரை ஓடியது. "பூமியில் இருந்தால் என்னை இவன்

கொன்று விடுவான் தெய்வலோகம் போய் விடுவது நல்லது" என்று எண்ணி குதிரை வானவெளியில் பறந்தது. இதன் குறிப்பை அறிந்து லகானை இழுத்து இடது காலுக்கு இரண்டு சிமிட்டா கொடுத்தான். குதிரை வானவெளியில் தத்தளித்தது. நாடு நகரம் எதுவும் தேசிங்கின் கண்களுக்குத் தெரியவில்லை. களைப்பு தோன்றியது. கடிவாளத்தைக் கெட்டியாய் பிடித்துக் கொண்டு குதிரை மீது கவிழ்ந்து படுத்துக் கொண்டான். ஆதிமூலமே! அடியேனைக் காப்பாற்றும்!" என்று அரங்க நாதரை எண்ணினான்.

அரங்கர் வந்து குதிரையின் கடிவாளத்தைப் பிடித்து அதன் கன்னத்தில் ஓங்கி அறைந்தார். "குழந்தையைக் கொல்ல நினைத்தாயா? தேசிங்கோடு இருப்பாயாக சண்டையில் உனக்கு மோட்சம் தருவேன்" என்றார். குதிரையும் மகிழ்ச்சியுடன் ஒப்புக் கொண்டது. தேசிங்கு மயக்கம் தெளிந்து அரங்கரைப் பார்த்தான். பரவசம் கொண்டான். அரங்கர் டில்லிக்கு அருகில் வந்ததும் விடைபெற்றுச் சென்றார்.

குதிரையோடு தேசிங்கு டில்லியுள் புகுந்தான். மன்னர்கள் மகிழ்ந்தனர். தந்தை மகனைத் தழுவி முத்தமிட்டார். நவாப்பு மகிழ்ச்சியுடன் முழங்கால் மண்டிபோட்டு வணங்கினார். தழுவி எடுத்து சிம்மாசனத் தில் வைத்தார். குதிரை, ஆனை, மாணிக்க மாலை, போன்றவற்றைப் பரிசளித்தார். மோவுத்துக்காரனுக்குத் தன் மகளையும் கொடுத்தார். தான் பெண்ணைப் பிறகு மணந்து கொள்வதாகவும் தற்போது செஞ்சி செல்ல விடை தருமாறும் கேட்டான். தேரணி மகாராஜனும் சிறை விடுதலைப் பெற்றான். தன் மகன் இருபதாவது வயதில் பெண்ணை மணந்து கொள்வதாக உறுதி அளித்தான். அனைவரும் சிறையினின்றும் விடுதலை பெற்றனர். தேசிங்கு தந்தையுடன் செஞ்சி திரும்பினான்.

முடிசூட்டுப் படலம்

தேசிங்கைக் கண்டவுடன் அவனது தாய் மிகவும் மகிழ்ந்தாள். பின்னர் தன்னை இவ்வாறு விட்டு விட்டுப் போய் விட்டானே என்று வருந்தினாள். அவனுக்கு ஆரத்தி எடுக்கப்பட்டது. திருஷ்டி கழிக்கப் பட்டது. மிக மகிழ்ச்சியுடன் ஏழு ஆண்டுகள் கழிந்தன. தேசிங்கின் தாயும் தகப்பனும் அடுத்தடுத்து இறந்தனர். தேசிங்கின் சிற்றப்பன் தரணி சிங்கு தேசிங்கைக் கவனித்து வந்தார். ஆட்சிப் பொறுப்பையும் செவ்வனே நடத்தி வந்தார்.

தேசிங்குக்குப் பதினெட்டு வயது ஆனபோது அவனுக்கு மண முடிக்க வேண்டும் என்று தரணி சிங்கு விரும்பினார். டில்லியில்

இருந்து பெண்ணை அழைத்து வந்து ஆறு மாதமாய் கலியாணம் செய்து வைத்தார். திரை கட்டியே திருமணம் செய்வித்தனர். மண மக்கள் ஒருவர் முகத்தை ஒருவர் பார்த்தறியார். பார்க்கக் கூடாது என்பது தடை. தேசிங்கு முடி சூட்டப்பட்டான். ஆட்சியைச் சிறப்பாக நடத் தினான்.

பணவசூல் படலம்

ஒரு நாள் டில்லி நவாப்பு தன் முதல் மந்திரியிடம் கேட்டார்: "அனைத்து அரசர்களும் முறையாகப் பகுதிப் பணம் கட்டுகிறார்களா?" மந்திரி சொன்னார், "அனைவரும் கட்டி விட்டார்கள். ஆற்காட்டு நவாபு மட்டும் கட்டவில்லை. பன்னிரெண்டு வருடதோப்புரு பணம் பாக்கி உள்ளது. போய் வாங்கி வருகிறேன்" என்றான். "எட்டு நாளைக்குள் பணம் வராவிட்டால் சிறையில் இட்டு மானபங்கம் செய்வேன்" என்று நவாப்பு செய்தி அனுப்பினான். அர்க்காரு பாப்பையன் செய்தியைக் கொண்டு போனான்.

பத்து நாளைக்குள் ஆற்காட்டை அடைந்து நவாப்பிடம் செய்தியைக் கொடுத்தான் ஓலையைக் கண்டு நடுங்கினான் நவாப்பு. கணக்கப்பிள்ளை செய்தியை வாசித்தான். நவாப்பு அஞ்சி, பணம் கட்ட விரைந்தான். கஜானாவைத் திறந்தான். உள்ளே குறைவாகவே பணம் இருந்தது. இருபது நாளில் பணம் கட்டி விடுவதாகக் கூறி டில்லிக்கு ஓலை அனுப்பினான்.

பின்னர் கணக்கப்பிள்ளையுடன் கலந்து ஆலோசனை செய்தான். பாளையப்பட்டுக்காரர்களில் பணப் பாக்கியுள்ளவர்கள் யார் என்று கேட்டான். தேசிங்கு ராஜன் பனிரெண்டு வருஷமாகத் தோப்புரு பணம் கட்டவில்லை' செய்தியை அறிந்து நவாப்பு சினம் கொண்டான். தோன்றமல்லண்ணாவை விளித்து செஞ்சிக்குச் செல்லுமாறு ஆணை யிட்டான்.

தனியாகச் செஞ்சி செல்ல அஞ்சினான் தோன்றமல்லண்ணா. எனவே சிறிது, படைகளும் ஆயுதங்களும் வேண்டும் என்றான். பகுதிப் பணம் தராவிட்டால் சிறைபிடித்து வருகிறேன் என்றான். அவ்வாறே படைகளும் கருவிகளும் கொடுத்து அவனைச் செஞ்சிக்கு அனுப்பினான் நவாப்பு தோன்றமல்லண்ணா செஞ்சியை நோக்கிப் பயணம் செய்தான். செல்லும் வழியில் திமிரிக்கோட்டையில் தங்கி முரசு கொட்டினான். முரசொலி கேட்ட ஷேக்முகம்மது பயந்து போய் ஓடி வந்தான். தோன்ற மல்லண்ணாவிடம் வந்துதான் ஒழுங்காகப் பணம் கட்டி விட்ட

தாகவும் முரசொலித்த காரணத்தையும் கேட்டான். செஞ்சி கோட்டைக்குத் தான் செல்லும் செய்தியை மல்லண்ணா எடுத்துச் சொன்னான். ஷேக்கோ, தேசிங்கின் வீரதீரத்தை விளக்கி, சண்டை செய்யாமல் சமாதானமாகப் போகுமாறு கூறினான். அதைப் பொருட் படுத்தாமல் மல்லண்ணா அங்கிருந்து புறப்பட்டுச் சென்றான். பின்னர் ஆரணிக்கோட்டையில் படைகளைத் தங்க வைத்து முரசடித்தான். ஆரணிக் கோட்டை ஆளுகின்ற வேங்கடராயர் பயந்து போய் பாய்ந்து வந்தான். மல்லோஜியைப் பார்த்ததும் வந்த செய்தியை அறிந்தான். உடனே தேசிங்கின் தீரத்தைப் புகழ்ந்து அவனிடம் எச்சரிக்கையாக இருக்குமாறு வேண்டினான். அதோடு தேசிங்கு விஷ்ணுபக்தன் என்றும் அவனை நாமத்தால் வெல்லலாம் என்றும் எடுத்துரைத்தான். அவ்வாறே செய்வது என மல்லண்ணா புறப்பட்டுச் சென்றான்.

செஞ்சியை அடைந்த தோன்றமல்லண்ணா அங்கே முரசொலி செய்தான். சங்கராபரணி ஆற்றின் கரையில் படைகளைத் தங்க வைத்தான். முரசொலி கேட்ட தரணி சிங்கு உண்மையை உணர்ந்தான். அரங்கநாதரைப் பூசை செய்து கொண்டருந்த தேசிங்கிடம் சென்று நவாப்பின் படை வந்திருக்கும் செய்தியைச் சொன்னான். பூசையைக் கெடுக்க வேண்டாம். படையை நான் பார்த்துக் கொள்ளுகிறேன் என்றான். தோன்றமல்லனை அழைத்து வருமாறு தரணி சிங்கு தூது அனுப்பினான். தூது கண்ட மல்லண்ணா பயந்து நடுங்கினான். சுண்ணாம்பு, யானை ஆகியவற்றால் நாமம் போட்டுக் கொண்டான். பின்னர் தேசிங்கின் கொலுவுக்கு வந்தான்.

கொலுவில் அனைவரும் கூடி இருந்தனர். தோன்ற மல்லண்ணா வந்த செய்தியை விசாரித்து அறிந்தான் தேசிங்கு. தேசிங்குக்குக் கோபம் பொத்துக் கொண்டு வந்தது. கோபத்தைக் கண்டு மல்லோஜி மயங்கி விழுந்தான். "நவாப்பு ஆண்பிள்ளையானால் நேரில் வரட்டும். பணம் வேண்டும் என்றால் கத்தி முனையில் வாங்கிக் கொள்ளவேண்டும்" என்று கூறியதுடன் நவாப்பை இழித்தும் பழித்தும் பேசினான். மல்லண்ணா அறியாமல் வந்ததாக மன்னிப்பு கேட்டான். தேசிங்கு உயிர் பிச்சை கொடுத்தான். மல்லண்ணா உயிரைக் கையில் பிடித்துக் கொண்டு ஓடிப்போனான். ஆற்காட்டை மிக வேகமாக வந்து அடைந்தான்.

போர்ப் படலம்

தோன்றமல்லண்ணா மிக வேகமாக ஆற்காடு வந்து அடைந்தான். தான் அவமானப் படுத்தப்பட்டதாக ஆற்காடு நவாப்பு உணர்ந்தான்.

ஓலையை வாசிக்கக் கேட்டு கோபத்தின் உச்சிக்கே சென்றான். விழிகள் எரிந்தன- மீசை துடித்தது. உடனே படையெடுத்துச் சென்று தேசிங்கை அழிக்க வேண்டும்; கோட்டையை அழிக்க வேண்டும் என்று எண்ணம் கொண்டான்.

அர்க்காரு மார்கள் அனைத்து பாளையப்பட்டுக்களையும் நவாப்பு அழைத்தான். திருவண்ணாமலை, திமிரிக் கோட்டை, வாளிக் கோட்டை, மதுரை, ஆரணிக் கோட்டை, அரியலூர், ஆச்சிநாய்க்கன், எட்டையாபுரம் போன்ற பாளையப்பட்டுக்காரர் அனைவரும் வந்து கூடினர். போருக்கான படைகளும் கருவிகளும் தயார் செய்தனர். நவாப்பு தலைமையில் படையானது புறப்பட்டது. நகாரு, பட்டாக்கள், தமுறு, துந்துபி, பேரிகை, சில்லரி, சல்லரி அனைத்தும் முழங்கின. செஞ்சியைப் போய் நவாப்புபடை சேர்ந்தபோது தேசிங்கு அரங்க நாதரைப் பூஜை செய்து கொண்டிருந்தான்.

படைகளைக் கண்ணுற்ற தரணி சிங்கு தேசிங்கு ராஜனிடம் ஓடிவந்தான். படை வந்த சேதியைச் சொன்னான். தேசிங்கு ராஜன் பொறுமையுடன் கேட்டுக் கொண்டான். நவாப்பு அப்போது பீரங்கியை முழங்கினான். தோப்புறா பணத்தைக் கட்டிவிட்டால் தொந்தரவு இல்லை என்று தரணி சிங்கு எடுத்துக் கூறினான். தேசிங்கு கோபத்துடன் வீர முழக்கம் செய்தான். படையைத் தான் அழிப்பதாகச் சபதம் செய்கிறான் மீண்டும் அரங்கரையே வழிபடுகிறான்.

அப்போது சுபங்கித்துரை நவாப்பிடம் ஒரு திட்டத்தை விளக்கு கிறான். அருகிலுள்ள தேவனூரைக் கொள்ளையடிக்க அனுமதித்தால் தான் தேசிங்கை எளிதாக அடக்கி விடுவதாகக் கூறினான் நவாப்பு அனுமதிக்கவே சுபங்கி தேவனூரைக் கொள்ளைக் கொண்டான்.

தேவனூர் மக்கள் கொள்ளையைக் கண்டு கலங்கி கண்ணீர் சொரிந்தனர். தேவனூர் மக்கள் விரைவாக ஓடிவந்து பூசை செய்து கொண்டிருந்த தேசிங்கிடம் முறையிட்டனர். தேசிங்கின் சினம் எல்லைக் கடந்தது. நவாப்பை முறியடிப்பதாக வீறு கொண்டு எழுகிறான். மந்திர ஆலோசனை செய்ய கொலுவைக் கூட்டினான். அனைவரும் கொலுவில் கூடினார்கள். தேசிங்கு அவர்கள் நடுவிலே வர உரை நடத்தினான். நவாப்பின் படைகளை எண்ணிக் கலங்கவில்லை. திருமணத்தின் பொருட்டாக மோவுத்துக்காரன் சென்றிருக்கிறான். அவன் திரும்பி வந்தால் போருக்கு நல்லது எனத் தேசிங்கு கருதினான். உடனே மாவுத்துக்காரனுக்கு ஓலை கொண்டு சென்றனர். அர்க்காருமார்

மோவுத்துக்காரனுக்குத் திருமணச் சடங்கு நடந்து கொண்டு இருந்தது. பெண்ணின் கழுத்தில் தாலி கட்டக்கூடிய நேரம் ஓலையைக் கண்ட மோவுத்துக்காரன் உடனே புறப்பட்டான். தாய் தடுத்தாள்; உறவினர்கள் எடுத்துரைத்தனர். மோவுத்துக்காரன் அவர்கள் அனைவரையும் மீறிப் புறப்பட்டான். மஞ்சள் உடுப்போடும், கங்கணக் கையோடும் போகக் கூடாது போருக்கு என்றனர். மோவுத்துக்காரன் தன் நீலவேணிக் குதிரையின் மீது ஏறிக் கொண்டான்.

மிக வேகமாகச் செஞ்சியை நோக்கி மோவுத்துக்காரன் வந்து கொண்டிருந்தான். வரும் வழியில் சங்கராபரணி ஆற்றின் கரையின் நவாப்பின் பாளையத்தைக் கண்டான். நவாப்பின் பாளையத்தைக் கண்டதும் மோவுத்துக்காரனுக்குச் சினம் அதிகமானது. படையைச் சுற்றிக் கொண்டு சென்றால் நேரமாகும் என்று எண்ணி சேனைக்குள் குதிரையோடு புகுந்தான். நவாப்பு பாளையம் இவனைக் கண்டு நடுங்கியது. இவனைத் தடுப்பார் இல்லை. விரைவில் செஞ்சியை அடைந்து தேசிங்கு முன்னால் வந்து நின்றான்.

மோவுத்துக்காரனைக் கண்டதும் தேசிங்குக்குப் பெருமையாக இருப்பினும் அவனது செயல் கேட்டு வருந்தினான். நண்பனின் வருத்தத்தைப் போக்கினான். மோவுத்துக்காரன் முதல் போருக்கு உத்தரவு தருமாறு, வேண்டினான். தேசிங்கு இருவரும் போகலாம் என அவனை ஆறுதல் படுத்தினான். தரணிசிங்கு வந்து தேசிங்கை தடுத்து போருக்கு இன்றைக்குப் போகவேண்டாம் நாளைக்குப் போகலாம் என்று கூறினார். தேசிங்கு அவருக்கு முன் வீரசபதம் உரைத்தான். பின் மனைவியைக் காண அனுமதி கேட்டான். அவனது சிறிய தந்தையோ இன்னும் மூன்று மாதம் கழித்தே அவளைப் பார்க்க முடியும் என்றும் வேண்டுமானால் திரைக்கு இப்பக்கம் இருந்து விடைபெற்று வருமாறு கூறினார். அவ்வாறே ராணியிடம் சென்று திரைக்கு இப்பக்கம் நின்று விடை கேட்டான். ராணி முதலில் விடை தர மறுத்தாள். பின்னர் விடை தந்தாள். ஆனால் தேசிங்கு ஜெயிக்க முடியாது என்று கருதினான். மனைவிக்குத் திரையின் சிறுவழியாக வெற்றிலை பாக்கு கொடுத்தான். இராணியோ அவன் கையைப் பார்த்து கலங்கினாள். தேசிங்கு அவளைத் தேற்றி விட்டுப் புறப்பட்டான்.

கொட்டடிக் குதிரையைத் தயார் பண்ணி கொண்டு வந்தார்கள். தேசிங்கு குதிரையிடம் சண்டையைப் பற்றி கூறினான். குதிரைக்குதான் போரிலே சாகப் போகிறோம் என அறிந்து கவலை கொண்டது;

கலங்கியது; கண்ணீர் விட்டது. தேசிங்கு குதிரையைத் தேற்றி அதன் மீது ஏறி அரங்கநாதர் கோவிலுக்குச் சென்றான். அரங்கருக்குப் பூஜை செய்ய ஏற்பாடு பண்ணினான். போரில் தனக்கு அருள்புரியுமாறு வேண்டினான். கண்டமாலை கருகியது; முத்தாரம் கழன்றது, கண்ணீர் துளித்தது; நெற்றி திருமணி நிலத்தில் விழுந்தது; துளசி மாலை கழன்று விழுந்தது. இவை தீய சகுனங்கள். லட்சுமி சிலை பதறி விழுந்தது. கருட ஸ்தம்பம் இரண்டாய் பிளந்தது. சுவாமி மேற்கே திரும்பிக் கொண்டார். தேசிங்குக்குக் கோபம் பிறந்தது சுவாமி முன்னரே சபதம் போட்டு விட்டுச் சென்றான். தன் கோட்டையை விட்டு வெளி வந்து படைகளோடு சேர்ந்து கொண்டான்.

தேசிங்கின் பாராசாரி குதிரையைக் கண்டதும் நவாப்பின் பாளையம் நடுங்கியது. தேசிங்கின் படை வேகமாகத் தம்மை நோக்கி வருவதைக் கண்டு பங்காரு நாயக்கன் நவாப்போடு கலந்து ஒரு திட்ட மிட்டான். அதன்படி மலையனூர், தாழானூர் ஆகிய இரு ஏரிகளை உடைத்து விட்டனர். சங்கராபரணி நிரம்பி வழிந்தது. தேசிங்கின் படை அதைக் கடக்கத் தடுமாறும் என எதிர்பார்த்தனர் ஆனால் தேசிங்கின் படை அதை மிகத் தீரமுடன் கடந்து வந்தது.

நீலவேணி மீது மோவுத்துக்காரன் மிக வேகமாக வந்தான். முதல் சண்டைக்கு உத்தரவு பெற்றான். நவாப்பின் படையை அழித்து ஒழிப்பதாக வீரச்சபதம் இட்டான். தேசிங்கு மகிழ்ச்சியுடன் விடை கொடுத்தான். நவாப்பின் படையை நோக்கி பாய்ந்து வந்து பயங்கரமாகப் போரிட்டான். நவாப்பின் படை நாலா திசைகளிலும் கலங்கி ஓடியது. சுபங்கித்துரை தான் மாவுத்துக்காரன் கையால் வெட்டுப்படும் நிலையில் மன்னிப்பு கேட்டு ஓடிப் போனான். பின்னர் நவாப்பைத் தேடிச் செல்கையில் ஷேக் முகம்மதுவின் வாளால் குத்தவே மோவுத்து சினம் கொண்டு இவனைச் சீற்றமுடன் கொன்றான். பின்னர் தேசிங்கிடம் செல்லலாம் என்று வருகையில் ஒளிந்திருந்த ஒருவன் குண்டால் கொன்று விட்டான். எஜமானன் இறப்பு கண்டு குதிரை கண்ணீர் விட்டது. இதைக் கண்ட நவாபு பங்காருவிடம் சொல்லி குதிரையைக் கொண்டு வருமாறு ஏவினான். அதைக் கேட்ட குதிரை கர்ஜனை செய்து நவாப்பு பாளையத்தை நாசம் செய்தது. மிக வேகமாகத் தேசிங்கிடம் வந்து நின்றது. குதிரையின் நிலை கண்ட தேசிங்கு உண்மை உணர்ந்து உள்ளம் வருந்தினான். வேகமாக வந்து நண்பனைக் கண்டு நெஞ்சு கலங்கினான். அவனோடு குதிரையையும் கொன்று புதைத்து கல்லறை கட்டி, தானம் செய்து சடங்குகளைச் செய்து முடித்தான்.

தன் படைகளை மீண்டும் போரிடுமாறு வீர உரை கூறி அவர்
களைத் தயார் படுத்தினான். பின்னர் தன் பாராசாரி மேல் ஏறி
பாளையம் நோக்கிப் பாய்ந்து வந்தான். மிகத் தீவிரமாகப் போரிட்டு
நவாப்பு படைகளை அழித்தொழித்தான். பாளையம் பதைபதைத்து;
பட்டழிந்தது. தாவுத்துக்காரன் சிதைந்த பாளையத்தைத் தேற்றி
தேசிங்கோடு மோதினான். தேசிங்கின் தாக்குதலைத் தாக்குப் பிடிக்க
முடியாமல் தாவுத்து மன்னிப்பு கேட்டு தப்பித்து செல்ல முனைந்தான்
ஆனால் தேசிங்கு அவனை வாளால் வெட்டிக் கொன்றான். தாவுத்துக்
காரன் இறந்ததை அறிந்த நவாப்பு அஞ்சி ஓடி ஒளிந்து கொண்டான்.
தாவுத்துக்காரனை நவாப்பு என்று எண்ணியும், களைப்பு அதிகம்
ஆனதாலும் தேசிங்கு அரண்மனைக்குத் திரும்பினான். வரும் வழியில்
ஒரு மரத்தடியில் இருக்கையில் தன்சிங்கு வந்து நவாப்பு ஒளிந்து
கொண்டதாகக் கூறினான். உடனே தேசிங்கு நவாப்பை அழிப்பதற்
காகப் புறப்பட்டுச் சென்றான். வழியில் அரங்கநாதர் தோன்றி 'இன்று
போரிட்டது போதும் நாளை போரிடலாம்' என்றார். தேசிங்கு அவர்
கூற்றை மதிக்காமல் சென்றான்.

தேசிங்கின் வருகையை அறிந்து நவாப்பு தோன்றமல்லண்ணாவை
அனுப்பி சமாதானம் செய்ய முயன்றார். தேசிங்கு சமாதானத்துக்கு
உடன்பட மறுத்துவிட்டான். நவாப்பு ஏவுதலால் வேங்கடராயன்
தேசிங்கு மீது போர் தொடுத்தான். போரில் வேங்கடராயன் வெட்டப்
படும் வேளையில் தன் பூநூல் காட்டி பிழைத்து ஓடினான். நவாப்பின்
அருகில் சென்ற தேசிங்கு அவனைக் கொல்ல முயலும் போது நவாப்பு
சமாதான உரை கூறினான். தேசிங்கு அதற்குச் சம்மதிக்கவில்லை. குதிரை
யின் காலை மாவெட்டியால் ஒருவன் வெட்டினான். எனவே பாராசாரி
மரணம் அடைந்தது. நவாப்பு தப்பி ஓடினான். தேசிங்கு மிகத்தீரமுடன்
எதிர்த்தோரை வெட்டிக் கொன்றான். இறுதியில் நண்பனின் சிறப்பை
யும், குதிரையின் இறப்பையும் தாங்கிக்கொள்ள முடியாமல் தற்கொலை
செய்து கொண்டான். இதைக் கண்ட நவாப்பு கதறி கலங்கினான்.
தேசிங்கின் உடல் கோட்டைக்கு எடுத்துச் செல்லப் பட்டது.

மார்பிலே புண்பட்டிருந்தால், கணவனைக் கோட்டைக்குள்
அனுமதிப்பதாகக் கூறினாள் இராணி. அவ்வாறே அனுமதித்தாள்.
கணவனின் முகம் கண்டு கண்ணீர்விட்டு புலம்பினாள். பின்னர் நெருப்பு
வளர்த்து கணவனுடன் உடன் கட்டை ஏறினாள். விண்ணுலகில் இருந்து
புஷ்ப விமானம் ஒன்று பூமிக்கு வந்தது. அதில் தேசிங்கு ராஜனும்
தேவியும் ஏறிக்கொண்டு வைகுண்டம்போய் அரங்கநாதரின் அடிகளில்
சேர்ந்தனர்.

தேசிங்கு ராஜன் கதைப்பாடல்

கணபதி துதி

மேதினி அரசர் எல்லாம்
  வியப்புடன் புகழ் வதாக
நீதிசேர் நெறியும் செங்கோல்
  நிலைமையும் தருமம் முற்ற
தீதுஇலாது என்றும் காக்கும்
  தேசிங்கு ராசன் நல்சீர்க்
காதையை எடுத்து உரைக்கக்
  கணபதி காப்பு தானே

பொருள்:

தேசிங்கு ராசன் நாடு காக்கும் நல்லவன். தீது இல்லாத கொற்றவன். தருமம் நிறைந்த தயாளன். சிறந்த செங்கோலை உடைய நீதி நெறி காக்கும் நிறை குணத்தோன். உலகில் உள்ள அரசன் எல்லாம் வியந்து போற்றும் உயர்வேந்தன். அவனது நல்ல, சிறந்த கதையை நான் எடுத்துரைக்கப் போகிறேன். அதற்குக் கணபதி கடவுளே என்னைக் காக்க வேண்டும்.

முருகர் துதி

ஜெயம்கொள் தேசிங்கு ராசன்
  சீர்கதை அதனைச் சொல்ல
வயம்கொள் மாமயில் ஏறும்
  வந்திரு முருகர் தூய
நயம் கொள் பாதத்தையும்
  தானாகி அமரர்கள் சீரார்
வியம் கொள் பாதத்தையும் தான்
  விரும்பியே வணங்கு வோமே

பொருள்:

எப்பொழுதும் வெற்றி கொள்ளும் வீரன் தேசிங்கு ராசன். அவனது சிறப்பு மிக்க கதையை நான் சொல்லப் போகிறேன். அதற்கு வலிமை மிக்க அழகிய பெரிய மயிலில் ஏறி வருகின்ற முருகன் அருள் புரிய வேண்டும். எனவே அவனது பாதங்களை விரும்பி வழிபடுவோம். அவனது பாதங்கள் நன்மை பொருந்தியவை; தேவர்கள் அனைவரும் தொட்டுத் தொழுகின்ற சிறப்புக் கொண்டவை.

தேசிங்கு ராஜன் கதை

சிவ (தோத்திரம்) துதி

தஞ்சம் என்றோரைக் காக்கும்
        தயாள தேசிங்கு ராஜன்
எஞ்சல்இல் கதையைச் சொல்ல
        எந்தையாம் சுந்த ரேசர்
செஞ்சர ணத்தே உந்தன்
        தேவி பார்வதியாள் பாதம்
கொஞ்சம் மா அடியையும்
        கைகூப்பியே வணங்கு வோமே.

பொருள்:

தேசிங்கு ராஜன் கருணைமிக்கவன். அடைக்கலம் என்று அண்டினோரை ஆதரித்து காப்பவன். அவனது அழியாத சிறந்த கதையைப் பாட வேண்டும். எனவே எமக்குத் தந்தையான சிவனாரை வணங்கி வழிபடுகிறேன். அவரது மனைவியான பார்வதி தேவியின் அடிகளையும் கைகூப்பி வணங்குகிறேன்.

திருமால் துதி

(விஷ்ணு தோத்திரம்)

சங்கு சக்கரம் கோதண்டம்
        தண்டுவாள் கரத்தில் கொண்ட
செங்கண்மால் பதமும் சீரார்
        திருவின் பொற்பாதம் நாளும்
பொங்கமாய் இறைஞ்சி உன்னிப்
        புகழும் தேசிங்கு ராஜன்
துங்கமாக் கதையைச் சீராய்
        சொல்லுவோம் புவியி னோர்க்கே

பொருள்:

புகழ் மிக்கவன் தேசிங்கு ராஜன். அவனது சிறப்பு கொண்ட கதையை அழகாக உலக மக்களுக்குச் சொல்லப் போகிறேன். எனவே திருமாலின் அடிகளை வணங்குகிறேன். சங்கு, சக்கரம், கோதண்டம், தண்டு, வாள் ஆகிய ஐம்படைகளைக் கொண்டவர் திருமால். அவனோடு அவனது தேவியான திருமகளின் பொன்மயமான அடிகளையும் எண்ணி வழிபடுகிறேன்.

கலைமகள் துதி

பலகலைகளும் உணர்ந்து ஏற்றிப் போற்றுகின்ற
பாவாணர்க்கு உதவிசெய்து பாதுகாக்கும்
நிலைமையுட தவளநிறம் உடையார்வாசல்
நிகழும் சரசுவதியைத் தாள் இறைஞ்சி
அலை எறியும் கடல்சூழும் புவியோர்மெச்சும்
அங்கஜனைக் கண்டு அச்சம்கொள் அழகுஉறைந்த
விலையிலா மணிமுத்து தேசிங்கு ராஜன்
வியன்தரு சீர்ச்சரித்திரத்தை விளம்புவோமே.

பொருள்:

தேசிங்கு ராஜன் விலையற்ற மணிமுத்து போன்றவன். அவனது அழகு வரையற்றது. உலகம் போற்றும் மன்மதனே இவனது அழகில் அச்சம் கொண்டு நடுங்குகின்றான். தேசிங்கின் சிறப்புமிக்க கதையை மக்களுக்கு எடுத்துக் கூறவேண்டும். இதற்கு கலைமகளான சரசுவதி அருள் புரியவேண்டும். பலகலைகளும் அறிந்து போற்றும் புலவர் பெருமக்களுக்கு உதவுபவள் கலைமகள். கற்றோர் வாயில் களிநடம் புரிபவள் இவள். இவளது அடிகளை இறைஞ்சி வேண்டுகிறேன்.

அவையடக்கம்

"முத்தமிழில் பயன்உணர்ந்த புலவோர் முன்னே
மூடன் அடியேன் நாயேன் பிதற்றுகின்ற
பத்திமிகுந்து எழிற்செங்கோல் செலுத்துகின்ற
பராக்கிரமம் அதிவீர ராமன் என்றே
எத்திசையும் புகழும் தேசிங்கு ராஜன்
எழில் கதையில் சொல்குற்றம் பொருள் குற்றம்தான்
மெத்த இருக்கினும் குதலைச்சொல்லைப் போலே
வியம் கொள்வார் பாராட்டி நயம்கொள்வாரே"

பொருள்:

இங்கே முத்தமிழில் வல்லவர்கள் கூடியுள்ளீர்கள். உங்கள் முன்னே அறிவில் மூடனான நான் நாய் போன்றவன். தேசிங்கு ராஜன், பக்தியுடன் செங்கோல் செலுத்திய வீரமிக்க இராமன் போன்று திசையெல்லாம் புகழ் கொண்டவன். அவனது கதையை நான் பாடும்போது என் பாட்டில் சொல்லிலும் பொருளிலும் பிழைகள் ஏற்படலாம். எனினும் அவற்றைக் குழந்தையின் மழலைப்பிழை என

எண்ணி பொறுத்துக் கொள்ளல் வேண்டும். இருக்கின்ற நயங்களை எடுத்துப் பாராட்டிட வேண்டும்.

நாட்டுச் சிறப்பு

சீரும் சிறப்பும்உள்ள
    தேசிங்கு மகாராஜன்
பேரும் பிரபலமும்
    பெருகிவரும் படியாய்
செந்நெல் கதிர்பெருத்துச்
    செழித்து வளர்கிறதும்
கன்னல் கொழுத்துக்
    காட்டை மறைக்கிறதும்
வன்புலியும் பசுவும்
    மருவியே வாழ்கிறதும்

காடை கௌதாரி
    காட்டுப்புறா கூவுறதும்
பேடை மயில் கூடி
    பிரியம் அடைகிறதும்
புன்னை பலாச்சோலை
    பொருந்தி நிறைந்திடவும்
சந்தனச் சோலைகளும்

    சாதிமல்லி பூத்திடவும்
மந்தாரை கோங்கு
    மல்லிகைப்பூ சோலைகளும்
தாமரைப் பொய்கைகளும்
    தடாகமுள்ள ஏரிகளும்
வாமமுறும் கானாறும்
    வம்புகளும் என்னசொல்வேன்?

நகரச் சிறப்பு

செஞ்சிநகர் சீரைச்
    சிலவற்றை எடுத்துஉரைப்போம்
எஞ்சல்[1]இலா வீதிகளும்
    எழில்தோரண நிறையும்
வாழைகமுகங்கள் எங்கும்
    வளமாகக் கட்டியதும்

ஏழைகளைக் கூவி
  அன்னம் இட்டு வருகிறதும்
இந்திர லோகம்போல்
  இருக்கும் அரண்மனையும்
சந்த[2] மின்னார்களின்
  கற்பின் திறமைகளும்
வேதியர்கள் கூடி
  வேதம் படிப்பதுவும்
நீதி தவறாமல்
  நிகர்புலவோர் பாடுவதும்   20
பொன்னகரின் தன்னைப்போல்
  பொருந்திநின்று ஆடுவதும்
மன்னர் சீர் தன்னை
  வாழ்த்தி வருகிறதும்

மேருமலைச் சாரலில்

  வடக்கே வெகுதூரம் இருக்குதுபார்
  மகாமேரு சாரல்[3] ஒன்று
  மகாமேரு சாரலில் தபசுசெய்கிறார்
  வர்ண லட்சம்[4] ரிசிகள்
  கர்த்தனை நோக்கி தபசுசெய்கிறார்
  கனத்த[5] மகரிஷிகள்

  சிவசிவா என்ற சத்தம் அங்கே
  தெய்வ லோகம் கேட்கும்
  அரகரா என்றசத்தம் அங்கே
  ஆகாயம் மட்டும் எட்டும்
  கோவிந்தா என்ற சத்தம் அங்கே
  கொடு முடிதான் கேட்கும்

துலுக்கன் செய்த தவம்

  கர்த்தனை நோக்கி துலுக்கன் ஒருவன்
  கோடி தவம் செய்தான்
  பகவனை நோக்கி துலுக்கன் ஒருவன்
  பார தவம்[6] செய்தான்   30
  மந்திரவித்தை தந்திர வித்தை
  மகாவித்தை தான் அறிவான்

இந்தப் படியாய் ரிசிகள் எல்லாம்
இருந்து தவம் செய்தார்

குதிரையின் வரவு

தெய்வத் லோகத்தில் பிறந்த குதிரை
திசை தப்பி வருகுது பார்
அரங்கர் கிருபையால் திகைத்த குதிரை
ஆட்டம் போடுது பார்
உச்சி மலைகளில் புல்லுகள் மேய்ந்து
ஒதுங்கி வருகுது பார் 35

சாரல் ஓரம் புல்லுகள் மேய்ந்து
சாய்ந்து வருகுது பார்
கோடி சூரியன் உதித்ததால் போல
குலுங்கி வருகுது பார்.

குதிரையைப் பிடித்தான் துலுக்கன்

தங்க மயமான குதிரையைக் கண்டான்
தவம் செய்யும் துலுக்கன்
குதிரையைக் கண்டு ஓடி வருகிறான்
கொங்கு தேச துலுக்கன்.
துலுக்கனைக் கண்டு கர்ச்சனை[7] செய்தது
தெய்வ லோகக் குதிரை 40

அஞ்சனம்[8] போட்டு குதிரை[9] வலிமையை
அறிந்து கொண்டானாம்
மந்திர வலையை வீசிப் போட்டு
மயக்கிப் பிடித்தானாம்
தந்திர வலையை வீசிப் போட்டு
தாவிப் பிடித்தானாம்
மந்திரத்தாலே குதிரைப் பாகரை
மாயமாய் வைத்தானாம்
நாலாயிரம் குதிரைப் பாகரை
நடுவே வைத்தானாம் 45

நாலாயிரம் குதிரைப் பாகரை
நடுவே வைத்தானாம்
குதிரைமேலே கூடாரம்[10] போட்டு

கொண்டு வாரானாம்
ஐந்து நாழிகை தூரம் இருந்து
அதட்டி[11] வாரானாம்
தூரத்தில் இருந்து குதிரைப் பாகரும்
சூழ்ந்து வாராராம்
தகத்தகாயமாய்[12] நடுவில் இருந்து
தாண்டுது முன்னாலே   50
மந்திர வலையில் அகப்பட்ட குதிரை
வருகுது முன்னாலே
தந்திரத்தாலே மாயா பக்கிரி
மடக்கி கொண்டு வாரான்

டில்லி அரசனுக்குக் குதிரை வெகுமதி

டில்லிக்கு வெகுமதி கொடுப்போம் என்று
சேரக்கொண்டு வந்தான்
வெகுமதி செய்ய பாராசாரியை
வெளியில் கொண்டு வந்தான்
வெளியில் நிறுத்தி பக்கிரி அவனும்
வேலை என்ன செய்தான்   55
குதிரையைச் சுற்றி கூடாரம் போட்டு
கொடிய காவல் செய்தான்

மாயச் சங்கிலி போட்டு மடக்கினான்
அந்தக் குதிரையைத்தான்
மந்திர வலையை அவிழ்த்து விட்டான்
மாயப் பக்கிரியும்

மயக்கம் தெளிந்த குதிரை

மயக்கம் தெளிந்த கண்ணால் கண்டது
மாய வர்ண குதிரை
அண்டம் இடிந்து விழுந்தால் போல
அலறி கனைத்தது பார்   60
கோட்டை இடிந்து விழுந்தால் போல
குலுங்கி கனைக்குது பார்
டில்லி பட்டணம் காதவழி
சேர ஒடுங்குது பார்
கூட கோபுரம் மாட மண்டபம்
குலுங்கி நடுங்குது பார்

பட்டணம்உள்ள சனங்கள் எல்லம்
 பதறி விழுந்தார்கள்
பாட்சா திகைத்து நடுங்கி அவனும்
 பதறி எழுந்தானாம்   65
மூணரை நாழிகை மூர்ச்சை ஆயினர்
 முழுதும் ராசாக்கள்
டில்லி துரையும் மூர்ச்சை தெளிந்து
 எழுந்து நின்றானாம்

அரசன் கேட்டது

அண்ணா வாடா தம்பி வாடா
 ராஜலிங்க பாபு[13]
என்ன அதிசயம் என்ன அதிசயம்
 ராஜலிங்க பாபு   70
அண்டம் இடிந்தது விழுந்ததோ சொல்லும்
 ராஜலிங்க பாபு
ஏழு லோகமும் கூடி வந்ததோ
 ராஜலிங்க பாபு

அமைச்சர் கண்டது

"ஆனால் நல்லது ஆகட்டும்" என்றான்
 ராஜலிங்க பாபு
ஒற்றைக் குதிரை காரன் ஐயா
 ராஜலிங்க பாபு
ஓடி யேற்றி பார்த்தான் ஐயா
 ராஜலிங்க பாபு
வடக்கு திசையில் மின்னுது பார்
 வர்ணமேகப் புரவி   75

பக்கிரியிடம் கேட்டது

குதிரை வருவதைக் கண்ணாலே கண்டான்
 கோங்கு பக்கிரியும்
எதிரே வந்து சலாம்[15] செய்தார்
 இருந்த பாகனும்
பதில் சலாமும் கொடுத்தான் ஐயா
 ராஜலிங்க பாபு

சலாம் செய்து குதிரையைக் கண்டார்
ராஜலிங்க பாபு
குதிரையைக் கண்டு பெருமூச்சு எறிந்தான்
ராஜலிங்க பாபு   80

"ஐயா கேளும் ஐயா கேளும்
கோங்கு பக்கிரியே
எந்த தேசத்தில் இருந்து குதிரை
இங்கே கொண்டு வந்தீர்
தெரிய எனக்கு சொல்லும் ஐயா
தேசத்து பக்கிரியே"

பக்கிரியின் பதில்

அந்தப் பேச்சைக் காதிலே கேட்டான்
கோங்கு பக்கிரியும்
"ஐயா கேளும் ஐயா கேளும்
ராஜலிங்க பாபு   85
இந்த லோகத்தில் பிறந்தது அல்ல
இந்த புரவி[16]யுந்தான்

குதிரையின் கோபம்

அந்தப் பேச்சைக் காதிலே கேட்டது
குதிரை ஆனாலும்
கோபம் வந்து மூண்டு கொண்டது
குதிரை ஆனாலும்
கடகட கட கடகட வென்று
கனைத்து நின்றதுவே
தெய்வ லோகத்தில் பிறந்த குதிரை
சொர்ண[17] மேகக் குதிரை   90

துலுக்கனின் விளக்கம்

"பன்னிரெண்டு வயது ஆச்சுது பாரு
பாராசாரி குதிரை
வெள்ளிக் கிழமையில் பிறந்தது குதிரை
வேகமான குதிரை
ஒருவரும் அண்டக்[18] கூடாது பாரு
உயர்ந்த மேகக் குதிரை

இந்த உலகத்தில் ஒருவரும் இல்லை
இந்தக் குதிரை ஏற
மனந்துணிந்து ஏறினார் ஆனால்
மாண்டு விழுந்திடுவார்

தெய்வ வரத்தால் பிறந்த குழந்தை
வந்து ஏறவேணும்
பூமி பாரம்[19] தீர்க்க வந்தவன்
புரவி ஏற வேணும்
தேவர் அடியில் பிறந்த பிள்ளை
தேசி[20] ஏற வேணும்

அந்தச் சொல்லைக் கேட்ட உடனே
அலறி விழுந்தார்கள்
“டில்லி துரைக்கு இனாம் கொடுக்க
தேடி வந்தேன்” என்றான்
அந்தப் பேச்சைக் காதிலே கேட்டான்
ராஜலிங்க பாபு.

மந்திரி எழுதிய ஓலை

கேட்ட உடனே மனது கலங்கி
கீழே விழுந்தானாம்
விழுந்த உடனே தைரியம் கொண்டு
மெல்ல எழுந்தானாம்
எழுந்த உடனே ராஜா துரைக்கு
எழுதி விட்டானாம்

ஓலையைக் கண்ட நவாபு

ஓலையைக் கொண்டு கையிலே கொடுத்தார்
ஓடிவந்த தூதர்
ஓலையைப் பிரித்து வாசித்துப் பார்த்தான்
டில்லிப துரைதானும்
கலகலவென்று சிரித்தான் ஐயா
டில்லிப துரைதானும்

மன்னன் கூற்று

“அண்ணா வாடா தம்பி வாடா
மந்திரி துரைதானும்

குதிரை ஏறி சவாரி செய்துநான்
    கொண்டு போகவேணும்
சல்தி சல்தி குதிரை கொண்டுவா   110
    அர்க்காரு பாப்பையா"

பாப்பையன் செய்தது

"ஆனால் நல்லது ஆகட்டும்" என்றான்
    அர்க்காரு பாப்பையன்
சலாம் வாங்கி திரும்பினான் ஐயா
    அர்க்காரு பாப்பையன்
தண்டு குச்சகை[21] ஊதினான் ஐயா
    அர்க்காரு பாப்பையன்
பட்டத்து யானை வந்து நின்றது
    ராஜன் முன்னாலே

மன்னன் செய்தது

யானை மேலே ஏறினான் ஐயா
    டில்லிப துரைதானும்   115
முதல் மந்திரி ராஜலிங்கனும்
    முன்னே போயிருந்தான்
போட்டிக்கு வந்த ராஜதுரைகள்
    பின்னே நடந்தார்கள்
நாலாயிரம் துருப்புக்[22] குதிரை
    நடந்தது முன்னாலே
காலால் சேனை ஆயிரம் பேர்
    கடுக நடந்திடவே
திமிதிமி திமிதிமி திமிதிமி என்று
    சேனை நடந்திடவே   120

குதிரையின் செயல்

சேனை வருவதைக் கண்ணால் கண்டது
    தெய்வலோகக் குதிரை
கிடுகிடு கிடுகிடு கிடுகிடு என்று
    கெர்ச்சனை செய்ததுவே
கெர்ச்சனை செய்த சத்தத்தி னாலே
    கீழே விழுந்தார்கள்
அண்டம் இடிந்து விழுந்தால் போல

அலறி விழுந்தார்கள்
ஆனை சேனை குதிரைகள் எல்லாம்
அங்கே விழுந்திடவே

அரசனது ஆச்சரியம்

டில்லிப துரை யானை மீதில்
திடுக்கிட்டு விழுந்தானாம்
சுற்றிலும் இருந்த ராஜ துரைகள்
துள்ளி விழுந்தாராம்
மூலைக்கு மூலை துருப்புக் குதிரை
முறிந்து ஓடுதுபார்
அதிசயத்தைக் கண்ணாலே கண்டான்
டில்லிப துரைதானும்

“அண்ணா வாடா தம்பி வாடா
ராஜலிங்க பாபு”
வந்த தொரு மந்திரி மாரும்
நடுங்கி ஓடிவந்தார்.
கலகல என்று சிரித்தான் ஐயா
டில்லிப துரைதானும்
“என்ன அதிசயம் என்ன அதிசயம்
ராஜலிங்க பாபு
இத்தனை நாளும் இந்தக் குதிரையை
எங்கும் பார்த்ததில்லை”

துரைக்குச் சலாம்

டில்லிப துரையைக் கண்ணாலே கண்டான்
தேச பக்கிரியும்
முழங்கால் சீலை[23] போட்டு அவனும்
முன்னே சலாம் செய்தான்.
பதில் சலாமும் கொடுத்தான் ஐயா
டில்லிப துரைதானும்
சுற்றிலும் இருந்த ராஜ துரைகள்
சூழ்ந்து சலாம் செய்தார்
பேட்டிக்கு வந்த ராஜ துரைகள்
பெரிய சலாம் செய்தார்.

பக்கிரி கொடுத்த வெகுமதி

"ஐயா கேளும் ஐயா கேளும்
    டில்லிப துரையே நீ   140
தெய்வ லோகத்தில் பிறந்த குதிரையைத்
    தேடிக்கொண்டு வந்தேன்
இனாம் கொடுக்கக் கொண்டு வந்தேன்
    இந்தக் குதிரையைத் தான்
இந்தப் புரவி ஏறுகிற ராஜா
    இந்த உலகில் இல்லை
இதற்கென்று பிள்ளை பிறக்க போகிறான்
    இந்த உலகிலே தான்
அந்த மட்டும் பாராசாரியை
    அடக்கி வையும் ஐயா."   145

அரசனின் மகிழ்ச்சி

அந்தப் பேச்சு காதிலே கேட்டான்
    டில்லிப துரை தானும்
சந்தோசமாக பக்கிரி அவனும்
    தழுவிக் கொண்டானாம்
"என்னுடன் கூட டில்லியில் நீயும்
    இருந்து போக வேணும்
விருந்து புசித்து இனாம் கொடுப்பதை
    வேண்டி போகும் ஐயா
"ஆனால் நல்லது ஆகட்டும்" என்றான்
    அந்தப் பக்கிரியும்   150

மந்திரியிடம் கூறியது

"அண்ணா வாடா தம்பி வாடா
    ராஜலிங்க பாபு
குதிரை கொட்டடி கொண்டு போகும்
    ராஜலிங்க பாபு
கொண்டில் தண்ணீர் கூசாமல் வையும்
    ராஜலிங்க பாபு"
அந்தப் படிக்கு உத்தாரம்[24] கொடுத்தான்
    டில்லிப துரைதானும்
"ஆனால் நல்லது ஆகட்டும்" என்றான்
    ராஜலிங்க பாபு   155

அர்க்காருக்கு ஆணை

"அண்ணா வாடா தம்பி வாடா
    அர்க்காரு சின்னையா
ஜல்தி ஜல்தி தயார் செய்யடா
    அர்க்காரு சின்னையா
"ஆனால் நல்லது ஆகட்டும்" என்றான்
    அர்க்காரு சின்னையன்
கோடிப் பாகரை கூப்பிட்டு அழைத்தான்
    அர்க்காரு சின்னையன்
குதிரை கொட்டடி கொண்டு சேர்த்தான்   160
    அர்க்காரு சின்னையன்
கோடிப் பாகரைக் கொலுவாக வைத்தான்
    அர்க்காரு சின்னையன்
சுற்றிலும் துருப்பு சிப்பாய் வைத்தான்
    அர்க்காரு சின்னையன்

பக்கிரிக்குப் பரிசுகள்

பந்தோ பஸ்தாய்[25] இருந்தது பார்
    பாராசாரி குதிரை
டில்லிப துரையும் பக்கிரி அவனைத்
    தேடிக் கொண்டு வந்து
விருந்து செய்து சந்தோச மாக
    மெச்சி என்ன செய்தான்   165
ஊரு பதிகள் நாடுகள் எல்லாம்
    உறுதியாகக் கொடுத்தான்
வேண்டிய மட்டும் திரவியம் கொடுத்து
    வேண்டிக் கொண்டானாம்
தங்க மயமான சால்வை ஒன்று
    தலைக்குக் கொடுத்தானாம்
அந்த வெகுமதி பெற்றுக் கொண்டான்
    அந்தப் பக்கிரியும்

நவாபின் சிந்தனை

அந்த நாளும் சென்றது மறுநாள்
    ஆச்சுது ஐயாவே   170

தந்த தகத்தில்[26] இருந்து அரசு
தனிமையாய் செய்கிறானாம்
பொன்னின் தகத்தில் இருந்து அரசு
பொறுமையாய் செய்கிறானாம்
தகத்தில் இருந்து யோசனை செய்தான்
டில்லிப துரைதானும்
"அண்ணா வாடா தம்பி வாடா
மந்திரி துரைமாரே
இந்தப் புரவி ஏறுகிற ராஜன்
இந்த உலகில் உண்டோ
இந்தப் பாராசாரி ஏறுகிற ராஜன்
பத்து திக்கிலும் உண்டோ
இந்தப் புரவி ஏறுகிற ராஜனைப்
புகழ்ந்து காண வேணும்
யோசனை செய்து தெரியச் சொல்லும்
என்னுடனே பாபு"

அமைச்சர்கள் யோசனை

அந்தப் பேச்சைக் காதிலே கேட்டார்
அந்தி மந்திரி மாரும்
எல்லோரும் கூடி யோசனை செய்தார்
அந்த சபையிலே தான்
முதல் மந்திரி ராஜ லிங்கனும்
முன்னே ஓடி வந்தான்
முழங்கால் மண்டி போட்டு அவனும்
முன்னே சலாம் செய்தான்

செஞ்சிராஜன் புகழ்

"ஐயா கேளும் ஐயா கேளும்
டில்லிப துரையே நீர்
ஐம்பத்து தேசத்து ராஜா மாரை
அறிந்து சொல்கிறேன் கேள்
எட்டுத் திசையிலும் உள்ள ராஜா
இதற்கு உதவ மாட்டார்
கோடி ராஜர் இருக்கிறார் ஐயா
குதிரை ஏற மாட்டார்

தேசிங்கு ராஜன் கதை

தெரிந்த மட்டும் சொல்லுகிறேன் கேள்
டில்லிப துரையே நீ
தெற்கே வெகுதூரம் இருக்குது
செஞ்சி கோட்டை துருகம்[27]
செஞ்சி துருகத்தில் அரசு பண்ணுகிறான்
சூர சிங்கு ராஜன்
சூரசிங்கு குமாரன் ஐயா
தரணி சிங்கு ராஜன்   190
அண்ணணும் தம்பியும் ஆளுகிறார் ஐயா
செஞ்சிக் கோட்டையைத்தான்
அவருக்கு மிஞ்சி ஒருவரும் இல்லை
அந்தக் குதிரை ஏற
பத்துத் திக்கிலும் ஒருவரும் இல்லை
பாராசாரி ஏற
செஞ்சி ராஜனை அழைத்தீ ரானால்
தேசி ஏறிடுவார்

மன்னனது மடல்

அந்தப் பேச்சைக் காதிலே கேட்டான்
டில்லிப துரைதானும்   195
கலகல வென்று சிரித்தான் ஐயா
டில்லிப துரைதானும்
நீயே வாடா நீயே வாடா
கணக்கப் பிள்ளை வாரும்"
ஆயிரம் கணக்கப் பிள்ளைகளுக்குப் பெரிய
கணக்கப் பிள்ளை வாரும்"
செஞ்சிக் கோட்டைக்கு ஓலை எழுத
கணக்கப் பிள்ளை தானும்
"ஆனால் நல்லது ஆகட்டும்" என்றான்
ரங்க பிள்ளைதானும்[28]   200
"சலாம் ஐயா சலாம் ஐயா
தேரணி மகாராஜா
டில்லிப துரையும் ஓலை எழுதுகிறான்
தேரணி ராசருக்கு
உன்னிட[29] பேட்டி காண வேணும்
உயர்ந்த செஞ்சி ராஜா!

தேசத்து ராசர் பேட்டிக்கு வந்தார்
   தெரிசனம்[30] செய்தோம்
உன்னிட பேட்டி ஒருநாளும் காணேன்
   உத்தம ராசாவே 205
என்மீது தயவு இருக்குமே ஆனால்
   இங்கு வரவேணும்"
இந்தப் படிக்கு எழுதி முடித்தார்
   அந்த ஓலையிலே.

செஞ்சிக்கு ஓலைசெல்லல்

"அண்ணா வாடா தம்பி வாடா
   அர்க்காருப் பாப்பையா 210
ஓலையைக் கொண்டு செஞ்சிக்கு போடா
   அர்க்காருப் பாப்பையா
செஞ்சி சேதி தெரிந்து வாடா
   அக்காருப் பாப்பையா
இருபது நாளில் சேதி சொல்லடா
   எந்தனுக்கு ஆனாலும்"
"ஆனால் நல்லது ஆகட்டும்" என்றான்
   அர்க்கார்ப் பாப்பையன்
தபால் மார்க்கமாய்[31] தனியே போனான்
   அர்க்கார்ப் பாப்பையன்
பத்து நாளில் செஞ்சி சேர்ந்தான்
   அர்க்கார்ப் பாப்பையன்

தேரணி ஓலை பெறல்

புது செஞ்சியில் தபசு பண்ணுகிறான்
   தேரணி மகாராஜன் 215
அரசு முகத்தில் வந்து நின்றான்
   அரக்கார்ப் பாப்பையன்
முழங்கால் மண்டி போட்டு அவனும்
   முன்னே சலாம் செய்தான்
ஓலை கொண்டு கையில் கொடுத்தான்
   அர்க்கார் பாப்பையன்

தேசிங்கு ராஜன் கதை

மடல் கண்ட மன்னன்

ஓலை முகத்தைக் கண்ணாலே கண்டான்
  தேரணி மகாராஜன்
வந்த தூதரை வரிசையாய் கண்டான்
  தேரணி மகாராசன்   220
"எங்கே இருந்து இங்கே வந்தீர்கள்
  எனக்குச் சொல்லுமையா
அந்தப் பேச்சைக் காதிலே கேட்டான்
  அர்க்கார்ப் பாப்பையன்
"டில்லியில் இருந்து வந்தோம் ஐயா
  தேரணி மகாராசா"

தம்பியை அழைத்தல்

"தம்பி வாடா தம்பி வாடா
  தரணி சிங்கு ராஜா
டில்லியில் இருந்து சேதி வந்தது
  தரணி சிங்கு ராஜா   225
ஓலையைப் பிரித்து சேதியைச் சொல்லு
  தரணிசிங்கு ராஜா"

தம்பி வாசித்த ஓலை

அந்தப் பேச்சைக் காதிலே கேட்டான்
  தரணிசிங்கு ராசன்
ஓலையைப் பிரித்து வாசித்து பார்த்தான்
  தரணிசிங்கு ராசன்
டில்லி சேதியைத் தெரிய சொன்னான்
  தரணி சிங்கு ராசன்

மன்னன் விருப்பம்

அந்தப் பேச்சைக் காதிலே கேட்டான்
  தேரணி மகாராசன்
கலகல வென்று சிரித்தான் ஐயா   230
  தேரணி மகாராசன்
"அண்ணா வாடா தம்பி வாடா
  மந்திரி துரைமாரே
ஆயிரம் குதிரை தபால் வையடா[32]

மந்திரி துரைமாரே
அன்னாடஞ்[33] சேதி அடிக்கடி எழுதும்
மந்திரி துரைமாரே
என்னிட சேதியை எழுதி அனுப்புகிறேன்
மந்திரி துரைமாரே   235

மந்திரிமார் ஒப்புதல்

அந்தப் பேச்சைக் காதிலே கேட்டார்
அந்த மந்திரி மாரும்
'ஆனால் நல்லது ஆகட்டும்' என்றார்
அந்த மந்திரி மாரும்

அரசியின் அந்தப்புரம்

அரசு கடந்து அரண்மனை போனார்
அண்ணனும் தம்பியுமாய்
இராணி வசந்தத்தில் நடந்தார் ஐயா
நல்ல துரைமார்கள்
தேரணி ராசன் பெண்சாதி ஐயா   240
தெய்வ ராம்பாயி
பத்து மாத கர்ப்பம் ஐயா
தெய்வ ராம்பாயி
பூரண கர்பம் ஆனாள் ஐயா
புண்ணிய ராம்பாயி
புருசனைக் கண்டு பூசை பண்ணினாள்
புண்ணிய ராம்பாயி
பெண்சாதி முகத்தைக் கண்ணாலே கண்டான்
தேரணி மகாராசன்.

மன்னன் கலக்கம்

மனது கலங்கி எதிரிலே நின்றான்
வந்த மகாராசன்   245
பெண்ணே கேளும் பெண்ணே கேளும்
புண்ணிய ராம்பாயி
போய் வாரேன் போய் வாரேன்
புண்ணிய ராம்பாயி
டில்லியில் இருந்து சேதி வந்தது
தெய்வ ராம்பாயி"

அரசியின் ஆசை

அந்தப் பேச்சைக் காதிலே கேட்டாள்
    அந்த ராம்பாயி
'இன்றோ நாளையோ என்று இருக்குது
    என் பிராண நாதா   250
என்னை விட்டுப் எப்படி போநீர்
    என் பிராண நாதா"

அரசனின் தேறுதல் மொழி

அந்தப் பேச்சைக் காதிலே கேட்டான்
    தேரணி மகாராஜன்
பெண்சாதி முகத்தைப் பெருமையாய் பார்த்தான்
    தேரணி மகாராஜன்
"பெண்ணே கேளும் பெண்ணே கேளும்
    புண்ணிய ராம்பாயி
சடுதியில் என்னை வரவே எழுதினான்
    டில்லி மகாராஜன்
சீக்கிரம் என்னை வரவே எழுதினான்
    டில்லி மகாராஜன்   255
போகாது போனால் பிழைகள் வருமே
    புண்ணிய ராம்பாயி
மூன்று மாதத்தில் வந்து சேருவேன்
    முத்து ராம்பாயி
ஒன்றுக்கும் அஞ்ச வேண்டாம் பெண்ணே
    உத்தம ராம்பாயி
தோழியும் நீயும் சுகமாய் இருங்கள்
    சொகுசு[34] ராம்பாயி
பாங்கியும்[35] நீயும் பதனமாய்[36] இருங்கள்
    பத்ம[37] ராம்பாயி   260
போன உடனே ஓலை எழுதுவேன்
    பொன்னு ராம்பாயி
இவ்விட[38] சேதி எனக்குத் தெரிய
    எழுதும் பெண்மயிலே
போய் வாரேன் போய் வாரேன்
    பொன்னு ராம்பாயி

அரசியின் அனுமதி

அந்தப் பேச்சைக் காதிலே கேட்டாள்
    அந்த ராம்பாயி 265
"போய்விட்டு வாரும் போய்விட்டு வாரும்
    புருச சிங்கமே நீர்"
"ஆனால் நல்லது ஆகட்டும்" என்று
    அப்புறம் தான் நடந்தார்

டில்லியில் அரசர்கள் கூடினர்

செஞ்சியை விட்டு புறப்பட்டான் ஐயா
    தேரணி மகாராஜன்
அண்ணனும் தம்பியும் கூட நடந்தார்
    அந்த தேசம் விட்டு
தபால் மார்க்கமாய் வாரார் ஐயா
    தம்பியும் அண்ணனுமாய் 270
அதற்கு முன்னமே எழுதி விட்டார்
    அந்தத் தேசத்திற்கு
தேசத்து அரசர்கள் வரவே எழுதினான்
    டில்லிப துரை தானும்
ஐம்பத் தாறு தேச ராஜாக்கள்
    அடங்கலும்[39] வாரார்கள்
சுற்றிலும் இருந்த ராஜ துரைகள்
    சூழவே வந்தார்கள்
டில்லி பட்டணம் முழுதிலும் ராஜர்கள்
    சூழ இருந்தார்கள் 275
கொலு நிறைந்து இருந்தார் ஐயா
    செஞ்சி துரைமார்கள்
டில்லியை தேடி வாரார் ஐயா
    கோடி துரைமார்கள்
வரிசை ஆகவே டில்லி பட்டணம்
    வந்து புகுந்தார்கள்
டில்லி தகத்தின் முன்னே வந்தான்
    தேரணி மகாராஜன்

தேரணியின் வணக்கமும் வரவேற்பும்

முழங்கால் மண்டி போட்டே அவனும்
    முன்னே சலாம் வாங்கினான் 280

தேசிங்கு ராஜன் கதை

பதில் சலாமும் கொடுத்தான் ஐயா
    டில்லிப துரைதானும்
வந்த ராஜனை கண்ணாலே கண்டு
    'வாரும் வாரும்' என்றார்
'சிம்மா தனத்தில் இரும்' என்றானே
    டில்லி மகாராஜன்
சிம்மா தனத்தில் உட்கார்ந்தார் ஐயா
    தேரணி மகாராஜன்

மன்னன் கூற்று

அந்த நாழிகைக்கு யோசித் தானாம்
    டில்லி மகாராஜன்   285
"அண்ணன் மாரே தம்பி மாரே
    ராஜ துரை மாரே
நான்ஒரு பேச்சு சொல்கிறேன் கேளும்
    ராஜ துரைமாரே
உலகத்தில் இல்லா குதிரை என்னிடம்
    திசை தப்பி வந்தது
ஐம்பத் தாறு தேச ராஜாக்கள்
    அடங்கலும் வந்தார்கள்
புரவியும் அக்கினாம்[40] கொடுக்கிறேன்
    புண்ணிய துரைமாரே"   290

வந்தவர்கள் விருப்பம்

அந்தப் பேச்சைக் காதிலே கேட்டார்
    அந்தத் துரைமார்கள்
'ஆனால் நல்லது ஆகட்டும்' என்றார்
    அனைவரும் தான்எழுந்தார்
தேரணி ராஜா ஏறுகிறேன் என்று
    திடுக்கிட்டு எழுந்தானாம்
ஏறுகிறோம் என்று தைரிய மாக
    எல்லோரும் எழுந்தார்கள்

மன்னவன் நிபந்தனை

சந்தோச மாக எழுந்த ராஜரைத்
    தைரியமாகப் பார்த்தார்   295

கலகல என்று சிரித்தான் ஐயா
டில்லிப துரைதானும்
இன்னொரு பேச்சு சொல்கிறேன் கேள்
எந்தன் துரைமாரே
புரவியைக் கண்டு பயப்பட்டீர் ஆனால்
பிடித்துக் கொள்வேன் நான்
தேசியைக் கண்டு பயப்பட்டீர் ஆனால்
சிறையில் போடுவேன்
இந்தப் படிக்குச் சம்மதம் இருந்தால்
எல்லோரும் வாரும்!" என்றான்

அனைவரும் நிபந்தனை ஏற்றல்

"ஆனால் நல்லது ஆகட்டும்" என்று
அனைவரும் தாம் எழுந்தார்
சந்தோசமாக வெளியே வந்தார்
சகல தேசத்தாரும்
சிம்மாதனம் விட்டுக் கீழே குதித்தான்
டில்லி மகாராஜன்
முதல் மந்திரி ராஜ லிங்கனும்
முன்னே நடந்தானாம்
மற்ற மந்திரி தந்திரிகளும்[41]
கூட நடந்தாராம்

குதிரையைக் கண்டபோது

குதிரை கொட்டடி வந்து நின்றார்
கோடி துரைமார்கள்
குதிரையைச் சுற்றி பார்த்தார் ஐயா
கோடி துரைமார்கள்
வந்த ராசரைக் கண்ணாலே கண்டது
வர்ண மேகக் குதிரை
பார்த்த ராசரைக் கண்ணாலே கண்டது
பாராசாரி குதிரை
கடகட கடகட கடகட என்று
கனைத்தது குதிரை பார்
குதிரை கனைத்த சத்தத்தி னாலே
கொப்பென்று விழுந்தார்கள்

அண்டம் இடிந்து விழுந்தாற் போல
   அலறி விழுந்தார்கள்
கோட்டை இடிந்து விழுந்தாற் போல
   குப்புற விழுந்தாராம்
முன்னே இருந்த ராஜ துரைகள்
   மிரண்டு விழுந்தாராம்
பின்னே இருந்த ராஜ துரைகள்
   பிறண்டு விழுந்தாராம்   315
தேரணி ராஜன் கண்ணாலே கண்டு
   திகைத்து நின்றானாம்
தரணி சிங்கு குதிரையைக் கண்டு
   தலையைக் குனிந்தானாம்
குதிரையைக் கண்டு பெருமூச்சு எறிந்தார்
   கோடி துரைமார்கள்
தலையைக் குனிந்து எதிரிலே நின்றார்
   சகல தேசத்தாரும்

வேந்தன் சொல்

எதிரிலே நின்ற ராஜ துரைகளை
   ஏறிட்டுப் பார்த்தானாம்   320
கலகல என்று சிரித்தான் ஐயா
   டில்லிப துரைதானும்
"குதிரையைக் கண்டு விழுந்த சேதி
   கூவி சொல்லும் ஐயா"

வந்தவர்கள் கூற்று

அந்த வார்த்தையைக் காதிலே கேட்டார்
   அந்தத் துரைமார்கள்
"ஐயா கேளும் ஐயா கேளும்
   தேசத்து ராஜாவே
ஊரில் இருக்கும் குதிரை என்று
   ஓடி வந்தோம் ஐயா   325
தேசத்தில் இருக்கும் குதிரை என்று
   தேடி வந்தோம் ஐயா
தெய்வலோகப் பாராசாரிமேல்
   தேவர்கள் ஏற வேணும்
இந்த லோகத்து அரசர்கள் ஏறினால்
   இறந்து போய்விடுவார்.

தப்பித் தவறி ஏறினார் ஆனால்
    சிதைந்து போய்விடுவார்.
குதிரையைப் பார்த்தால் குடல் நடுங்குது
    டில்லி மகாராஜா   330
தேசியைப் பார்த்தால் திக்கு முக்காடுது
    டில்லி மகாராஜா
பாரா சாரியைப் பார்த்த உடனே
    பலம் ஒடுங்குது பார்
என்ன ஆக்கினை செய்தாலும் நாங்கள்
    ஏற மாட்டோம் ஐயா
உயிருடன் நாங்கள் தப்பிப் பிழைக்க
    உத்தாரம் தாரும் ஐயா"

அரச தண்டனை

அந்தப் பேச்சைக் காதிலே கேட்டான்
    டில்லி மகாராஜன்   335
"நான் ஒரு பேச்சைச் சொல்கிறேன் கேளும்
    கோடி துரைமாரே
ஐந்து வருஷம் என்னண்டை நீங்கள்
    அடிமை செய்ய வேணும்
ஏழு வருஷம் என் அண்டை நீங்கள்
    இருந்து போக வேணும்
அந்தப் பேச்சை அழித்தீர் ஆனால்
    அரசுக்கு ஈனம்[43] ஐயா"

அனைவரும் கட்டுப்படல்

'ஆனால் நல்லது ஆகட்டும்' என்று
    அனைவரும் சம்மதித்தார்   340
டில்லியில் நடத்த சேதி எல்லாம்
    தெரிய எழுதினார்கள்
அந்தந்த தேச ஓலை வந்ததை
    அறிந்து மேற்கொண்டார்கள்

தேரணிக்குக் குழந்தை

செஞ்சியில் நடந்த சேதி எல்லாம்
    தெரிய சொல்லுகிறேன்

தேசிங்கு ராஜன் கதை

தேரணி ராஜன் போன ஏழாம் நாள்
   செல்வன்தான் பிறந்தான்
பட்டணத்தில் பிள்ளை பிறந்த சேதியைப்
   பலரும் அறிந்தார்கள்   345
பிள்ளை பிறந்த செஞ்சி நகரம்
   புகழ்ச்சி அடைந்தார்கள்
குழந்தை பிறந்த நாள் இலக்கணம்
   குறிப்பை[44] அறிந்தார்கள்
குறிப்பு அறிந்து சந்தோசம் ஆனார்
   கொலுவு மந்திரிமாரும்
சந்தோசமாக தானம் கொடுத்தார்
   சகல தேசத்தாருக்கும்
வண்டியில் சர்க்கரை வழங்கினார்
   வந்த தேசத்தார்க்கும்   350
ஊரு பதிகள் பிராமணாளுக்கு
   உறுதியாய் கொடுத்தார்கள்

பெயர் சூட்டல்

நல்லநாள் கொண்டு தொட்டிலும் இட்டார்
   ராசாவுக்கு ஆனாலும்
தேசிங்கு பாலன் என்று சொல்லி
   திருஷ்டி கழித்தாராம்
தேசிங்கு பிறந்த இருபது நாளில்
   சேதி வந்ததுபார்

அரசியின் துயரம்

சங்கதியைக்[45] கண்டு திகைத்து அழுகிறாள்
   தெய்வ ராம்பாயி   355
மந்திரி மாரும் செஞ்சி ஜனமும்
   மனது கலங்கினார்கள்
அரண்டு[46] புரண்டு அலறி விழுந்தாள்
   அந்த ராம்பாயி
"குழந்தை முகத்தைக் காணாமல் நீர்
   கொடிய தேசம் போனீர்
மைந்தன் முகத்தைக் கண்டு நீரும்
   மகிழ்ச்சி அடையாமல்

ரங்கர் கிருபை இப்படி இருந்தால்
    நான் என்ன செய்வேன் ஐயா"   360

செய்தி அனுப்பல்

'ஆனால் நல்லது ஆகட்டும்' என்று
    அம்மனும்[47] ஏதுசெய்தாள்?
மைந்தன் பிறந்த சேதி எல்லாம்
    தெரியவே தான்எழுதி
ஓலை எழுதி அனுப்பினாள் ஐயா
    உத்தமி அம்மாளும்

தேரணியின் துயரம்

தேரணி ராஜனைத் தேடியும் அங்கே
    சேதி வந்ததுபார்
சேதியைக் கேட்டு திகைத்து நின்றாரே
    தேரணி மகாராஜா   365
ஓலையைக் கண்டு ஒதுங்கி நின்றாரே
    தேரணி மகாராஜா
அரங்கரை நோக்கி விசனம்[48] அடைந்தான்
    நல்ல மகாராஜன்
"ஆனால் நல்லது ஆகட்டும்" என்று
    அங்கே தானிருந்தார்.

தேசிங்கின் பிள்ளைக் குறும்புகள்

செஞ்சியில் பிறந்த தேசிங்கு பாலன்
    சேதியைச் சொல்லுகிறேன்
பாலன் பிறந்த மூன்றாம் மாதம்
    பதைத்து விழுந்தானாம்   370
குழந்தை பிறந்த ஏழாம் மாதம்
    குலுங்கி விழுந்தானாம்
தொட்டிலை விட்டு கீழே இறங்கி
    துள்ளி விழுந்தானாம்
தங்கத் தொட்டிலை எட்டி உதைத்து
    தரையில் விழுந்தானாம்
பத்து மாதம் தவழ்ந்து நடந்தான்
    பலரும் அறிவேதான்
தாய் மடியில் வந்து விளையாடி
    தகப்பன்எங்கே என்றான்   375

குதிரை ஏற்றம்

பள்ளிக்குப் போய் படிக்க எடுக்க
பாலனும் அறிந்தானாம்
கூட இருக்கும் துறைகளோடு
குதிரைஏறிப் போவாராம்
காடு மலைகள் செடிகள் எல்லாம்
கலங்க அடிப்பாறாம்
குதிரை ஏறி சவாரி செய்து
கோட்டையில் வருவானாம்

வழிபாடும் உணவும்

ரங்கரைக் கண்டு பூசைகள் செய்து
நலமாய் வருவானாம்
தாயார் எடுத்து மடியில் வைத்து
சாந்தி[49] கழிப்பாளாம்
முக்கனி சக்கரை பால் அமுதுடன்
முன்னே ஊட்டுவாளாம்
கொஞ்சி கொஞ்சி சாப்பிடுவான் ஐயா
குழந்தை தேசிங்கு

வீர தீரச்செயல்கள்

சாப்பிட்டு இளைப்பாறி வெளியே வந்து
சண்டை செய்வானாம்
கூடப் பிடித்த மோவுத்துக்காரனைக்
கூப்பிட்டு அழைப்பானாம்
இருவரும் கூடி குதிரை ஏறியே
எங்கும் திரிவாராம்
காடு மலைகள் செடிகள் எல்லாம்
கலங்க அடிப்பாராம்
புலி கரடி சிங்கத்தைக் கண்டால்
புகுந்து வெட்டுவாராம்
வேட்டை ஆடி வெளியில் வந்து
வெற்றிகொண்டோம் என்பார்
சங்கரா பரணிக் கரையில் வந்து
தாண்டிக் குதிப்பாராம்
மலைகளை தூக்கி எறிகிறோம் என்று
வந்து மோதுவார்கள்

ஒருவருக்கு ஒருவர் உயர்ந்த மேடையில்
    உதும்பி[50] குதிப்பாராம்
சையது சாயுபு சலாம் செய்து
    தாண்டி விழுவார்கள்
மண்டிகள் போட்டு மலைகளைத் தூக்கி
    வாரி அடிப்பாராம்
மலைகளை ஓங்கிக் குத்தினார் ஆனால்
    மருந்து புகைகிளம்பும்   395
செடிகளை ஓங்கிக் குத்தினார் ஆனால்
    சிதைந்து முறிந்துபோகும்
பத்து பனைமரம் உயரக் கிளம்பி
    பல்டி[51] அடிப்பாராம்
மூச்சு பிடித்துக் கிளம்பி விழுந்தார்
    மூன்றரை நாழிகை
ஆகாய மார்க்கமாய் அந்தர் பல்டி
    அடித்து விழுவாராம்
குன்றுகள் ஏறி குதித்தார் ஆனால்
    குதிரை பள்ளமாகும்   400
பனைமரங்களைத் தூக்கி எடுத்து
    பந்துசெண்டு ஆடுவார்கள்
தேறித் தெளிந்தான் வித்தைகள் ஆடி
    தேசிங்கு மகிபாலன்
அந்தப் படிக்கு ஐந்து வருடம்
    ஆடித் திரிந்தானாம்

தாயுடன் தேசிங்கு

ஆடி அலண்டு கோட்டையில் வந்தான்
    அந்தப் பாலகனும்
தாயண்டை வந்து பசிக்குது என்று
    தள்ளாடி விழுவானாம்   405
தாயார் எடுத்து மடியில் வைத்து
    சாந்தி கழிப்பாளாம்
முக்கனி சக்கரை பால் அமுதுடன்
    முன்னே ஊட்டுவாளாம்
சாப்பிட்டு இளைப்பாறி தாயார் முயத்தைத்
    தனியே பார்ப்பானாம்

தாயிடம் கேட்டது

"அம்மா கேளும் அம்மா கேளும்
என்னைப் பெற்ற தாயே
உன்னிட மனதில் என்ன விசனம்
ஒளியாது சொல் ஒன்று 410
ஊரில் இருக்கும் பிள்ளைகளுக்கு
உதவி மெத்த உண்டு
தாயும் தகப்பனும் இருக்கிறார் அம்மா
தாயே பெற்றவளே
என் தாயார் இருக்க தகப்பன்
எங்கே" என்று கேட்டான்
"ஜல்தி எனக்குத் தெரிய சொல்லு
தாயே பெற்றவளே"

தாயின் கூற்று

அந்தப் பேச்சைக் காதிலே கேட்டாள்
அவனைப் பெற்ற தாயும் 415
வாரி எடுத்து மடியில் வைத்து
மகனை முத்தமிட்டாள்
உச்சி முகந்து திருஷ்டி கழித்தாள்
உத்தமி பெற்றவளும்
"கண்ணே மணியே ரத்தினமே என்
கருவிளமே[52] கேளாய்
ஐம்பத்து ஆறு தேச ராஜர்க்கும்
அதிபதி துரைதானும்
டில்லியில் இருக்கும் பெரிய பாட்சா
சேதி அனுப்பினாராம் 420
இருவரும் கூடி போனார் ஐயா
எந்தன் கண்மணியே
சேதி அறிந்து உன்னுட தகப்பன்
தேரணி மகாராஜன்
தம்பி தரணி சிங்கு ராஜனைத்
தனியே அழைத்தாராம்
போன இடத்தில் புரவி ஒன்று
புதிதாய் வந்ததாம்

தெய்வ லோகப் புரவி ஏறவே
   சேதிகள் சொன்னாராம்   425
ஏறுவோம் என்று தைரிய மாக
   எல்லோரும் வந்தாராம்
கண்ணால் கண்ட டில்லிப துரையும்
   கடினமாய்ச் சொன்னார்
ஏறாமல் போனால் ஏழு வருஷம்
   இடுவேன் சிறையில் என்றார்
புரவியைப் பார்த்து பயப்பட்டீர் ஆனால்
   போடுவேன் சிறையில்என்றார்
ஆனால் நல்லது ஆகட்டும் என்று
   அனைவரும் சொன்னாராம்   430
அந்தப்படியே சத்தியம் பண்ணி
   அனைவரும் போனாராம்
குதிரையைச் சுற்றி பார்த்த உடனே
   பதைத்து விழுந்தாராம்
முன்னே இருந்த ராஜா துரைகள்
   மூர்ச்சையாய் விழுந்தாராம்
பின்னே இருந்த ராஜ துரைகள்
   புரண்டு விழுந்தாராம்
மூர்ச்சை தெளிந்த ராஜு துரைகள்
   முன்னே ஓடிவந்தார்   435
இந்தக் குதிரை ஏறினோம் ஆனால்
   இறந்து போய்விடுவோம்
ஏழு வருஷம் சிறையில் இருந்து
   எங்கள்ஊரு போறோம்
அந்தப் பேச்சைக் காதிலே கேட்டார்
   டில்லிப துரைதானும்
ஆனால் நல்லது ஆகட்டும் என்று
   அருஞ்சிறையில் வைத்தானாம்
ஐந்து வருசம் சென்றது பாரு
   அருமையான மகனே   440
இன்னு இரண்டு வருசம் என்றால்
   நிமிஷம் இருக்கார்கள்"

சேதியறிந்த தேசிங்கு

அந்தப் பேச்சைக் காதிலே கேட்டான்
 அலரும் சிங்கம்போல
பல்லைப் படபட என்று கடித்து
 பதறி எழுந்தானாம்
கண்கள் நெருப்புப் பொறிகள் பறக்க
 கனைத்து எழுந்தானாம்
கோபத் தாலே நெருப்புப் பொறிகள்
 குப்பென்று எழுந்தது   445
தாயைச் சுற்றி வலமாக வந்து
 சரணங்கள்[53] செய்தானாம்
கும்பிட்டு எழுந்து எதிரில் நின்று
 கூசாமல் சொல்லுவானாம்

தேசிங்கு கூறியது

"எனக்கு நல்ல வரம்தர வேணும்
 என்னைப் பெற்றதாயே
எட்டு நாளையில் இங்கே வாரேன்
 என்னைப் பெற்றதாயே
சல்தியில் என்னை அனுப்பிட வேணும்
 தாயே பெற்றவளே"   450

தாயின் கவலை

'அனுப்பும்' என்று சேதி கேட்டு
 அலறி விழுந்தாளாம்
இனினென் செய்வேன் கண்மணியே
 என்றுஏங்கி விழுந்தாளாம்
போகிறேன் என்ற சேதி கேட்டு
 பூமியில் விழுந்தாளாம்
மகனிடம் கோபம் அறிந்து
 மண்மேல் விழுந்தாளாம்
கைகளை நெறித்து வயிற்றைப் பிசைந்து
 கண்ணீர் சொரிந்தாளாம்   455
பூமியில் விழுந்து மூர்ச்சை ஆயினள்
 புண்ணிய ராம்பாயி

தேசிங்கின் விருப்பம்

இங்கே இருந்தால் அனுப்ப மாட்டாள்
 என்னைப் பெற்றதாயும்

பூமியில் விழுந்த தாயைப் பார்த்து
    பின்னிட்டு நடந்தானாம்
சங்கரா பரணியில் ஸ்நானம் பண்ணி
    சல்தியில் ஓடிவந்து
இரங்கர் கோவில் புகுந்தான் ஐயா
    இராஜா தேசிங்கு   460
இரங்கரைச் சுற்றி வலமாக வந்தான்
    இராஜா தேசிங்கு

தேசிங்கின் வேண்டுதல்

கும்பிட்டு எழுந்து எதிரில் நின்றான்
    குழந்தை தேசிங்கு
சவாரி செய்ய டில்லிக்குப் போறேன்
    சுவாமி ரங்கநாதா
கூட இருந்து சவாரி செய்து
    கொண்டு திரும்பும்ஐயா
உன்குழந்தை நான் ஊருக்குப் போறேன்
    உடனே வாரும்ஐயா   465
சல்தி சல்தி வாரும் ஐயா
    சுவாமி ரெங்கநாதா"

தெய்வம் தந்த வரம்

அந்தப் பேச்சைக் காதிலே கேட்டார்
    இரங்க நாதசுவாமி
"ஆனால் நல்லது ஆகட்டும் வாறேன்
    அருமைக் கண்மணியே
போய் விட்டுவாடா போய்விட்டு வாடா
    புத்தியுள்ள மகனே"

மோவுத்துக்காரனை அழைத்தல்

அந்தப் பேச்சைக் காதிலே கேட்டு
    அடி பணிந்தானாம்   470
கும்பிட்டு எழுந்து வெளியில் வந்தான்
    குழந்தை தேசிங்கு
"அண்ணா வாடா தம்பி வாடா
    மோவுத்துக் காராநீ
மோவுத்துக் காரனைக் கூப்பிட்டு அழைத்து

முன்னம்ஏது சொல்லுவான்
 தெய்வ லோகப் புரவி ஒன்று
டில்லியில் இருக்குதாம்
 எனது தகப்பன் தேரணி ராஜன்
அங்கே இருக்கிறாராம்   475
 குதிரை ஏறி சவாரி செய்து
கொண்டு வரவேணும்
 சல்தி சல்தி புறப்படும்" என்றான்
மோவுத்துக் காரன்
 'ஆனால் நல்லது ஆகட்டும்' என்று
அதட்டி எழுந்தானாம்

டில்லிக்குப் பயணம்

கொட்டடி சென்று குதிரை இரண்டு
 கொண்டு வந்தானாம்
வழிச்செலவுக்கு வர்ண லட்சம் பொன்
 மடியில் வைத்தானாம் எ   480
சல்தியாகவே கொண்டு நிறுத்தினான்
 தபால் குதிரைகளை
குதிரையைக் கண்டு சந்தோசம் ஆனான்
 குழந்தை தேசிங்கு
'அரிஅரி' என்று அதட்டி ஏறினார்
 இருவரும் அப்போது
ஏறின உடனே வெள்ளிக் குறடா[54]
 எடுத்து அடித்தார்கள்
அடித்த உடனே ஐந்துநாள் பயணம்
 அதிர[55] நடந்ததுபார்   485

டில்லியை அடைதல்

பத்து நாளையிலே வந்து சேர்ந்தார்
 பாலார் இருவருந்தான்
டில்லி நேர்ந்து தெருவில் நடந்தார்
 தேசிங்கு பாலகனும்
கோட்டை கொத்தளம் தாண்டி வாரான்
 குழந்தை தேசிங்கு
சிங்கார மாவிலே[56] வந்து சேர்ந்தான்
 சிங்கக் குட்டிபோல

நவாப்பின் கொலு

அவ்வே ளையில் என்ன செய்கிறான்
டில்லிப துரைதானும்
தங்கத் தகத்தில் இருந்தே அரசு
தனிமையாய் செய்கிறாராம்
பொன் தகத்தில் இருந்தே அரசு
பொறுமையாய் செய்கிறாராம்
சுற்றிலும் இருந்த ராஜ துரைகள்
சூழ இருந்தார்கள்
நற்புத்தி யுள்ள மந்திரி மாரும்
நடுவே இருந்தார்கள்
ஐம்பத் தாறு தேச ராஜரும்
அருகில் இருந்தார்கள்
சிறையில் இருக்கும் ராஜ துரைகள்
சேர்ந்து இருந்தார்கள்
தேரணி ராஜன் தரணி சிங்குமே
சேர்ந்து இருந்தார்கள்
கொலு நிறைந்த ராஜ துரைகள்
கொல்லென்று இருந்தார்கள்

தேசிங்கின் தோற்றம்

அந்தச் சமயம் வந்து நின்றான்
அலரும் சிங்கம்போல
பால சூரியன் உதித்தாப் போல
பளிச்சென்று சார்ந்தானாம்
கோடி சூரியன் உதித்தாப் போல
குப்பென்று சார்ந்தானாம்
வானத்தில் இருக்கும் சூரியனைப் போல
வந்து நுழைந்தானாம்
கோடி மான் கையில் வந்து
கொலுவில் வந்தாப் போல்
நிறைந்த கொலு இருக்கும் துரைகள்
சட்டென்று எழுந்தாராம்
தகத்தில் இருக்கும் டில்லிப துரை
தானும் எழுந்தானாம்

எழுந்த ராஜரைக் கண்ணாலே கண்டான்
ராஜா தேசிங்கு

தேசிங்கின் வீரஉரை

"சலாம் ஐயா சலாம் ஐயா
டில்லிப துரையே
உன்தே சத்தில் உயர்ந்த புரவி
உன்அண்டை இருக்குதாம்
பாரா சாரியைச் சவாதி செய்ய
பாலன்வந்தேன்" என்றான்
"ஏறி சவாரி செய்வதற்காக
இங்கேவந்தேன் என்றான்
புரவி ஏறி சவாரி செய்து நான்
போகவேணும்" என்றான்
வானம் இடிந்து விழுந்தாற் போல
மைந்தனும் சொல்லிநின்றான்
அண்டம் இடிந்து விழுந்தாற் போல
அவனும் சொல்லிநின்றான்

தேசிங்கும் சபையும்

சொன்ன சொல்லைக் காதிலே கேட்டான்
டில்லிப துரைதானும்
சுற்றிலும் இருந்த ராஜ துரைகளைச்
சுற்றியே பார்த்தானாம்
சித்திர பதுமை[57] போலே இருக்கிறார்
தேச ராஜர் எல்லாம்
ஒருவர் முகத்தை ஒருவர் பார்த்தே
ஒதுங்கி இருந்தார்கள்
டில்லிப துரை கண்ணாலே கண்டு
சேதி சொல்லலுற்றார்
எதிரில் இருக்கும் தேசிங்கு பாலன்
ஏறிட்டுப் பார்த்தானாம்
மன்மதன் போல் அழகு குழந்தை
மண்மேல் பார்த்தானாம்

நவாப்பின் வினா

"ஐயா கேளும் ஐயா கேளும்
    அறியாத பாலகனே
எந்த தேசத்தில் இருந்து நீயும்
    தேடியே வந்தாய்அப்பா
உந்தன் ஊரு பேரு நாடு
    உன்தகப்பன் பேரும்
நலமாய் பெற்ற தாயின் பேரும்
    சல்திசொல்லும்" என்றான்

தேசிங்கின் பதில்

அவ்வார்த்தை காதிலே கேட்டான்
    அலரும் சிங்கம்போல   525
"சொல்லுகிறேன் கேள் சொல்லுகிறேன் கேள்
    டில்லிப துரையே
தெற்கே வெகுதூரம் இருக்குது பார்
    செஞ்சி கோட்டை
செஞ்சி கோட்டை ஆளும் ராஜன்
    தேரணி மகாராஜன்
தேரணி ராஜன் குமாரன் நான்
    தேசிங்கு மகிபாலன்
சிற்றப்ப துரை தரணி சிங்குமே
    சிறையில் இருக்கிறாராம்   530
குதிரை ஏற வலு இல்லாமல்
    கொலுவில் இருக்கிறாராம்
குதிரை ஏறி சவாரி செய்துநான்
    கொண்டுபோக வந்தேன்
சல்தி சல்தி குதிரை கொண்டுவா
    டில்லிப துரையேநீ
கொல்லும் சிங்கக் குட்டியைப் போல
    சீறியே நின்றானாம்

தந்தையும் மகனும்

அந்த சொல்லைக் காதிலே கேட்டான்
    டில்லி மகாராஜன்   535
தேரணி ராஜன் காதிலே கேட்டு
    தேடியே வந்தானாம்

தேசிங்கு ராஜன் கதை

சிற்றப்ப துரை தரணி சிங்குமே
    தேடியே ஓடிவந்தார்
வாரி எடுத்து மடிமீதில் வைத்து
    மகனை முத்தம்மிட்டார்
சந்தோச மாக தழுவி எடுத்து
    திருஷ்டி கழிப்பாராம்
சேர்ந்து தழுவி மகனை எடுத்த
    திருஷ்டி கழிப்பாராம்   540
ஐம்பத் தாறு தேச ராஜாக்கள்
    அதிசயப் பட்டாரம்
டில்லிப துரையும் சந்சோச மாகச்
    சேர ஓடிவந்தார்

தேரணி கூறியது

"கண்ணே மணியே ரத்தினமே
    கருவிளமே கேளாய்
என் மகனைக் கண்டு நான்
    மகிழ்ச்சி அடையாமல்
உந்தன் சொல்லைக் கேட்டு நானும்
    உள்ளம் மகிழ்ந்தேனே   545
பெற்ற தாயும் உன்னைப் பிரிந்து
    பின்னுயிர் வைப்பாளா
அரசனைக் கேட்டு செஞ்சிக்குப்
    போவோம் கண்மணியே
மனுவு[58] கேட்டு வருகிறேன் அப்பா
    வாரும் குழந்தை என்றான்

தேசிங்கு வஞ்சினம்

அந்தப் பேச்சைக் காதிலே கேட்டான்
    அழகு பாலகனும்
கலகல என்று சிரித்து எழுந்தான்
    கதும்பும் சிங்கம் போல   550
"ஐயா கேளும் ஐயா கேளும்
    என்னைப் பெற்றராஜாவே
குதிரையைப் பார்த்து பயப்பட்டு நீங்கள்
    கொடிய சிறையிருந்தீர்

ஏறி சவாரி செய்து நான்
இட்டுப் போகிறேன்பார்
குதிரை ஏறி சவாரி செய்து நான்
கொண்டு போவேன்என்றான்
சற்று நேரத்தில் சவாரி செய்து
சிறை மீட்டுப் போறேன் 555
போகாமல் போனால் உன் வயிற்றில்
பிறந்தது என்னத்திற்கு"

தேசிங்கின் செயல்

அந்த வார்த்தைக் காதிலே கேட்டு
அலறி விழுந்தாராம்
கனைத்து கதும்பி வெளியில் வந்தான்
காளை சிங்கம்போலே
குதிரை இருக்கும் கொட்டடி தேடி
குதித்தோடி வந்தான்
ஓடி வருகிற ராஜரைக் கண்டு
உதும்பி எழுந்ததுபார் 560
கோட்டை இடிந்து விழுந்தாற் போல
குலுங்க கனைத்ததுபார்
நால்திசையிலும் கலங்கி அங்கே
நடுக்கம் கொண்டதுபார்
ஐம்பத்தாறு தேச ராஜாக்கள்
அதிர்ந்து விழுந்தார்கள்
குழந்தை குழந்தை என்று சொல்லி
கூவி அழுதார்கள்
டில்லிப துரையும் தேரணி ராஜனும்
திகைத்து விழுந்தார்கள் 565
விழுந்து உடனே குழந்தை என்று
தேடியே வாரார்கள்
கனைத்த குதிரையைக் கண்ணாலே கண்டு
கடுக ஓடிவந்தான்
குதிரையைத் தட்டி சலாம் வாங்கினான்
கொல்லும் சிங்கம்போலே

மோவுத்துக்காரனிடம் கூறியது

"அண்ணா வாடா தம்பி வாடா
மோவுத்துக் காரா நீ
கால் கயிற்றைக் கழுத்துக் கயிற்றைக்
கடுகஅவிழும்" என்றான்   570
அந்தச் சொல்லைக் காதிலே கேட்டான்
மோவுத்துக் காரனும்

மோவுத்துக்காரன் மனத்துணிவு

சொன்ன உடனே சல்தியாய்ப் பார்த்து
சுருக்காய் எழுந்தானாம்
தங்கத் தாலே ஜீனி போட்டு
தடவி கொடுத்தானாம்
அந்தக் குதிரையைக் கண்ணாலே கண்டு
அகமும் மகிழ்ந்தானாம்
அரி பரந்தாமா என்று   575
அலறியே எழுந்தானாம்
கோவிந்தா ஸ்ரீகிருஷ்ணா என்று
கும்பிட்டு எழுந்தானாம்

தேசிங்கு குதிரை ஏறல்

பாரா சாரியை சலாம் வாங்கி
பாய்ந்து ஏறினானாம்
புலிக் குட்டிப் போல பாய்ந்து அவனும்
புரவி ஏறினானாம்
ஏறின உடனே பாரா சாரி
என்ன செய்யுதுபார்
தடதட என்று தவிக்குது பார்   580
அந்தக் குதிரைதானும்
கிடகிட என்று கிளம்ப குதித்தது
அந்தக் குதிரைதானும்
லகானை இழுத்துக் கையிலே பிடித்தான்
ராஜா தேசிங்கு

தேசிங்கின் கூற்று

"ஐயா கேளும் ஐயா கேளும்
என்னைப் பெற்றவரே

புரவி ஏறி சவாரி போறேன்
பெற்றவரே ஐயா
தப்பித் தவறி வந்தேன் ஆனால்
தழுவிக் கொள்ளும்ஐயா
இன்றைக்கும் சாவு நாளைக்கும் சாவு
இருக்குது தலைமேல
ஒன்றுக்கும் நீ அஞ்ச வேண்டாம்
உறுதி கொள்ளும்ஐயா"

கண்டோர் கலக்கம்

சொன்ன சொல்லைக் காதிலே கேட்டார்
தேச ராஜாக்கள்
ஐம்பத் தாறு தேச ராஜரும்
அடங்கலும் கேட்டார்கள்
"மகனே என்ன செய்வோம் என்று
வயிற்றைப் பிசைந்தார்கள்
போகாதே போகாதே மகனே
புரவிகொண்டு போமே
இந்த லோகத்துப் புரவி யல்லவே
எந்தன் கண்மணியே
உயிருடன் உன்னை விட்டுப் பிரிந்து
உலகத்தில் இருப்போமோ
பிறந்த போதே இறந்து போனால்
பெரிய துக்கம்இல்லை
ஐந்து வருசம் வளர்த்த மாதா
அலைந்துமே போவாள்
குதிரையை விட்டுக் குதித்து வாடா
குழந்தை என்மகனே
என்னுயிர் பூமியிலே தரித்தி ருக்க
இறங்கிவா சுதனே[59]"

தேசிங்கின் குதிரை சவாரி

அந்த மொழியைக் காதிலே கேட்டான்
அதிரூப தேசிங்கு
கலகல என்று சிரித்தான் ஐயா
கதும்பும் புலிபோல
இங்கே இருந்தால் என்ன கவலை

என்ன ஆகுமோதான்   600
கோவிந்தா கோவிந்தா எனக்
    குதிரையைத் தட்டிவிட்டார்
அரிஅரி ஸ்ரீமுகுந்தா என்று
    அசுவத்தைத்[60] தட்டிவிட்டார்
தட்டிய தட்டில் குதிரை கிளம்பி
    தரையில் நில்லாமல்
ஆகாய மார்க்கம் வந்து பாயுது
    அந்த மேகக்குதிரை
சூரியன் போல துலங்குது பாரு
    சொர்ண மேகக்குதிரை   605
கண்கண்ட தூரம் பார்த்தார்கள்
    கலங்கி நின்றார்கள்
பாய்கிற குதிரையைக் கண்ணால் கண்டு
    பரிதவித் திட்டார்கள்[61]
மேக மண்டலம் அளாவி வருவதை
    பார்த்தான் தேசிங்கு
லகானை இழுத்து சிமிட்டா[62] கொடுத்தான்
    ராஜா தேசிங்கு
சிமிட்டா கொடுத்த வேகத் தினாலே
    சீறிப் பாய்கிறது   610
கோபம் வந்து மூண்டு கொண்டது
    ராஜாவுக்கு ஆனாலும்
காடு மலைகள் செடிகள் எல்லாம்
    கலங்கி நடுங்கிடவே
மலைகள் இடிந்து தவிடு பொடியாய்
    மண்மேல் விழுந்திடவே

குன்று மலைகள் தாண்டி குதிரை
    குதித்து போகிறதாம்
குன்றுகள் எல்லாம் பொடி பொடியாக
    குலுங்கி விழுந்ததுபார்   615
குதிரை போகும் வேகத் தாலே
    குன்று மலைகள்எல்லாம்
குப்பென ஐங்காத வழியும்
    கொண்டு போகிறதாம்

ஆறுகுளங்கள் மடுக்கள் எல்லாம்
   அதிர மேகக்குதிரை
குதிரை தட்டின வேகத் தாலே
   குழந்தை தேசிங்கு
குலுங்க நகைத்து சிமிட்டா கொடுத்தான்
   குதிரைக்கு ஆனாலும்   620
நிமிஷ நாழிகைக்கு ஐந்நூறு காதம்
   நிலையாய் பறக்குது
ஊரைச் சார்ந்த காடு மலைகள்
   ஒதுங்கி நடுங்குதுபார்
குன்றில் இருக்கும் யானை எல்லாம்
   குலுங்கி நடுங்குதுபார்
ஐந்நூறு காதம் பஞ்ச புரவி
   ஆகாயம் போகுதுபார்
அசுவம் போகும் வேகத் தாலே
   அலையுது உலகம்எல்லாம்   625

தேவர்களின் நடுக்கம்

மேகம் கிளம்பி வாயைத் திறந்து
   மின்னல் கக்குதுபார்
தேவர்கள் எல்லாம் மனது பயந்து
   திகைத்து இருந்தார்கள்
அந்த இடத்தை விட்டே அவர்கள்
   இறங்கி ஓடி விட்டார்
உயர்ந்த மண்டபம் போட்டே அவர்கள்
   ஒதுங்கி ஓடினார்கள்.

திசைகளின் நடுக்கம்

வடக்கே வெகுதூரம் மகமேரு சாரல்
   வந்து பாய்ந்தது   630
குதிரை போகும் வேகத்தால்
   குலுங்கி நடுங்குதுபார்
பர்வதங்கள்[63] படபட என்று
   பதறி நடுங்குதுபார்
அங்கி ருந்தே குதிரையைத் திருப்பினான்
   அந்த பாலகனும்

தேசிங்கு ராஜன் கதை

தெற்கு மைந்தாக பார்வதத்தைத்
    தேடி ஓடுதுபார்
இலங்கையை நான்கு சுற்றாகத் தான்
    நடத்தி கொண்டுவாரான்   635
பூமியில் உள்ள ஜெந்துக்கள்[64] எல்லாம்
    பொறி கலங்குதுபார்
வானத்தில் இருக்கும்மேக பந்திகள்[65]
    மதி மயங்குதுபார்
மேற்கே வெகுதூரம் கிளம்பி
    மேலண்டை கொண்டுவாரான்
ஐந்து நாளும் இராப் பகலாக
    அதிரவே கொண்டுவாரான்

குதிரையின் திட்டம்

பாரா சாரி மனது கலங்கி
    பார்த்து நிமிர்ந்தது பார்   640
என்னுயிர் வாங்க இந்த பாலகன்
    எங்கே சென்மித்தானோ[66]
இங்கே இருந்தால் இரண்டு நாழியில்
    இறக்க அடிப்பானே
பூமியில் இருந்தால் ஜீவன் இப்போ
    போய் பிரிந்துவிடும்
உற்பாத பிண்டம்[67] தேசிங்கு பாலனை
    ஓட்டிக் கொல்வானே
சிவ்வென்று எழும்பிய பாராசாரியும்
    தெய்வலோகம் போகுதுபார்   645
ஆகாயம் மட்டும் கிளம்பி போகுது
    அந்தக் குதிரை

தேசிங்கின் திறமை

புரவி போகும் வேகம் அறிந்தான்
    புலிக்குட்டி தேசிங்கு
தெய்வ லோகம் தன்னில் அடக்கம்
    தேடிப் போகுதுஎன்று
லகான் இழுத்து சிமிட்டா கொடுத்தான்
    ராஜா தேசிங்கு
இடது காலுக்கு இரண்டு சிமிட்டா
    இடுக்கிக் கொடுத்தானாம்   650

குதிரையின் கலக்கம்

சிமிட்டா கொடுத்த வேகத் தினாலே
    திகைந்து நின்றதுபார்
இடித்த இடியில் மனது கலங்கி
    இருந்துமே ஆடுதுபார்
ஆகாய மார்க்கம் தத்தளிக்குது
    அந்த மேகக்குதிரை

தேசிங்கின் வழிபாடு

அந்த நாட்டை இந்த நாட்டை
    அசையாமலே பிடித்து
நாலுதிக்கும் திரும்பி பார்த்தான்
    ராஜ தேசிங்கு   655
ஊரு பதிகள் நாடுகள் எல்லாம்
    ஒன்றும் தெரியவில்லை
அன்னம் புசித்து ஐந்து நாளாயிற்று
    அறியாத பாலகனும்
ஆகாயம் பூமி ஒன்றாய் இருப்பதை
    அறிந்தான் பாலகனும்
கலைகள்[68] வந்து சூழ்ந்த உடனே
    கண்டும் ஏதுசொல்வான்
கடிவாளத்தைக் கெட்டியாய் பிடித்து
    கவிழ்த்துப் படுப்பானாம்   660
குதிரைக் கயிற்றைக் கெட்டியாய்ப் பிடித்து
    குப்புறப் படுத்தானாம்
அரிகரி பரந்தாமா என்று
    அலறி அழுதானாம்
கோவிந்தா ஸ்ரீ கிருஷ்ணா என்று
    கூப்பிட்டு அழுதானாம்
"ஆபத் பாந்தவா அனாத ரட்சகா
    ஆதிமூலப் பொருளே
அடியேனை வந்து ரட்சியும் ஐயா
    ரங்க நாதா" என்று   665
அலறி அழுது கவிழ்ந்து படுத்தான்
    அந்தக் குதிரைமீதில்

கண்ணை மூடி கவிழ்ந்து படுத்தான்
ராஜா தேசிங்கு

அரங்கநாதன் அருள்

அழுத உடனே அரங்க நாதர்
அருகில் வந்துநின்று
கடிவாளத்தின் கயிற்றைப் பிடித்து
கன்னத்தில் அறைந்தாராம்
"குழந்தையைக் கொண்டு ஆகாய மார்க்கம்
கொல்ல நினைத்தாயா 670
இன்றைய வரையில் ஆகாய மார்க்கம்
எழும்பிப் போகவேண்டாம்
கூடி இருந்து தேசிங்கு பாலகனைக்
கொலுவில் கொண்டுவாரும்
கொஞ்ச நாளையில் சண்டை நேரும்
குழந்தைக்கு ஆனாலும்
சண்டை முனையில் மோட்சம் உனக்குச்
சல்தி தாரோம்என்றார்
குழந்தையுடனே மோட்சம் உனக்கு
கூட தாரோம்என்றார்" 675

குதிரை அடங்கியது

அந்த மொழியைக் காதிலே கேட்டு
அடி பணிந்ததுபார்
சந்தோச மாக ராஜனைக் கண்டு
சாஷ்டாங்கம் ஆகுதுபார்
சேதிகள் சொல்லி ஆகாய மார்க்கம்
சேரக் கொண்டுவந்தார்
டில்லிக்கு நேரே கொண்டு நிறுத்தினார்
தேசிங்கு பாலகனைக்

தேசிங்கின் பரவசம்

குழந்தையை எடுத்து கூசாமல் வைத்தார்
குதிரை மீதினிலே 680
அஸ்தம் படவே களைகள் தெளிந்து
அதட்டியே எழுந்தான்
களைகள் தெளிந்து கண்ணை விழித்து
கர்த்தனைப் பார்த்தான்

பார்த்த உடனே ஆனந்தம் ஆக
பதறி அழுதானாம்
"ஆபத் பாந்தவா அனாத ரட்சகா
ஆதி மூலமேநீ
அடியேனை வந்து ரட்சித் தீரே
ஐயா ரங்கநாதா"

அரங்கநாதன் கூற்றும் மறைவும்

அந்த வார்த்தையைக் காதிலே கேட்டார்
அரங்கநாத சுவாமி
"கண்ணே மணியே ரத்தினமே என்
கருவிளமே கேளாய்
டில்லிக்கு நேரே இருக்குது பாரு
தெய்வலோகப் புரவி
குதிரை இறங்கி சந்தோச மாகக்
கோட்டைக்கு வாரும்என
போய் வாரேன் போய் வாரேன் இப்போ
புத்தியுள்ள மகனே"
ஆனால் நல்லது ஆகட்டும் என்று
அடி பணிந்தானாம்
பணிந்த உடனே மாயமாய் ரங்கர்
பரவி இருந்தாராம்

தேசிங்கின் வெற்றி வருகை

போன உடனே தேசிங்கு பாலன்
புரவியை என்னசெய்தான்
மெள்ள சிமிட்டா கொடுத்துக் கொண்டு
பாலன் வாரானே
பக்கஞ் சிமிட்டா கொடுத்துக் கொண்டு
பாலன் வாரானே
கலகல கலகல கலகல என்று
கனைத்து வருகுதுபார்
கனைத்த சத்தத்தைக் காதிலே கேட்டார்
கன்னட தேசத்தார்.
ஐம்பத் தாறு தேச ராஜரும்
ஆகாயமே பார்த்தார்
சூரியனை போல துலங்கி வருகுது

தேசிங்கு ராஜன் கதை

சொர்ண மேகக்குதரை
சந்திரனைப் போல் தகதக என்ன
சாரி வருகுதுபார்   700
வருகிற பாலனைக் கண்ணால் கண்டு
மகிழ்ச்சி அடைந்தார்கள்.

மனங்களிந்த வரவேற்பு

தேரணி ராஜனும் டில்லிப துரையும்
தேடிதேடி வந்தார்
ஆனந்த கண்ணீர் புட்ப மாரியால்[69]
அலறி அழுதார்கள்
சந்தோசம் வந்து மூண்டு கொண்டது
சகல தேசத்தார்க்கும்
அந்த சமயத்தில் வந்து நிறுத்தினான்
பால சூரியன்போல்   705
நிறுத்தின உடனே புட்ப மாரி
நிலையாய் பொழிந்தாராம்
தேவ ரெல்லாம் சந்தோச மாக
தேன்மாரி பொழிந்தார்கள்
தேரணி ராஜன் தரணி சிங்குமே
தேடி ஓடிவந்தார்
வந்த மகனைக் கண்ணாலே கண்டு
வாரி எடுத்தாராம்
வாரி எடுத்து மடிமீதில் வைத்து
வண்ண முத்தம்இட்டார்   710
தேசிங்கு பாலனை மடியில் வைத்து
திருஷ்டி கழித்தாராம்
சந்தோசமாக மகனை எடுத்து
சாந்தி கழித்தாராம்.

பாராள்வோர் பாராட்டு

ஐம்பத் தாறு தேச ராஜரும்
ஆலத்தி எடுத்தாராம்
மங்களம் பாகு வாழ்த்தி எடுத்து
மைந்தனை முத்தம்இட்டார்
டில்லிப துரையும் தேச ராஜரும்
சேர ஓடிவந்தார்   715

முழங்கால் மண்டி போட்டே அவர்கள்
முன்னே சலாம்செய்தார்
'ராமு ராமுரே சீதா ராமுரே
ராஜா தேசிங்கு'
பதில் சலாமும் கொடுத்தான் ஐயா
பாலன் எழுந்திருந்து
ஊரும் குடித்தனமும் ஆக வந்து
உகந்து[70] சலாம்செய்தான்
கை அமர்த்தி மரியாதை செய்தான்
காளை குழந்தைஅவன்
குதிரைக்கு வேண்டிய புல்லு தண்ணீர்
கூசாமல் வைத்தார்
சபையில் வந்து நிறைந்து கொண்டார்
சகல தேசத்தாரும்

தேசிங்குக்குப் பரிசு

டில்லிப துரையும் தேசிங்கு ராஜனைச்
சேர்த்து அணைத்துஎடுத்து
உயர்ந்த சிம்மா தனத்தில் வைத்து
ஒதுங்கி பக்கம்நின்றார்
"அண்ணா வாடா தம்பி வாடா
ராஜலிங்க பாபு
பத்துக் களஞ்சிய பணத்தை எடுத்து
பகுதி[71] கட்டும்என்றார்
குதிரை ஆயிரம் ஆனை ஆயிரம்
கொண்டு நிறுத்தும்என்றார்
கணக்கில்லா சேனை தளத்தைக்
கடுக நிறுத்தும்என்றார்
தேசிங்குக்கு ஏற்ற மாணிக்க உடுப்பு
தேடிக் கொண்டுவாரும்
மாணிக்க மாலை முத்தாரங்கள்
வரிசை கொண்டுவாரும்
தெல்வ லோகத்து பாரா சாரியைத்
தேடிக் கொண்டுவாரும்
நான் ஏறும் புரவி நீலவேணியைத்
துரத்தி வாரும்"என்றான்

அந்த வார்த்தையைக் காதிலே கேட்டான்
ராஜலிங்க பாபு
சொன்ன நாழிகைக்குத் தயாராச்சுது
சூழ்ந்து கொலுவினிலே
தயார் ஆனதைக் கண்ணாலே கண்டு
டில்லிப துரைதாலும்   735
முத்து ஆரமும் ரத்தின ஆரமும்
முன்னே கழற்றிபோட்டான்
தேசிங்குக்கு ஏற்ற வெகுமதியே எல்லாம்
சேர்த்துக் கொடுத்தான்
மோவுத்துக்காரனைக் கண்ணாலே கண்டு
முன்னே ஓடிவந்தான்
அவரவர்க்கு ஏற்ற வெகுமதி எல்லாம்
சேர்த்துக் கொடுத்தான்
தேசிங்கு அருகில் இருக்கும் அவனைத்
திருஷ்டித்து தான்பார்த்தான்   740
முத்து ஆரங்கள் ரத்தின ஆரங்கள்
கழுத்தில் போட்டானாம்
அவனுக்கு ஏற்ற வெகுமதி எல்லாம்
அங்கே கொண்டுவந்தான்
"ஐயா கேளும் ஐயா கேளும்
மோவுத்துக் காரனே!
நான் ஏறும் புரவி நீலவேணி
நீ ஏற வேணும்"என்றான்
"ஐம்பத் தாறு தேசத்தில் உள்ள
அரசரும் ஏறமாட்டார்   745
ஏறினால் நீ ஏற வேணும்
என்ன என்று நீ கேளாய்
உன் சூரத்து அறிந்து இனாமாக
உனக்கு தந்தேன்," என்றான்
'ஆனால் நல்லது ஆகட்டும்' என்று
ஒத்துக் கொண்டான்
தேசிங்கு பாலனைக் கண்ணாலே கண்டு
சேதிஎன்ன சொல்லுகிறார்
"ஐம்பத் தாறு தேச ராசர்க்கும்
அதிபதி நான்தானே   750

எனக்கு மிஞ்சின அதிபதியாக
	இருந்து அரசு செய்யும்
என்மகள் ராணி அம்மாளை
	இங்கு தந்தேன் என்றான்
கல்யாணம் செய்து அரசு முகத்தைக்
	காத்துகொள்ளும்என்றான்
எப்போது இஷ்டமோ அப்போ கலியாணம்
	செய்து போக என்றான்
நீ இட்ட வேலையைத் தலையால் செய்ய
	நிச்சயமாக வையா"			755

தேசிங்கின் கூற்று

அவ்வார்த்தைக் காதிலே கேட்டான்
	அறியாத பாலகனும்
கோவிந்தா கோவிந்தா என்று
	குப்பென்று எழுந்தானாம்
டில்லிப துரையைச் சேர்த்து அணைத்து
	சேதி சொல்லுகிறான்
"ஐயா கேளும் ஐயா கேளும்
	டில்லிப துரையேநீர்
சமஸ்தானத்தை அறியா தவனும்
	தாங்குவேனோ ஐயா			760
செஞ்சியை விட்டு ஆறு மாதம் ஆச்சு
	செலவு தாரும்ஐயா"

டில்லி துரையின் ஒப்புதல்

அந்த மொழியைக் காதிலே கேட்டான்
	டில்லிப துரையும்
வாரி எடுத்து மார்மீது அணைத்து
	வான முத்தம்இட்டான்

தேரணி ராஜன் கூறியது

அந்த மொழியைக் காதிலே கேட்டான்
	தேரணி ராஜனும்
"ஐயா கேளும் ஐயா கேளும்
	டில்லிப துரையேநீ			765
ஐந்து வயசு பாலன் ஆச்சுதே
	அறியாத என்குழந்தை

தேசிங்கு ராஜன் கதை

இப்போது கலியாணம் செய்ய
　　எனக்குச் சம்மதம்இல்லை
இருபது வயதில் கல்யாணம் செய்து
　　இட்டுக் கொண்டுபோறேன்"

நவாப்பின் நன்மொழி

'ஆனால் நல்லது ஆகட்டும்' என்று
　　அவனும் சம்மதித்தான்
"அண்ணா வாடா தம்பி வாடா
　　ராஜலிங்க பாபு!   770
திவ்ய சேனை ஆனை குதிரை
　　செஞ்சியில் கொண்டு சேரும்
என்றைக்கும் செஞ்சி தோப்புறா பணமும்[72]
　　இல்லையென்று சொல்லும்"
ஐம்பத்து ஆறு தேச ராஜாக்கள்
　　அனைவரையும் பார்த்து
"செஞ்சி ராஜனால் சிறை மீண்டு போங்கள்
　　தேச ராஜாக்களே!"
"போய் வாரோம் போய் வாரோம்
　　புண்ணிய துரைமாரே!"   775

செஞ்சிக்குத் திரும்புதல்

தேரணி ராஜன் சிற்றப்ப துரையும்
　　தெருவில் வந்தார்கள்
மோவுத்துக்காரன் நீலவேணி மேல்
　　முன்னே வந்து நின்றான்
அவரவர் தேசங்களில்
　　அவரவர் போய் சேர்ந்தார்
செஞ்சி கோட்டையில் வந்து சேர்ந்தான்
　　தேசிங்கு பாலன்

தாயின் மகிழ்ச்சி

வருவது முன்னமே சேதி அறிந்து
　　வருந்தியே பெற்றவளும்   780
ஆயிரம் தோழி மார்களுடனே
　　அங்கே வந்துநின்றான்
வந்த உடனே தாயைக் கண்டு

வணங்கி நமஸ்கரித்தான்
வந்து பணிந்த மகனை எடுத்து
வாரியே முத்தம்இட்டாள்
ஆயிரம் தாதிகள் வந்தே முத்து
ஆலாத்தி எடுத்தார்கள்
திருஷ்டி கழித்து மங்கள திருஷ்டி
தெருவில் எறிந்தார்கள்
முக்கனி சர்க்கரை பால் அமுதுடன்
முன்னே வட்டித்தார்[73]

தாயின் தவிப்பு

மகனை எடுத்து மடியில் வைத்து
மகிழ்ச்சி அடையாமல்
"என்னை விட்டு நீ எப்படி போனாய்
எந்தன் கண்மணியே
போன நாள் அன்றைய முதல்
புசிப்பு[74] எடுப்பதில்லை

கால வேகத்தில்

தாயும் தகப்பனும் மைந்தனைப் பார்த்து
சந்தோசம் ஆனார்கள்
ஏழு வருஷம் சந்தோச மாக
இருந்து அரசுசெய்தார்கள்
பட்டம் கட்டி மூன்றாம் மாதத்தில்
பாலனைப் பெற்றவளும்
பரம பதத்தை[75] போய் அடைந்தாள்
பாக்கிய ராம்பாயி
தேசிங்கு உதித்த எட்டாம் வருசம்
தேரணி மகாராஜன்
பரமத் தியானம்[76] செய்வதே அவரும்
பரகதி[77] போய் சேர்ந்தார்
சிற்றப்ப துரை தரணி சிங்கு
செஞ்சியை ஆண்டிருந்தார்

தேசிங்குக்குக் கலியாண ஏற்பாடு

டில்லிக்குச் சென்று ராணி அம்மாளைச்
செஞ்சிக்குக் கொண்டுவந்தான்

பதினெட்டு வயது பாலன் ஆனான்
ராஜா தேசிங்கு
கல்யாணம் செய்ய எத்தனித்தார்[78]
கண்மணி பாலனுக்கு
சிற்றப்ப துரை தரணி சிங்கு
தேடி என்னசெய்தார்
ஆறு மாதமாய் கல்யாணம் பண்ணி
அறையிலே வைத்தார்
இராணி தேவியைக் கல்யாணம் பண்ணி
இராஜ முடிதரித்தார்
திரைக் கட்டி கல்யாணம் செய்தார்
செஞ்சிக் கோட்டையில்

தம்பதிகளுக்குள் தடை

பெண்சாதி முகத்தைப் பார்த்தறியான்
புலிக்குட்டி தேசிங்கு
புருஷன் முகம் பார்த்தறியாள்
புண்ணிய ராணியம்மாள்
இரங்கரை நோக்கி பூசை செய்தாளாம்
இராணி அம்மாளும்
மூன்றரை நாழிகை பூசை செய்து
முழுதும் ஆண்டிருந்தாள்.
இப்படி பன்னிரெண்டு வயது வரைக்கும்
ஏகசக்கரம் ஆண்டான்
செஞ்சி தேசத்தை ஆண்டு இருந்தான்
சிங்கக் குட்டிபோலே
இந்த மட்டோடே[79] ஆச்சுது பாரு
அந்த செஞ்சிசேதி

டில்லி நவாபு கேட்டது

டில்லியில் இருக்கும் டில்லி துரையும்
சேதிஎன்ன சொல்வான்
"அண்ணா வாடா தம்பி வாடா
இராஜலிங்க பாபு
ஐம்பத்தாறு தேச ராஜாக்களும்
பகுதி கட்டுகிறார்களா

நூற்று எழுபத்து இரண்டு
   பாளையப்பட்டு எஜமானனாலும்
ஆற்காட்டை ஆளும் நவாப்பு சைதுல்லா
   அவனும் கட்டினானா   815
சல்தி சல்தி சொல்லும்
   இராஜலிங்க பாபு

அமைச்சர் பதில்

அந்தப் பேச்சைக் காதிலே கேட்டான்
   இராஜலிங்க பாபு
முழங்கால் சீலை போட்டே அவனும்
   முன்னே சலாம்செய்தான்
"ஐயா கேளும் ஐயா கேளும்
   டில்லிப துரையேநீ
ஐம்பத்தாறு தேச ராஜர்களும்
   பணம் கட்டினார்கள்   820
ஆற்காடு நவாபு சைதுல்லா
   அவனும் கட்டவில்லை
**சலாம் செய்து பாட்சா பணத்தைச்
   சல்தி கொண்டுவாரேன்
தோப்புறா பணம் நிலுவையில் இருக்குது**
   பழம் செஞ்சியிலே
பன்னிரண்டு வருடம் தோப்புறா பகுதி
   பணமும் கட்டவில்லை

டில்லி துரையின் கட்டளை

அந்த சொல்லைக் காதிலே கேட்டான்
   டில்லிப துரைதானும்   825
"அண்ணா வாடா தம்பி வாடா
   கணக்கப் பிள்ளை வாடா
ஆற்காட்டை ஆளும் நவாப்பு சைதுல்லா
   பணமும் கட்டவில்லை
ஐயா கேளும் ஐயா கேளும்
   நவாப்பு சைதுல்லா
பனிரண்டு வருஷ தோப்புறா பகுதி
   பணமும் கட்டவில்லை
நூற்றெழுபது இரண்டு பாளையப் பட்டு
   உனக்கே ஆனாலும்   830

தேசிங்கு ராஜன் கதை

  தேசத்து பணமும் உன்னிட பணமும்
     டில்லிக்கு வரவில்லை
  எட்டு நாளையில் அனுப்பினால் ஆச்சு
     இந்தப் பணத்தை எல்லாம்
  இல்லாமல் போனால் நவாப்பை
     இடுவேன் சிறை என்றும்
  சிறையில் போட்டு மான பங்கம்
     செய்து அனுப்புவேன் நான்"

ஓலை அனுப்புதல்

  அந்தப் படிக்கே எழுதி முடித்தான்
     அந்த ஓலையைத்தான்   835
  "நீயே வாடா நீயே வாடா
     அர்க்காரு பாப்பையா
  ஐம்பது பேர் டலாய்த்து மாரை[80]
     அதிரக் கொண்டு போய்
  அரிகத்து[81] பண்ணி பணத்தை வாங்கடா
     அர்க்காரு பாப்பையா"

ஆற்காட்டில் பணம் கேட்டல்

  ஆனால் நல்லது ஆகட்டும் என்று
     அவனும் ஓடி வாரான்
  பத்து நாளையில் ஆற்காடு தேசம்
     பகுதி கேட்க வந்தான்   840
  "சலாம் ஐயா சலாம் ஐயா
     நவாப்பு சைதுல்லா
  டில்லியில் இருந்து ஓலை வந்தது
     நவாப்பு சைதுல்லா

ஆற்காட்டான் அச்சம்

  டில்லி பேச்சைக் காதிலே கேட்டு
     திடுக்கிட்டு எழுந்தானாம்
  "அண்ணா வாடா தம்பி வாடா
     ரங்க நாதப்பிள்ளை
  வாசித்துப் பார்த்து சேதி எனக்கு
     வகுத்துச் சொல்லும்"என்றான்!   845
  அந்த வார்த்தை காதில் கேட்டு
     திடுக்கிட்டு எழுந்தானாம்
  "ஓலையைப் பார்த்து வாசித்து சொல்லும்

ரங்க நாதப்பிள்ளை”
‘ஆனால் நல்லது ஆகட்டும்’ என்றான்
ரங்கநாதப் பிள்ளை
கேட்ட உடனே மனது கலங்கி
கீழே ஓடிவந்தான்

பணம் கட்ட முற்படல்

கஜானா திறந்து திரவியம் எல்லாம்
கண்ணாலே தான்கண்டான்
“அண்ணா வாடா தம்பி வாடா
பங்காரு நாயக்காநீ
களஞ்சிய பணமும் டில்லி பணமும்
கட்டிப் போடுமேதான்
அதிகம் ஆகுமோ குறையுமோ நீ
அறிந்து சொல்லும்,”என்றான்

பணம் குறைதல்

“ஐயா கேளும் ஐயா கேளும்
நவாப்பு சைதுல்லா
டில்லி பணத்தில் களஞ்சிய பணமும்
சேன[82] குறையுதுஐயா!
கணக்கு பார்த்து தோப்புறா பணத்தைச்
சல்தி அழையும்என்றான்
இருபது நாளில் பணத்தை எடுத்து
அனுப்பும்” என்றான்.

ஆற்காட்டான் வேண்டுகோள்

‘ஆனால் நல்லது ஆகட்டும்’ என்று
அவனும் ஓடிவந்தான்
“ஐயா கேளும் ஐயா கேளும்
அர்க்காரு பாப்பையா
கணக்கைச் சோதித்து டில்லி பணத்தைக்
கடுக கொண்டுவாறேன்
இருபது நாளில் பாட்சா பணத்தை
எடுத்துமே வாறேன்”
“அப்படியே வாரும் சல்தி ஐயா
அர்க்காரு பாப்பையா

ஆற்காட்டான் திட்டம்

'ஆனால் நல்லது ஆகட்டும்' என்றான்
    அர்க்காரு பாப்பையன்
அந்த மட்டே நவாப்பு சைதுல்லா
    அரசு செய்யலுற்றான்
கோபம் பிறந்து சைதுல்லாவும்
    குருரமாய் அழைத்தானாம்   865
"அண்ணா வாடா, தம்பி வாடா.
    பங்காரு நாயக்காநீ
பெரிய கணக்கு ரங்கநாத பிள்ளையைப்
    பிடித்து வாரும்என்றான்
'நல்லது என்று பங்காரு நாயக்கன்
    நாடி ஓடிவந்தான்
"சல்தி சல்தி ஓடி வாடா
    ரங்கநாதப் பிள்ளை
ஸ்நானம் செய்து பூசை முடித்து
    சாப்பிட்டு இளைப்பாறி   870
அதிக சந்தோசம் கொண்டே இருக்கும்
    கணக்குப் பிள்ளைவாடா

கணக்குப் பிள்ளையிடம் கேட்டது

அந்தச் சொல்லைக் காதிலே கேட்டான்
    இரங்க நாதப்பிள்ளை
கணக்கை எடுத்து சலாம் செய்து
    கடுக ஓடிவந்தான்!
"ஐயா கேளும் ஐயா கேளும்
    இரங்க நாதப்பிள்ளை!
நூற்று எழுபத்திரண்டு பாளையப் பட்டு
    நமக்கே ஆனாலும்   875
பாளையப்பட்டு ராஜதுரைகள்
    பகுதி கட்டுகிறார்கள்
கட்டாதிருக்கும் ராஜ துரைகளைக்
    கடுக சொல்லும்என்றான்
தேசத்து ராஜ துரைகளையும்
    தெரிய சொல்லும்"என்றான்.

கணக்குப் பிள்ளை கூறியது

'ஆனால் நல்லது ஆகட்டும்' என்று
    அவனும் சொல்லிவாறான்

ஐயா கேளும் ஐயா கேளும்
நவாப்பு சைதுல்லா
நிலுவை[83] ஒன்றும் இயலாது அவர்கள்
நிலையாய்க் கட்டுகிறார்கள்
சேத்துப்பட்டு தாவுத்துக் காரனும்
திரைப்பணம் கட்டிவாரான்
திருவண்ணாமலை சுபங்கித் துரையும்
திரைப்பணம் கட்டுகிறான்
கள்ளக் குறிச்சி தானு சாயபு
கட்டிவாரான் பணத்தை
மதுரைச் சீமை மலையாளத்தான்
வாய்தாபணம் கட்டுகிறான்
திண்டுக்கல்லு கொலு முகத்தான்
திரைப்பணம் கட்டுகிறான்
அரியலூர் பெரிய துரையும்
பணமும் கட்டிவாரான்
எட்டியா புரத்து பாளையக்காரன்
பணமும் கட்டிவாரான்
திமிரிக் கோட்டை சேக் முகம்மது
பணமும் கட்டி வாரான்
நூற்றெழுபத்தி ரெண்டு பாளையக்காரர்
பணமும் கட்டிவாரார்
இன்றைய வரைக்கும் தோப்புறா பணம்
நிலுவை ஒன்றும்இல்லை
நானொரு சேதி சொல்லுகிறேன் கேள்
நவாப்பு சைதுல்லா
செஞ்சிக் கோட்டை ஆளுகின்ற
தேரணி மகாராஜன்
சூரசிங்கு குமாரன் ஐயா
தேரணி மகாராஜன்
தேரணி ராஜன் குமாரன் ஐயா
தேசிங்கு மகிபாலன்
சிம்மா தனத்தில் அரசு செய்கிறான்
சிங்கக்குட்டி போலே
அந்த செஞ்சியை ஆளும் தேசிங்கு
பணமும் கட்டவில்லை

பன்னிரெண்டு வருஷம் தோப்புறா பணம்
 செஞ்சியில் வரவேண்டும்
வாய்தா பணம் வேறே இருக்குது
 பழம் செஞ்சியிலே

நவாப்பின் கட்டளை

"தோப்புறா பணத்துக்குப் போய் வாடா
 தோன்ற மல்லண்ணா" 900
அந்தப் பேச்சைக் காதிலே கேட்டான்
 தோன்ற மல்லண்ணன்

தோன்ற மல்லண்ணன் வேண்டுகோள்

"தானொரு மொழி சொல்லுகிறேன்
 நவாப்பு சைதுல்லா
ஒண்டியாய் நான் போக மாட்டேன்
 நவாப்பு சைதுல்லா
துருப்புக் குதிரை முந்நூறு எனக்கு
 துரிதமாய்த் தரவேணும்
சாவி மூங்கில் சவாரி சண்டை
 தரவேணும் கூடவேதான் 905
கோபுர வேண்டி குலாரு வேண்டி
 நவாப்பு சைதுல்லா
இந்தப்படிக்குக் கொடுப்பாய் ஆனால்
 நவாப்பு சைதுல்லா
செஞ்சி கோட்டை யான் போய் வாரேன்
 நவாப்பு சைதுல்லா
போன நாழி[84] செஞ்சி ராஜனைப்
 புடித்துக் கொண்டுவாரேன்
வாராமல் போனால் செஞ்சி ராஜனை
 மடக்கிக் கொண்டுவாரேன் 910
கஜானா பணத்தைக் கட்டாமல் போனால்
 கழுவில் போட்டுவாரேன்
பகுதி பணத்தைக் கட்டாமல் போனால்
 பாரசிறை இட்டுவாரேன்
சிறையில் வைத்து துரிகத்து பண்ணி
 சேரக் கொண்டுவாரேன்

  இந்தப் படிக்கு உத்தாரம் கொடுத்தால்
   அங்கே போறேன்" என்றான்
தோன்ற மல்லண்ணா புறப்படல்
  அந்த வார்த்தையைக் காதிலே கேட்டான்
   நவாப்பு சைதுல்லா   915
  சலாம் வாங்கி திரும்பினான் ஐயா
   தோன்ற மல்லோஜி
  அரண்மனைக்கு உள்ளே சென்றான் அந்த
   தோன்ற மல்லோஜி
  ஸ்நானம் செய்து சாப்பிட்டான் ஐயா
   தோன்ற மல்லோஜி
  தலைக்குத் தலை[85] போட்டான் ஐயா
   தோன்ற மல்லோஜி
  அங்கி உருமால்[86] போட்டான் ஐயா
   தோன்ற மல்லோஜி   920
செஞ்சிக்குப் பயணம்
  அரண்மனை விட்டு வெளியே வந்தான்
   தோன்ற மல்லனும்
  அதற்கு முன்னே தயார் ஆச்சுது
   பட்டத்து, யானையும்
  ஆனை கொம்புக்குக் கத்தி கட்டினான்
   தோன்ற மல்லோஜி
  நாராயணா கோவிந்தா என்று
   யானை ஏறினானாம்
  செஞ்சி கோட்டைக்குப் பயணம் ஆனான்
   தோன்ற மல்லனும்   925
  கணகண கணகண கணகண என்று
   கத்திகள் மின்னுதுபார்
  தடதட தடதட தடதட என்று
   குதிரைகள் நடக்குதுபார்
  இங்கே அடித்த நகாரு[87] சத்தம்
   திமிரியில்[88] கேக்குது
ஷேக் முகம்மதுடன் சந்திப்பு
  அந்த வேளையில் என்ன செய்கிறான்
   ஷேக் முகம்மது ஐயா

தேசிங்கு ராஜன் கதை

எதிரி எவனோ வந்தான் என்று
    ஷேக் முகம்மதுவும்   930
எண்ணூறு துருப்புக் குதிரையுடன்
    முன்னே ஓடி வந்தான்
தோன்ற மல்லனைக் கண்ணாலே கண்டான்
    ஷேக் முகம்மதுவும்
பதில் சலாமும் கொடுத்தான் ஐயா
    தோன்ற மல்லனும்

ஷேக்கின் வினா

"எங்கே இருந்து எங்கே போநீர்
    தோன்ற மல்லண்ணா
இங்கே வந்த வயணம்[89] என்ன
    தோன்ற மல்லண்ணா   935
நேற்றை நிலுவை பைசா பணமும்
    கட்டி அனுப்பினேன்
இன்றைய நிலுவை பைசா பணமும்
    கட்டப் போகிறேன்
என் சீமையில் நகாரு போட
    வயணம் என்னஐயா"

தோன்ற மல்லண்ணா பதில்

அந்த வார்த்தைக்கு என்ன சொல்லுகிறான்
    தோன்ற மல்லனும்
"சண்டைக்கு வரலை சாடிக்கு[90] வரலை
    ஷேக் முகம்மதுஐயா   940
செஞ்சிக் கோட்டை பணத்துக்குப் போறேன்
    ஷேக் முகம்மதுஐயா"

ஷேக்கின் எச்சரிக்கை

அந்தப் பேச்சைக் காதிலே கேட்டான்
    ஷேக் முகம்மது ஐயா
நான் ஒரு வார்த்தை சொல்லுகிறேன் கேளும்
    தோன்ற மல்லண்ணா
அவனும் மகா சூரன் ஐயா
    ராஜா தேசிங்கு

செஞ்சிக் கோட்டை சிப்பாய் ஐயா
    ராஜா தேசிங்கு   945

கத்தி பிடித்த சிப்பாய் மகனும்
ராஜா தேசிங்கு
கண்ணை உருட்டி பார்த்தான் ஆனால்
சிப்பாய் தேசிங்கு
கால் பலங்களும் கை பலங்களும்
கதறி ஓடுமேதான்
டாறு டாறாய்[91] தீர்த்துப் போடுவான்
இராஜா தேசிங்கு
சண்டை பண்ணி ஜெயிக்க மாட்டாய்
தோன்ற மல்லண்ணா!

மல்லண்ணாவின் மற உரை

அந்தப் பேச்சைக் காதிலே கேட்டான்
தோன்ற மல்லோஜி
"என்ன பேச்சு பேசினாய் அடா
ஷேக்முகம்மது ஐயா
அவனுடன் சூரத்து எனக்குத் தெரியும்
ஷேக்முகம்மது ஐயா
செஞ்சிக்குச் சென்று எந்தன் வலிமையைத்
தெரிய காண்பிக்கிறேன்
போய் வாரேன் போய் வாரேன்
ஷேக்முகம்மது ஐயா

ஆரணிக்கோட்டை அடைதல்

கட்டி இருந்து குதிரைகள் எல்லாம்
நடக்குது பாளையமும்
போடு போடு என்று போடுகிறான் ஐயா
தோன்ற மல்லனும்
ஆரணி கோட்டைக்கு இரண்டு நாழிகையில்
நகாரு போட்டானாம்

வேங்கடராயரின் பயம்

வேங்கட ராயர் சீனிவாச ராவு
சந்திர மகாராஜாவும்
சதுர்[93] தீர்ந்தே உட்கார்ந்து இருந்தார்
மூன்று துரைமாரும்
கார்பார்[94] பண்ணுகிற வேங்கட ராயர்
காதிலே கேட்டிடவே

தேசிங்கு ராஜன் கதை

எதிரி எவனோ வந்தான் என்று
    வேங்கட ராயரும்
ஆயிரம் குதிரை தயார் பண்ணினார்
    வேங்கட ராயரும்
கோட்டையில் இருந்து வெளியே வந்தார்
    வேங்கட ராயரும்
துருப்பில் உள்ள ஆயிரம் குதிரை
    துரத்தி ஓடி வந்தார்   965

வேங்கடராயரின் வினா

தோன்ற மல்லனைக் கண்ணாலே கண்டார்
    வேங்கட ராயரும்
"சலாம் ஐயா சலாம் ஐயா
    தோன்ற மல்லோஜி
இங்கே வந்த வயணம் என்ன
    தோன்ற மல்லோஜி
நேற்று நிலுவை பைசா பணமும்
    கட்டி அனுப்பிவைத்தேன்
என் சீமையில் நகாரு போட
    என்ன வயணம்ஐயா!"   970

மல்லண்ணாவின் பதில்

"நான் ஒரு பேச்சு சொல்லுகிறேன் கேளும்
    வேங்கட ராயரே
சண்டைக்கு வரலை சாடிக்கு வரலை
    வேங்கட ராயரே
செஞ்சிக் கோட்டை பணத்துக்குப் போறேன்
    வேங்கட ராயரே!"

இராயரின் எச்சரிக்கை

அந்தப் பேச்சைக் காதிலே கேட்டான்
    வேங்கட ராயனும்
"நான் ஒரு சேதி சொல்லுகிறேன் கேளும்
    தோன்ற மல்லண்ணா   975
அவனிடம் சேதி எனக்குத் தெரியும்
    தோன்ற மல்லண்ணா
அவன் பிறந்த ஏழாம் வருஷம்
    தாயார் சென்றுபோனாள்

தேசிங்கு பிறந்த எட்டாம் வருஷம்
    தகப்பன் சென்றுபோனான்
சிற்றப்பன் துரை தரணி சிங்கு
    எடுத்து வளர்த்தானாம்
பதினெட்டு வயதில் கலியாணம் பண்ணினார்
    சிற்றப்ப ராசாவும்   980
இப்போ இருபத்து இரண்டு வயது பாலன்
    ராஜா தேசிங்கு
ஐம்பது துலாம் பரிசை[94] பாலா[95]
    அவனிடம் கத்தியும்
ஏழு துலாம் பரிசை பாலா
    அவன்கை பாலாவும்
அவனுக்கு ஏற்ற தெய்வ லோக
    பாராசாரி குதிரை
பாரா சாரி ஏறினார் ஆனால்
    ராஜா தேசிங்கு   985
பட்டா உருவி கையிலே பிடித்தால்
    ராஜா தேசிங்கு
பன்னிரு காதம் பாய்ந்து வெட்டுவான்
    ராஜா தேசிங்கு
இணை ஒருவர் எங்கும் இல்லை
    தேசிங்கு முன்னுக்கு
பால் சமுத்திரம் போலே துரைகள்
    படைகள் எதிர்த்தாலும்
பத்து நாளையிலே பார்த்து கொண்டு[96]
    பழஞ்செஞ்சி போவான்   990
சிங்கம் போலே வந்து வெட்டுவான்
    ராஜா தேசிங்கு
புலி போலே புகுந்து வெட்டுவான்
    ராஜா தேசிங்கு
மாறு மாறு[97] என்று தீர்த்துப் போடுவான்
    ராஜா தேசிங்கு
அவனை ஜெயிப்பார் ஒருவரும் இல்லை
    தோன்ற மல்லண்ணா
சண்டை பண்ணி ஜெயிக்க மாட்டாய்
    தோன்ற மல்லண்ணா   995

சமாதானமாய்ப் போக வேணும்
தோன்ற மல்லண்ணா
சமாதானத்துக்கு உடன்பட மாட்டான்
ராஜா தேசிங்கு"

மல்லண்ணாவின் மகிழ்ச்சி

அந்தச் சேதியைக் காதிலே கேட்டான்
தோன்ற மல்லனுமே
சந்தோஷமாக வேங்கட ராயனைத்
தழுவிக் கொண்டானாம்
'இனி எனக்குப் பயமில்லை' என்று
இறுமாந்து சொன்னானாம்
"நாமம் போட்டு செஞ்சி ராசனை
நடத்திக் கொண்டுவாரேன்
எந்த விதமும் செஞ்சி ராசனை
இடுவேன் சிறைஎன்றான்
ஆற்காடு தேசம் கொண்டவனை
அடக்கியே போடுவேன்பார்
செய்யாமல் போனால் எனது பேரும்
தோன்றமல்லன் அல்ல
போய் வாரேன் போய் வாரேன் நானும்
வேங்கட ராயரே!"

செஞ்சியை சேர்தல்

கட்டியிருந்த குதிரை எல்லாம்
நடந்த பாளையம்
போடு போடு என்று போடுறான் ஐயா
தோன்ற மல்லனும்
செஞ்சி கோட்டை மண்ணை மிதித்தான்
தோன்ற மல்லனும்
செஞ்சிக் கோட்டை ஐந்து நாழி வழி
தேவனூறு பேட்டை
தேவனூர் பேட்டை ஓரத்திலே
சங்கரா பணி ஆறு
ஆற்றங் கரையில வந்தே அவனும்
பாளையம் போட்டானாம்
மூன்று நாள் வரைக்கும் சத்து[98] பண்ணாமல்

முழித்து இருந்தானாம்
நாலாம் நாள் காலையில் அங்கே
நகாரு போட்டானாம்
இங்கே போட்ட நகாரு சத்தம்
செஞ்சியில் கேட்டதுபார்

தரணிசிங்கு அறிந்த சேதி

புது செஞ்சியில் பூசை பண்ணுகிறான்
ராசா தேசிங்கு   1015
பழஞ் செஞ்சியில் கார்பார் பண்ணுகிறான்
சிற்றப்ப ராசாவும்
என்றும் இல்லாத நகாரு சத்தம்
இன்று கேட்டதென்ன
அலங்கத்து[99] மேலேறி பார்த்தான்
சிற்றப்ப ராசாவும்
ஆற்றங் கரையில் நிறைந்து இருக்குது
நவாப்பு பாளையமும்
கண்ணாலே கண்டு மனது கலங்கி
கடுக என்ன செய்தான்   1020
ஒற்றைக் குதிரை போட்டு மேலேறி
உடனே ஓடி வந்தான்
அந்த வேளையில் பூசை பண்ணுகிறான்
ராசா தேசிங்கு
அரிநமோ நாராயணா என்று
பூசை பண்ணுகிறானாம்
கிருஷ்ண அரி கோவிந்தா என்று
பூசை பண்ணுகிறானாம்
மாயா வைகுந்தா என்று
பூசை பண்ணுகிறானாம்   1025
செஞ்சி கோட்டை ரங்கநாதரைத்
தியானம் செய்கிறானாம்

தரணிசிங்கு கூறியது

பூசை முகத்திலே வந்து நின்றான்
சிற்றப்ப ராசாவும்
"என்ன பூசை பண்ணினாய் அடா
மகனே தேசிங்கு

தேசிங்கு ராஜன் கதை

தேவனூரிலே கணகண என்று
 நகாரு முழங்குதுஇப்போ
பாளையம் வந்து நெருங்கி இருக்குது
 மகனே தேசிங்கு   1030
நாலு மூலையும் நவாப்பு பாளையம்
 நாடி இருக்குது பாரு
ஆற்றங்கரையில் நவாப்பு பாளையம்
 அண்டி இருக்குது பாரு"

தேசிங்கின் வீரமொழி

அந்தப் பேச்சைக் காதிலே கேட்டான்
 ராசா தேசிங்கு
கண்ணை விழித்து பார்த்தான் ஐயா
 ராசா தேசிங்கு
"ராமு ராமுரே தேவா உமக்கு
 சிற்றப்பா ராசாவே   1035
கலகல என்று சிரித்தான் ஐயா
 ராசா தேசிங்கு
கோபம் கொண்டு நகைத்து அவனும்
 கொல்லும் சிங்கம்போலே
"ஐயா கேளும் ஐயா கேளும்
 சிற்றப்ப ராசாவே
பன்னிரண்டு வருஷ தோப்புறா பணமும்
 நம்அண்டையில் இருக்குது
நமது கோட்டைக்கு பயமே இல்லை
 நமக்கே ஆனாலும்   1040
ராமா ராமா என்று
 ராஜ்யம் ஆளுகின்றோம்
ராஜ குலத்தில் நானும் பிறந்தேன்
 ரோசாக் காரனாக
எதிராளியான நவாப்பு தண்டு
 எதிரில் விழுந்ததோடா
பகையாளியான நவாப்பு தண்டு
 பக்கத்தில் விழுந்ததோடா
தேசமெல்லாம் சேர்ந்து வந்ததோ
 சிற்றப்ப ராசாவே   1045

அரைக்கால் நாழிகை பொறுத்துக் கொள்ளும்
 சிற்றப்ப ராசாவே
டாறு டாறாய் கிழித்து போடுகிறேன்
 சிற்றப்ப ராசாவே
ஆறிலும் சாவு நூறிலும் சாவு
 சிற்றப்ப ராசாவே
பிறந்த அன்றைக்கே சாவு இருக்குது
 சிற்றப்ப ராசாவே
இதற்கோ நீயும் பயந்தீர் ஐயா
 சிற்றப்ப ராசாவே   1050
பூசை முகத்தைக்[101] கொடுக்க வேண்டாம்
 சிற்றப்ப ராசாவே

தரணிசிங்கின் காது

ஆனால் நல்லது ஆகட்டும் என்றான்
 சிற்றப்ப ராஜாவும்
அந்த வேளையில் என்ன பண்ணுகிறான்
 சிற்றப்ப ராசாவும்
சிற்றப்பா தரணி சிங்குமே
 கொலுவுக்கு வாராராம்
இரண்டு பேரை அர்க்காரு மாரெ
 தோன்ற மல்லனுக்கு   1055
தோன்ற மல்லனைத் தேடி வந்தார்
 அர்க்காரு மார்களும்
வந்தவனைத் தன் கண்ணாலே கண்டான்
 தோன்ற மல்லனும்
"ராமு ராமுரோ ராமு ராமுரோ
 அர்க்காரு மாரே நீர்
என்னிட தேடி வந்த காரியம்
 எனக்குச் சொல்லும் ஐயா
அந்தப் பேச்சைக் காதிலே கேட்டார்
 அர்க்காரு மாருகளும்   1060
"எம்மை ஆளும் தேசிங்கு ராஜா
 உன்னை அழைக்கச் சொன்னார்
சல்தி சல்தி புறப்படும் என்றார்
 அர்க்காரு மார்களும்

மல்லனின் வேடம்

இந்தச் சேதியைக் காதிலே கேட்டான்
    தோன்ற மல்லனும்
கால் நடுங்கி கை நடுங்கி
    யானை ஏறினானாம்
சுண்ணாம்பு எடுத்து எச்சில் உமிழ்ந்து
    நாமத்தைப் போட்டானாம்   1065
ஆனையைக் குத்தி ரத்தம் எடுத்து
    நடுவில் போட்டானாம்
பட்டை நாமம் போட்டான் ஐயா
    தோன்ற மல்லனும்

தேசிங்கின் வருகை!

அந்த வேளையின் என்ன பண்ணுகிறான்
    ராசா தேசிங்கு
பூசை முழுவதும் முடிந்தது ஐயா
    ராசாவுக்கு ஆனாலும்
பூசையை விட்டு வெளியில் வந்தான்
    ராசா தேசிங்கு   1070
சிங்கார மாலிலே வந்தான் ஐயா
    ராசா தேசிங்கு
திருமணி[102] பெட்டியைக் கையில் எடுத்தான்
    ராஜா தேசிங்கு
ராமா ராமா என்று திருமணி
    நெற்றியில் இட்டானாம்
சரிகை முண்டாசு[103] தலையிலே தரித்தான்
    ராஜா தேசிங்கு
கலிக்கத்[104] துறா எடுத்துக் கட்டினான்
    கதும்பும் சிங்கம் போலே   1075
மொகான்[105] எடுத்துத் தலையில் போட்டான்
    ராசா தேசிங்கு
கைக்குச் சீராக்[106] கட்டிக் கொண்டான்
    ராசா தேசிங்கு
ஐந்து துலாம் பரிசைக் கத்தி
    கையில் பிடித்தானாம்

தேசிங்கின் கொலு

எமன் போலே உட்கார்ந்தான் ஐயா
    ராசா தேசிங்கு

மன்மதன் போலே உட்கார்ந்தான் ஐயா
ராசா தேசிங்கு   1080
அருகில் இருந்த அர்க்காரு மாரை
அதட்டிக் கூப்பிட்டான்
கூப்பிட்டு அழைத்து சேதி சொன்னான்
கொல்லும் சிங்கம்போலே

தேசிங்கு கூறியது

"ஜெயராமு கெங்கா ராவை
கொலுவுக்கு வரச்சொல்லும்
தத்தர் சிங்கு கோபால் சிங்கு
நமது கொலுவில் அழையும்
ராமு சிங்கு லட்சுமண சிங்கு
நமது கொலுவில் அழையும்   1085
ராமு தாரி லட்சுமண தாரியை
கொலுவுக்கு வரச் சொல்லும்
ராமு சிங்கை தரணி சிங்கை
கொலுவுக்கு வரச்சொல்லும்
மான் சிங்கை கிருபு சிங்கை
கொலுவுக்கு வரச் சொல்லும்
பேட்டை சிப்பாய் மோவுத்துக்காரனைக்
கொலுவுக்கு வரச்சொல்லும்
சிற்றப்ப துரை தரணி சிங்கைக்
கொலுவுக்கு வரச்சொல்லும்   1090
'ஜல்தி ஜல்தி', என்று சொன்னான்
ராஜா தேசிங்கு
சொன்ன நாழிகைக்குக் கொலுவில்
சூழ ஓடி வந்தார்
இந்த விதமாக இருக்குது அங்கே
செஞ்சி கோட்டைக்குள்ளே

மல்லனின் நிலை

அந்த வேளையில் என்ன செய்கிறான்
தோன்ற மல்லனும்
ஆனையை விட்டு கீழே குதித்தான்
தோன்ற மல்லனும்   1095
நாராயணா கோவிந்தா என்று

கோட்டைக்குள்ளே வந்தான்
சதுர்[107] முன்னுக்கு வந்தான் ஐயா
தோன்ற மல்லனும்
முழங்கால் சீலை போட்டே அவனும்
முன்னே சலாம் செய்தான்

தேசிங்கின் கேள்வி

பதில் சலாமும் கொடுத்தான் ஐயா
ராஜா தேசிங்கு
கண்ணாலே கண்டு தோன்ற மல்லனைக்
கடுக சொல்லலுற்றான்
“நீ இங்கே வந்த வயணம் என்ன
தோன்ற மல்லண்ணா
எனக்கு இருபத்திரண்டு வயசு
இப்போது ஆச்சுது
இத்தனை நாளாய் நவாப்பு சேனைகள்
இங்கே வந்தது இல்லை
உயிர் கொடுக்க செஞ்சிக் கோட்டைக்கு
உகந்து வந்தீரோ
தைரியம் கொண்டு செஞ்சி கோட்டைக்குச்
சார்ந்து வந்தீரோ
என் சீமையில் நகாரு போட
என்ன வலுமை கொண்டீர்
சல்தி சல்தி சொல்லும்” என்றான்
ராஜா தேசிங்கு

மல்லனின் பதில்

அந்தப் பேச்சைக் காதிலே கேட்டு
தோன்ற மல்லனும்
கால் நடுங்கி கைநடுங்கி
காலில் விழுந்தானாம்
“சலாம் ஐயா; சலாம் ஐயா
ராஜா தேசிங்கு

கோபம் இல்லாமல் என்னிட பேச்சைக்
கொஞ்சம் கேளும்ஐயா
சந்தோசமாக என்னிட பேச்சைச்

சற்றே கேளும்ஐயா
நூற்று எழுபத்து ரெண்டு பாளையப்பட்டு
நவாப்புக்கு ஆனாலும்
செஞ்சிக் கோட்டை பைப்பணமும் வரவில்லை
ராஜா தேசிங்கு
தோப்புறா பணமும் வேறே கிடக்குது
பழஞ் செஞ்சியிலே 1115
தோப்புறா நிலுவைக்கு வந்தேன் ஐயா
ராஜா தேசிங்கு

தேசிங்கின் சினம்

பல்லைப் படபட என்று கடித்தான் ஐயா
ராஜா தேசிங்கு
கையைத் தூக்கி கனைத்து தட்டினான்
ராஜா தேசிங்கு
இனி இல்லாத கோபம் ஆச்சுது
ராஜாவுக்கு ஆனாலும்
கோபத்தினாலே அவனைக் கொல்ல
கத்தி எடுத்தானாம் 1120
பார்த்த உடனே தோன்ற மல்லன்
மயங்கி விழுந்தானாம்
விழுந்த உடனே சலாம் செய்து
வேண்டிக் கொண்டானாம்
தலை அசைத்து தோள் நெரித்தான்
தாவும் சிங்கம்போல
கண்களை உருட்டிக் கதும்பினான் ஐயா
காளை சிங்கம்போல

தேசிங்கின் கூற்று

"அடா என்ன பேச்சு பேசினாயடா
தோன்ற மல்லண்ணா 1125
நீ வந்தாப் போல் நவாப்பு வந்தால்
நிமிஷம் இருக்கமாட்டான்
பணமென்ற சேதி காதிலே கேட்டால்
பாய்ந்து வெட்டிடுவேன்
நாளைக்கு வரும் நவாப்பு சாயபை
இன்றைக்கு வரச்சொல்லும்
ரோஷ்க்காரன் ஆனால் நவாப்பு சாயபை

நொடியில் வரச்சொல்லும்
ஆண்பிள்ளை ஆனால் நவாப்பு சாயபை
இன்றைக்கு வரச்சொல்லும்
மீசை உள்ளவன் ஆனால் நவாப்பை
வெளியில் வரச்சொல்லும்
கத்தி எடுக்கிற சிப்பாய்கள் எல்லாம்
தோப்புறா கட்டுகிறதோ
தைரியம் உள்ளவன் ஆனால் நவாப்பைச்
சல்தியில் வரச்சொல்லும்
கருவாடு விக்கிற லப்பை பயலுக்குக்
கிஸ்தி கட்டுகிறதோ
கத்தி முனையிலே பணமும் தாரேன்
நவாப்புக்கு ஆனாலும்
பரிசை முனையிலே பணமும் தாரேன்
நவாப்புக்கு ஆனாலும்
போன வருசத்துக்கு இந்த வருசம்
வரகு விளைந்தது
வரகு வைக்கோல் மெத்தகிடக்குது
வாரிப்போகச் சொல்லும்
ஒட்டை[108] ஆயிரம் யானை ஆயிரம்
ஓட்டி வரச் சொல்லும்
பொதிகள் போட்டு நவாப்பை எடுத்துப்
போகச் சொல்லும்"

மல்லனின் பயம்

அந்தப் பேச்சைக் காதிலே கேட்டான்
தோன்ற மல்லனும்
கால் நடுங்கி கை நடுங்கி
களைத்து விழுந்தானாம்
செத்த பிணம் போலே இருந்தான்
தோன்ற மல்லனும்
மூர்ச்சை தெளிந்து எழுந்தான் ஐயா
தோன்ற மல்லனும்
பார்க்கப் பார்க்கக் கோபம் மீறுது
ராஜாவுக்கு ஆனாலும்
கோபம் வருவதைக் கண்ணாலே கண்டான்
தோன்ற மல்லனும்

ரங்க நாதரை வேண்டிக் கொள்ளுகிறான்
தோன்ற மல்லனும்

மல்லனின் வழிபாடு

“தெரியாமல் படிக்குச் செஞ்சிக்கு வந்தேன்
ரங்க நாதரே
என்னுயிர் கொண்டு ஆற்காடு போனால்
ரங்க நாதரே
ஆயிரம் பேருக்கு அன்னம் கொடுக்கிறேன்
ரங்க நாதரே
வஸ்திர[109] தானம் வகை வகையாக
வந்தவருக்குக் கொடுக்கிறேன்
மங்களமாக கலியாணம்
மகிழ்வாய் செய்துவைப்பேன்
சோகி சங்கமர்[110] எவர் வந்தாலும்
சொர்னதானம் கொடுப்பேன்
வேத வேதியர் கேட்கும் வகைகளை
விருப்பமுடன் தருவேன்

தேசிங்கின் எச்சரிக்கை

கல கல என்று சிரித்தான் ஐயா
ராஜா தேசிங்கு
“நானொரு சேதி சொல்லுகிறேன் கேள்
தோன்ற மல்லண்ணா
வந்தாப் போல நவாப்பு வந்தால்
குத்திப் போடுவேன்நான்
உங்கள் நவாப்புக்குப் பயப்படவில்லை
தோன்ற மல்லோஜி
உன் நெற்றி நாமத்தைக்கண்டு பயந்தேன்
தோன்ற மல்லோஜி
ரங்கர் வார்த்தையைக் கண்டு பயந்தேன்
தோன்ற மல்லண்ணா

மல்லண்ணாவின் ஓட்டம்

அந்தப் பேச்சைக் காதிலே கேட்டான்
தோன்ற மல்லண்ணன்
“ராமு ராமுரே சீதா ராமுரே
ராஜா தேசிங்கு

சலாம் செய்து திரும்பினான் ஐயா
    தோன்ற மல்லனும்
கோட்டைக்கு வெளியே வந்தான் ஐயா
    தோன்ற மல்லனும்

சமேதார்மாரிடம் சொன்னது

"நான் ஒரு பேச்சு சொல்லுகிறேன் கேளும்
    சமேதாரு மாரே   1165
குதிரையின் மேலே ஏற மாட்டான்
    சமேதாரு மாரே
தண்டுக்குள்ளே படுத்துக் கொள்கிறேன்
    சமேதாரு மாரே
சீக்கிரமாக மூன்று நாளைக்குள்
    செஞ்சிக்கு வந்தோமே
இன்றைய ராத்திரி ஆற்காட்டுக்குக்
    கொண்டு போகவேணும்"
அந்தப் பேச்சைக் காதிலே கேட்டார்
    சமேதாரு மாரும்   1170
கட்டி இருந்த குதிரை சேனையும்
    சடுதியில் நடந்திடவே
காற்று போல பறக்கிறார் ஐயா
    சமேதாரு மாரும்

ஆற்காடு அடைதல்

ஆற்காடு வீதியில் நகாரு சத்தம்
    அன்பாக அடித்தானாம்
அங்கே போட்ட நகாரு சத்தம்
    நவாப்பு கேட்டானாம்
அந்த வேளையில் என்ன சொல்லுகிறான்
    நவாப்பு சைதுல்லா   1175

நவாப்பு மகிழ்ச்சி

"அண்ணா வாடா தம்பி வாடா
    பங்காரு நாயக்காநீ
சல்செஞ்சிக் கோட்டை பணமும் வருது
    பங்காரு நாயக்காநீ
சதுரு ஜக்காளம் போடச் சொன்னான்
    நவாப்பு சைதுல்லா

தூங்கா விளக்கை வைக்கச் சொன்னான்
    நவாப்பு சைதுல்லா

மல்லன் கூறியது

அந்த வேளையில் என்ன செய்கிறான்
    தோன்ற மல்லனும்   1180
நவாப்பு மாலில் வந்தான் ஐயா
    தோன்ற மல்லனும்
சலாம் செய்து எதிரிலே நின்றான்
    தோன்ற மல்லனும்
பதில் சலாமும் கொடுத்தான் ஐயா
    நவாப்பு சைதுல்லா
கொள்ளு குத்தின உலக்கை போல
    முன்னே நின்றானாம்
தோன்ற மல்லனைக் கண்ணாலே கண்டான்
    நவாப்பு சைதுல்லா   1185

நவாப்பு கேட்டது

"என்ன காரியம் பண்ணினாய் அட
    தோன்ற மல்லண்ணா
பணமும் எங்கே காசும் எங்கே
    தோன்ற மல்லண்ணா"

மல்லன் பதில்

"பணமும் காணேன் காசும் காணேன்
    நவாப்பு சைதுல்லா
நூற்று எழுபத்திரண்டு பாளையப் பட்டுக்கு
    நான்போய் இருக்க
இத்தனை நாளும் இவனைப் போல
    நானும் பார்த்ததில்லை   1190
இனி இல்லாத பாடு படுத்தினான்
    ராஜா தேசிங்கு
ராஜா பத்தின பாடு பாரும் ஐயா
    நவாப்பு சைதுல்லா
செத்து போனவன் திரும்பி வந்தேன்
    நவாப்பு சைதுல்லா
வாயினாலே சொல்ல மாட்டேன்
    நவாப்பு சைதுல்லா

செஞ்சி கோட்டையான் ஓலை எழுதினான்
    நவாப்பு சைதுல்லா   1195
ஓலை முகத்தைக் கண்ணாலே பாரும்
    நவாப்பு சைதுல்லா"

நவாப்பின் சீற்றம்

ஓலை எடுத்து எதிரே வைத்தான்
    தோன்ற மல்லனும்
அந்த வேளையில் என்ன சொல்கிறான்
    நவாப்பு சைதுல்லா
"ஆயிரம் கணக்குப் பிள்ளைக்குப் பெரிய
    கணக்குப்பிள்ளை வாரும்"
வாசித்து பார்த்து தலையைக் குனிந்தான்
    ரங்க நாதப்பிள்ளை   1200
"இரண்டு நாழியில் இடித்துப் போடுறேன்
    செஞ்சிக் கோட்டையைநான்
எதிர்த்து வந்த தேசிங்கு ராஜனை
    இடித்துப் போடுவேன்நான்
ஆண்சிறை பெண்சிறை தள்ளிப் பிடிக்கிறேன்
    செஞ்சி கோட்டைக்குள்
உண்டான சேதி வெளியிலே சொல்லும்
    ரங்கநாதப் பிள்ளை"

பிள்ளை ஓலை வாசித்தது

அந்த வேளையில் என்ன சொல்லுகிறான்
    ரங்கநாதப் பிள்ளை   1205
"நான் ஒரு சேதி சொல்லுகிறேன் கேள்
    நவாப்பு சைதுல்லா
ஆண் பிள்ளையானால் நவாப்பு சாயுவை
    இன்றைக்கு வரச்சொல்லும்
பெண் பிள்ளையானால் நவாப்பு சாயுபை
    அங்கே இருக்கச்சொல்லும்
மீசை முளைத்த ஆள் பிள்ளையானால்
    சண்டைக்கு வரச்சொல்லும்
கத்தி முனையில் பணமும் தாரேன்
    நவாப்புக்கு ஆனாலும்   1210
ஈட்டி முனையில் பணமும் தாரேன்
    நவாப்புக்கு ஆனாலும்

போன வருசத்துக்கு இந்த வருசம்
வரகு மெத்தவிளைவாம்
வரகு வைக்கல்[112] மெத்த கிடக்குது
வாரிப்போகச் சொல்லு
கோட்டையின் மேல் புல்லு கிடக்குது
கூட்டிப்போகச் சொல்லும்
கோட்டையின் வெளியில் மணல் கிடக்குது
வாரிப்போகச் சொல்லும்
இத்தனை சமர்த்து இருந்தே ஆனால்
இங்கே வரச்சொல்லும்
திராணி இல்லாத பெண் பிள்ளையானால்
அங்கே இருக்கச்சொல்லும்"
இப்படியாக எழுதி இருக்குது
நவாப்பு சைதுல்லா

நவாப்பின் சினம்

அந்தப் பேச்சைக் காதிலே கேட்டான்
நவாப்பு சைதுல்லா
கேட்ட உடனே வயிறு எரியுது
நவாப்புக்கு ஆனாலும்
நீல விழிகள் எரியுது ஐயா
நவாப்புக்கு ஆனாலும்
மீசை படபட என்று துடிக்குது ஐயா
நவாப்புக்கு ஆனாலும்
பட்டா உருவி கையிலே பிடித்தான்
நவாப்பு சைதுல்லா

பங்காருவிடம் கூறியது

"அண்ணா வாடா தம்பி வாடா
பங்காரு நாய்க்கனே
ஆனை செத்தாலும் ஆனை தாரேன்
பங்காரு நாயக்கனே
தளங்கள் செத்தால் தளங்கள் தாரேன்
பங்காரு நாய்க்கனே
சண்டா இழுத்து வெளியில் போடு
பங்காரு நாய்க்கனே
சண்டா இழுத்து வெளியில் போடு
பங்காரு நாய்க்கன்

அவ்வேளையில் என்ன சொல்கிறான்
பங்காரு நாய்க்கன்
"நூற்று எழுபத்தி ரெண்டு பாளையக்காரரைக்
கொலுவுக்கு வரச்சொல்லும்
ஓலை எழுத்தானி கையில் பிடித்தான்
பங்காரு நாயக்கனும்
எழுபத் திரண்டு அர்க்காரு மாரை
தயார் பண்ணினானாம்
அஞ்சல் மேலே அஞ்சல் வைத்தான்
பங்காரு நாயக்கனும்
ஓலை எடுத்து கையில் கொடுத்தான்
அர்க்காரு மார்களும்

அர்க்காருமார்கள் பயணம்

காற்று போல பறக்கிறார் ஐயா
அர்க்காரு மார்களும்
மேகம் போலே பறக்குறார் ஐயா
அர்க்காரு மார்களும்
இரண்டு நாழியில் போய்சேர்ந்தார் ஐயா
அர்க்காரு மார்களும்
ஓலையைக் கொண்டு கையில் கொடுத்தார்
அர்க்காரு மார்களும்

பாளையக்காரர் பயணம்

ஓலையைப் பிரித்துப் பார்த்தார் ஐயா
பாளையக் காரரும்
அவர்களுக்கு ஏற்ற துருப்புக் குதிரை
தயார் பண்ணினானாம்
தேசத்து ரங்கராவு
கொலுவுக்கு வாரானாம்
திருவண்ணாமலை சுபங்கி துரை
கொலுவுக்கு வாரானாம்
திமிரிக் கோட்டை ஷேக் முகம்மது
கொலுவுக்கு வாரானாம்
வாளிக் கோட்டை அப்துல் காதரும்
கொலுவுக்கு வாரானாம்
மதுரை சீமை மலையாளத் தானும்

கொலுவுக்கு வாரானாம்
ஆரணி கோட்டை வேங்கட ராயர்
கொலுவுக்கு வாரானாம்
அரியலூர் பெரிய துரையும்
கொலுவுக்கு வாரானாம்
எட்டியா புரத்து[113] பாளையக் காரன்
கொலுவுக்கு வாராராம்
நூற்று எழுபத்து ரெண்டு பாளையக்காரனும்
கொலுவுக்கு வாராராம்
ஆற்காட்டு ஐங்காத வழி
வந்து நிறைந்தாராம்
பாளையக்காரர் வந்த சேதியைக்
காதிலே கேட்டானாம்
சீமைக்கு வந்த நாட்டார் சேதியைக்
காதிலே கேட்டானாம்
சிங்கக் குட்டி போல் பாளையக் காரரைக்
கண்ணில் கண்டானாம்

நவாப்பு செய்தது

அந்த வேளையில் என்ன செய்கிறான்
நவாப்பு சைதுல்லா
பெரிய கணக்குப் பங்காரு நாய்க்கனைக்
கிட்ட வரச்சொன்னார்
"அண்ணா வாடா தம்பி வாடா
பங்காரு நாயக்கா நீ
நூற்று எழுபத்தி ரெண்டு பாளையக் காரருக்கு
விருது கட்டடா நீ
எண்பது கோடி பாரா துப்பாக்கி
தயார் பண்ணடா நீ
அதற்கு தகுந்த குண்டு மருந்து
தயார் பண்ணடா நீ
அறுபதி னாயிரம் ரேக்லா பீரகுசி
தயார் பண்ணடா நீ
ஐநூறு பேர் சமேதாருக்கு
சேதி சொல்லடா நீ
நூற்று எழுபத்தி ரெண்டு பாளையப்பட்டுக்கு
கிஸ்தி கட்டடா நீ

வெள்ளைக் கூடாரம் பச்சைக் கூடாரம்
    தயார் பண்ணடா நீ
கணக்கில்லாத சேனை தளத்தைத்
    தயார் பண்ணடா நீ

பங்காருவின் செயல்

அந்த வேளையில் என்ன பண்ணுகிறான்
    பங்காரு நாயக்கனும்   1265
ஐம்பது கோடி பீரங்கி குண்டு
    தயார் பண்ணினானாம்
அறுபதினாயிரம் பீரங்கி குண்டு
    தயார் பண்ணினானாம்
எண்பதினாயிரம் பீரங்கி குண்டு
    தயார் பண்ணினானாம்
நூறாயிரம் ரேக்லா குண்டு
    தயார் பண்ணினானாம்
இருபதினாயிரம் யானைகளும்
    தயார் பண்ணினானாம்   1270
எண்பதாயிரம் பாலா ஈட்டிகள்
    தயார் பண்ணினானாம்
லக்ஷத்து இருநூறு சிப்பாய் மாரைத்
    தயார் பண்ணினானாம்
அவரவர்களுக்கு வஸ்துக்கள்[114] எல்லாம்
    தயார் பண்ணினானாம்
அறுபத்து நாலு சண்டா மரமும்
    தயார் பண்ணினானாம்
பதிங்காத வழி பரவி இருக்குது
    நவாப்பு பாளையமும்   1275
அந்த வேளையில் என்ன பண்ணினான்
    பங்காரு நாயக்கனும்

பங்காரு கூறியது

"சலாம் ஐயா சலாம் ஐயா
    நவாப்பு சைதுல்லா
பாளையம் எல்லாம் தயார் ஆச்சுது
    நவாப்பு சைதுல்லா"

நவாப்பின் செயல்கள்

அந்தப் பேச்சைக் காதிலே கேட்டான்
    நவாப்பு சைதுல்லா
மாலுக் குள்ளே புகுந்தான் ஐயா
    நவாப்பு சைதுல்லா   1280
மாலுக்குத் தமான் போட்டான் ஐயா
    நவாப்பு சைதுல்லா
இடுப்புக்கு கச்சை இறுக்கிக் கட்டினான்
    நவாப்பு சைதுல்லா
அங்கித மான் போட்டான் ஐயா
    நவாப்பு சைதுல்லா
தலைப்பாய் எடுத்து தலையில் தரித்தான்
    நவாப்பு சைதுல்லா
கலிக்கத் துறா கட்டினான் ஐயா
    நவாப்பு சைதுல்லா   1285
பட்டாய் உருவி கையிலே பிடித்தான்
    நவாப்பு சைதுல்லா
தனக்கு வளர்த்த பட்டத்து யானையைச்
    சல்தி வரச்சொன்னான்
ஆனைக் கொம்புக்குக் கத்தி கட்டினான்
    நவாப்பு சைதுல்லா
ஆனையைச் சுற்றி முகமன்[115] கட்டினான்
    நவாப்பு சைதுல்லா
அம்பாரிக் குள்ளே தொட்டில் கட்டினான்
    நவாப்பு சைதுல்லா   1290
ஆனையைத் தொட்டு சலாம் வாங்கினான்
    நவாப்பு சைதுல்லா
வலது காலை தூக்கிக் கொடுத்தது
    பட்டத்து யானையும்
இருப்பு உலக்கையில் இருக்குது
    யானைக்கு ஆனாலும்
அல்லாகு அல்லாகு என்று
    யானை ஏறினானாம்

செஞ்சிக்குப் பயணம்

செஞ்சி கோட்டைக்குப் பயணம் என்று
    நகாரு அடித்தாராம்   1295

தேசிங்கு ராஜன் கதை

கணகண கணகண கணகண என்று
    நகாரு முழங்குதுபார்
பளபள பளபள பளபள என்று
    பட்டாக்கள் முழங்குதுபார்
தடதட தடதட தடதட என்று
    தமுறு முழங்குதுபார்
துந்து பேரிகை சில்லரி சல்லரி
    தொந்தோம் எனவே
அவுதாரு மாலை வீசுகிறார்கள்
    நவாப்புக்கு ஆனாலும்   1300
வெள்ளை வெண்சாமரை போடுகிறார்கள்
    நவாப்புக்கு ஆனாலும்

செஞ்சியின் நிலை

அந்த வேளையில் என்ன செய்கிறார்
    ராசா தேசிங்கு
புது செஞ்சியிலே பூசை பண்ணுகிறார்
    ராசா தேசிங்கு
பழஞ் செஞ்சியிலே கார்பார் பண்ணுகிறார்
    சிற்றப்ப ராசாவும்
திடுதிடு என்று பயந்து நடுங்கி
    கீழே விழுந்தாராம்   1305
கீழே விழுந்த சிற்றப்பராசாவும்
    திடீரென்று விழுந்தாராம்
மைந்தர் அருகிலே ஓடி வந்தான்
    சிற்றப்ப ராசாவும்
காஞ்சி நாதரை காவேட்டி ரங்கரை
    பூசை பண்ணுகிறான்
கண்ணைமூடி பூசை பண்ணுகிறான்
    ராசா தேசிங்கு
பூனை முகத்தில் வந்து நின்றான்
    சிற்றப்ப ராசாவும்   1310

தாணிசிங்கு கூறியது

"என்ன பூசை பண்ணினாய் அடா
    மகனே தேசிங்கு
பூசை முகத்தில் இடி விழுந்தது

            மகனே தேசிங்கு
    கோட்டையை வளைத்து சுற்றி இருக்குது
            நவாப்பு பாளையமும்
    செஞ்சிகோட்டை ஐந்து நாழி வழி
            தேவனூர் பேட்டை
    தேவனூர் பேட்டை ஓரத்திலே
            சங்கராபரணி ஆறு   1315
    சங்கரா பரணிக் கரையில் வந்தது
            நவாப்பு பாளையமும்"

நவாப்பு கட்டளை

    "அண்ணா வாடா தம்பி வாடா
            பங்காரு நாயக்கா நீ
    தண்டு சேனையைப் பிடித்து போடா
            பங்காரு நாயக்கா நீ
    மெத்தை யின்மேல் பீரங்கி ஏத்து
            பங்காரு நாயக்கா நீ
    துருப்புக் குதிரை சுற்றிலும் வையும்
            பங்காரு நாய க்கா நீ   1320
    ஒரு பளுத்தா[116] சல்தியா தீரும்
            பங்காரு நாயக்கா நீ
    அந்தப் படி உத்தாரம் கொடுத்தார்
            நவாப்பு சைதுல்லா

நாயக்கன் கேட்டு செய்தது

    நானொரு சேதி சொல்லுகிறேன் கேளும்
            நவாப்பு சைதுல்லா
    "ஆராருக்குப் பயணம் சொல்ல
            நவாப்பு சைதுல்லா"
    உத்தாராம் கொடுத்த நிமிசத்திலே
            பங்காரு நாயக்கனும்   1325
    சல்தி சல்தி பளுத்தா தீர்த்தான்
            தேவனூர் பேட்டையிலே
    அந்தப் பளுத்தா காதிலே கேட்டார்
            நவாப்பு பாளையமும்
    தேவனூர் பேட்டையை இடித்துப் போடுகிறார்
            நவாப்பு பாளையமும்
    இனி இல்லாத கொள்ளை இடுகிறார்

தேசிங்கு ராஜன் கதை

நவாப்பு ஆனாலும்
சரிகை உருமாலை வீசுகிறார்
நவாப்புக்கு ஆனாலும் 1330
நெருங்கிக் கொண்டுவாராന் ஐயா
நவாப்பு சைதுல்லா
பதிங்காத வழி பரவி இருக்குது
நவாப்பு பாளையமும்
எள்ளு போட்டா எள்ளு விழாது
நவாப்பு பாளையத்தில்
கிள்ளின மண்ணு கீழே விழாது
நவாப்புப பாளையத்தில்

நவாப்பின் செயல்

அந்த வேளையில் அங்கே வாறார்
நவாப்பு சைதுல்லா 1335
திமிரிக் கோட்டையைத் தேடி வாறார்
நவாப் சைதுல்லா
ஒரே தினத்தில் வந்து இறங்கினான் ஐயா
நவாப்பு சைதுல்லா
பங்காரு நாயக்கனை பக்கம் அழைத்தான்
நவாப்பு சைதுல்லா

நாயக்கனிடம் சொன்னது

"சம்பளம் போடு ரஸ்துகள் போடு
பங்காரு நாயக்கனும்"
இறங்கி சம்பளம் கொடுத்தான் ஐயா
பங்காரு நாய்க்கனும் 1340
தண்டுக்கு ரஸ்து போட்டான் ஐயா
பங்காரு நாய்க்கனும்

நவாப்பின் நிலை

அவ்விடம் விட்டு புறப்பட்டான் ஐயா
நவாப்பு சைதுல்லா
அன்று ராத்திரி அங்கே வந்தான்
நவாப்பு சைதுல்லா
போடு போடு என்று வாரான் ஐயா
நவாப்பு சைதுல்லா
எரிஞ்சு கொண்டு வாரான் ஐயா
நவாப்பு சைதுல்லா 1345

தாணிசிங்கு கூறியது

"பாதி பூசையைத் தள்ளி போடுடா
 மகனே தேசிங்கு
 தோப்புறா பணத்தைக் கட்டி அனுப்பும்
 மகனே தேசிங்கு"

தேசிங்கின் சினம்

இந்தச் சேதி காதிலே கேட்டான்
 ராஜா தேசிங்கு
மூடின கண்ணைத் திறந்து பார்த்தான்
 ராஜா தேசிங்கு
அறுபது வயது சென்ற உமக்கு
 அறிவு கொஞ்சம்இல்லை 1350
பூசை முகத்தைக் கெடுக்க வேண்டாம்
 சிற்றப்ப ராசாவே
அரைக்கால் நாழி பொறுத்துக் குதிரையைத்
 தயார்பண்ணச் சொல்லு
வெள்ளரிக்காய் வீசினாற் போல
 வீசிப் போடுகிறேன்
பத்தல்[117] பத்தலாய்க் கிழித்துப் போடுகிறேன்
 நவாப்பு பாளையங்களை
சக்கை சக்கையாய் சிதைத்து போடுகிறேன்
 நவாப்பு பாளையங்களை 1355
அரைக்கால் நாழி பொறுத்துக் கொள்ளும்
 சிற்றப்ப ராசாவே
தலை தலையாய் உருட்டி போடுகிறேன்
 தளங்களை எல்லாமே
கதறி பதறி சிதறிட்டு ஓட
 கரிகளை வெட்டுகிறேன்
இந்தப்படி செய்யாமல் போனால்
 என்பேர் தேசிங்குஅல்ல
டாறு டாறாய் கிழித்துப் போடுகிறேன்
 நவாப்பை ஆனாலும் 1360
ஆனால் நல்லது ஆகட்டும் என்றான்
 சிற்றப்ப ராஜாவும்
அந்த வேளையில் என்ன பண்ணுகிறான்

ராஜா தேசிங்கு
கண்ணை மூடி பூசை பண்ணுகிறான்
ராஜா தேசிங்கு
சுபங்கி துரை கேட்டது
இந்த வேளையில் என்ன பண்ணுகிறான்
சுபங்கி துரை தானும்
திருவண்ணாமலை சுபங்கி துரையும்
நவாப்பு முன்வந்தார்   1365
"சலாம் ஐயா சலாம் ஐயா
நவாப்பு சைதுல்லா
நானொரு சேதி சொல்லுகிறேன்
நவாப்பு சைதுல்லா
இரண்டு நாழியில் பிடித்துக் கொடுக்கிறேன்
செஞ்சி கோட்டையை
மூவாயிரம் வீடுகள் இருக்குது
தேவனூர் பேட்டை
அரைக்கால் நாழி கொள்ளை கொடும் ஐயா
நவாப்பு சைதுல்லா   1370
நிமிஷ நேரத்தில் பிடித்து வருகிறேன்
நவாப்பு சைதுல்லா

தேவனூர் கொள்ளை

மூவாயிரம் குதிரையுடனே
கொள்ளைக்குப் புறப்பட்டான்
தேவனூர்க்கு உள்ளே போனான் ஐயா
சுபங்கி துரைதானும்
இனி இல்லாத கொள்ளை இடுகிறான்
சுபங்கி துரைதானும்
வீடு வாசலை இடித்து போடுகிறான்
சுபங்கி துரைதானும்   1375
மாடம் மண்டபம் இடித்து போடுகிறான்
சுபங்கி துரைதானும்
ஆண் சிறை பெண் சிறை தள்ளி பிடிக்கிறார்
சுபங்கி துரைதானும்
மாடு கன்றுகள் மடக்கிப் போடுகிறான்
சுபங்கி துரைதானும்
பெட்டி பேழை எடுத்து உடைக்கிறான்

சுபங்கி துரைதானும்
பொன்னு வெள்ளி மூட்டை கட்டுகிறான்
சிப்பாய் துரைதானும் 1380
அந்தப்படி சிறை அழித்து போடுகிறான்
சுபங்கி துரை தானும்
கொள்ளை அடித்து வெளியில் வந்தான்
சுபங்கி துரைதானும்
நவாப்பு பாளையம் வந்து சேர்ந்தான்
சுபங்கி துரைதானும்
இந்தப் படிக்கு இருக்கிறான் ஐயா
நவாப்பு சைதுல்லா

தேவனூர் மக்கள் திகைப்பு

தேவனூரில் இருந்த ஜனங்கள்
திகைத்து ஓடினார்கள் 1385
காடு மலைகள் செடிகள் எல்லாம்
கடந்து ஓடினார்கள்
கோவென்ற சத்தம் ஆச்சுது ஐயா
செஞ்சி கோட்டையிலே
அந்த வேளையில் என்ன பண்ணுகிறார்
குடியான மார்களும்
தலையில் கையை வைத்து அழுகிறான்
குடியான மார்களும்
அந்த வேளையில் என்ன செய்கிறார்
ராஜா தேசிங்கு 1390
ஸ்ரீ நந்தா கோவிந்தா என்று
தோத்திரம் செய்கிறானாம்
மங்கை லெட்சு மணாளா என்று
மனதில் எண்ணுகிறான்
பூசை முகத்தில் வந்து நின்றார்
குடியான மார்களும்

குடிகளின் முறையீடு

"என்ன பூசை பண்ணுகிறீர் ஐயா
ராஜா தேசிங்கு
தேவனூரில் கொள்ளை அடிக்கிறான்
சுபங்கி துரைதானும் 1395

வீடு வாசலை இடித்துப் போட்டான்
    சுபங்கி துரைதானும்
மாடு கன்றுகள் மடக்கிப் போடுகிறான்
    சுபங்கி துரைதானும்
அகப்பட்ட சிறையைப் பிடித்து போட்டான்
    சுபங்கி துரைதானும்
பெட்டி போச்சுது பேழை போச்சுது
    ராஜா தேசிங்கு
பெண்சாதி போச்சுது பிள்ளை போச்சுது
    ராஜா தேசிங்கு   1400
ரொக்கம்[118] போச்சுது ரோசனம்[119] போச்சுது
    ராஜா தேசிங்கு
நாங்கள் என்னமாய் பிழைக்கப் போகிறோம்
    ராஜா தேசிங்கு
கண்கள் நிறைய தண்ணீர் விட்டார்
    குடியான மார்களும்
ஐயா நாங்கள் என்ன செய்குவோம்
    ராஜா தேசிங்கு
இத்தனை நாளும் சீராய் பிழைத்தோம்
    ராஜா தேசிங்கு   1405
இன்றைய கஸ்தி[120] என்ன செய்வோம்
    ராஜா தேசிங்கு
தாமரை இலையில் தண்ணீர் போல
    தவிக்கிறோம் ஐயா
ஊரையும் எங்களையும் காக்க வேணும்
    ராஜா தேசிங்கு"
கதறி அழுது புலம்புகிறார் ஐயா
    குடியான மார்களும்
அந்தப் பேச்சைக் காதிலே கேட்டான்
    ராஜா தேசிங்கு   1410

தேசிங்கு தேற்றுதல்

"பதற வேண்டாம் பதற வேண்டாம்
    குடியான மார்களே
என் சீமையில் தேவனூர் பேட்டை
    ஒருகொள்ளை போச்சு

நவாப்பு சீமை அடங்கலும் கொள்ளை
 உங்களுக்கு வாங்கித்தாரேன்
நமது சீமையில் தமிழ்ச் சிறை
 ஒன்று போச்சுது
துலுக்கன் சிறையைப் பிடித்துத் தாரேன்
 குடியான மார்களே   1415
ஒரு கொள்ளைக்கு ஒன்பது கொள்ளை
 நான் வாங்கித்தாரேன்
ஒன்றுக்குக்கும் நீங்கள் அஞ்ச வேண்டாம்
 குடியான மார்களே"
பூசை முகத்தைக் கெடுக்க வேண்டாம்
 குடியான மார்களே
'ஆனால் நல்லது ஆகட்டும்' என்று
 அப்புறம் போனார்கள்

தன்சிங்கின் வரவு

கண்ணை மூடிப் பூசை பண்ணுகிறான்
 ராஜா தேசிங்கு   1420
அந்த வேளையில் என்ன பண்ணுகிறான்
 அவனிட தாயாதி
தேசிங்கு ராஜன் தாயாதி ஐயா
 தன்சிங்கு ராஜாவும்
ஒற்றைக் குதிரை போட்டுக்கொண்டு
 ஓடிவந்தான் எதிரே

தன்சிங்கு கூறியது

"என்ன பூசை பண்ணனீர் ஐயா
 ராஜா தேசிங்கு
தேவனூர் கொள்ளையாய் போச்சுது
 ராஜா தேசிங்கு   1425
கோட்டை ஏறி குதிக்கிறார் ஐயா
 நவாப்பு பாளையமும்"
இந்தப் படிக்குச் சொல்லி நின்றான்
 தன்சிங்குதானும்

தேசிங்கின் சீற்றம்

கண்ணை விழித்து பார்த்தான் ஐயா
 சிப்பாய் தேசிங்கு

பாதி பூசை தள்ளிப் போட்டான்
    ராஜா தேசிங்கு
கனைத்து கதும்பி எழுந்தான் ஐயா
    சிப்பாய் தேசிங்கு   1430
"ரங்கர் கோயிலில் துலுக்கன் புகுந்தால்
    எனக்கென்ன பூசை
துலுக்கனை வெட்டி பூசை செய்கிறேன்
    தன்சிங்கு ராஜாவே"
அந்தப் பேச்சைக் காதிலே கேட்டான்
    தன்சிங்கு ராஜாவும்
'ஆனால் நல்லது ஆகட்டும்' என்றான்
    தன்சிங்கு ராஜாவும்
அந்த வேளையில் என்ன பண்ணுகிறார்
    ராஜா தேசிங்கு   1435
சிங்கார மாலில் வந்தான் ஐயா
    ராஜா தேசிங்கு
திருமணிப் பெட்டியைக் கையில் எடுத்தான்
    ராஜா தேசிங்கு
முத்துப் போலவே திருமணி அங்கே
    நெற்றியில் இட்டானாம்
காலுக்குக் குடுத்துணி போட்டான் ஐயா
    ராஜா தேசிங்கு
இடுப்பின் கச்சை இறுக்கிக் கட்டினான்
    ராஜா தேசிங்கு   1440
சரிகை உருமாலை தலையில் கட்டினான்
    ராஜா தேசிங்கு
மாருக்குக் கவசம் போட்டான் ஐயா
    சிப்பாய் தேசிங்கு
அங்கு எடுத்து மேலுக்குப் போட்டான்
    ராஜா தேசிங்கு
ஐந்து துலாம் பரிசை கத்தி
    கையில் பிடித்தானாம்
ஏழு துலாம் பரிசைக் கத்தி
    கையில் பிடித்தானாம்   1445
சிங்கம் போல் உட்கார்ந்தான் ஐயா
    ராஜா தேசிங்கு

தேசிங்கின் கொலு

ஜெயராமு கெங்கா ராமு
    கொலுவுக்கு வந்தாராம்
சிற்றப்ப துரை தரணி சிங்கு
    கொலுவுக்கு வந்தாராம்
ராமு சிங்கு கோபால் சிங்கு
    கொலுவுக்கு வந்தாராம்
மான் சிங்கு கிருப சிங்கு
    கொலுவுக்கு வந்தாராம்   1450
ராமு தாரி லட்சுமண தாரி
    கொலுவுக்கு வந்தாராம்
ஒரே கும்பலாய் கூடினார் ஐயா
    முந்நூறு ஜனமுந்தான்
ராமு ராமுரே சீதா ராமுரே
    ராஜா தேசிங்கு
பதில் சலாமும் கொடுத்தான் ஐயா
    சிப்பாய் தேசிங்கு
சிப்பாய் மார்களைக் கண்ணாலே கண்டான்
    ராஜா தேசிங்கு   1455
கலகல என்று சிரித்தான் ஐயா
    ராஜா தேசிங்கு
"ஐயா கேளும் ஐயா கேளும்
    ராஜா தேசிங்கு
எண்பதின் ஆயிரம் குதிரை இருக்குது
    நவாப்புக்கு ஆனாலும்
லக்ஷம் பேர் சிப்பாய் இருக்கிறார்
    நவாப்புக்கு ஆனாலும்

தேசிங்கு நண்பனை அழைத்தல்

"முந்நூறு குதிரை எனக்கிருக்குது
    சிற்றப்ப ராஜாவே   1460
இந்தக் குதிரை எனக்குப் போதாதோ
    சிற்றப்ப ராஜாவே
முந்நூறு குதிரைக்கு துடியானவன்
    ஒற்றைக் குதிரைக்காரன்
வழுதா ஊரில் இருக்கிறான் ஐயா

தேசிங்கு ராஜன் கதை

மாப்பிள்ளை தானும்
இரண்டு நிமிசத்தில் அழைப்பிக்க வேணும்
சிற்றப்ப ராசாவே
சல்தி சல்தி" என்று சொன்னான்
ராஜா தேசிங்கு   1465
'ஆனால் நல்லது ஆகட்டும்' என்றான்
சிற்றப்ப ராஜாவும்

அர்க்காரை அனுப்புதல்

ஓலை எழுதி கையிலே கொடுத்தான்
சிற்றப்ப ராஜாவும்
மூன்று பேர் அர்க்காரு மாரைச்
சல்தியில் அழைத்தானாம்
ஓலை எடுத்து கையில் கொடுத்தான்
அர்க்காரு மாருக்கு
'சல்தி சல்தி' என்று சொன்னான்
சிற்றப்ப ராஜாவும்   1470
சலாம் வாங்கி திரும்பினான் ஐயா
அர்க்காரு மார்களும்
செஞ்சி கோட்டைக்கும் வழுதா ஊர்க்கும்
முக்காத வழி
மூன்று நாளையில் போய் சேர்ந்தார்கள்
அர்க்காரு மார்களும்

மோவுத்துக்காரனுக்குத் திருமணம்

அந்த வேளையில் என்ன பண்ணுகிறான்
மோவுத்துக் காரனும்
கலியாணமும் கூடி இருக்குது
மோவுத்துக் காரனுக்கு   1475
கையில் கங்கணம் கட்டி இருக்குது
மோவுத்துக் காரனுக்கு
கலியாணப் பந்தல் ஜோடித்து[121] இருக்குது
மோவுத்துக் காரனுக்கு
கர்னா பூரி பாங்கா இருக்குது
வழுதா ஊருக்குள்ளே
மஞ்சள் கங்கணம் கட்டி இருக்குது
மோவுத்துக் காரனுக்கு

சரிகை உடுப்பு தரித்து இருக்கிறான்
   மோவுத்துக் காரனும்   1480
அல்லாவே அல்லாவே என்று
   தாலிகட்டப் போறான்
ராம ராம என்று சொல்லி
   தாலிகட்டப் போறான்

மோவுத்துக்காரன் சேதி அறிதல்

அந்த வேளையில் என்ன செய்கிறார்
   அர்க்காரு மார்களும்
"ராமு ராமுரே சீதா ராமுரே
   மோவுத்துக் காரனே
உங்கள் ராஜா சிநேகிதக் காரர்
   ஓலை அனுப்பிவைத்தார்   1485
இந்த ஓலையை வாசித்து பார்த்து
   என்னை அனுப்பும் ஐயா"
"அந்தப் பேச்சைக் காதிலே கேட்டான்
   மோவுத்துக் காரனும்
இடது கையிலே ஓலை வாங்கினான்
   மோவுத்துக் காரனும்
ஓலையைப் பிரித்து பார்த்தான் ஐயா
   மோவுத்துக் காரனும்
கல கல என்று சிரித்தான் ஐயா
   மோவுத்துக் காரனும்   1490
மண்டி போட்டு எழுந்து உட்கார்ந்தான்
   மோவுத்துக் காரனும்

விடை பெறுதல்

தாலியைக் கொண்டு தட்டில் வைத்தான்
   மோவுத்துக் காரனும்
பட்டா உருவி கையிலே பிடித்தான்
   மோவுத்துக் காரனும்
"சலாம் ஐயா சலாம் ஐயா
   சபையில் உள்ளவரே
சந்தோச மாக செலவு[122] தாரும்
   சபையில் உள்ளவரே   1495
அண்ண மாரே தம்பி மாரே

டலாய் துரைமாரே
பச்சை பந்தலில் சுகமாய் இருங்கள்
பட்டாணி துரைமாரே
நான் ஒரு பேச்சு சொல்லுகிறேன் கேளும்
சபையில் உள்ளபேரே
நான் போறேன் நவாப்பு தண்டுக்கு
நல்லசண்டை செய்ய
எதிராளி யான நவாப்பு தண்டு
எதிரிலே விழுந்ததாம்
பகையாளி யான நவாப்பு தண்டு
பக்கத்தில் விழுந்ததாம்
எதிராளியான நவாப்பு தண்டுக்கு
இடுப்பு கட்டி போறேன்
சத்துரு வான நவாப்புக்கு மேலே
சண்டைக்குப் போறேன்
ஆற்காட்டில் உள்ள வீதியை எல்லாம்
அத்வானம்[123] பண்ணி
நவாப்பை வெட்டி தாலி கட்டுகிறேன்
பட்டாணி துரைமாரே
நான் இப்போதே போய் வருகிறேன்
சபையில் உள்ள பேரே”
என்று சலாம் வாங்கி திரும்பினான் ஐயா
மோவுத்துக் காரனும்

தாயின் தடை

அந்தப் பேச்சைக் காதிலே கேட்டாள்
அவனைப் பெற்றதாயும்
சையது சாயுபும் தாயாரும் ஆக
சதிலுயில் ஓடிவந்தார்
எதிரினில் வந்த மகனை நிறுத்தி
ஏற்றி முத்தம்இட்டார்
மகனிட முகத்தைக் கண்ணாலே கண்டும்
மாதா என்னசெய்வாள்
“வயிற்றில் பத்து மாதம் சுமந்து
மகனைப் பெற்றேனே
ஈ எறும்பு அண்ட ஒட்டாமல்
இருந்து காத்தேனே

தரையில் விட்டால் மண் படுமென்று
    தாவி வளர்த்தேனே
மெத்த புத்தி சாலி என்று
    மேன்மை உற்றேனே   1515
சற்றும் யோசனை இல்லாமல் நீ
    சண்டைக்கு போறேன் என்றாய்
என்ன காரியம் முழுகிப் போச்சுது
    எந்தன் கண்மணியே
சந்தனம் பூசி சண்டைக்குப் போனால்
    சல்தி குண்டுபாயும்
கங்கணம் கட்டி சண்டைக்குப் போனால்
    கடுக குண்டுபாயும்
மஞ்சள் உடுத்தி சண்டைக்குப் போனால்
    மகனைக் காணமாட்டேன்   1520
தாலி கட்டி விருந்து புசித்து
    சந்தோசமாய் இருந்து
வந்த பேருக்கு மரியாதை செய்து
    மகிழ்வாய் அனுப்பிவிட்டு
இன்றைக்கு இருந்து நாளைக்குப் போடா
    எந்தன் கண்மணியே"

மகனின் மறுப்புரை

இந்தப் பேச்சைக் காதிலே கேட்டான்
    மோவுத்துக் காரனும்
"அம்மா கேளும் அம்மா கேளும்
    என்னைப்பெற்ற தாயே   1525
என்னிட ராஜன் சிநேகிதக் காரன்
    எழுதி அனுப்பினான்
நவாப்பு ஜனமும் செஞ்சியில் வந்து
    அலங்கம் ஏறினாராம்
இரண்டு நாழிகையில் நவாப்பை வெட்டி
    ரத்தக்களறி பண்ணி
ஆற்காடு நகர் வீதியை எல்லாம்
    அத்துவானம் பண்ணி
செஞ்சி ராஜனுக்கு மகுடம் சூட்டியே
    சிறையைக் கொண்டுவாரேன்   1530

தேசிங்கு ராஜன் கதை

நவாப்பு மகனைத் தாலி கட்டுறேன்
    என்னை பெற்றதாயே
கட்டாமல் போனால் நவாப்பு கையில்
    கடுக செத்துப்போறேன்
இன்றைக்கும் சாவு நாளைக்கும் சாவு
    இருக்குது தலைமேலே
பிள்ளை பிறந்தால் சண்டை முகத்தில்
    டேரெடுக்க வேணும்
மைந்தன் பிறந்தால் அன்னம் கொடுத்து
    மகிழ்ச்சியாக வேணும்   1535
உந்தன் வயிற்றில் பிள்ளை பிறந்து
    ஊதாரி ஆவானோ
ஆறிலும் சாவு நூறிலும் சாவு
    என்னைப் பெற்றதாயே
பிறந்த அன்றைக்கே சாவு இருக்குது
    என்னைப் பெற்றதாயே
இரண களத்தில் செத்துப் போனால்
    நல்ல பதவிஉண்டு
மருந்து புகையிலே செத்தேனே ஆனால்
    மகா பதவிஉண்டு   1540
என்றைக்கும் பேர் இருக்க வேணும்
    இந்த உலகினிலே
புல்லும் பூமி உள்ள வரைக்கும்
    பேர் எடுக்கவேணும்
சண்டை கெலித்து வந்தேன் ஆனால்
    தாலி கட்டுகிறேன்
போரைக் கெலித்து வந்தேனே ஆனால்
    புகழ்ந்து கட்டுகிறேன்
மாண்டு மடிந்து போவேனே ஆனால்
    மனது கலங்காதே   1545
சந்திரர் சூரியர் உள்ள வரைக்கும்
    தாயே பெற்றவளே
வருசம் ஒரு திருநாள் செய்ய
    மனுவு கேட்கிறேன்நான்
உற்றார் உறவோர் உள்ள வரைக்கும்
    உருசு[125] செய்யவேணும்

போய்வாரேன் போய்வாரேன் இப்போ
  புண்ணியவதி தாயே!"

தாயின் தவிப்பு

அந்தப் பேச்சைக் காதிலே கேட்டு
  அலறி விழுந்தாளாம்   1550
மைந்தன் பேச்சைக் காதிலே கேட்டு
  மண்மேல் விழுந்தாளாம்
கங்கணக் கையைப் பார்த்து பார்த்து
  கதறி அழுதாளாம்
மஞ்சள் உடுப்பைப் பார்த்து பார்த்து
  மயங்கி விழுந்தாளாம்
முகத்தின் ஒளியைக் கண்டு மயங்கி
  மூர்ச்சை ஆனாளாம்
கலியாணப் பெண்ணைக் கண்டு
  கலங்கி அழுதாளாம்   1555
'இந்த விதிக்கோ இவ்வகை செய்தோம்'
  என்று மெலிந்து அழுதாளாம்
சந்தோச காரியம் தடங்கல்[126] ஆச்சுது என்று
  தயங்கி விழுந்தாளாம்

மோவுத்துக்காரன் புறப்படல்

பந்தலை விட்டு வெளியே வந்தான்
  மோவுத்துக் காரனும்
குதிரை லாயத்தில் வந்தான் ஐயா
  மோவுத்துக் காரனும்
முந்நூறு குதிரைக்கு துப்பான குதிரை
  நீலவேணி குதிரை   1560
நீலவேணி அருகில் வந்தான் ஐயா
  மோவுத்துக் காரனும்
கழுத்துக் கயிற்றைக் கால் கயிற்றைக்
  கத்தியால் வெட்டினான்
நெற்றி மயிரைப் பிடித்தான் ஐயா
  நீலவேணி மேலே

மோவுத்துக்காரன் குதிரை ஏறல்

பிடித்து ஏறின மோவுத்துக் காரனைக்
  கண்ணாலே கண்டது

தேசிங்கு ராஜன் கதை

பரத நாட்டியம் ஆடி வருகுது
நீலவேணிக் குதிரை   1565
கண்ணில் கண்டான் கோபம் ஆச்சுது
மோவுத்துக் காரனுக்கு
கோபத்தினாலே சிமிட்டாக் கொடுத்தான்
நீல வேணிக்கு
பின்னாலே விழுந்து போகுது போகுது
நீலவேணிக் குதிரை
குதிரைய விட்டுக் கீழே குதித்தான்
மோவுத்துக் காரனும்

நீலவேணியிடம் சொன்னது

"என்ன மோசம் பண்ணினாய் அடா
நீலவேணியே நீ   1570
நவாப்பு மேலே சண்டைக்குப் போறேன்
நீலவேணியே நான்
சண்டை கெலித்து வந்தேனே ஆனால்
நீலவேணியே நீ
தங்கத்தாலே ஜீனி[127] போடுறேன்
நீலவேணியே நான்"
என்று நீலவேணிக்கு சலாம் வாங்கினான்
மோவுத்துக் காரனும்

குதிரைப் பயணம்

சலாம் வாங்கி திரும்பினான் ஐயா
நீலவேணி மேலே   1575
மேகம் மேலே பறக்குது ஐயா
நீலவேணி குதிரை
குதிரைக் கனைப்பு தெரிந்த நாழிக்கு
குதிரை தெரியவில்லை
கத்தி மின்னல் தெரிந்த நாழிக்கு
அவனே தெரியவில்லை
எரிந்து கொண்டு வாரான் ஐயா
மோவுத்துக் காரனும்

நவாப்பு பாளையத்துக்குள் புகுதல்

நவாப்பு பாளையத்தைக் கண்ணாலே கண்டான்
மோவுத்து காரனும்   1580

கலகல என்று சிரித்தான் ஐயா
    மோவுத்துக் காரனும்
பாளையம் சுற்றி போவோம் என்றால்
    இரண்டு நாழி செல்லும்
பாளையம் குறுக்கே போனான் ஐயா
    நீலவேணி மேலே
ஒற்றைக் குதிரையைக் கண்ணாலே கண்டார்
    நவாப்பு பாளையத்தில்
முந்நூறு குதிரை உடனே முன்னே
    ஓடி வந்தான்   1585
முந்நூறு குதிரையைக் கண்ணாலே கண்டார்
    மோவுத்துக் காரனும்
இடது காலுக்குச் சிமிட்டா கொடுத்தான்
    நீல வேணிக்கு
கற கற வென்று சுழலுது பாரு
    நீலவேணிக் குதிரை
கால் கயிற்றை கழுத்துக் கயிற்றைக்
    அவிழ்க்க நேரமில்லை
இடது காலுக்குச் சிமிட்டா கொடுத்தான்
    நீல வேணிக்கு   1590
சிமிட்டா கொடுத்த நிமிஷ நேரத்தில்
    நீலவேணி குதிரை
தாண்டி தாண்டி மண்டலம் கொண்டது
    நீல வேணி குதிரை
ஆறு குளங்கள் தாண்டி விழுகுது
    நீலவேணி குதிரை
போடு போடென்று போடுது
    நீலவேணி குதிரை
லகானும் இல்லை ஜீனியும் இல்லை
    நீலவேணி குதிரை   1595
குறடா இல்லை சேர்பந்து இல்லை
    நீலவேணி குதிரை
கால் கயிற்றோட ஓடி வருகுது
    நீலவேணி குதிரை
கழுத்து கயிற்றோட ஓடி வருகுது
    நீலவேணி குதிரை

பெரிய பெரிய கல்லுகள் எல்லாம்
 புரண்டு போகுதுபார்
சின்ன சின்ன கல்லுகள் எல்லாம்
 செந்தூள் ஆகுதுபார் 1600
காடு மலைகள் செடிகள் எல்லாம்
 கலங்கி நடுங்குதுபார்
காற்று போல பறந்து வருகிறது
 நீலவேணி குதிரை
குதிரை சுழன்று நிமிஷ நாழிகைக்கு
 முந்நூறு குதிரை
கரணை[128] கரணையாய் விழுந்து போச்சுது
 நவாப்பு பாளையமும்
கட்டி இருந்த குதிரைகள் எல்லாம்
 அறுத்து கொண்டு ஓடுது 1605
சோறு தின்ற சிப்பாய் மார்களும்
 பதுங்கி ஓடினார்கள்
பாரா இருக்கிற சிப்பாய் மார்களும்
 பதுங்கி ஓடினார்கள்
ஓடுகிற பேரைக் கண்ணில் கண்டான்
 மோவுத்துக் காரனும்
இடது காலுக்குச் சிமிட்டா கொடுத்தான்
 நீல வேணிக்கு
நடுவே விட்டு பிளந்தான் ஐயா
 நவாப்பு பாளையத்தை 1610
இவனை எதிர்ப்பார் ஒருவரும் இல்லை
 நவாப்பு பாளையத்தில்

மோவுத்துக்காரன் செஞ்சி அடைதல்

இரண்டு நாழிகைக்குள் வந்து சேர்ந்தான்
 செஞ்சி கோட்டைக்குள்ளே
சிங்கார மாலில் வந்தான் ஐயா
 மோவுத்துக் காரனும்
இராஜா பேட்டிக்கு வாரான் ஐயா
 மோவுத்துக் காரனும்
மண்டி போட்டு சலாம் வாங்கினான்
 மோவுத்துக் காரனும் 1615

தேசிங்கிடம் வேண்டியது

“என்ன காரியம் பண்ணினீர் ஐயா
இராஜா தேசிங்கு
இத்தனை மறதி உனக்கேன் ஐயா
இராஜா தேசிங்கு
இரண்டு நாழிக்கு முன்னே சொன்னால்
நான் வரமாட்டேனா
இத்தனை நாழி நவாப்பு ஜனமும்
இங்கே இருக்குமா
சல்தி சல்தி உத்தாரம் தாரும்
இராஜா தேசிங்கு”

தேசிங்கு கூறியது

கலகல என்று சிரித்தான் ஐயா
இராஜா தேசிங்கு
கண்ணாலே கண்டான் கோபம் ஆச்சுது
இராஜாவுக்கு ஆனாலும்
“என்ன காரியம் பண்ணினாய் அடா
மோவுத்துக் காரனே!
கலியாண உடுப்பு கட்டி இருக்கிறாய்
மோவுத்துக் காரனே
கங்கணம் கையில் கட்டி இருக்கிறாய்
மோவுத்துக் காரா நீ
கஸ்தூரி சந்தனம் பூசி இருக்கிறாய்
மோவுத்துக் காரா நீ
தாலி கட்டி வந்தாயோ இல்லையோ
மோவுத்துக் காரா நீ
சல்தி சல்தி சொல்லும் என்றான்
இராஜா தேசிங்கு

மோவுத்துக்காரனின் பதில்

அந்தப் பேச்சைக் காதிலே கேட்டான்
மோவுத்துக் காரனும்
“என்ன பேச்சு பேசினீர் ஐயா
இராஜா தேசிங்கு?
கத்தி பிடித்த சிப்பாய் மாருக்குப்
பெண்டாட்டி என்னத்திற்கு
நான் ஒரு பெண்ணைத் தாலி கட்டுவேனா

தேசிங்கு ராஜன் கதை

இராஜா தேசிங்கு
ஆற்காட்டில் கலியாணம் பண்ணுகிறான்
இராஜா தேசிங்கு
என் கலியாணத்திற்கு நீ வர வேணும்
இராஜா தேசிங்கு
நல்லது அந்த பேச்சு இருக்கட்டும்
இராஜா தேசிங்கு 1635
நீர் வாரீரோ நான் போகட்டுமா
இராஜா தேசிங்கு
சல்தி சல்தி உத்தாரம் தாரும்
இராஜா தேசிங்கு
இளைத்து கதும்பி எழுந்தான் ஐயா
மோவுத்துக் காரனும்

தேசிங்கின் மகிழ்ச்சி

அந்தப் பேச்சைக் காதிலே கேட்டான்
இராஜா தேசிங்கு
சந்தோஷம் வந்து மூண்டு கொண்டது
இராஜாவுக்கு ஆனாலும் 1640
மோவுத்துக் காரனைக் கிட்டே அழைத்து
கையைப் பிடித்தானாம்
கையைப் பிடித்து தழுவினான் ஐயா
இராஜா தேசிங்கு
"ஐயா கேளும் ஐயா கேளும்
மோவுத்துக் காரனே
ஒருவனாய் சண்டை போட வேண்டாம்
மோவுத்துக் காரனே
நானும் கூட வருகிறேன் அப்பா
மோவுத்துக் காரனே 1645
இன்னொரு சேதி சொல்லுகிறேன்
மோவுத்துக் காரனே
நான் கலியாணம் பண்ணி மூன்று வருசம்
மோவுத்துக் காரனே
பெண்சாதி முகத்தைப் பார்த்து வாரேன்
மோவுத்துக் காரனே!"
'ஆனால் நல்லது ஆகட்டும்' என்றான்
மோவுத்துக் காரனும்

சிற்றப்பாவிடம் கூறுதல்

அந்த நாழிக்கே ஓடி வந்தான்
   சிற்றப்பா தேசிங்கு 1650
சிற்றப்ப ராஜா கிட்டே வந்தான்
   ராஜா தேசிங்கு
"ஐயா கேளும் ஐயா கேளும்
   சிற்றப்ப ராசாவே
நவாப்பு மேலே சண்டைக்குப் போறேன்
   சிற்றப்ப ராஜாவே
பெண்சாதி முகத்தைப் பார்த்துப் போறேன்
   சிற்றப்ப ராசாவே"

சிற்றப்பா கூறி7ஆயது

"என்ன காரியம் பண்ணினாய் அடா
   குழந்தை தேசிங்கு 1655
நீ பிறந்தது வெள்ளிக் கிழமை
   மகனே தேசிங்கு
இராணி பிறந்தது வெள்ளிக் கிழமை
   மகனே தேசிங்கு
உன் குதிரை பிறந்தது வெள்ளிக் கிழமை
   மகனே தேசிங்கு
இந்த நாளும் பிறந்தது வெள்ளிக் கிழமை
   மகனே தேசிங்கு
இன்றைக்கு இருந்து நாளைக்குப் போனால்
   மகனே தேசிங்கு 1660
சண்டை கெலித்து வருவாய் அடா
   மகனே தேசிங்கு

தேசிங்கின் வீர உரை

அந்தப் பேச்சைக் காதிலே கேட்டான்
   இராஜா தேசிங்கு
கலகல என்று சிரித்தான் ஐயா
   சிப்பாய் தேசிங்கு
"என்ன பேச்சு பேசினீர் ஐயா
   சிற்றப்ப ராசாவே
நான் ஒரு சேதி சொல்கிறேன் கேளும்
   சிற்றப்ப ராஜாவே 1665

தேசிங்கு ராஜன் கதை

இத்தனை நாளும் நவாப்பு ஜனங்கள்
  இங்கு வந்ததோ
இப்போ கோட்டை சுற்றி வளைந்திருக்குது
  நவாப்பு பாளையமும்
கோட்டை கொள்ளை அடித்தார் ஐயா
  சிற்றப்ப ராஜாவே
அரங்கர் கோயிலில் துலுக்கன் வந்தால்
  சும்மா இருப்பேனா
டாறு டாறாய் கிழித்து போடுகிறேன்
  நவாப்பு பாளையத்தை   1670
நவாப்பை வெட்டி செஞ்சிக்கு வாறேன்
  சிற்றப்ப ராஜாவே
இராஜ குலத்தில் நானும் பிறந்தேன்
  ரோஷக் காரனாக
ஆறிலும் சாவு நூறிலும் சாவு
  சிற்றப்ப ராஜாவே
நான் முன் வைத்த காலை பின்வைப்பேனா
  சிற்றப்ப ராசாவே"
அந்தப் பேச்சைக் காதிலே கேட்டான்
  சிற்றப்ப ராஜாவும்   1675

சிற்றப்பாவின் தடை

"என்ன பேச்சு பேசினாய் அடா
  மகனே தேசிங்கு
என் வார்த்தை நீ கேட்கிறதில்லை
  மகனே தேசிங்கு
உன்னை எடுத்து நானும் வளர்த்தேன்
  மகனே தேசிங்கு
உன்னிட சோறு திங்கவில்லை
  மகனே தேசிங்கு
எந்தன் சோறு நீயே தின்றாய்
  மகனே தேசிங்கு   1680
ஆறு மாதம் ஆகாது என்று
  நம்மிட குருசொன்னார்
மூன்று மாதம் ஆச்சுது அடா
  மகனே தேசிங்கு
இன்னும் மூன்று மாதம் போக வேணும்
  மகனே தேசிங்கு"

அந்தப் பேச்சைக் காதிலே கேட்டான்
    இராஜா தேசிங்கு
கண்கள் சிவந்து கோபம் ஆச்சுது
    இராஜாவுக்கு ஆனாலும்   1685
கோபம் வருவதைக் கண்ணாலே கண்டான்
    சிற்றப்ப ராஜாவும்
"நானொரு பேச்சு சொல்லுகிறேன் கேளும்
    மகனே தேசிங்கு
நடுவில் திரையைப் போடச் சொல்லலாம்
    மகனே தேசிங்கு"

தேசிங்கு ஒப்புதல்

அந்தப் பேச்சைக் காதிலே கேட்டான்
    ராஜா தேசிங்கு
ஆனால் நல்லது ஆகட்டும் என்றான்
    சிப்பாய் தேசிங்கு   1690
பெரிய அரண்மனை வாரான் ஐயா
    இராஜா தேசிங்கு
இராணி அரண்மனை வந்து நின்றாள்
    இராஜா தேசிங்கு
அதற்கு முன்னமே திரை கட்டினார்
    சோபுதார் மார்களும்
சோபுதார் மாரைக் கண்ணாலே கண்டான்
    இராஜா தேசிங்கு

இராணியை அழைத்தல்

சல்தி சல்தி ராணியை அழையும்
    சோபுதார் மாரே   1695
என்ற உடனே சோபுதார் மார்கள்
    தாதி மாரே
அழைத்து மன்னன் ராணியை நீங்கள்
    கூட்டி வா' எனவே
'நல்லது என்று' தாதி மார்கள்
    நடந்தார்கள் அப்போது
"அம்மாவாரும் அம்மாவாரும்
    எங்கள் மாதாவே
எங்களை ஆளும் ராஜா இப்போ
    உன்னை அழைக்கச்சொன்னார்   1700

இந்த சேதியைக் காதிலே கேட்டார்
   இராணி அம்மாளும்
மயிலை குயிலை அருளச் செய்யும்
   மாது ராணிஅம்மாளும்
அன்ன நடையைப் பின்னிடச் செய்யும்
   அன்ன ராணி அம்மாள்
சந்தோஷங்கள் மிக உண்டாக
   சரீரம் பூரித்தாள்
மெத்த மனதில் ஆச்சரியம் ஆக
   வியப்பினைக் கொண்டாள்   1705

இராணி வருதல்

இராஜன் அழைத்த காரியம் அறிய
   நலமாய் எழுந்திருந்தாள்
சிங்காதனம் விட்டு கீழே குதித்தாள்
   இராணி அம்மாளும்
மஞ்சள் நீர் சாலையில் வந்து புகுந்தாள்
   மாது இராணிஅம்மாளும்
அந்த ஜலத்தில் ஸ்நானம் செய்தாள்
   சுந்தர இராணிஅம்மாள்
கஸ்தூரி மஞ்சள் நிறம் துலக்கினாள்
   கனக இராணிஅம்மாள்   1710
இந்திர வர்ண பட்டு உடுத்தினாள்
   எங்கள் இராணிஅம்மாள்
சீவி வகுத்து கொண்டை இட்டாள்
   திகழும் இராணிஅம்மாள்
வண்ண விழிக்கு மை இட்டாளே
   மாது இராணிஅம்மாள்
சந்திர பிறை போல் பொட்டும் இட்டாள்
   தங்க இராணிஅம்மாள்
கச்சை இறுக்கி முடித்தாள் ஐயா
   காதலி இராணிஅம்மாள்   1715
இரத்தினத்தால் கொங்கு மல்லிகை
   நாயகிமார் தரித்தார்
முத்துக் குஞ்ச கொம்பு தொங்கல்
   மிடிய தொங்க இட்டாள்
ரவைகள் இழைத்த கம்மல் ஜிமிக்கை

நற்கொம்பு மயிர்மாட்டி
நானிலம் புகழும் கத்தரி பாவல்
நலமாய் தரித்தார்கள்
கண்ட சரங்கள் பொன்னின் வளையல்
கையில் தரித்தார்கள்
இடையில் ஒட்டியாணம் பலவித கொலுசு
இனிப்பாய் மாட்டினார்கள்
கலகல எனச் சுருள் கொலுசு
காலில் கொஞ்சிடவே
அரசன் இருக்கும் அரண்மனைக்கு உள்ளே
வாராள் இராணி அம்மாள்
திரைக்கு அப்பாலே வந்து நின்றாள்
இராணி அம்மாளும்
கலகல என்றிடும் சத்தம் ராஜன்
காதிலே கேட்டான்

இராணியின் வினா

திரையைப் பார்த்து கோபம் கொண்டாள்
இராணி அம்மாளும்
"என்னை அழைத்த காரியம் என்ன
இடையில் திரைஎன்ன"
இந்தப் பேச்சைக் காதிலே கேட்டான்
இராஜா தேசிங்கு

இராஜனின் விடை

நான் ஒரு சேதி சொல்கிறேன்
எந்தன் ராணியே
நவாப்பு மேலே சண்டைக்குப் போறேன்
எந்தன் இராணியே
உமக்குச் சொல்லிப் போகவந்தேன்
எந்தன் இராணியே
சல்தி சல்தி உத்தாரம் தாரும்
எந்தன் இராணியே?"

இராணியின் கலக்கம்

அந்தப் பேச்சைக் காதிலே கேட்டாள்
இராணி அம்மாளும்
"என்ன பேச்சு பேசினீர் ஐயா

        என்பிராண நாதா
        ஐந்து வருசம் சண்டை செய்யலாம்
        நமது கோட்டைக்குள்ளே   1735
        கோட்டையை விட்டு வெளியே போகவேண்டாம்
        என்பிராண நாதா!"

இராஜனின் கனிவுரை

        இந்தச் சேதி காதிலே கேட்டான்
        ராஜா தேசிங்கு
        "என்ன பேச்சு பேசினாய் அடி
        எந்தன் கண்மணியே
        பெண் புத்தி சண்டைக்கு ஏற்குமோ
        என்பிராண நாயகியே
        நான் இப்போதே போய்வருகிறேன்
        என்பிராண நாயகியே"   1740

இராணியின் வீரவுரை

        "கலியாணம் பண்ணி மூலையில் வைத்தீர்
        என்பிராண நாதா
        நான் சந்தோஷ சுகம் ஒன்றும் அறியேன்
        என்பிராண நாதா
        எந்தன் பேச்சைத் தடுத்து போகிறீர்
        என்பிராண நாதா
        சண்டை பண்ணி ஜெயிக்க மாட்டீர்
        என்பிராண நாதா
        இந்தச் சவுரியம்[130] இருக்க வேண்டும்
        என்பிராண நாதா   1745
        சண்டைக்குப் பயந்து வந்தீர் ஆனால்
        என்பிராண நாதா
        கோட்டைக் கதவைச் சாத்திப் போடுவேன்
        என்பிராண நாதா
        அலங்கத்து மேலே பீரங்கி ஏற்றுவேன்
        என்பிராண நாதா
        அடியோட நான் கொளுத்திப் போடுவேன்
        என்பிராண நாதா
        ஆனால் சுகமாய் போய் வாரும்
        என்பிராண நாதா"   1750

இராஜனின் விளக்கவுரை

கலகல என்று சிரித்தான் ஐயா
இராஜா தேசிங்கு
"நானொரு பேச்சு சொல்லுகிறேன் கேளும்
எந்தன் இராணியே
எந்தன் மேலே கோபம் வேண்டாம்
என் பிராண நாயகியே
நான் இப்போதே போய் வருகிறேன்
பிராண நாயகியே
கோட்டை பத்திரம் பார்த்துக் கொள்ளும்
எந்தன் இராணியே"

இராணியைப் பிரிதல்

அந்தப் பேச்சைக் காதிலே கேட்டாள்
இராணி அம்மாளும்
பாக்கு வெற்றிலை கையிலே பிடித்தாள்
இராணி அம்மாளும்
திரைக்குள்ளே கையை நீட்டினார் ஐயா
இராஜா தேசிங்கு
பாக்கு வெற்றிலை கையில் கொடுக்க
இராணி அம்மாளும்
இராஜன் கையை உள்ளுக்கு இழுத்தாள்
இராணி அம்மாளும்
கையைப் பார்த்து அழுகிறாள் ஐயா
இராணி அம்மாளும்
"என்ன காரியம் பண்ணினீர் ஐயா
என்பிராண நாதா
பாவி நான் செய்த பாவம் இதுதானோ
என்பிராண நாதா
என் தலை எழுத்து எப்படி இருக்குதோ
என்பிராண நாதா!
கையை எடுத்து கண்ணில் ஒத்தினாள்
இராணி அம்மாளும்
கதறி அழுது புலம்பினாள் ஐயா
இராணி அம்மாளும்
கண்ணீர் ஜலமும் கையிலே கண்டான்

தேசிங்கு ராஜன் கதை

இராஜா தேசிங்கு
என்ன காரியம் பண்ணினாய் அடி
எந்தன் கண்மணியே
நான் இப்போதே போய் வருகிறேன்
எந்தன் இராணியே"
இராணி வார்த்தையை விட்டு வாரான்
இராஜா தேசிங்கு   1770

கொலுவுக்கு புறப்படுதல்

சிங்கார மாளிகையில் வந்தான் ஐயா
இராஜா தேசிங்கு
கண்ணை உருட்டி கதும்பினான் ஐயா
இராஜா தேசிங்கு
சல்தி சல்தி குதிரை கொண்டு வாரும்
அர்க்காரு மார்களே
சலாம் வாங்கி திரும்பினார் ஐயா
அர்க்காரு மார்களும்
குதிரை லாயத்தில் வந்தார் ஐயா
அர்க்காரு மார்களும்   1775
குதிரைப் பாகரைக் கண்டு சொல்கிறார்
அர்க்காரு மார்களும்
'சல்தி சல்தி குதிரை கொண்டுவா
குதிரைப் பாகரே!
ஆனால் நல்லது ஆகட்டும் என்றார்
குதிரைப் பாகரும்
நாலு காலுக்கு வண்டம்[130] போட்டார்
பாரா சாரிக்கு
நடுவிலே சுங்கு விட்டார் ஐயா
பாரா சாரிக்கு   1780
கழுத்திலே சரம் போட்டார் ஐயா
பாரா சாரிக்கு
கன்னத்து கண்ணாடி கட்டினார் ஐயா
பாரா சாரிக்கு
தங்கத் தாலே ஜீனி போட்டார்
பாரா சாரிக்கு
வாய்க்குத் தங்கக் கடிவாளம் போட்டார்
பாரா சாரிக்கு

குதிரையைக் கொண்டு நிறுத்தினார் ஐயா
    குதிரைப் பாகரும்   1785

குதிரையைக் காணல்

குதிரை வந்ததைக் கண்ணாலே கண்டான்
    இராஜா தேசிங்கு
தனக்கு என்று வளர்த்த பாராசாரியை
    முன்னே வரச்சொன்னான்
முன்னே வந்து நிற்குது ஐயா
    பாரா சாரியும்
குதிரைக்குச் சேதி சொல்கிறான் ஐயா
    இராஜா தேசிங்கு
நவாப்பு மேலே சண்டைக்குப் போறேன்
    பாரா சாரியே   1790
தங்கத் தாலே முத்துரு போடுகிறேன்
    பாரா சாரியே

குதிரையின் கவலை

சாகிறோம் என்று தெரியுது ஐயா
    பாரா சாரிக்கு
கோடு கோடென்று அழுகுது ஐயா
    பாரா சாரியும்
தரையைத் தரையைப் பார்க்குது அந்த
    பாரா சாரியும்
பூமியில் காலைப் புரட்டுது அந்த
    பாரா சாரியும்   1795
வாயைச் சும்மா மெல்லுது அந்த
    பாரா சாரியும்
மிரள மிரள கண்களைச் சுழட்டுது
    பாரா சாரியும்
வாயைச் சும்மா மெல்லுது அந்த
    பாரா சாரியும்
மிரள மிரள கண்ணைச் சுழட்டுது
    பாரா சாரியும்
திரேகம் படபட என்று நடுங்குது
    பாரா சாரிக்கும்   1800
வாலை சுழட்டி விசிறி தட்டுது

பாரா சாரி குதிரை
குதிரை முகத்தைக் கண்ணாலே கண்டான்
இராஜா தேசிங்கு

குதிரையைத் தேற்றுதல்

"என்ன காரியம் பண்ணினாய் அடா
பாரா சாரியே
பன்னீ ராயிரம் வராகன் கொடுத்து
உன்னை வாங்கினேனே
முப்பதி னாயிரம் வராகன் தின்றாய்
பாரா சாரியே
தண்ணீர் வைத்தால் ஆகாது என்று
சாராயம் வைத்தேனே
கொள்ளு வைத்தால் ஆகாது என்று
கடலை வைத்தேனே
மெத்தை போட்டு வளத்தேன் உன்னை
பாரா சாரியே
ஆயிரம் கட்டுப் புல்லிலே நல்ல
ஒருகட்டுப் புல்லையும்
பொறுக்கி போட்டு வளர்த்தேன் அடா
பாரா சாரியே
சாகத்தானா பயப்பட்டாய் நீ
பாரா சாரியே
ஆறிலும் சாவு நூறிலும் சாவு
பாரா சாரியே
பிறந்த அன்றைக்கே சாவு இருக்குது
பாரா சாரியே
சண்டை முனையில் செத்தோம் ஆனால்
பாரா சாரியே
சல்தி மோட்சம் கிடைக்குமடா
பாரா சாரியே
நீ செத்த இடத்திலே நானும் சாகிறேன்
பாரா சாரியே
ஒன்றுக்கும் அஞ்ச வேண்டாம் நீ
பாரா சாரியே"

குதிரை தைரியம் அடைதல்

அந்தப் பேச்சைக் காதிலே கேட்டது
    பாரா சாரியும்
சந்தோச மாக கனைத்தது பாரு
    பாரா சாரியும்
ராஜன் முன்னே வந்து நின்றது
    பாரா சாரியும்   1820
நெற்றி மயிரைப் பிடித்தான் ஐயா
    பாரா சாரியை
வெள்ளை சமக்காளம் போட்டான் ஐயா
    பாரா சாரியை
லகானை இழுத்துக் கையிலே பிடித்தான்
    இராஜா தேசிங்கு
நாராயணா கோவிந்தா என்று
    குதிரை ஏறினானாம்
அவ்வேளையில் என்ன பண்ணுகிறார்
    சிற்றப்ப ராஜாவும்   1825
சிற்றப்ப ராஜா தரணி சிங்கும்
    குதிரை ஏறினானாம்
இராமு சிங்கு இலட்சுமண சிங்கு
    குதிரை ஏறினானாம்
இராமு தாரி லட்சுமண தாரி
    குதிரை ஏறினானாம்
மான் சிங்கு கிரிபு சிங்கு
    குதிரை ஏறினானாம்
பேட்டை சிப்பாய் மோவுத்துக் காரனும்
    குதிரை ஏறினானாம்   1830
முந்நூறு குதிரை புறப்பட்டது ஐயா
    ராஜன் முன்னாலே
இடது காலுக்கு சிமிட்டா கொடுத்தான்
    பாரா சாரிக்கு
சுற்றி வந்து சவாரி வாங்குது
    பாரா சாரியும்
பரத நாட்டியம் ஆடி வருகுது
    பாரா சாரியும்

அரங்கரிடம் வேண்டுதல்

அந்த வேளையில் என்ன பண்ணுகிறான்
    இராஜா தேசிங்கு   1835
குதிரையை விட்டு கீழே குதித்தான்
    சிப்பாய் தேசிங்கு
கோயில் மடப்பளி புகுந்தான் ஐயா
    இராஜா தேசிங்கு
என்ன என்ன வகை எடுத்தான் ஐயா
    ராஜா தேசிங்கு
புனுகு சவ்வாது அத்தர் சவ்வாது
    கையிலே பிடித்தானாம்
வெட்டி வேறு மருக் கொழுந்து
    கையிலே பிடித்தானாம்   1840
கண்ட மாலை தண்ட மாலை
    கையிலே பிடித்தானாம்
பொன்னின் செம்பிலே பன்னீர் அங்கே
    நெற்றியில் இட்டானாம்
தூங்கா விளக்கை ஏற்றி வைத்தான்
    இராஜா தேசிங்கு
நான் ஒரு சேதி சொல்கிறேன் கேளும்
    அரங்க நாதரே
நவாப்பு மேலே சண்டைக்குப் போறேன்
    அரங்க நாதரே   1845
சண்டை கெலிக்க உத்தாரம் தாரும்
    அரங்க நாதரே
சண்டை கெலித்து வந்தேன் ஆனால்
    அரங்க நாதரே
தங்கத் தாலே கலசம் வைக்கிறேன்
    அரங்க நாதரே
சண்டை முனையில் தப்பித்துக் கொள்ள
    அரங்க நாதரே
எனக்கு நல்ல வரந்தர வேணும்
    அரங்க நாதரே   1850
நன்மை துன்மை[131] இரண்டும் எந்தன்
    கண்ணில் காட்டாயோ"

நாராயணா கோவிந்தா என்று
   நாடி விழுந்தானாம்
நந்த கோபாலா என்று
   சேவடி தொழுதானாம்
பக்த வத்சலா கேசவா என்று
   காலில் விழுந்தானாம்
சங்கு சக்கரா கோதண்டா என்று
   சரணம் செய்தானாம்   1855
மதுசூதனா தாமோதரா என்று
   மலரடி பணிந்தானாம்
கரிமுறை பயம் தீர்த்தவா என்று
   கழலில் பணிந்தானாம்
இப்படியாக தோத்திரம் செய்து
   இரு கரத்தினைக் கூப்பி
சரணம் செய்து எதிரிலே நின்றானாம்
   இராஜா தேசிங்கு
என்ன சகுனம் ஆகுது ஐயா
   அரங்கர் கோவிலிலே   1860

தீய சகுனங்கள்

கண்ட மாலை தண்ட மாலை
   கருகிப் போயிற்று
கழுத்தில் இருந்த முத்தாரங்கள்
   கழன்று விழுந்தது பார்
கண்ணில் நிறைய தண்ணீர் சொரியுது
   அரங்க நாதருக்கு
மார்பின் மீது கண்ணீர் ஓடுது
   அரங்க நாதருக்கு
அத்தர் சவ்வாது பன்னீர் அங்கே
   கரைந்து விழுந்தது   1865
நெற்றியில் இருந்த திருமணி அப்போ
   நிலத்தில் விழுந்தது
கழுத்தில் இருந்த துளசி மாலை
   கழன்று விழுந்தது பார்
ஏற்றி வைத்த திருவிளக்கு அங்கே
   திட்டென்று விழுந்ததாம்
எதிரில் இருந்த கோபுரம் அங்கே

தேசிங்கு ராஜன் கதை

இடிந்து விழுந்ததாம்
பக்கத்தில் இருந்த லட்சுமி அங்கே
    பதறி விழுந்தாளாம்   1870
எதிரில் இருந்த கருட ஸ்தம்பம்
    இரண்டாய் விழுந்தது பார்
கிழக்கு முகத்தில் இருந்த சாமி
    மேற்கே திரும்பினாராம்
இத்தனை சகுனங்கள் கண்ணாலே கண்டான்
    இராஜா தேசிங்கு

தேசிங்கின் சினம்

கோபம் வந்து மூண்டு கொண்டது
    இராஜாவுக்கு ஆனாலும்
"உனக்கு என்ன கேடு வந்தது சாமி
    அரங்க நாதரே   1875
நான் அல்லவோ பயப்பட வேணும்
    அரங்க நாதரே
நீர் சொன்னால் பயப்பட வேணுமோ
    அரங்க நாதரே
முன் வைத்த காலை பின் வைப்பேனோ
    அரங்க நாதரே
நீ சாகவும் மாட்டாய் பிழைக்கவும் மாட்டாய்
    அரங்க நாதரே
ஒரே ஜனனம் எடுத்தீர் ஐயா
    அரங்க நாதரே   1880
இன்னொரு சேதி சொல்கிறேன் கேளும்
    அரங்க நாதரே
நான் இப்போ போய் விடுகிறேன்
    அரங்க நாதரே
என்னை அநியாயமாய் கொல்ல வேண்டாம்
    அரங்க நாதரே
முடிவு சண்டையில் கொல்லும் ஐயா
    அரங்க நாதரே
நானை செத்தாலும் பிழைத்தாலும்
    அரங்க நாதரே   1885
உன் பாதத்தில் சேர்த்துக் கொள்ளும்
    அரங்க நாதரே

தேசிங்கு புறப்படுதல்

கும்பிட்டுக் கொண்டு வந்தான் ஐயா
  இராஜா தேசிங்கு
கோயில் வெளியில் வந்தான் ஐயா
  இராஜா தேசிங்கு
கண்ணை உருட்டி கதும்பினான் ஐயா
  இராஜா தேசிங்கு
பன்னிரண்டு அங்குல படி வைத்த குதிரை
  முன்னுக்கு ஏறினானாம்   1890
அச்சுதா பரந்தாமா என்று
  அசுவம் ஏறினானாம்
அரங்கர் கோயில் வலமாக வந்தான்
  இராஜா தேசிங்கு
போடு போடென்று போறான் ஐயா
  இராஜா தேசிங்கு
கோட்டையை விட்டு வெளியே வந்தான்
  இராஜா தேசிங்கு

நவாப்பு பாளையத்தின் நிலைமை

பாராசாரியை கண்ணாலே பார்த்தது
  நவாப்பு பாளையமும்   1895
அல்லோல கல்லோலம் ஆகுது ஐயா
  நவாப்பு பாளையமும்
கள்ளகுறிச்சி ஓடிப் போகுது
  நவாப்பு பாளையமும்
திருவண்ணா மலைக்கு ஓடிப் போகுது
  நவாப்பு பாளையமும்
கணவா குறிஞ்சிக்கு ஓடிப் போகுது
  நவாப்பு பாளையமும்
புலியாய் இருந்த பாளையம் எல்லாம்
  பூனையாய் போச்சுது   1900
முக்காத வழிக்குப் பரவி இருக்குது
  நவாப்பு பாளையமும்

பங்காரு நாயக்கன் திட்டம்

அந்த வேளையில் என்ன செய்கிறான்
  பங்காரு நாயக்கனும்

நவாப்பு அருகே ஓடிவந்தான்
பங்காரு நாய்க்கனும்
“சலாம் ஐயா சலாம் ஐயா
நவாப்பு சைதுல்லா
நானொரு சேதி சொல்லுகிறேன் கேளும்
நவாப்பு சைதுல்லா
எமனைப் போல வாரான் ஐயா
இராஜா தேசிங்கு
சிங்கம் போலவே வாரான் ஐயா
இராஜா தேசிங்கு
புலியைப் போல வாரான் ஐயா
இராஜா தேசிங்கு
யானையைப் போலே வாரான் ஐயா
இராஜா தேசிங்கு
வருமுன்னே வீசிப் போடுவான்
இராஜா தேசிங்கு
இதற்கு ஒரு உபாயம் சொல்லுகிறேன்
நவாப்பு சைதுல்லா
ஆலமரம் மூழ்கி இருக்குது
தாழானூர் ஏரியிலே
பனைமரம் மூழ்கி இருக்குது
மலையனூர் ஏரியிலே
பதின்காத வழிக்குப் பரவி இருக்குது
இரண்டுஏரி தண்ணீர்
இரண்டையும் வெட்டி திருப்புகிறேன்
சங்கரா பரணியிலே
தண்ணீர் மேலே வரமாட்டான்
இராஜ தேசிங்கு
சாவகாசமாய் போகலாம் ஐயா
நவாப்பு சைதுல்லா”

நவாப்பு உத்தரவு

அந்தப் பேச்சைக் காதிலே கேட்டான்
நவாப்பு சைதுல்லா
மாறுமாறு என்று உத்தாரம் கொடுத்தான்
நவாப்பு சைதுல்லா

சலாம் வாங்கித் திரும்பினான் ஐயா
   பங்காரு நாயக்கனும்   1920
ஐந்து பேர் வேலைக் காரரைக்
   கூட்டிப் போனானாம்

ஏரி வெட்டப்பட்டது

ஏரிக்கரை மேல் வந்தான் ஐயா
   பங்காரு நாயக்கனும்
கீழ் மண்ணு மேல்மண்ணு ஆகுது
   சங்கரா பரணியிலே
தலைக்கு மேல் ஓராள் பரியந்தம்
   தண்ணீர் ஓடுது
பாம்பு போலே புரண்டு வருகுது
   சங்கரா பரணியிலே   1925
பாளையத்தில் வந்தான் ஐயா
   பங்காரு நாயக்கனும்
ஏரியை வெட்டி நவாப்பு பாளையமும்
   வந்து சேர்ந்தான்
வருகு முன்னே தயார் பண்ணினான்
   பங்காரு நாயக்கனும்
திருவண்ணாமலை சுபங்கித் துரையும்
   முன்னே வந்தானாம்
இரண்டாம் கணவாய் அவுல்தார் ஐயா
   மோவுத்துக் காரனும்   1930
மூன்றாம் கணவாய் வாலி கொண்டான்
   அப்துல் காதரும்
நாலாங் கணவாய் எட்டியா புரம்
   பாளையக் காரனும்
ஐந்தாங் கணவா செங்கற்பட்டு
   பாளையக் காரனும்
ஆறாங் கணவாய் அரியலூரு
   பெரிய துரைகளும்
ஏழாங் கணவா பாஞ்சாலக் குறிச்சி
   பாளையக் காரனும்   1935
எட்டாங் கணவா ஆரணிக் கோட்டை
   வெங்கட ராயரும்

தேசிங்கு ராஜன் கதை

ஒன்பதாங் கணவா யுகம் வகுத்தான்
  ஷேக் முகம்மது ஐயா
பந்தோபஸ்தாக இருக்குது ஐயா
  நவாப்பு பாளையமும்
பாளைய நடுவில் இருக்கிறான் ஐயா
  நவாப்பு சைதுல்லா

தேசிங்கின் வஞ்சினவுரை

அந்த வேளையில் என்ன பண்ணுகிறான்
  இராஜா தேசிங்கு   1940
நவாப் எங்கே எங்கே என்று
  இவனும் வந்தானாம்
பக்கத்தில் இருக்கும் சமேதார் மாரைக்
  கண்ணாலே கண்டாராம்
"அண்ண மாரே தம்பி மாரே
  சமேதாரு மாரே
நானொரு சேதி சொல்லுகிறேன் கேளும்
  சமேதாரு மாரே
எனக்குத் தெய்வபலம் இல்லையடா
  சமேதாரு மாரே   1945
என் கைபலம் கொண்டு போறேனடா
  சமேதாரு மாரே
பாலு சோறு தின்கிறவர் ஆனால்
  செஞ்சிக்குப் போங்களடா
ரத்தச் சோறு தின்கிறவர் ஆனால்
  ஏன் பின்னே வாங்களடா
பெண்சாதி முகத்தில் விழியாதவர் ஆனால்
  என் பின்னே வாங்களடா
சண்டை பண்ணி கெலித்தோம் ஆனால்
  புகழும் கீர்த்தி உண்டு   1950
போர்க்களத்தில் செத்தோம் ஆனால்
  சல்தி மோட்சம் உண்டு
இரண களத்தில் செத்தோம் ஆனால்
  நல்ல பதவியுண்டு
சாவுக்கு என்று பயப்பட வேண்டாம்
  சமேதாரு மாரே

சல்தி சல்தி வாரும், என்றான்
    ராஜா தேசிங்கு
சங்கரா பரணி கரையிலே தான்
    ராஜா தேசிங்கு   1955
ஆற்றிலே தண்ணீர் வருவதைக் கண்ட
    ராஜா தேசிங்கு

சிற்றப்பனிடம் அறிதல்

சிற்றப்பன் முகத்தைத் திருப்பி பார்த்தான்
    ராஜா தேசிங்கு
"இரண்டு நாழிகைக்கு முன் தண்ணீர் இல்லையே
    சிற்றப்ப ராஜாவே
"இப்போது தண்ணீர் வந்த வயணம் என்ன
    சிற்றப்ப ராஜாவே!"
"ஐயா கேளும் ஐயா கேளும்
    ராஜா தேசிங்கு   1960
நான் ஒரு சேதி சொல்லுகிறேன் கேளும்
    ராஜா தேசிங்கு
இந்த சீமை கொள்ளைக்காரன்
    பங்காரு நாயக்கனும்
தாழனூர் ஏரி மலையனூர் ஏரி
    தள்ளி வெட்டினானாம்
இரண்டு தண்ணீரும் வருகுதடா
    மகனே தேசிங்கு
இரண்டு நாழியில் வற்றிப் போகுது
    இந்த ஏரி தண்ணீர்   1965
பிற்பாடு புறப்பட்டு போகலாம் அடா
    மகனே தேசிங்கு!"

தேசிங்கின் துணிச்சல்

கலகல என்று சிரித்தான் ஐயா
    ராஜா தேசிங்கு
"என்ன பேச்சு பேசினீர் ஐயா
    சிற்றப்ப ராஜாவே
எனக்குப் பயந்து தண்ணீர் கொண்டு வந்தான்
    நவாப்பு சைதுல்லா
தண்ணீருக்கும் பயந்து இருப்பேனா நான்

சிற்றப்ப ராஜாவே
பயந்து போனால் விடுவேனா நான்
சிற்றப்ப ராஜாவே
கனைத்து கதும்பித் தட்டினான் ஐயா
பாரா சாரியை
ஆற்றில் அக்கரை இரண்டுநாழி வருகுது
சங்கராபரணி ஆறு
தண்ணீர் வந்ததைப் பார்த்தான் ஐயா
ராஜா தேசிங்கு
இடது காலுக்குச் சிமிட்டா கொடுத்தான்
பாரா சாரிக்கு
பன்னிரெண்டு அங்குல படிவைத்த குதிரை
பாராசாரிக் குதிரை

சமேதாருமார் செயல்

நத்தர் சிங்கு கோபால் சிங்கு
 ஆற்றிலே குதித்தாராம்
சிற்றப்ப துரை தரணி சிங்கு
 ஆற்றிலே குதித்தாராம்
ராமு சிங்கு லட்சுமண சிங்கு
 ஆற்றிலே குதித்தாராம்
ராமு தாரி லட்சுமண தாரி
 ஆற்றிலே குதித்தாராம்
பேட்டை சிப்பாய் மோவுத்துக் காரனும்
 ஆற்றிலே குதித்தானாம்
ஆற்றுத் தண்ணீரைப் பார்த்து பயந்தார்
சமேதாரு மாரும்
பயந்த குதிரை திரும்பிப் போச்சு
செஞ்சிக் கோட்டை உள்ளே
முப்பது குதிரையைக் கண்ணாலே கண்டான்
ராஜா தேசிங்கு
முப்பது குதிரையும் சலாம் வாங்குது
ராஜாவுக்குணு ஆனாலும்
பதில் சலாமும் கொடுத்தான் ஐயா
ராஜா தேசிங்கு

மோவுத்துக்காரனும் நீலவேணியும்

முப்பது குதிரைக்குச் சர்தார் ஐயா
 மோவுத்துக் காரனும்

1970

1975

1980

1985

கண்ணாலே கண்டான் கோபம் ஆச்சுது
 மோவுத்துக் காரனுக்கு
இடது காலுக்குச் சிமிட்டா கொடுத்தான்
 நீல வேணிக்கு
கரகர என்று சுழன்று வருகுது
 நீலவேணி குதிரை
இராஜா முன்னே சுற்றி வந்தான்
 மோவுத்துக் காரனும்

மோவுத்தின் வேண்டுதல்

குதிரையை விட்டு கீழே குதித்தான்
 மோவுத்துக் காரனும்
மண்டி போட்டு சலாம் வாங்கினான்
 மோவுத்துக் காரனும்
நான்ஒரு சேதி சொல்கிறேன் கேளும்
 ராஜா தேசிங்கு
முதற் சண்டைக்கு உத்தாராம் தாரும்
 ராஜா தேசிங்கு
சந்தோஷமாக உத்தாரம் தாரும்
 ராஜா தேசிங்கு
முதல் யுகத்தில் இருக்கிறான் ஐயா
 சுபங்கி துரைதானும்
இரண்டு பேரையும் வெட்டி கெலிக்கிறான்
 ராஜா தேசிங்கு

தேசிங்கின் உணர்வுகள்

அந்தப் பேச்சைக் காதிலே கேட்டான்
 ராஜா தேசிங்கு
கலகல என்று சிரித்தான் ஐயா
 ராஜா தேசிங்கு
என்ன பேச்சு பேசினாய் அடா
 மோவுத்துக் காராநீ
அண்ணனும் இல்லை தம்பியும் இல்லை
 மோவுத்துக்காராநீ
கையில் கங்கணம் கட்டி இருக்கிறாய்
 மோவுத்துக் காராநீ
சண்டை முகத்தைப் பார்த்து அறியாயே
 மோவுத்துக் காராநீ

ஒண்டியாய் சண்டை போட வேண்டாம்
        மோவுத்துக் காராநீ
நீயும் நானும் புகுந்து வெட்டுவோம்
        மோவுத்துக் காரனே!"

மோவுத்தின் மறவுரை

அந்தப் பேச்சைக் காதிலே கேட்டான்
        மோவுத்துக் காரனும்
"என்ன பேச்சு பேசினீர் ஐயா
        ராஜா தேசிங்கு
நீயும் நானும் புகுந்து வெட்டினால்
        ராஜா தேசிங்கு
உமது பேர் உண்டாகுமே அன்றி
        என் பேர் உண்டாகாது
சல்தி சல்தி உத்தாரம் தாரும்
        ராஜா தேசிங்கு
கத்தி பிடித்த சிப்பாய் நானும் ஆனால்
        ராஜா தேசிங்கு
கால் நாழி நீர் கண்ணால் பாரும்
        ராஜா தேசிங்கு
நவாப்பின் பாளையத்தை இப்போ
        அதம் [132] செய்யாவிட்டால்
எந்தன் பேரும் மோவுத்துக்காரன்
        என்று எண்ணுவார்களோ
தூள் தூளாக துவம்சம் செய்கிறேன்
        துரகம் யாவற்றும்
அணு வளவாய் யுத்தம் செய்கிறேன்
        பாளையம் யாவற்றும்
தவிடு பொடியாய் சிதைத்து போடுறேன்
        தளங்கள் யாவற்றும்
காற்றில் இலவம் பஞ்சாகச் செய்கிறேன்
        கனத்த படையெல்லாம்
அரைநாழி எனக்கு உத்தாரம் தாரும்ஐயா
        ராஜா தேசிங்கு

தேசிங்கின் விடை

அந்தப் பேச்சைக் காதிலே கேட்டான்
        ராஜா தேசிங்கு

கலகல என்று சிரித்தான் ஐயா
   ராஜா தேசிங்கு
"நான்என்ன சொன்னாலும் கேளேன் என்றாய்
   மோவுத்துக் காரனே"
சந்தோகமாகத் தலையை அசைத்தான்
   ராஜா தேசிங்கு
முதல் சண்டைக்கு உத்தாரம் கொடுத்தான்
   ராஜா தேசிங்கு   2025
சந்தோசமாகச் செலவும் வாங்கினான்
   மோவுத்துக் காரனும்
சலாம் வாங்கி தாண்டினான் ஐயா
   நீலவேணி மேலே

மோவுத்தின் பாய்ச்சல்

இடது காலுக்கு சிமிட்டா கொடுத்தான்
   நீலவேணிக்கு
காற்று போல பறக்குது ஐயா
   நீலவேணி குதிரை
மேகம் போல பறக்குது ஐயா
   நீலவேணி குதிரை   2030

சுபங்கியின் கூற்று

ஒற்றைக் குதிரையைக் கண்ணாலே கண்டான்
   சுபங்கித் துரைதானும்
"அண்ண மாரே தம்பி மாரே
   சமேதாரு மாரே
சல்தி சல்தி பீரங்கி போடும்
   சமேதாரு மாரே"
'ஆனால் நல்லது ஆகட்டும்' என்று
   சமேதாரு மாரும்
சொல்லி வாயை மூடும் முன்னமே
   சமேதாரு மாரும்   2035

திடீர் தாக்குதல்

பளபள என்று பளுத்தா தீர்த்தார்
   சமேதாரு மாரும்
பளுத்தா சத்தம் காதிலே கேட்டது
   நீல வேணிக்கு

குண்டு மேலே சாண் உயரம்
   வேகமாய் பறக்குது
நடுத் தண்டிலே வந்து விழுந்தது
   நீல வேணியும்
தண்டுக்குச் சைகை ஊதினான் ஐயா
   சுபங்கி துரைதானும்   2040
மோவுத்துக் காரனைக் கண்ணாலே கண்டான்
   சிப்பாய் துரைதானும்
மூவாயிரம் குதிரை வந்து வளைத்தது
   மோவுத்துக் காரனை

மோவுத்தின் மறச்செயல்கள்

லகானை இழுத்து கையிலே பிடித்தான்
   மோவுத்துக் காரனும்
ஆகாய வாணியைச் சாட்சி வைத்தான்
   மோவுத்துக்காரனும்
பூமி தேவியைச் சாட்சி வைத்தான்
   மோவுத்துக் காரனும்   2045
இடது காலுக்குச் சிமிட்டா கொடுத்தான்
   நீல வேணிக்கு
கரகர என்று சுழலுது பாரு
   நீல வேணிக்குதிரை
குதிரை சுழன்று நிமிடத்துக்குள்
   மோவுத்துக் காரனும்

வடக்கு திசையில்

வடக்கு முகம் திரும்பினான் ஐயா
   மோவுத்துக் காரனும்
அங்கே இருந்த ஆயிரம் குதிரை
   வந்து வளைத்தது   2050
குதிரை வந்ததைக் கண்ணாலே கண்டான்
   மோவுத்துக் காரனும்
இடது காலுக்குச் சிமிட்டா கொடுத்தான்
   மோவுத்துக் காரனும்
கரகர என்று சுழலுது பாரு
   நீலவேணிக் குதிரை
குதிரை சுழன்று நிமிஷ நாழிகைக்கு
   மோவுத்துக் காரனும்

கண்கள் சிவந்து பொறிகள் பறக்க
   மோவுத்துக் காரனும்   2055
கணைத்து கதும்பி மீசை உருவியே
   மோவுத்துக் காரனும்
கத்தியை எடுத்து மோவுத்துக் காரனும்
   வீசனான் ஐயா
அங்கே இருந்த ஆனை குதிரை
   டாறாய் விழுந்தது

மேற்கு திசையில்

மேற்கு பக்கம் திரும்பினான் ஐயா
   மோவுத்துக் காரனும்
அங்கே இருந்து ஆயிரம் குதிரை
   வந்து வளைத்தது   2060
குதிரை வருவதைக் கண்ணாலே கண்டான்
   மோவுத்துக் காரனும்
இடது காலுக்குச் சிமிட்டா கொடுத்தான்
   நீல வேணிக்கு
கரகர என்று சுழன்றது பாரு
   நீலவேணி குதிரை
குதிரை சுழன்ற நிமிஷ நாழிகைக்கு
   மோவுத்துக் காரனும்
குடல்கள் சரிந்திட சில குதிரைகள்
   வந்து விழுந்ததுபார்   2065
தலைகள் துண்டாய் சில குதிரைகள்
   வந்து விழுந்ததுபார்
இடது காலுக்குச் சிமிட்டா கொடுத்தான்
   நீல வேணிக்கு
சிங்கம் போலே வாரான் ஐயா
   மோவுத்துக் காரனும்
புலியைப் போலே புகுந்தான் ஐயா
   மோவுத்துக் காரனும்
துண்டு துண்டாய் தூக்கி வெட்டுகிறான்
   மோவுத்துக் காரனும்   2070
தலை தலையாய் உருட்டி போடுகிறான்
   மோவுத்துக் காரனும்
சப்பை சப்பையாய் கிழித்துப் போடுகிறான்

மோவுத்துக் காரனும்
கால்மாடு தலைமாடாய் போகுது பார்
நவாப்பு பாளையமும்
அந்த வேளையில் என்ன பண்ணுகிறான்
சுபங்கி துரைதானும்
மூவாயிரம் பீரங்கியைத்
   தயார் பண்ணினானாம்   2075
சுற்றிலும் இருந்த சிப்பாய் மார்கள்
பளுத்தா தீர்த்தார்கள்
அத்தனை குண்டுக்கும் தப்பி வருகுது
நீலவேணிக் குதிரை
ஒரு குதிரை மேல் ஆயிரம் குதிரை
வந்து வளைத்தது
ஆயிரம் குதிரையைத் தாண்டி வருகுது
நீலவேணிக் குதிரை
ஒரு கத்தியின் மேல் ஆயிரம் கத்தி
   வந்து விழுந்ததுபார்   2080
ஆயிரம் கத்தியும் தள்ளி வெட்டுகிறான்
மோவுத்துக் காரனும்
மருந்து புகையில் புகுந்து வெட்டுகிறான்
மோவுத்துக் காரனும்
தலை தெரியாது புகுந்து வெட்டுகிறான்
மோவுத்துக் காரனும்

கிழக்கு திசையில்

கிழக்குப் பக்கம் திரும்பினான் ஐயா
மோவுத்துக்காரனும்
அங்கே இருந்து ஆயிரம் குதிரை
   வந்து வளைத்தது   2085
மார்கள் பிளந்திட சில குதிரைகள்
மாய்ந்து சில விழுந்தது
மண்டை திறந்து மூளை சிதறிட
மாய்ந்தது சில குதிரை
இப்படி யாக சிதைந்து அறுத்து
இம்சைகள் செய்தபின்பு
சிந்தை மகிழ்ந்தது சிமிட்டா கொடுத்தான்
நீல வேணிக்கு

அங்கே இருந்து தண்டில் புகுந்து
   நீலவேணிக் குதிரை				2090
தண்டில் புகவே சந்தோசம் ஆனான்
   மோவுத்துக் காரனும்
பாளையங்களைக் கண்ணாலே கண்டான்
   மோவுத்துக் காரனும்
கொசுக்கள் போலவே தேய்வேனே என்றான்
   மோவுத்துக் காரனும்
தூசு போல் ஊதிடுவேனே என்றான்
   மோவுத்துக் காரனும்
பஞ்சு போலே பறக்க அடிப்பேனே என்றான்
   மோவுத்துக் காரனும்				2095
மெத்த தைரியம் கொண்டு திரிகிறான்
   மோவுத்துக் காரனும்
அரிந்து [183] அரிந்து போட்டான் ஐயா
   மோவுத்துக் காரனும்
முன் வீச்சுக்கு ஆயிரம் விழுந்தது பார்
   நவாப்பு பாளையமும்
பின் வீச்சுக்கு ஆயிரம் விழுந்தது பார்
   நவாப்பு பாளையமும்

தெற்கு திசையில்

தெற்கே இருந்த சுபங்கி துரையைக்
   கண்ணாலே கண்டான்				2100
ஆனையின் மேலே அம்பாரி போட்டு
   அவனும் இருக்கிறான்
அவ்வேளையில் என்ன பண்ணுகிறான்
   மோவுத்துக் காரனும்
ஆனைக் கூட்டம் மெத்த இருக்குது
   சுபங்கித்துரை அண்டை
ஆனை வேடிக்கையைப் பார்த்து வாரான்
   மோவுத்துக் காரனும்
குதிரை வருவதைக் கண்ணாலே கண்டான்
   சுபங்கித் துரைதானும்				2105
ஆயிரம் ஆனை முன்னே துரத்தினான்
   சுபங்கித் துரைதானும்

ஆனை வருவதைக் கண்ணாலே கண்டான்
    மோவுத்துக் காரனும்
கலகல என்று சிரித்தான் ஐயா
    மோவுத்துக் காரனும்
பாலா உருவி கையிலே பிடித்தான்
    மோவுத்துக் காரனும்
இடது காலுக்குச் சிமிட்டா கொடுத்தான்
    மோவுத்துக் காரனும்   2110
யானைக்கு மேல் சாண் உயரம்
    அதிர்ந்து பாய்கிறது
குதிரை போகிற வேகத்தி னாலே
    குத்திச் சாய்க்கிறானாம்
கரகர என்று சுழன்று வருகுது
    நீலவேணிக் குதிரை
கால்மாடு தலை மாடாகக்
    குத்திச் சாய்க்கிறானாம்
கடகட என்று சாயுது பார்
    யானைகள் ஆனாலும்   2115
ஆயிரம் யானை குத்தி உருட்டினான்
    மோவுத்துக் காரனும்
தெற்கில் இருந்த சுபங்கித் துரையைக்
    கண்ணாலே கண்டானாம்
இடது காலுக்குச் சிமிட்டா கொடுத்தான்
    நீல வேணிக்கு
முன்னங் காலைத் தூக்கி வைத்தது
    யானைத் தலைமேலே
பாலா உருவி கையிலே பிடித்தான்
    மோவுத்துக் காரனும்   2120
அல்லாகு அல்லாகு என்று போட்டான்
    பாலா தன்னாலே
முன்னே இருந்த மாவெட்டியான்
    நிலத்தில் விழுந்தானாம்
மாருக்குப் பலமாய் இழுத்துப் பிடித்தான்
    மோவுத்துக் காரனும்
"ஓடிப் போகிறேன் ஓடிப் போகிறேன்
    மோவுத்துக் காரனே!"

"ஓடிப் போகிற சிப்பாய் மகனும்
    சண்டைக்கு ஏன்வந்தாய்   2125
சௌரியம் இல்லாதவனும் நீயும்
    சண்டைக்கு ஏன்வந்தாய்
இனி இல்லாத கோபம் ஆச்சுது
    மோவுத்துக் காரனுக்கு
வலது கையைப் பிடித்தான் ஐயா
    மோவுத்துக் காரனும்
வலது கையும் தானு மாகவே
    பூமியில் விழுந்தானாம்

சுபங்கியின் பணிவுரை

இடது கையில் சலாம் வாங்கினான்
    சுபங்கி துரைதானும்   2130
"நானொரு சேதி சொல்கிறேன் கேளும்
    மோவுத்துக் காரனே
உந்தன் மேலே சண்டைக்கு வரவில்லை
    மோவுத்துக் காரனே
பெண்சாதி இழந்தேன் தெண்டம் ஐயா
    மோவுத்துக் காரனே
பிள்ளை இழந்தேன் அல்லா அறிய
    மோவுத்துக் காரனே
ஊரும் இழந்தேன் பதவியும் இழந்தேன்
    மோவுத்துக் காரனே   2135
நீ சொன்னபடி நானும் கேட்டேன்
    மோவுத்துக் காரனே
சோறு கூட தின்ன வில்லை
    மோவுத்துக் காரனே
நான் இப்பே ஓடிப் போகிறேன்
    மோவுத்துக் காரனே
இப்போது என்னை விட்டு விடவேண்டும்
    மோவுத்துக் காரனே

மோவுத்துக்காரனின் இறக்கம்

"ஆனால் நல்லது ஆகட்டும் போடா
    சுபங்கி துரையேநீ   2140
ஒற்றைக் கையோடு ஓடிப் போனானாம்

சுபங்கி துரைதானும்?"
அவ்வேளையின் என்ன பண்ணுகிறான்
மோவுத்துக் காரனும்
இடது காலுக்கு சிமிட்டா கொடுத்தான்
நீல வேணிக்கு

நவாப்பினைத் தேடுதல்

நவாப்பு எங்கே என்று
   இவனும் வாரானாம்
குதிரை வருவதைக் கண்ணாலே கண்டது
   நவாப்பு பாளையம்   2145
அல்லோல கல்லோலமாக ஓடுது
   நவாப்பு பாளையம்
அங்கே இருந்து தண்டில் நுழைந்தான்
   மோவுத்துக் காரனும்
திமிரிக் கோட்டை ஷேக் முகம்மது
   வந்து எதிர்த்தானாம்
ஷேக் முகம்மதைக் கண்ணாலே கண்டான்
   மோவுத்துக் காரனும்
கல கல என்று சிரித்தான் ஐயா
   மோவுத்துக் காரனும்   2150
கண்ணாலே கண்டான் கோபம் ஆச்சுது
   நவாப்பு பாளையத்தைக்
கத்தியை எடுத்து நீலவேணியைக்
   கலங்கத் தட்டினானாம்
தட்டின உடனே நீல வேணியும்
   தண்டில் பாயுதுபார்

குத்துப்பாடல்

பாய்ந்த உடனே ஷேக் முகம்மது
   பாலா எடுத்தானாம்
குத்தின குத்து மோவுத்துக் காரன்
   தொண்டையில் பாய்ந்தது   2155
பாய்ந்த ஈட்டியை வலது கையிலே
   பற்றி எடுத்தானாம்
கோபம் மிகவும் பொங்கி எழுந்தது
   மோவுத்துக் காரனுக்கு

சிவ்வென்று எழுந்து ஷேக் முகம்மது
    கையைப் பிடித்தானாம்
கத்தி எடுத்து ஷேக் முகம்மது
    கழுத்தை வெட்டப்போனான்

முகம்மதுவின் மன்னிப்பு

அந்த வேளையில் என்ன சொல்லுகிறான்
    ஷேக்முகம்மது ஐயா   2160
"சலாம் ஐயா சலாம் ஐயா
    மோவுத்துக் காரனே
அறியாமல் சண்டைக்கு வந்தேன் ஐயா
    மோவுத்துக் காரனே
என்தலையைக் காக்க வேணும் ஐயா
    மோவுத்துக் காரனே
தேவரும் நீரே தேசிகரும் நீரே
    மோவுத்துக் காரனே
அடிமை என்னை ஆதரிக்க வேணும்
    மோவுத்துக் காரனே"   2165
என்று வணங்கி சலாம் செய்தான்
    ஷேக்முகம்மது ஐயா

மோவுத்துக்காரனின் தீரம்

அந்தப் பேச்சைக் காதிலே கேட்டான்
    மோவுத்துக் காரனும்
பகையாளி சண்டைக்கு வந்தால்
    பாலன் விடுவேனோ
ஈட்டி எறிந்த கையை இப்போ
    தன்னிட வாளாலே
கண்ட துண்டாய் வெட்டி எறிந்தான்
    மோவுத்துக் காரனும்   2170
கத்தி பிடித்த சிப்பாய் மார்களைக்
    கரணை ஆடி வாரான்
சலாம் வாங்கின சிப்பாய் மார்களை
    ஓடிப்போகச் சொன்னான்
பதினெட்டு வயது பாலன் ஐயா
    மோவுத்துக் காரனும்
ஒரு காலமும் சண்டை அறியான்
    மோவுத்துக் காரனும்

வெற்றியுடன் திரும்பல்

கைகள் எல்லாம் ஓய்ந்து போச்சுது
   மோவுத்துக் காரனுக்கு 2175
இரத்தக் கவலு[184] கவ்விக் கொண்டது
   மோவுத்துக் காரனுக்கு
களைகள் வந்து மூண்டு கொண்டது
   மோவுத்துக் காரனுக்கு
இராசாவிடம் போகலாம் என்று
   குதிரையைத் திரும்பினானாம்
சந்தோசமாக திரும்பினான் ஐயா
   மோவுத்துக் காரனும்
பரத நாட்டியம் ஆடி வருகுது
   நீலவேணிக் குதிரை 2180
இராஜா முன்னுக்கு வாரான் ஐயா
   மோவுத்துக் காரனும்

வரும்வழியில் வைகுந்தம்

அந்த வேளையில் பதுங்கி இருந்தார்
   தப்பின குண்டுக்காரர்
இரட்டைக் குண்டு பார் பண்ணி
   படுக்கென்று சுட்டாராம்
திக்கென்ற சத்தம் திரும்பிப் பார்த்தான்
   மோவுத்துக் காரனும்
அந்த குண்டு நெற்றியில் பட்டது
   மோவுத்துக் காரனுக்கு 2185
அல்லாரே அல்லாரே என்று
   கீழே விழுந்தானாம்
அரி கோவிந்தா என்று சொல்லி
   கீழே விழுந்தானாம்
வைகுந்த பதவி சேர்ந்தான் ஐயா
   மோவுத்துக் காரனும்

குதிரையின் கவலை

சுற்றி சுற்றி வருகுது ஐயா
   நீலவேணி குதிரை
முகந்து முகந்து அழுகுது ஐயா
   நீலவேணி குதிரை 2190

கண்களில் நீரும் பொங்கி வருகுது
    நீல வேணிக்கு
கடகட என்று புரண்டு அழுதது
    நீலவேணி குதிரை

நவாப்பின் ஆணை

"அண்ணா வாடா தம்பி வாடா
    பங்காரு நாயக்காநீ
மோவுத்துக் காரன் விழுந்து போனான்
    பங்காரு நாயக்காநீ
நீல வேணியைக் கொண்டு வரவேணும்
    பங்காரு நாயக்காநீ   2195

நீலவேணியின் நிலை

அந்தப் பேச்சைக் காதிலே கேட்டான்
    பங்காரு நாயக்கனும்
குதிரையை எல்லாம் சுற்றிப் பார்த்து
    நீலவேணியும்
கனைத்துக் கதும்பி எழும்பிற்று பாரு
    நீல வேணியும்
கரகர என்று சுழன்றது ஐயா
    நீல வேணியும்
இடசாரி வலசாரி வந்தது பாரு
    நீல வேணியும்   2200
வந்து பாய்ந்து உதைத்தது பாரு
    நீல வேணியும்
காலி னாலே உதைத்தது பாரு
    நீல வேணியும்
வாலி னாலே வீசி அடிக்குது
    நீல வேணியும்
வீறிட்டுக் கொண்டு விழுந்தது சாகுது
    நவாப்பு தன்குதிரை
மூலைக்கு மூலை துரத்தி உதைக்குது
    நீல வேணியும்   2205
காலு தையால் விழுந்து செத்தது
    ஐம்பது குதிரையும்
விக்கி முக்கிட்டுச் சாகும்

குதிரைகள் அனைத்தம்
ஆயிரம் துருப்பு சிப்பாய் மாரும்
அடியோட போனார்கள்
குதிரை விழுந்தது கண்ணாலே கண்டது
நீல வேணியும்
இராஜா பக்கம் போவோம் என்று
நீல வேணியும் 2210
இரண்டு தாண்டி வந்து நின்றது
ராசா முன்பாக

தேசிங்கு இறப்பினை அறிதல்

கண்ணில் நிறைய தண்ணீர் கலங்குது
நீல வேணிக்கு
குதிரை முகத்தைக் கண்ணாலே கண்டான்
ராஜா தேசிங்கு
"என்னுடன் வளர்ந்த தம்பி தானும்
இறந்து போய்விட்டான்
எந்தன் பலமும் பாதி போச்சுது
சமேதாரு மாரே" 2215
குதிரையை வந்து கட்டிக் கொண்டான்
ராஜா தேசிங்கு
"என்ன காரியம் பண்ணினாய் அடா
நீல வேணியேநீ"
அந்தப் பேச்சை காதிலே கேட்டது
நீல வேணியும்
இராஜன் முன்பாக நடக்குது பாரு
நீல வேணியும்

மோவுத்தைக் கண்டு கலங்கல்

மோவுத்துக் காரன் முன்னே வந்தான்
ராஜா தேசிங்கு 2220
மண்டி போட்டு உட்கார்ந்தான் ஐயா
ராஜா தேசிங்கு
வாரி எடுத்து மடிமீதில் வைத்தான்
ராஜா தேசிங்கு
முகத்தோடு முகம் வைத்தான் ஐயா
ராஜா தேசிங்கு

கோடு கோடென்று [185]கதறி அழுதான்
    ராஜா தேசிங்கு
"என்னை விட்டுநீ எப்படி போனாய்
    மோவுத்துக் காரனே!   2225
எனக்கு நல்ல இடம் தேடி வையும்
    மோவுத்துக்காரனே!
நவாப்பை வெட்டி நானும் வருகிறேன்
    மோவுத்துக்காரனே"

அடக்கம் செய்தல்

தனக்குத் தானே தைரியம் ஆனான்
    ராஜா தேசிங்கு
பெரிய குழியாய் வெட்டச் சொன்னான்
    ராஜா தேசிங்கு
லட்சம் பொன்னு தானம் கொடுத்தான்
    ராஜா தேசிங்கு   2230
குழியில் தூக்கி வைத்தான் ஐயா
    மோவுத்துக் காரனை
மண்டி போட்டுப் படுத்தது பாரு
    நீலவேணிக் குதிரை
பட்டா உருவி கையிலே பிடித்தான்
    ராஜா தேசிங்கு
இரண்டு துண்டாகத் தீர்த்தான் ஐயா
    ராஜா தேசிங்கு
குதிரையைக் கூட புதைத்தான் ஐயா
    ராஜா தேசிங்கு   2235
பெரிய கோரி[186] கட்டச் சொன்னான்
    ராஜா தேசிங்கு
அந்த வேளையில் என்ன செய்கிறான்
    ராஜா தேசிங்கு
நாராயணா கோவிந்தா என்றான்
    ராஜா தேசிங்கு

வீர உரை

"அண்ணன் மாரே தம்பி மாரே
    சமேதாரு மாரே
நான் ஒன்று சொல்லுகிறேன் கேளும்

சமேதாரு மாரே 2240
நான் போகாட்டா நீர் வாரீரோ
சமேதாரு மாரே
ஓடிப்போகிற சிப்பாய் மாரைத்
துரத்திவெட்ட வேண்டாம்
பதுங்கிப் போகிற சிப்பாய் மாரைப்
பார்த்துவெட்ட வேண்டாம்
உள்ளே எதிர்த்த சிப்பாய் மாரை
டாறாய் தீர்த்திருங்கள்
ஏழை எளிய பிச்சைக் காரரை
எதிர்த்துவெட்ட வேண்டாம் 2245

சமேதாருமார் சம்மதம்

அந்தப் பேச்சைக் காதிலே கேட்டார்
சமேதாரு மாரும்
ஆனால் நல்லது ஆகட்டும் என்றார்
சமேதாரு மாரும்
பன்னிரெண்டு அங்குல படிவைத்த குதிரை
பாராசாரி குதிரை
கனைத்துக் கதும்பி எழுந்தான் ஐயா
ராஜா தேசிங்கு

தேசிங்கு போருக்குச் செல்லல்

பரத நாட்டியம் ஆடி வருகுது
பாராசாரி குதிரை 2250
குதிரை வருவதைக் கண்ணாலே கண்டான்
நவாப்பு சைதுல்லா
அண்ணா வாடா தம்பி வாடா
பங்காரு நாய்க்காநீ
குதிரை வருவதைக் கண்ணாலே பாரும்
பங்காரு நாய்க்காநீ
சல்தி சல்தி பீரங்கி திருப்பு
பங்காரு நாய்க்காநீ
சுருக்கா பளுத்தா கொடுத்தான் ஐயா
பங்காரு நாய்க்கனும் 2255
பளுத்தா சத்தம் காதிலே கேட்டது
பாராசாரி குதிரை

இரண்டா கணவா தேசத்துப் பட்டு
    தாவுத்துக் காரனும்
குதிரை சேனைக்குச் சைகை ஊதினான்
    தாவுத்துக் காரனும்
ஊதின உடனே சூழ்ந்து கொண்டார்
    சிப்பாய் மார்களும்

போரின் தீவிரம்

முப்பதி னாயிரம் குதிரை வளைத்தது
    ராஜாவை ஆனாலும்   2260
அந்தக் குதிரையெல்லாம் சுற்றிப் பார்த்தான்
    ராஜா தேசிங்கு
கலகல என்று சிரித்தான் ஐயா
    ராஜா தேசிங்கு
இரண்டு கையிலே பட்டா வாங்கினான்
    ராஜா தேசிங்கு
ஆகாய வாணி சாட்சி வைத்தான்
    ராஜா தேசிங்கு
பூமி தேவியைச் சாட்சி வைத்தான்
    ராஜா தேசிங்கு   2265
சந்திர சூரியரைச் சாட்சி வைத்தான்
    ராஜா தேசிங்கு
ரங்க நாதரைச் சாட்சி வைத்தான்
    ராஜா தேசிங்கு
ராமு ராமுரே தேவா என்று
    போட்டான் ஒரு வெட்டு
துண்டு துண்டாய் தூக்கி வெட்டுகிறான்
    ராஜா தேசிங்கு
தலை தலையாய் உருட்டிப் போடுகிறான்
    ராஜா தேசிங்கு   2270
டாறு டாறாய் கிழித்துப் போடுகிறான்
    ராஜா தேசிங்கு
இணை இல்லாமல் புகுந்து வெட்டுகிறான்
    ராஜா தேசிங்கு
வெட்டு ஒன்றுக்கு எட்டுத் துண்டாய்
    டாறாய் விழுந்தது
ஜெய ராமு கங்கா ராமு

தேசிங்கு ராஜன் கதை

புகுந்து வெட்டுகிறார்கள்
சிற்றப்ப துரை தரணி சிங்கு
  புகுந்து வெட்டுகிறாராம்   2275
மூன்றரை நாழிகை மூலைக்கு மூலை
  புகுந்து வெட்டுகிறாராம்
இருபத் தொரு குதிரை யோட
  புகுந்து வெட்டுகிறாராம்
இத்தனை குண்டுக்கும் தப்பிப் போகுது
  பாராசாரி குதிரை
குண்டு சந்திலே நுழைந்து போகுது
  பாராசாரி குதிரை
முப்பதி னாயிரம் துப்பாக்கிக் கொண்டு
  முடுக்கியே விட்டானாம்   2280
அந்த குண்டுக்கு தப்பி போகுது ஐயா
  பாராசாரி குதிரை
நெருப்பு மாரி பொழிகிறான் ஐயா
  தாவுத்துக் காரனும்
அந்தக் குண்டுக்கும் தப்பி வருகுது ஐயா
  பாராசாரி குதிரை
குண்டு மேலே பறக்குது ஐயா
  பாராசாரி குதிரை
குண்டு விழுந்து நவாப்பு பாளையமும்
  கூவி தாளுதுபார்   2285
ஒரு குதிரை மேல் ஆயிரம் குதிரை
  வந்து விழுந்ததுபார்
ஒரு கத்தி மேலே ஆயிரம் கத்தி
  வந்து விழுந்ததுபார்
ஆயிரம் கத்தி சுள்ளி வெட்டுகிறான்
  ராஜா தேசிங்கு
கலகல கலகல கலகல என்று
  கத்திகள் மின்னுதுபார்
மிகுமிகு மிகுமிகு மிகுமிகு என்று
  கத்திகள் மின்னுதுபார்   2290
மேல் குண்டுக்குக் கீழே பாயுது
  பாராசாரி குதிரை
இத்தனைக்கும் தப்பிப் போகுது ஐயா

பாராசாரி குதிரை
மருந்து புகையிலே புகுந்து வெட்டுகிறான்
ராஜா தேசிங்கு
தென்னங் குலைபோல் புகுந்து வெட்டுகிறான்
ராஜா தேசிங்கு
சோளத் தட்டை வீசினாப் போல
 அறுத்துப் போகிறானாம்   2295
வாழைத் தண்டை அறுத்தாப் போலே
 அறுத்துப் போடுகிறானாம்

பாளையத்தின் பதைப்பு

கரகர என்று சுழன்று வருகுது
 பாரா சாரியும்
கண்ட மட்டும் சாடுகிறான் ஐயா
 ராஜா தேசிங்கு
பதினைந்து நாழிகை மிகவும் ஆச்சுது
 நவாப்பு பாளையமும்
சோறுசோறு என்று துடிக்குது ஐயா
 நவாப்பு பாளையமும்   2300
பானி[187]பானி என்று தவிக்குது ஐயா
 நவாப்பு பாளையமும்
ரொட்டிரொட்டி என்று தவிக்குது ஐயா
 நவாப்பு பாளையமும்
தாயில்லா பிள்ளை போல் தவிக்கிறார்
 நவாப்பு பாளையமும்
இனி இருந்தால் பிழைக்க மாட்டோம்
 தேசிங்கு முன்னாலே
என்று கள்ளக் குறிச்சிக்கு ஓடிப் போகுது
 சிறிது பாளையமும்   2305
ஆரணிக் கோட்டைக்கு ஓடிப் போகுது
 நவாப்பு பாளையமும்

ராஜனின் தாக்குதல்

ஓடிப் போகிற ஜனத்தைக் கண்டான்
 தாவுத்துக் காரனும்
அந்த வேளையில் கண்ணால் கண்டான்
 ராஜா தேசிங்கு
இருபதி னாயிரம் துருப்புக் குதிரை

ஏவியே விட்டானாம்
குதிரை வருவதைக் கண்ணாலே கண்டான்
ராஜா தேசிங்கு
படபட என்று துடிக்குது மீசை
ராஜாவுக்கு ஆனாலும்
கரகர என்று சுழன்று வருகுது
பாராசாரி குதிரை
கரணை கரணையாய் விழுந்து போகுது
நவாப்பு பாளையமும்
கால்மாடு தலைமாடாய் விழுந்து போகுது
துருப்புக் குதிரையும்
இருபதி னாயிரம் குதிரை அது
டாறாய் விழுந்தது
யானை வேடிக்கையைப் பார்க்கிறான் ஐயா
ராஜா தேசிங்கு
இரும்பு உலக்கையை வாங்கி அடித்தது
பட்டத்து யானையும்
கரகர என் சுழட்டி வருகுது
யானைகள் ஆனாலும்
வீறிட்டுக் கொண்டு ஓடி வருகுது
யானைகள் ஆனாலும்

ஆனைப் போர்

ஆனையைப் பார்க்கிலும் சாண்உயரம் பாயுது
பாராசாரி குதரை
ஆனையின் மேலே தாண்டி விழுகுது
பட்டத்து ஆனையும்
பாலா உருவி கையிலே பிடித்தான்
ராஜா தேசிங்கு
குத்தி குத்தி சாய்த்துப் போடுகிறான்
ராஜா தேசிங்கு
உலக்கை போட்டு சலாம் வாங்குது
பட்டத்து யானையும்
மண்ணைக் கவ்வி சாய்கிறது ஐயா
மற்ற யானைகளும்
குடல் சரிந்து சாகிறது ஐயா
சிலது யானைகளும்

மத்தகம் பிளந்து சாகிறது ஐயா
    மதம்கொண்ட யானைகளும்
உதைத்துக் கொண்டு சாகிறது ஐயா
    சிலது யானைகளும்
கரகர என்று உதைத்து சாகிறது ஐயா
    சுறுத்த யானைகளும்
இரண்டாயிரம் யானை அங்கே
    டாறாய் விழுந்தது   2330
யானை விழுவதைக் கண்ணாலே கண்டான்
    ராஜா தேசிங்கு

தாவுத்துக்காரனின் தோல்வி

அங்கே இருந்த மாவுத்துக் காரனைக்
    கண்ணாலே கண்டானாம்
கலகல என்று சிரித்தான் ஐயா
    ராஜா தேசிங்கு
இடது காலுக்குச் சிமிட்டா கொடுத்தான்
    ராஜா தேசிங்கு
முன்னங் காலை தூக்கி வைத்தது
    யானை தலைமேலே   2335
பாலா உருவி போட்டான் ஐயா
    ராஜா தேசிங்கு
முன்னே இருந்த மாவெட்டி யானும்
    நிலத்தில் விழுந்தானாம்
மாருக்குப் பாலா இழுத்துப் பிடித்தான்
    ராஜா தேசிங்கு
அந்த வேளையில் சலாம் வாங்கினான்
    தாவுத்துக் காரனும்
"நான்ஒரு சேதி சொல்லுகிறேன் கேளும்
    ராஜா தேசிங்கு   2340
நான் இப்போதே ஓடிப் போகிறேன்
    ராஜா தேசிங்கு"
அந்த வேளையில் கோபம் பிறந்தது
    ராஜாவுக்கு ஆனாலும்
நவாப்புக்கு ஏற்ற சிநேகிதக் காரன்
    தாவுத்துக் காரனும்
நாராயணா கோவிந்தா என்று
    போட்டானே பாலாவை

சேத்துப் பட்டு தாவுத்துக் காரன்
　　நிலத்தில் விழுந்தானாம்
நிலத்தில் விழவே நவாப்பு ஜனமும்
　　நிமிஷமும் இருக்கவில்லை
கண்ட படியே ஓடி போச்சுது
　　நவாப்பு பாளையமும்

நவாப்பின் பயம்

தாவுத்துக் காரன் செத்த சேதி
　　நவாப்பு கேட்டானாம்
இனி இல்லாத பயம் பிடித்தது
　　நவாப்பு ஆனாலும்
இனி இருந்தால் தலை போகுமே
　　தேசிங்கு கையிலே
ஓடி ஓடி ஒளிந்தான் ஐயா
　　நவாப்பு சைதுல்லா

தேசிங்கின் தீரம்

அந்த வேளையில் என்ன பண்ணுகிறான்
　　ராஜா தேசிங்கு
இருபத்தி இரண்டு வயது இளம்பாலன்
　　ராஜா தேசிங்கு
ஐம்பது ஆயிரம் சேனை வெட்டினான்
　　ராஜா தேசிங்கு
இரண்டாயிரம் யானை வெட்டினான்
　　ராஜா தேசிங்கு
கைகள் எல்லாம் ஓய்ந்து போச்சுது
　　ராஜாவுக்கு ஆனாலும்
நவாப்பு பாளையத்தைச் சுற்றிப் பார்த்தான்
　　ராஜா தேசிங்கு
இவனைப் பார்த்து பதுங்கி னார்கள்
　　சிப்பாய் மார்களும்
எடுத்த பீரங்கி எடுத்தாற் போலே
　　போட்டு ஓடுகிறார்கள்
தன்னிட ஜனத்தைக் கண்ணாலே கண்டான்
　　ராஜா தேசிங்கு
குண்டு மருந்தில் இருந்து செத்தது
　　ராஜா தேசிங்கு

கலகல என்ற சிரித்தான் ஐயா
ராஜா தேசிங்கு

தேசிங்கு திரும்புதல்

செஞ்சிக் கோட்டைக்குப் போவோம் என்று
திரும்பினான் குதிரை
அறுபத்து நான்கு ஜண்டா மரமும்
டாறாய் கிழிந்தது
ஐந்து குதிரை யோட வாரான்
ராஜா தேசிங்கு   2365
சங்கரா பரணிக் கரையிலே வந்தான்
ராஜா தேசிங்கு
முழங்கால் வரையில் தண்ணீர் அங்கே
பிடித்து ஓடுகுது
கத்தியைக் கழுவி உறையில் போட்டான்
ராஜா தேசிங்கு
மூன்றுகை தண்ணீர் குடித்தான் ஐயா
ராஜா தேசிங்கு
மரத்து நிழலில் உட்கார்ந்தான் ஐயா
ராஜா தேசிங்கு   2370

தாயாதி வருகை

அந்த வேளையில் என்ன பண்ணுகிறான்
அவனிட தாயாதி
தேசிங்கு தாயாதி ஐயா
தன்சிங்கு மகாராஜன்
ஒற்றை குதிரை போட்டு கொண்டு
ஓடிவந்தான் எதிரே
"ராமு ராமுரே சீதா ராமுரே
ராஜா தேசிங்கு
நீர்திரும்பி வந்த வயணம் என்ன
ராஜா தேசிங்கு   2375

தேசிங்கு பதில்

அந்தப் பேச்சைக் காதிலே கேட்டான்
ராஜா தேசிங்கு
"நான்ஒரு சேதி சொல்கிறேன் கேளும்
தன்சிங்கு ராஜாவே

தேசிங்கு ராஜன் கதை

நவாப்பு செத்து போனான் ஐயா
   தன்சிங்கு ராஜாவே"

தன்சிங்கு விளக்கம்

"என்ன பேச்சு பேசினீர் ஐயா
   ராஜா தேசிங்கு
செத்து போனவன் சேத்துப் பட்டு
   தாவுத்துக் காரனாம்   2380
மலையடி வாரம் மூலை ஓரத்தில்
   நவாப்பு ஒளிந்தானாம்
செத்த தோட விட்டுப் போகாதே
   ராஜா தேசிங்கு
சல்தி சல்தி புறப்படும்" என்றான்
   தன்சிங்கு ராஜாவும்

தேசிங்கு மீண்டும் போருக்கு எழுதல்

அந்தப் பேச்சைக் காதிலே கேட்டான்
   ராஜா தேசிங்கு
கலகல என்று சிரித்தான் ஐயா
   ராஜா தேசிங்கு   2385
தனக்கு வளர்த்த பாரா சாரியை
   முன்னுக்கு வரச்சொல்லும்
பன்னிரண்டு அங்குல படிவைத்த குதிரை
   பாராசாரி குதிரை
முன்னுக்கு வந்து நின்றது பாரு
   பாராசாரி குதிரை
ஐந்து குதிரையோட வாரான் ஐயா
   ராஜா தேசிங்கு

அரங்கநாதர் கைவிடல்

இவர் மார்பில் இருந்த அரங்கநாதர்
   வழியிலே நின்றாராம்   2390
அவர் தோளில் இருந்த அரங்கநாதர்
   தூரத்தில் நின்றாராம்
அரங்கநாதரைக் கண்டு தொழுதான்
   இராஜா தேசிங்கு
'அரி கோவிந்தா' என்றான் ஐயா
   இராஜா தேசிங்கு

"அப்பா கேளும் அப்பா கேளும்
　　குழந்தை தேசிங்கு
இத்தனை சண்டை பண்ணினாய் அடா
　　குழந்தை தேசிங்கு　　　　　　　　2395
இன்றைய சண்டை நிறுத்தி போட்டா
　　குழந்தை தேசிங்கு
நாளைக்குச் சண்டையை வைத்துக் கொள்ளடா
　　மகனே தேசிங்கு
நானும் கூட வருகிறேன் அடா
　　மகனே தேசிங்கு
அந்த வார்த்தையைக் காதிலே கேட்டான்
　　சிப்பாய் தேசிங்கு
கையை எடுத்து தொழுதான் ஐயா
　　ராஜா தேசிங்கு　　　　　　　　　　2400
என்னை விட்டுநீர் பிரிந்து போனீர்
　　அரங்க நாதரே
என்னிட பலமும் பாதி போச்சுது
　　அரங்க நாதரே
முன்வைத்த காலை பின்னே வைப்பேனோ
　　அரங்க நாதரே
இன்றைக்கும் சாவு நாளைக்கும் சாவு
　　அரங்க நாதரே
பிறந்த அன்றைக்கே சாவு இருக்குது
　　அரங்க நாதரே　　　　　　　　　　2405
போய் வருகிறேன் போய் வருகிறேன்
　　அரங்க நாதரே
சல்தி எனக்கு உத்தாரம் தாரும்
　　அரங்க நாதரே

நவாப்பின் சமாதானம்

இப்படி சொல்லி வருகிறான் ஐயா
　　ராஜா தேசிங்கு
போன ராஜா திரும்பின சேதி
　　நவாப்பு கேட்டானாம்
தோன்ற மல்லனை அனுப்பி வைத்தான்
　　நவாப்பு சைதுல்லா　　　　　　　　2410
சமாதானத்திற்கே அனுப்பி வைத்தான்
　　நவாப்பு சைதுல்லா

மூன்று குதிரையோட வருகிறான் ஐயா
    தோன்ற மல்லனும்
நாமத்தைப் போட்டு வருகிறான் ஐயா
    தோன்ற மல்லனும்
மண்டி[189] போட்டு சலாம் வாங்கினான்
    தோன்ற மல்லனும்

தோன்றமல்லன் கூற்று

பதில் சலாமும் கொடுத்தான் ஐயா
    ராஜா தேசிங்கு   2415
"நான்ஒரு சேதி சொல்கிறேன் கேளும்
    ராஜா தேசிங்கு
ஒன்பது கோடி சீமை உமக்கு
    நவாப்பு தாரோம்" என்றார்
ஒரு கொள்ளைக்கு ஒன்பது கொள்ளை
    நவாப்பு தாரோம் என்றார்
சமாதானமாய் போய் வாரும் ஐயா
    ராஜா தேசிங்கு!"

தேசிங்கின் சினவுரை

அந்தப் பேச்சைக் காதிலே கேட்டான்
    ராஜா தேசிங்கு   2420
கலகல என்று சிரித்தான் ஐயா
    ராஜா தேசிங்கு
"என்ன பேச்சு பேசினாய் அடா
    தோன்ற மல்லண்ணா
இன்றைக்கு இருக்கும் சமாதானம் அன்றைக்கு
    இருக்க வேணும்
நவாப்புக்கு ஏற்ற பிராண சிநேகிதன்
    தாவுத்துக்காரன் போனான்
என்னுடன் வளர்ந்த மோவுத்துக் காரன்
    அவனே போனான்   2425
இரண்டு ஜீவனுக்கு என்னுட ஜீவன்
    என்னத்துக்கு இருக்குது
எனது கையில் பலம் இருந்தால்
    ஆற்காடு எந்தனுக்கு
சல்தி சல்தி ஓடிப் போடா
    தோன்ற மல்லண்ணா!

வேங்கடராயனுடன் போரிடல்

போயி பிழைத்தோம் என்று சொல்லி
   ஓடியே வாரானாம்
தோன்ற மல்லனைக் கண்டித்த சேதி
   நவாப்பு கேட்டானாம்   2430
வேங்கட ராயனை அனுப்பி வைத்தான்
   நவாப்பு சைதுல்லா
ஐந்நூறு குதிரைத் தயார் பண்ணினான்
   வேங்கட ராயனும்
பாளையம் வந்ததை கண்ணாலே கண்டான்
   ராஜா தேசிங்கு
பட்டா உருவி கையிலே பிடித்தான்
   ராஜா தேசிங்கு
பாளையம் குறுக்கே புகுந்து வெட்டினான்
   ராஜா தேசிங்கு   2435
மண்டை மண்டையாய் தள்ளி வெட்டுகிறான்
   ராஜா தேசிங்கு
வேங்கட ராயனைக் கண்ணிலே கண்டான்
   ராஜா தேசிங்கு
ஆனையின் மீது அம்பாரி வைத்து
   அவனும் இருக்கிறானாம்
இடது காலுக்கு சிமிட்டா கொடுத்தான்
   ராஜா தேசிங்கு
முன்னங் காலை தூக்கி வைத்தது
   யானையின் தலைமேலே   2440
பட்டா உருவி விளங்கினான் ஐயா
   ராஜா தேசிங்கு

ராயரின் தந்திரம்

ஓங்கின பட்டா விழுந்ததே ஆனால்
   அவனே போய்விடுவான்
வாய் பேச்சு பேச இல்லை
   வேங்கடராயரும்
மார்பில் இருந்து பூநூலைக் காட்டினான்
   வேங்கட ராயரும்
பூநூல் போட்ட பிராமணன் ஐயா
   வேங்கட ராயரும்   2445

தேசிங்கு ராஜன் கதை

போட்டிருந்த பூநூலைக் கண்டான்
   ராஜா தேசிங்கு
அவனை விட்டு அப்பாலே போனான்
   ராஜா தேசிங்கு

தேசிங்கின் ஆவேசம்

அரிந்து அரிந்து போடுகிறான் ஐயா
   ராஜா தேசிங்கு
வாள கோட்டை அவுலுதாரும்
   டாறாய் விழுந்தாராம்
மதுரை சீமை மலையாளத் தானாம்
   ரெண்டாய் விழுந்தானாம்   2450
நூற்று எழுபத்து ரெண்டு பாளையக்காரனு
   துண்டாய் விழுந்தானாம்
அவரைச் சேர்ந்த பாளையம் எல்லாம்
   அடியோடு விழுந்தாராம்

நவாப்பைக் காணல்

ஆனையின் மேலே தொட்டிக் கட்டி
   அவனும் இருக்கிறானாம்
நவாப்பைக் கண்டு சிரித்தான் ஐயா
   ராஜா தேசிங்கு
இடது காலுக்குச் சிமிட்டா கொடுத்தான்
   பாராசாரிக்கு   2455
முன்னம் காலை தூக்கி வைத்தது
   யானையின் தலைமேலே
சல்பட்டா உருவி போட்டான் ஐயா
   ராஜா தேசிங்கு
முன்னே இருந்த மாவெட்டி யானும்
   நிலத்தில் விழுந்தானாம்
மாருக்கு பாலா இழுத்துப் பிடித்தான்
   ராஜா தேசிங்கு

நவாப்பின் நடுக்க உரை

அந்த வேளைக்குச் சலாம் வாங்கினான்
   நவாப்பு சைதுல்லா   2460
"நான்ஒரு சேதி சொல்கிறேன் கேளும்
   ராஜா தேசிங்கு

நான் உன்மேல் சண்டைக்கு வரவில்லை
   ராஜா தேசிங்கு
ஒரு கொள்ளைக்கு ஒன்பது கொள்ளை
   நான்தாரேன் ஐயா!"

தேசிங்கின் கோப உரை

"சல்நீ என்ன பேச்சு பேசினாய் அடா
   நவாப்பு சைதுல்லா
இன்றைக்கு இருக்கும் சமாதானம்
   அன்றைக்கு இருக்கவேணும்   2465
என்னுடன் வளர்ந்த சிநேகிதக் காரன்
   மோவுத்துக்காரன் போறான்
என்னுட பலமும் பாதி போச்சுது
   மோவுத்துக் காரனோட
உனக்கு இசைந்த பிராண சிநேகிதக்காரன்
   தாவுத்துக்காரன் போனான்
இரண்டு ஜீவனுக்கு என்னிட ஜீவன்
   என்னத்துக்கு இருக்குது
எனது கையில் பலம் இருந்தால்
   ஆற்காடு என்னுது   2470
உனது கையில் பலம் இருந்தால்
   செஞ்சி உன்னுது
நூற்று எழுபத்து இரண்டு பாளையப்பட்டு
   உனக்கே ஆனாலும்
அந்த எழுபத்தி ரெண்டு சேர்ந்ததடா
   செஞ்சிக் கோட்டை
செஞ்சிக் கோட்டை பணம் உனக்குக்
   குறைந்து போச்சுது
இதோ பணம்வருகுது வாங்கிக் கொள்ளும்
   நவாப்பு சைதுல்லா   2475
சல்பாலா வருது வாங்கிக் கொள்ளும்
   நவாப்பு சைதுல்லா
ஈட்டி வருகுது வாங்கிக் கொள்ளும்
   நவாப்பு சைதுல்லா
தப்பித்துக் கொள்ளும் தப்பித்துக் கொள்ளும்
   நவாப்பு சைதுல்லா

குதிரை மரணம்

இடது காலுக்குச் சிமிட்டா கொடுத்தான்
    பாரா சாரிக்கு
முன்னங்காலை தூக்கி வைத்தது
    யானைத் தலைமேலே   2480
ஆனை வயிற்றில் தொட்டி கட்டி
    அவனும் இருந்தானாம்
தொட்டில் இருந்த மாவெட்டியானும்
    எட்டிப் பார்த்தானாம்
அவனுக்கு மேலே கால் வைத்தது
    பாரா சாரி குதிரை
வலது காலை ஓங்கி வெட்டினான்
    மாவெட்டியானும்
வலது காலும் விழுந்து போச்சுது
    பாரா சாரிக்கு   2485
மூன்று காலோட கீழே விழுந்தது
    பாரா சாரிக் குதிரை
மூன்றரை நாழிகை சண்டை பண்ணுகிறான்
    ராஜா தேசிங்கு
மூவாயிரம் ஜனங்களும் அங்கே
    டாறாய் விழுந்தாராம்
இடது காலுக்குச் சிமிட்டா கொடுத்தான்
    பாரா சாரிக்கு
முன்னங்காலை தூக்கி வைத்தது
    யானைத் தலைமேலே   2490
இடது காலும் விழுந்து போச்சுது
    பாரா சாரிக்கு
நிமிஷ நாழிகை குதிரை இருந்தால்
    நவாப்பு போய்விடுவான்
இரண்டு காலும் விழுந்து போனதை
    ராஜா பார்த்தானாம்
குதிரையை விட்டு கீழே குதித்தான்
    சிப்பாய் தேசிங்கு
இரண்டு கையிலும் பட்டா உருவினான்
    ராஜா தேசிங்கு   2495
குதிரைய வெட்டி அழுதான் ஐயா
    ராஜா தேசிங்கு

தேசிங்கின் சினப்போர்

கோபம் வந்து மூண்டு கொண்டது
    ராஜாவுக்கு ஆனாலும்
நவாப்பு பாளையம் புகுந்தான் ஐயா
    சிப்பாய் தேசிங்கு
எங்கோ இருந்த சிப்பாய் மாரும்
    ஏகமாய்[180] கூடினார்கள்
பதுங்கி இருந்த சிப்பாய் மாரும்
    பதுங்கி ஓடினார்கள்   2500
கலகல கலகல கலகல என்று
    கத்தி சண்டைகளும்
சல்கொக்கு திரளில் ராஜாளி போல்
    புகுந்து வெட்டுகிறான்
வெள்ளரிக்காய் வீசினால் போல்
    வீசிப் போடுகிறான்
டாறு டாறாய் தீர்த்துப் போடுகிறான்
    நவாப்பு பாளையத்தை
கைப்பிடியாய் பிடிக்கச் சொன்னான்
    நவாப்பு சைதுல்லா   2505
அதற்கு அவனும் பயப்பட மாட்டான்
    சிப்பாய் தேசிங்கு
இருந்த பாளையம் எல்லாம் விழுந்தது
    தேசிங்கு கையாலே
நவாப்பின் மேலே திரும்பினான் ஐயா
    நடுவான பாளையத்தில்
நடுத்தண்டிலே தெரியுது பாரு
    நவாப்பு பாளையமும்
நவாப்பைச் சுற்றி வந்தான் ஐயா
    ராஜா தேசிங்கு   2510
கோபம் வந்து மூண்டு கொண்டது
    ராஜாவுக்கு ஆனாலும்
சல் கொக்கரித்து தண்டில் விழுந்தான்
    சிப்பாய் தேசிங்கு
ஆன மட்டும் சாடுகிறான் [141] ஐயா
    ராஜா தேசிங்கு
நவாப்பு ஜனங்கள் போன வழியை
    நானும் சொல்லமாட்டேன்

தேசிங்கின் தற்கொலை

மண்டி போட்டு உட்கார்ந்தான் ஐயா
    ராஜா தேசிங்கு   2515
இவனுக்கு எதிரே யாரையும் காணோமே
    நவாப்பு பாளையத்தில்
"என்னுயிர் வாங்க எனக்கு எதிரே
    யாரையும் காணோமே
என்னுயிரோட செஞ்சி கோட்டைக்கு
    நான் தான் போவேனோ
சல்தி சல்தி சக்கரம் அனுப்பும்
    அரங்க நாதரே
இனிமேல் இருக்க நியாயமில்லை
    அரங்கநாத சுவாமி   2520
"கோவிந்தா நாராயணா" என்று
    கும்பிட்டு என்னசொய்தான்
ஆனை குதிரை சேனை எல்லாம்
    அடியோடு மாண்டதாம்
கத்தியைச் சுழற்றி ஆகாயம் எறிந்தான்
    ராஜா தேசிங்கு
மார்பை விரித்து மண்மேலே படுத்தான்
    ராஜா தேசிங்கு
அப்போ மூன்று சத்தம் போட்டான் ஐயா
    ராஜா தேசிங்கு   2525
ஸ்ரீ கிருஷ்ணா ராமா என்று சொல்லி
    கீழே விழுந்தானாம்
ஸ்ரீ ரங்கா என்று சொல்லி
    கீழே விழுந்தானாம்
ராஜா விழுந்ததைக் கண்ணாலே கண்டான்
    நவாப்பு சைதுல்லா

நவாப்பின் புலம்பல்

தூக்கி எடுத்து மடியில் வைத்தான்
    நவாப்பு சைதுல்லா
"ஐயா கேளும் ஐயா கேளும்
    ராஜா தேசிங்கு   2530
எண்ணாயிரம் குதிரை வெட்டினாய்
    அப்பா தேசிங்கு

மூவாயிரங் கோடி துரைகள் மாண்டாரே
    ராஜா தேசிங்கு
உயிருக்கு பயந்து ஒளித் தேனடா
    அப்பா தேசிங்கு
உடனே திரும்பினான் ஊருக்குப் போகாமல்
    ஐயா தேசிங்கு
பொன்னான திருமேனியைப் பொடி ஆக்கி விட்டான்
    அப்பா தேசிங்கு   2535
தங்கத் திருமேனியைத் தரையில் கவிழ்த்தான்
    அப்பா தேசிங்கு
பாவி நான்வந்து பழிகாரன் ஆனேன்
    பாலா தேசிங்கு
உன்னைப் போல சூரத்து எவருமில்லை
    ஐயா தேசிங்கு
நீஒருவன் இருந்தாலும் உலகத்தை ஆள்வாய்
    அப்பா தேசிங்கு
நான்பாவி இருந்து பலன்என்ன சொல்லு
    ஐயா தேசிங்கு   2540
உலகத்தில் நிந்தனை ஒருவன் ஆனேன்
    ராஜா தேசிங்கு
மண்பூமி வேண்டாமல் பொன்[142] பூமி போனாயே
    அப்பா தேசிங்கு
பொன்பூமி உந்தன் புகழ் நடக்குமோ
    ஐயா தேசிங்க
இப்படி சொல்லி அழுகிறான் ஐயா
    நவாப்பு சைதுல்லா
கதறியே மெத்த அழுகிறான் ஐயா
    நவாப்பு சைதுல்லா   2545
களைகள் வந்து மூண்டு கொண்டது
    நவாப்பு ஆனாலும்
கூடவந்த சேனைகள் எல்லாம்
    கோஎன்று அழுதார்கள்
களைகள் தெளிந்து எழுந்து உட்கார்ந்தான்
    நவாப்பு சைதுல்லா

நவாப்பின் ஆணை

"அண்ணா வாடா தம்பி வாடா
    பங்காரு நாய்க்காநீ

குதிரைக்குக் கோரி கட்டச் சொல்லடா
    பங்காரு நாயக்காநீ 2550
கோடி திரவியம் தானம் கொடடா
    பங்காரு நாயக்காநீ
பட்டத்து பல்லக்கு கொண்டு வாடா
    பங்காரு நாயக்காநீ
பஞ்சணை மெத்தைப் போட்டு பரப்படா
    பங்காரு நாயக்காநீ!"
அந்த சணமே செய்தான் ஐயா
    பங்காரு நாயக்கனும்
வாரி எடுத்து மடிமீது வைத்தான்
    நவாப்பு சைதுல்லா 2555
"நீயே வாடா நீயா வாடா
    தோன்ற மல்லண்ணா"

இராணி கணவன் இறப்பை அறிதல்

அந்தச் சேதியைக் காதிலே கேட்டாள்
    ராணி அம்மாளும்
அலங்கத்தின் மேலே ஏறிப் பார்த்தாள்
    ராணி அம்மாளும்
"மார்பில் காயம் பட்டது ஆனால்
    கோட்டைக்கு வரச்சொல்லும்
தோளில் காயம் பட்டது ஆனால்
    திரும்பிப்போகச் சொல்லும்" 2560
அந்தப் பேச்சைக் காதிலே கேட்டான்
    தோன்ற மல்லனும்
மார்பில் காயம் பட்ட தென்று
    உத்தாரம் கொடுத்தானாம்
கோட்டைக் குள்ளே புகுந்தான் ஐயா
    தோன்ற மல்லனும்
சலாம் வாங்கி திரும்பினான் ஐயா
    தோன்ற மல்லனும்
நவாப்புக்கு வந்து சேதி சொன்னான்
    தோன்ற மல்லனும் 2565
தப்பிப் பிழைத்தோம் என்று சொல்லி
    தைரிய மானாராம்
அலங்கத்தின் மேல் இருந்த ராணி அம்மாள்
    இறங்கி வந்தாளாம்

ஐயோ தெய்வமே என்று சொல்லி
 கதறி அழுதாளாம்
ராணி அம்மாளும் அழுகிற சத்தம்
 செஞ்சியிலே கேட்டது
செஞ்சி கோட்டை ஜனங்கள் எல்லாம்
 சேரவோடி வந்தார்   2570
இராஜா பக்கத்தில் வந்தாள் ஐயா
 இராணி அம்மாளும்

இராணியின் புலம்பல்

என்ன சொல்லிப் புலம்புகிறாள் ஐயா
 ராணி அம்மாளும்
"எந்தன் பேச்சுத் தடுத்துப் போனீரே
 எந்தன் பிராணநாதா
உந்தன் எழுத்து இப்படி இருந்ததோ
 எந்தன் பிராணநாதா!"

இராணியின் ஆசை

அக்கினி குழியை வெட்டச் சொன்னாள்
 ராணி அம்மாளும்   2575
சந்தன கட்டை குங்கும கட்டை
 சுருக்காய் போடச் சொன்னாள்
முழுகி ஸ்நானம் பண்ணினாள் ஐயா
 ராணி அம்மாளும்
இனி இல்லாத உடமை பூட்டினாள்
 ராணி அம்மாளும்
தலை நிறைய புட்பம் சூட்டினாள்
 ராணி அம்மாளும்
ரங்க நாதரை வேண்டிக் கொண்டாள்
 ராணி அம்மாளும்   2580
பூமி தேவியை வேண்டிக் கொண்டாள்
 ராணி அம்மாளும்
ஆகாய வாணியை வேண்டிக் கொண்டாள்
 ராணி அம்மாளும்
அக்கினிக் குழியைச் சுற்றி வந்தாள்
 ராணி அம்மாளும்

இராஜாவும் இராணியும்

கண்கள் குளிர ராஜாவைப் பார்த்தாள்
 ராணி அம்மாளும்
ராஜா வுடனே தீயில் குதித்தாள்
 ராணி அம்மாளும் 2585
தேவ துந்துபி முழங்குது ஐயா
 செஞ்சிக்கோட்டைக்கு உள்ளே
புஷ்பக விமானம் வந்தது
 ராஜாவுக்கு ஆனாலும்
இருவரும் கூடி ஏறினார் ஐயா
 புஷ்ப ரதத்தினிலே
புஷ்பக விமானம் வந்து நின்றது
 செஞ்சிக்கோட்டைக்கு உள்ளே
வைகுந்த பதவி அடைந்தார்கள் ஐயா
 ராஜனும் ராணியும் 2590
இரங்கர் பாதம் சேர்ந்தார் ஐயா
 ராஜா தேசிங்கு

வழிபாடுதல்

தேசிங்கு ராஜன் கதையைப் படித்தவர்
 செழித்து மிக வாழி
கேட்டவர் யாவரும் சம்பத்துடன்[143]
 கிளைத்து மிகவாழி
புத்திர சம்பத்து உடையவராய்
 புகழ்ச்சியுடன் வாழி
மாடு கன்று மனையும் உண்டாய்
 மக்கள் மிகவாழி
ஆல் போல் தழைத்து
 அறுகு போல் வேரோடி 2595
மூங்கில் போல் சுற்றம்
 முசியாமலே வாழி
சந்திர சூரியர்களில் இருவருமே
 தழைத்து மிகவாழி
இந்திராணி வாழி
 எல்லோரும் மிகவாழி
முப்பத்து முக்கோடி தேவர்
 முனிவர்களும் வாழி
நாற்பத் தெண்ணாயிரம் ரிஷிகள்

நலமாக வாழி 2600
அஷ்ட திக்கில் உள்ளோர்
 அஷ்ட வசுக்களும் மிகவாழி
சொன்ன மொழி தவறாதே தேசிங்கு ராஜன்
 சுகமாய் மிக வாழி
பலகலை உணர்ந்த பாலகர்களும்
 பண்பாய் மிகவாழி
திருமகள் விலாசம் எந்நாளும்
 செழிப்புடன் மிகவாழி
நலமுடன் இச்சரிதை
 படித்தவர்கள் மிகவாழி 2605
நீடூழி காலமும் ஆக
 நின்று மிகவாழி
ஊழிஉலகில் உள்ளோர்
 உகப்பாய் மிகவாழி
வாழி வாழி என்று சொல்லி
 வரமளித்தார் ஈஸ்வரனார்

தேசிங்குராஜன் கதை முற்றிற்று

அருஞ்சொற்பொருள்

1. ஏஞ்சல் - முடிவு
2. சந்த - அழகிய
3. மேருமலை - இமயமலையின் ஒரு பகுதி
4. வர்ண லட்சம் - அதிக லட்சம்
5. கனத்த - மிகுதியான
6. பார தவம் - சிறந்த தவம் (அதிக தவம்)
7. கர்ச்சனை - ஓசை
8. அஞ்சனம் - மாய மை
9. வலுமை - வலிமை, பலம்
10. கூடாரம் - மறைப்பு
11. அதட்டி - மிரட்டி, அதிக சத்தமிட்டு
12. தகத்தகாயமாய் - மிகுந்த ஒளியுடன்
13. டில்லி - நவாப்பின் முதல் அமைச்சர்
14. சல்தி - விரைவு
15. சலாம் - வணக்கம்
16. புரவி - குதிரை
17. சொர்ணம் - தங்கம்
18. அண்ட - நெருங்க
19. பூமி பாரம் தீர்க்க - போரில் மனிதரை அழிக்க
20. தேசி - குதிரை
21. தண்டு குச்சகை - அடையாள ஒலி
22. துருப்பு - படை

23.	முழங்கால் சீலை	-	தரையில் விரிக்கும் துணி
24.	உத்தாரம்	-	உத்தரவு
25.	பந்தோபஸ்து	-	பாதுகாப்பாய்
26.	தகம்	-	அரியணை
27.	துருகம்	-	பாளையம்
28.	ரங்கநாதப் பிள்ளை	-	தலைமை கணக்கப்பிள்ளை
29.	உன்னிட	-	உன்னுடைய
30.	தெரிசனம்	-	காட்சி
31.	மார்க்கம்	-	வழி
32.	தபால்	-	புறப்பட ஏற்பாடு
33.	அன்னாடம்	-	அன்றாடம், ஒவ்வொரு நாளும்
34.	சொகுசு	-	சுகம்
35.	பாங்கி	-	தோழி
36.	பதனம்	-	பாதுகாப்பு
37.	பத்ம	-	தாமரை
38.	இவ்விட	-	இங்கு உள்ள
39.	அடங்கல்	-	மொத்தம்
40.	அக்கினாம்	-	பரிசு
41.	மந்திரி தந்திரிகளும்	-	அமைச்சர்களும் ஏனைய அலுவலரும்
42.	ஆக்கினை	-	தண்டனை
43.	ஈனம்	-	கேடு, பழி
44.	குறிப்பு	-	சாதகக்குறிப்பு
45.	சங்கதி	-	செய்தி
46.	அலண்டு	-	உருண்டு

47.	அம்மன்	-	அம்மையார்
48.	விசனம்	-	கவலை
49.	சாந்தி	-	திருஷ்டி சடங்கு
50.	உதும்பி	-	எழும்பி
51.	பல்டி	-	கரணம்
52.	கருவிளம்	-	கனியின் பெயர்
53.	சரணங்கள்	-	வணக்கங்கள்
54.	குறடா	-	சாட்டை, சவுக்கை
55.	அதிர	-	வேகமாக
56.	மால்	-	அரண்மனை
57.	பதுமை	-	சிலை
58.	மனுவு	-	விண்ணப்பம்
59.	சுதன்	-	மகன்
60.	அசுவம்	-	குதிரை
61.	பரிதவித்திட்டார்கள்	-	மனம் கலங்கினார்கள்
62.	சிமிட்டா	-	லகானைச் சுண்டி விடல்
63.	பர்வதங்க	-	மலைகள்
64.	ஜெந்து	-	உயிர்
65.	பந்தி	-	கூட்டம்
66.	செண்மித்தானோ	-	பிறந்தானோ
67.	உற்பாத பிண்டம்	-	தோன்றிய உடல்
68.	களை	-	களைப்பு
69.	புட்ப மாரி	-	பூமழை
70.	உகந்து	-	விரும்பி
71.	பகுதி	-	பகுதிபணம்

72.	தோப்புறா பணம்	-	வரிப்பணம்
73.	வட்டித்தார்	-	பரிமாறினர்
74.	புசிப்பு	-	உணவு
75.	பரம பதம்	-	இறைவன் வழிபாடு
76.	பரம தியானம்	-	இறைவன் வழிபாடு
77.	பரகதி	-	இறைநிலை
78.	எத்தனித்தார்	-	முயன்றார்
79.	மட்டோடே	-	முறையோடே
80.	டலாய்த்துமார்	-	வரிவசூல் செய்பவர்கள்
81.	அரிகத்து	-	மிரட்டி, அதிகாரம் செய்து
82.	சேன	-	அதிகமாக
83.	நிலுவை	-	பாக்கி, கடன்
84.	நாழி	-	வேளை, காலம்
85.	தலை	-	தலைப்பாகை
86.	உருமால்	-	துண்டு
87.	நகார்	-	முரசு
88.	திமிரி	-	அரண்மனை
89.	வயணம்	-	நோக்கம்
90.	சாடிக்கு	-	போருக்கு
91.	டாறு டாறாய்	-	நாறு நாறாக
92.	சூரத்து	-	வலிகை
93.	சதுர்	-	நடனம்
94.	கார்பார்	-	அதிகாரம்
95.	பாலா	-	வாள்
96.	பார்த்து கொண்டு	-	வெற்றி கொண்டு

97.	மாறு மாறு	-	அழி அழி
98.	சத்து	-	ஓசை, சத்தம்
99.	அலங்கம்	-	உப்பரிகை
100.	தண்டு	-	படை
101.	பூசை முகம்	-	பூசை நிகழ்ச்சி
102.	திருமணி	-	திருமண்
103.	முண்டாசு	-	தலைப்பாகை
104.	கலிக்கத்துறா	-	இடுப்பாடை
105.	மொகான்	-	தலையணி
106.	சீரா	-	கைக்கடயம்
107.	சதுர்	-	சபை
108.	ஒட்டை	-	ஒட்டகம்
109.	வஸ்திரம்	-	ஆடை
110.	சங்கமர்	-	தபசிகள்
111.	சராப்பு	-	பணம்
112.	வைக்கல்	-	வைக்கோல்
113.	எட்டியாபுரம்	-	எட்டையாபுரம்
114.	வஸ்து	-	பொருள்
115.	முகமல்	-	அலங்கார துணி
116.	பளுத்தா	-	பீரங்கி, வெடி
117.	பத்தல்	-	துண்டு
118.	ரொக்கம்	-	துண்டு
119.	ரோசனம்	-	பொருள்
120.	கஸ்தி	-	துன்பம்
121.	ஜோடித்து	-	அழகு செய்து
122.	செலவு	-	விடை

123.	அத்வானம்	-	தூள்
124.	சிநேகிதக்காரன்	-	நண்பன்
125.	உருசு	-	சடங்கு
126.	தடங்கல்	-	தடை
127.	ஜீனி	-	கண் மறைப்பு
128.	கரணை	-	பிளவு
129.	சவுரியம்	-	வசதி, எண்ணம்
130.	வண்டையம்	-	தண்டை
131.	துன்மை	-	தீமை
132.	அதம்	-	அழிவு
133.	அரிந்து	-	வெட்டி
134.	கவலு	-	வாடை
135.	கோடு	-	முறையிட்டு
136.	கோரி	-	சமாதி
137.	பாணி	-	தண்ணீர்
138.	சொச்சம்	-	குறை, மிச்சம்
139.	மண்டி	-	முட்டிக்கால்
140.	ஏகமாய்	-	ஒன்றாகச் சேர்ந்து
141.	சாடுகிறான்	-	போரிடுகிறான்
142.	பொன் பூமி	-	மோட்சம்
143.	சம்பத்து	-	செல்வம்

தேசிங்கு ராஜன் கதை 283

தேசிங்கு ராஜன் வரலாற்றுச் செய்திகள்

(ஆதாரம்: தெ. கிருஷ்ணசாமிப் பாவலர் இயற்றிய தேசிங்கு ராஜன் - சரித்திர ரூபமான வசனம்)

செஞ்சிக் கோட்டையைக் கட்டியது யாரென்று அறிதற்கு ஆதாரம் இல்லை.

கி.பி.1200 - சோழ ராஜ்யத்துடன் செஞ்சிக் கோட்டை சேர்க்கப் பட்டது.

1669 - பீஜப்பூர் நவாப் கோட்டையைக் கைப்பற்றல்

1677 - சிவாஜி கைப்பற்றினார் செஞ்சிக்கோட்டையை

1698 - அவுரங்க சீப்பின் நவாப்பான ஸீல்பிர்கர்கான் கோட்டையைக் கைப்பற்றல்

- சிரோப்ஸிஸ் கோட்டையின் சிற்றரசன் ஆயினன். மகமதியர் அதிகாரத்துக்கு அடங்கவில்லை. தனித்தலைமை பூண்டான். படையைப் பெருக்கினான். பெருவீரன் ஆனான். காலை மிதித்தவர்களைத் தலையை மிதித்தான். அவன் மனைவி ராம்பாயி நீண்ட நாட்களுக்குப் பின்னர் ஆண் குழந்தை பிறந்தது. அதற்கு தேஜஸிங் என்று பெயரிட்டான். அப்பெயர் தேசிங்கு எனப் பின்னர் மருவிற்று.

- தேசிங்கின் நண்பன் மகமத்தான். இருவரும் போர்கருவியை நன்கு கற்றுக் கொண்டனர். இணை பிரியாது பழகினர்.

  சிரோப்ஸிஸ் தனது காதர் எனும் போர்வீரனது மகளைக் காதலித்து உறவு கொண்டார். சாண்ட்பீபிக்கு தாவுத்கான் எனும் மகன் பிறந்தான். இவன் தேச சஞ்சாரம் செய்யச் சென்றனன். இவனும் சிறந்த வீரன்.

- தேசிங்கு அறுபதடி சுவரைப் பாய்ந்து தொடுவதுண்டு. இன்று இவ்வடையாளம் உளது. இதனை தேஜஸ்ஸிங்கின் பஞ்சா இது என்பர்.

- ஒரு மல்யுத்த வீரனை மல்யுத்தத்தில் வென்று சிறந்த புகழையும் தேசிங்கு பெற்றனன்.

- ❖ விஜயதசமியன்று பிரான்சு தேச வீரன் கொண்டு வந்த சிங்கத்தின் கழுத்தில் கட்டப்பட்ட சிவப்பு பட்டையை வீரத்துடன் கழற்றினன்.

- ❖ அக்காலத்தில் டில்லியில் நவாபாக ஷாஆலம் ஆட்சி புரிந்தார். அவனுக்குக் குதிரை என்றால் கொள்ளைப் பிரியம். அவனுக்கு வீரன் ஒருவன் ஒரு குதிரையை அன்பளிப்பாகக் கொடுத்தான் அக்குதிரை அடங்காத குதிரை. அதனை அடக்க முயன்று அரசன் உட்பட பலர் தோற்றனர். குதிரையை அடக்குவோருக்குப் பரிசு என அறிவித்தான். எவராலும் அடக்க முடியவில்லை. இராமலிங்கபாபு எனும் முதல் மந்திரி கிரோப்சிங்கால் குதிரையை அடக்க முடியும் என்று கருத்து சொன்னான். அவன் கடிதம் எழுதி வரவழைக்கப்பட்டான்.

- ❖ சிரோப்சிங்கும் அடக்க முயன்றும் தோற்றான். எனினும் அடக்காமல் ஊர் திரும்புவதில்லை என்று டில்லியிலேயே தங்கி விட்டான்.

- ❖ தேசிங்கு அப்பாவின் நிலையினை அறிந்தான் அம்மாவின் கவலையைப் போக்குவதற்காக நண்பன் மக்மத்கானுடன் டில்லிக்குப் புறப்பட்டுச் சென்றான். குதிரையை அடக்கினன். மன்னன் பரிசளித்தான். குதிரையோடு பொருட்களையும் ராஜா என்ற பட்டத்தையும் கொடுத்தான். சேனாதிபதி பீம்சிங் தன் மகள் ராணிபாயையும் மணமுடித்து கொடுத்தான்.

- ❖ இராணிபாய் மங்கைப் பருவம் அடையாததால் அவளை 3 வருடங்கள் தேசிங்கு சந்திக்கக் கூடாது எனச் சோதிடர்கள் கூறினர். அவளுக்குத் தனியான கோட்டை கட்டப்பட்டது.

1710- தேவநாதன் பட்டணத்தில் வரிவசூல் காரணமாகக் குழப்பம் நடைபெற்றது. டிப்டி கவர்னர் ராபர்ட்துரை குடிகளுக்கு ஜாமீனாக இருந்தார். பின்னர் துரை ஜாமீனை மதிக்க வில்லை. எனவே சிறை செய்யப்பட்டார். துரையை முன்னிட்டு போர் நடைபெற்றது. தேசிங்கு தலையிட்டு போரை முடித்து ஆங்கிலேயருடன் நட்பு கொண்டான்.

1711 - பாமர்துரை படைகளோடு வந்து செஞ்சிக்குச் சொந்தமான பட்டணங்களைச் சூறையிட்டனன். பின்னர் உடன் படிக்கை நடந்த போது கும்பினியிடம் தேசிங்கு நட்டஈடு கேட்டான். கொடுக்க முடியாத கும்பினி பாமர் துரையை வேலையைவிட்டு நீக்கியது. பின்னர் பன்னீராயிரம் வராகன் வாங்கிக்கொண்டு சமாதானம் செய்து கொண்டனர்.

1713 - பரக்கியர் டில்லியில் நவாப்பாக ஆயினர். கர்நாடக நவாப்பான சதகதுல்லாகான் செஞ்சிமீது பொறாமை கொண்டான். தந்தை இறக்கவே தேஜஸ்சிங் பட்டத்துக்கு வந்தான்.

கர்நாடக நவாப், 12 வருட பகுதிப் பணத்தை வசூலிக்க தேசிங்கிடம் தோன்ற மல்லண்ணாவை அனுப்பினான். மல்லண்ணா கோழை. வைணவனைப் போல வேடமிட்டு சென்று பகுதிப்பணம் கேட்டான். தேசிங்கு பணத்தை மறுத்தான்.

1714 - போர் மேகம் சூழ்ந்தது. கர்நாடக நவாபு படைகளைக் குவித்தனன். மணமுடிக்கச் சென்ற மகமத்கான் போருக்கு வந்தனன். செஞ்சி படையுள் குழப்பம். யூசுப்கான் காரண மாக நடைபெற்றது.

கர்நாடக நவாப்பின் படையுள் தேசிங்கின் தம்பியான (முறைப்படி) தாவுத்கான்சிங் சேர்ந்தனன். தாவுத்கான் செஞ்சிக்கு வந்து உளவறிந்தான். கர்நாடகப்படை குடி மக்களைத் துன்புறுத்தியது. தேசிங்கு முற்றுகையிட்டு கர்நாடகப் படையை எதிர்க்கத் தயார் ஆனான்.

- அக்டோபர் 16ஆம் தேதி தேசிங்கு போருக்குப் புறப்பட்ட போது பலர் தடுத்தனர். கட்டுப்பாட்டை மீறி மனைவியைச் சந்தித்து தேசிங்கு போருக்காக அவளது தடையையும் மீறி விடைபெற்றுக் கொண்டான். 'ஆறிலும் சாவு நூறிலும் சாவு; போரில் சாவதுமே நல்லது' எனப் புறப்பட்டான் போருக்கு. போரிலே நண்பன் மகமகத்கானை இழந்தான்.
- அக்டோபர் 18ல் நண்பன் பிணத்தைத் தேடிக்கண்டு பிடித்தான். யூசப்கானின் சூதினை அறிந்து அவனைக்

கொல்ல முயலும் போது அவன் தாவுத்கானின் பிறப்பு பற்றிய உண்மையை உரைத்தனர். யூசப்கானை தாதேகான் கொன்றான். கொன்றது தவறு எனத் தேசிங்கு தாதே கானைக் கொன்றனன்.

❖ போர்க்களத்தில் நண்பர்களின் இறப்புக்குக் கலங்கினன் தேசிங்கு. சித்தபிரமையுடன் ஆடிப்பாடுகையில் சுபங்கி துரை என்பவன் தேசிங்கைக் கைத்துப்பாக்கியால் சுட்டுக் கொன்றான்.

❖ செஞ்சிக்கோட்டை பிடிபட்டது. இராணிபாய் உடன் கட்டை ஏறினள். அவள் பெயரில் அவளது இறப்பு கருதி கர்நாடக நவாபு ராணிப்பேட்டை என்ற ஊரை நிறுவினன்.

மாறுபட்ட செய்திகள்

(ஆய்வுரை)

1. தேசிங்கு ராஜன் கதைப் பாடலைப் பாடியவர் புகழேந்திப் புலவர் என்று நூலில் குறிப்பிடப் பட்டுள்ளது. புகழேந்திப் புலவர் 16ஆம் நூற்றாண்டைச் சேர்ந்தவர். தேசிங்கோ 18ஆம் நூற்றாண்டைச் சேர்ந்தவர். அவர் இவனைப் பாடியிருக்க வேண்டும் என்று நினைப்பது கொஞ்சங்கூட பொருத்தமில்லை. பாரதக் கதைப் பாடல்களைப் பாடிய புகழேந்தி வேறு இப்புகழேந்தி வேறு என்றும், புகழேந்தி பெயரில் எவரோ பாடியுள்ளனர் என்றும் எண்ணலாம்.

2. கதைப் பாடலில் பெயர்கள் எல்லாம் மாற்றம் பெற்றிருக்கின்றன.

சிரோப்ஸிங் (சுரப்சிங்கு) தேரணி - மகராஜன்

தேஜஸ்ஸிங் (ஜயசிங்கு) தேசிங்கு

மகமத்கான் - மோவுத்துக்காரன்

தாவுத்கான் - தாவுத்துக்காரன்

3. குதிரையைப் பெற்ற டில்லி நவாபு அதனை சவாரி செய்ய இயலாமல் சவாரி செய்யும் வல்லமை உள்ளவர்களை அழைத்தான். தோற்றவர்க்கு 7 ஆண்டுகள் தண்டனை என்று கூறியதாகக் கதைப் பாடல் கூறுகிறது. ஆனால் தோற்பவருக்கு 16 ஆண்டு சிறைவாசம் அளித்ததாக 'ராஜா தேசிங்கு' எனும் நாடகம் கூறுகிறது. ஆனால் வரலாற்றில், டில்லி நவாப்பு சிறைத் தண்டனை யாருக்கும் கொடுக்கவில்லை என்றும் தேரணி மகாராஜன் குதிரையை அடக்கும் வரை டில்லியை விட்டு அகலுவதில்லை என அங்கேயே தங்கி விட்டான் எனவும் குறிப்புள்ளது.

4. தேசிங்கு குதிரையை அடக்கியதும் நவாப்பு தன் மகளை மணம் செய்து கொடுக்க முன் வந்ததாகக் கதைப் பாடல் கூறுகிறது. ஆனால் வரலாற்றில் தேசிங்கிற்கு நவாப்பின் சேனாபதி பீம்சிங் தன்மகள் ராணி பாயைக் கொடுத்ததாகக் குறிப்புண்டு. தேசிங்கு மணந்த பெண்ணின் பெயர் பத்மினி என்று 'ராஜா ஜயசிங்கு' நாடகம் கூறம்.

5. போர்க்களத்தில் தேசிங்கு தற்கொலை செய்து கொண்டதாகச் செய்தி உள்ளது. ஆனால் வரலாறு சுபங்கிதுரை என்பவனால் கைத் துப்பாக்கி மூலம் கொல்லப்பட்டான் என்று கூறுகிறது.

6. தேசிங்கும் தாவுத்கானும் ஒரு தந்தையின் புதல்வர்கள் என்று வரலாற்று செய்தி கதைப் பாடலில் இடம் பெறவில்லை.

7. கதைப் பாடலிலேயே சில மாறுபட்ட செய்திகள் உள்ளன. அவற்றில் ஒன்று வருமாறு:

(1) தேரணி ராஜன் சிறைமீண்டு வந்தபின் தன் மகனோடு ஏழு ஆண்டுகள் இனிதாக அரசு செய்தான் என்பதை

"தாயும் தகப்பனும் மைந்தனைப் பார்த்து
சந்தோசம் ஆனார்கள்
ஏழு வருசம் சந்தோசமாக
இருந்து அரசு செய்தார்கள்

என்று கதைப் பாட.ல் கூறுகிறது. சிறை மீண்ட போது தேசிங்குக்கு 5 வயது ஆனது. அவ்வாறானால் இப்போது அவனுக்கு 12 வயது இருக்க வேண்டும். ஆனால்,

"தேசிங்கு உதித்த எட்டாம் வருஷம்
தேரணி மகாராஜன்
பரமத் தியானம் செய்தே அவரும்
பரகதியைச் சேர்ந்தார்"

என்று கூறுவதால் தேசிங்குக்கு எட்டு வயது இருக்கையில் தந்தை இறந்ததாக அறிகிறோம். எனவே நான்கு ஆண்டுகள் குழப்பம் தரு கின்றன.

8. ஆராய்ச்சி அறிஞர் மு. அருணாசலம் அவர்கள் தமது 'Ballad Poetry' என்ற நூலில் தேசிங்கு ராஜன் கதைப்பாடல் 3900 வரிகள் உள்ளதாகக் குறிப்பிடுகிறார். ஆனால் இக்கதைப் பாடலில் 2659 அடிகளே உள. எனவே ஏறக்குறைய 1100க்கு மேற்பட்ட அடிகள் கொண்ட தேசிங்குராஜன் கதைப்பாடல் கிட்டினால் நல்லது என நம்புகிறேன்.

9. தேசிங்கு இறந்த ஆண்டாக மு. அருணாசலம் அவர்கள் 1713 என்கிறார். ஆனால் தெ.கிருஷ்ணசாமி பாவலர் 1714ஆம் ஆண்டு அக்டோபர் 19ல் தேசிங்கு மாண்டதாக குறிப்பிடுகிறார். ஒரு ஆண்டு தான் வேறுபாடு என்றாலும் மாறுபட்ட கருத்து ஆகையால் இங்கு அதனைக் குறிப்பிடுகிறேன்.

10. தேசிங்கு 12 ஆண்டுகள் ஆண்டதாக மு. அருணாசலம் அவர்கள் குறிப்பிடுகிறார்கள். 22 வயது வரை ஆண்ட தேசிங்கு 12 ஆண்டு ஆண்டான் என்பது பொருத்தமான கணக்கீடு அல்ல. சிறை மீண்டான் தேரணி ஏழு ஆண்டுகள் ஆண்டான் என்பது சரியானால் தேசிங்கின் ஆட்சி காலம் 10 (5+7=12; 22-12=10) தேசிங்கு பிறந்த 8ஆம் ஆண்டில் தேரணி இறந்தது சரியானால் தேசிங்கின் ஆட்சி காலம் 14 ஆண்டுகள் (22-8=14)

11. தஞ்சை சரஸ்வதி மகாலில் உள்ள ஒரு கதைப் பாடல் தேசிங்கு ராஜனைப் பற்றிய மாறுபட்ட செய்திகள் பலவற்றைக் கூறுகின்றன என்பார் மு. அருணாசலம்.

12. தேசிங்கு பற்றிய கதைப்பாடல்கள் பல.

(i) தேசிங்குராஜன் கதை
-(பதிப்பு) பவானந்தம் பிள்ளை - 1915

(ii) தேசிங்குராஜன் கதை

-(பதிப்பு) மதுரை முத்துக் கவிராயர் - 1869

(iii) தேசிங்கு ராஜன் அம்மானை

3. மதுரைவீரன் கதை

கதைச்சுருக்கம்

காசி காண்டம்

காசி எனும் நகரம் உலகமக்கள் போற்றும் உயர்வான நகரம். தேசமக்கள் விரைந்து வந்து வழிபடும் தெய்வீகமான நகரம். பொன் மதில்களும், பொன்னால் ஆன மாடமாளிகைகளும், கோவில் கோபுரங் களும், மன்னர்கள் தங்கும் மண்டபங்களும் நிறைந்த நகரம். அரசர், அந்தணர், வணிகர், வேளாளர் ஆகியோர் வாழும் வீதிகளும், வேசியர் வாழும் வீதிகளும் இந்நகரில் உண்டு. வீரர்களின் சிறந்த காவல் உடையது இந்நகரம். அறிஞர் அவைகளும், பந்தடிக்கும் மேடைகளும், சங்கங்களும், சாலைகளும், சபைகளும் இந்நகரில் நிறைந்துள்ளன.

இந்நகரைத் துளசி மகாராஜன் ஆண்டு வந்தான். இவன் பொறுமையில் பூமியைப் போன்றவன். மன்மதனைப் போன்ற அழகும், அரிச்சந்திரனைப் போன்ற வாய்மையும், கர்ணனைப் போன்ற கொடை யும் வேல்முருகனைப் போன்ற வீரமும், தசரதனைப் போன்ற நீதி நேர்மையும் கொண்டவன். இவன் சிறந்த முறையில் இந்நகரை ஆண்டனன்.

ஒருநாள் இவன் அவையில் கொலு இருந்தான். பெண்டிர் ஆலவட்டம் இட்டனர். வெண்சாமரைகளை வீசினர்; கும்பம் எடுத்தனர்; ஆரத்தி காட்டினர். மறையவர்கள் வாழ்த்து கூறினர். கன்னியர் ஆடினர். சிலர் விருது கூறினர். படை வீரர்கள் நெருங்கி நின்றனர். இசைக்கருவிகள் பறவைகளாய் பண்ணுமிழந்தன. புலவர்கள் பாடினர். சிற்றரசர்கள் சூழ்ந்து இருந்தனர்.

மன்னனது மணிமுடி சூரிய மண்டலமாக விளங்கியது. அவனது கணையாழி கடலாகத் தோற்றம் தந்தது; வாகுவலயம் வானுலகாய்க் காட்சியளித்தது. வைரமணி உலகை விலை பேசியது; மார்பு பதக்கம் நிலவொளியைத் தந்தது.

சிற்றரர்கள் திறை தந்தனர். மன்னன் வறியவர்க்குத் தானம் தந்தனன். குறைவில்லா கோமகன் அவன் என்றாலும், அவனுக்கு ஒரு குறை; ஒரே ஒரு குறை, குழந்தையில்லா குறை. வேதியர்கள் அவனைச்

சுற்றி வீற்றிருந்தனர். வேந்தன் விழி வேதியர்களை வெறித்தது - வலம் வந்தது.

"புகழ் மிக்க புரோகிதர்களே! கற்றறிந்த வல்லவர்களே! ஆயக் கலைகள் அறுபத்து நான்கினையும் ஆய்ந்தவர்களே! குற்றமற்ற என் குலத்தில் குழந்தையில்லா குறை உள்ளது. இதை எண்ணி எண்ணி நலியாத நாளில்லை. ஏற்றதொரு வழியை எடுத்து உரைத்தால் நல்லது," என்று சொன்னான் மன்னன்.

உடனே வேதபிராமணர்கள் "அரசே! எட்டு திக்குகளையும் கட்டியாளும் மன்னவரே! உமக்குக் குழந்தை பேறு வேண்டும் என்றால் கங்கை நதியில் நீராட வேண்டும். விசுவநாதரை வலம் வர வேண்டும். முப்பத்திரண்டு அறங்களும் செய்யவேண்டும். இவ்வாறு நீர் செய்தால் கேட்டது கிட்டும்; நினைத்தது நடக்கும்" என்றனர்.

மன்னன் மகிழ்ந்தான். கங்கை நதியில் பட்டத்து ராணியுடன் சென்று நீராடினான். பார்ப்பனர்க்குத் தானங்கள் பல செய்தான். விசுவ நாதர் ஆலயத்தை வணங்கினான். பிள்ளை வரம் கேட்டு பெருமானை வழிபட்டான். பின்னர் அறங்கள் செய்ய ஏற்பாடுகளைச் செய்தனன். சத்திரங்கள், வாவிகள், கோவில்கள், மடங்கள் அமைத்தனன். அந்தணர் தானம், கன்னிகாதானம், அன்னதானம், பூதானம், கோதானம், நீர்தானம், மோர்தானம் ஆகியவை புரிந்தனர். சொல்லப்பட்ட அறங்கள் எல்லாம் சுபமாக செய்து வந்தான்.

இவற்றை அறிந்த இறைவன் குழந்தைப்பேறு அளித்தார். பட்டத்து ராணி பகவான் அருளினால் கருவுற்றாள். பத்தாம் மாதம் ஆனதும் பாலகன் பிறந்தான். முத்தான வாயால் முதல் முறையாக அழுதான். அழகெல்லாம் திரண்ட அற்புதக் குழந்தை அது. தேவர்களும் மூவர் களும் அக்குழந்தையை வாழ்த்தினர். குழந்தையிலும் ஒரு குறை அது கொடி சுற்றி பிறந்ததுதான்.

தோழிமார்கள் துளசி மகாராஜனிடம் கூறினர். குழந்தை பிறந்தது பற்றி மன்னன் மகிழ்ந்து, மதலையையும் மாதாவையும் காண விரைந்து வந்தான். கொடி சுற்றி பிறந்த கோலம் கண்டான். இதயத்தில் எங்கோ ஏனோ வலி. அவைக்கு விரைந்தான். ஜோதிடரை வரவழைத்தான். கண்டதைக் கூறி பலன் கேட்டான். ஜோதிடர்கள் பஞ்சாங்கம் விரித்தார்கள், பலன்களைக் கண்டார்கள். "பிறந்த வேளை பொல்லாத வேளை நகருக்கு நாசம் வந்து விடும்; நாட்டுக்கு வலிவு வரும்

மதுரைவீரன் கதை

குழந்தையை வைத்திருந்தால் குலத்துக்கு ஆகாது காட்டில் போட்டு விடுங்கள்" என்றார்கள் ஜோதிடர்கள்.

மன்னன் மனம் வெந்தான், மதிமயங்கினான்; கோயில் தெய்வம் குறை வைத்து விட்டதே என்று குமுறினான். வேறு வழி இல்லாமல் ஜோதிடர் சொன்னதைச் செய்யுமாறு ஆணையிட்டான். தாதியர்கள் செய்ய முயன்றபோது தாயுள்ளம் தடுத்தது. தேற்றினர் தாதியர்கள். பட்டத்து ராணியோ புலம்பினாள்; பலவாறு பாலனை எண்ணி வருந்தினாள். மன்னன் வந்ததும் மனைவியைத் தேற்றினர். குழந்தை யைக் காட்டில் இடுமாறு கட்டளை இட்டான் மன்னன். அவ்வாறே செய்யப்பட்டது.

குழந்தை காட்டிலே விடப்பட்டது. காடோ கொடிய வனம். விட்டவர்கள் விலக முடியாமல் வேதனைப்பட்டனர். வேறு வழி யில்லை. குழந்தை கதறி அழுதது. நாகமொன்று வந்து நிழல் கொடுத்தது தன் படக்குடையால். எவரையும் வெல்ல எமன் அட்சரமும், மந்திர வாளும், அலங்கார வீரன் என்று பேரும் கொடுத்து அந்நாகம் குழந்தையை வளர்த்தது.

மதுரை மக்கள் உன்னை வீரன் என வாழ்த்தி வழிபடுவர். மீனாட்சி யின் கம்பத்தடியில் இருந்து உலகைக் காப்பாய். முதல் பூசையும் முப்பூசையும் பெறுவாய். பத்து வயதில் படைகளை வெல்வாய். கள்ளரை வென்று மதுரை வீரனாவாய். பெண்ணாலே உனக்கு அழிவு வரும் என்று நாகம் கூறியது. ஒவ்வொரு நாளும் தேவ அமிர்தம் கொடுத்துக் குழந்தையை வளர்த்தது.

அக்காசி நகரில் சின்னான் என்று சக்கலியன் -அவன் மனைவிக்கு நீண்ட காலமாகக் குழந்தை பேறில்லை. வணங்காத தெய்வமில்லை. மன்னன் குழந்தை காட்டிலே விடப்பட்ட அன்று சின்னான் தன் மனைவியைப் பார்த்து ஆவரம் பட்டையைக் காட்டிலே வெட்டி வருமாறு ஏவினான். குழந்தைக்காக இவன் செருப்பு தானமும் செய்தான்.

சக்கிலிச்சி காட்டுக்குப் புறப்பட்டுச் சென்றாள். செல்லும் வழியில் பல நல்ல சகுனங்கள் நிகழ்ந்தன. ஆவரம் பட்டை வெட்டும் போது அழகிய குழந்தையைக் கண்டாள். களித்தாள். அங்கேயே இருந்து குழந்தையோடு கொஞ்சினாள். சின்னான் மனைவியைத் தேடி காட்டிற்கு வந்தான். குழந்தையைக் கண்டான். குதூகலம் கொண்டான். இருவரும் குழந்தையை வீட்டுக்குக் கொண்டு வந்தனர்.

தச்சனை வரவழைத்து அழகான தொட்டில் செய்தனர். ஆசாரியை அழைத்து தங்கத்தால் கொலுசு செய்தனர். சின்னான் மனைவி குழந்தையைச் சிங்காரத் தொட்டிலில் இட்டு 'ஆரிவரோ' என்று தாலாட்டினாள் சீராட்டினாள் எண்ணெய் இட்டு நீராட்டினாள்; நெற்றியிலே நிலக்காப்பு இட்டாள், விழிக்கு மையிட்டாள்; திருஷ்டி கழித்தாள். மூன்று வயதில் காது குத்தினார்கள்.

நகர மக்களுக்குச் சக்கிலியன் பிள்ளை வளர்க்கும் சேதி தெரிந்தது. பலர் மன்னரிடம் போய் செய்தியைச் சொல்லினர். இதைச் சின்னான் அறிந்தான். இனி காசியில் இருந்தால் ஆபத்து வரலாம் என எண்ணினான். வேறு நாட்டிற்குச் செல்ல வேண்டும் என்று இரவோடு இரவாகக் காசியை விட்டு கிளம்பினார்கள்.

பொம்மி காண்டம்

காசியை விட்டு புறப்பட்ட சின்னானும் அவன் மனைவியும் குழந்தையுடன் நடந்து பொம்மண்ணன் சீமைக்கு வந்தனர். இவர்களைப் பார்த்த அரசன் விசாரித்தான். 'பிழைப்பதற்காகப் பரதேசம் வந்தோம்' என்றான் சின்னாள். மன்னன் அவனுக்கு அரண்மனைச் சேவகம் கொடுத்தான். அங்கேயே வீரன் சீரும் சிறப்புமாக வளர்ந்தான்.

பதினான்கு வயதான போது வீரன் உண்மையிலேயே வீரனாக விளங்கினான். தலைப்பாகை, சோமன், பட்டாடை சாலுவை, சந்தனம், மீசை, கஸ்தூரி பொட்டு, வாள், வில், செருப்பு இவற்றுடன் விளங்கினான். வேட்டையாடினான். வீர விளையாட்டுகள் பலவற்றைப் புரிந்தனன்.

இவ்வாறு இருக்கையில் மன்னன் மகள் பொம்மி பூப்பு அடைந்தாள். அவளை ஊருக்கு மேற்கே சிறு குடிசை கட்டித் தனியாக வைத்தனர். சோதிடர்கள் அவளுக்குத் தீங்கு வரும் என்றனர். எனவே அவளைப் பாதுகாக்க அரசன் பலவாறு எண்ணிப் பார்த்து சக்கிலியன் சின்னானை ஏற்பாடு செய்தான். கட்டுத்திட்டமான காவல் வேண்டும் என்று கண்டித்து உரைத்தான்.

சின்னான் இரவும் பகலும் காவல் செய்து வந்தான். ஒருநாள் பெருமழையில் சின்னான் நனைந்ததால் உடல் நலம் குன்றினான். தன் மகன் வீரனிடம் காவலுக்குச் செல்லுமாறு கேட்டுக் கொண்டான். வீரனும் புறப்பட்டுச் சென்றான்.

அலங்கார ரூபனாக வீரன் பொம்மியின் குடிசையை நெருங்கினான்.

மதுரைவீரன் கதை

இரவு வேளையில் இவனைக் கண்ட பொம்மி இவன் யாரென அறியாமல் திகைத்தாள். அவனிடம் உரத்தக் குரலில் விசாரனை செய்தாள். வீரன் தான் சின்னானின் மகன் என்று விளக்கினான். பொம்மியோ குடிசைக் குள் புகுந்து தாளிட்டுக் கொண்டாள்.

வீரனோ பொம்மியிடம், "பெண்ணே! நீ கட்டிலில் படுத்துள்ளாய் நான் வெளியே தனியாக இருப்பதா? இருட்டில் மழையில் நனைந்த வண்ணம் இவ்வாறு துன்புறுவதா? என்னை குடிசைக்குள் அனுமதித் தால் நல்லது," என்றான். இவனது துடுக்குத் தனத்தைக் கண்ட பொம்மி சினம் கொண்டு வெறுத்து உரைத்தாள் "என் மனம் பதைக்குதடி தலை போனாலும் உன்னை விடுவதில்லை. பஞ்சணையில் இருவரும் கூடி இருப்போமடி! உன் வடிவுக்கு ஏற்றவன் நானடி" பேசினான். பொம்மி தன் விதியை நொந்து வேதனைப் பட்டாள். கண்ணீர் சொரிந்தாள். வீரன் குடிசைக்குள் நுழைந்து மங்கையை எடுத்து மடிமீது வைத்தனன். "நான் காசிராஜனின் மகன் என்று உண்மையைச் சொன்னவுடன் பொம்மி தன் உள்ளத்தைப் பறிகொடுத்தாள். வீரனின் அழகை ஆராதனை செய்தாள். அவளுக்கு அவன் சந்தனம் பூசினான்; பூச்சூடினான். அவள் அவனுக்கு வெற்றிலை கொடுத்தாள். மன்னவனே! எனக்காகவே நீர் பிறந்து வளர்ந்தீரோ என்று மகிழ்ந்தாள். இருவரும் கூடிக் கலந்தனர்." கந்தனும் வள்ளியும்போல.

பொம்மி வீரனின் காலைத் தொட்டு வணங்கினாள். வீரன் காரணம் கேட்டான். அவள் தன் ஐயங்களைக் கேட்டாள். மன்னன் மகனான வீரன், மாதிக சின்னான் மகன் ஆன விந்தை என்ன என்று கேட்டாள். வீரன் தன் வரலாற்றைக் கூறினான். மங்கை மகிழ்ந்தாள். பொழுது விடிந்தது. பிரிந்தனர் இருவரும்.

பொம்மி குடிசைக்கு வெளியே இருந்த கேணியில் மேனியைச் சுத்தம் செய்தாள். சிவனை எண்ணி திருநீறு பூசிக்கொண்டாள். வீரன் தன் வீட்டிற்குப் போனான், வளர்த்தவர்கள் வாஞ்சையுடன் வர வேற்றனர். இவ்வளவு நேரமும் என்ன செய்தாய் என்று கேட்க, மழையில் நனைந்து தூங்கி விட்டேன் என்று சொன்னான். சக்கிலிச்சி உணவு படைத்தாள். வீரன் உண்டு மகிழ்ந்தான்.

மாலை வந்தது. வீரனைக் காவலுக்குச் செல்லுமாறு சின்னான் வேண்டினான். வீரனும் மகிழ்ச்சியுடன் தன்னை அலங்காரம் செய்து கொண்டு புறப்பட்டான். ஒரு மாங்கலியமும் எடுத்துச் சென்றான். பொம்மியிடம் அவளுக்கு மாங்கல்யம் சூட்டப்போவதைத்

தெரிவித்தான். பொம்மி அதை யெண்ணி அஞ்சினாள். 'மாங்கல்யம் கண்டால் மற்றவர்கள் என்ன செய்வார்கள்' என்பதை விளக்கினாள். வீரன் அவளைத் தேற்றி தாலியைக் கட்டினான். தேவர்கள் பூமாரி பொழிந்தனர். இருவரும் இரண்டாம் இரவை இன்பமுடன் கழித்தனர். அணைத்து விளையாடி தம் ஆவலைத் தீர்த்தனர்.

இறுதியில் பொம்மி வீரனிடம் தன் நிலையை விளக்கினாள். குடிசை வாழ்வு நாளையுடன் முற்று பெறுகிறது என்றும் பெற்றோர் மறுநாள் அரண்மனைக்கு அழைத்துச் செல்வர் என்றும் பிறகு இருவரின் நிலையும் என்ன என்றும் கேட்டனள். அவளை அவன் தேற்றினான். அவள் கோட்டையின் வலிமையைச் சொன்னான். அவனோ தன் வலிமை யைக் கூறினான். விடிந்ததும் வீரன் அவளைப் பிரிந்து வீட்டுக்குச் சென்றான்.

வீட்டில் சின்னான் வீரனை அன்புடன் வரவேற்றார். பொம்மிக்குச் செருப்பு தைக்குமாறு அரசன் கட்டளை எடுத்துரைத்தான். வீரனும் மனமகிழ்ச்சியுடன் ஏற்றுக் கொண்டான். குட்டியாட்டுத் தோலில் ஒரு நாழிகைக்குள் அழகான செருப்பு ஒன்றை அமைத்தான். தந்தையிடம் கொடுத்தான்.

பொம்மண நாயக்கன் தேவையான சடங்குகளைச் செய்தான். குடிசையை எரித்து விட்டு பொம்மியை வீட்டிற்கு அழைத்து வந்தான். பொம்மி தன்னைப் பூரணமாக அலங்கரித்திருந்தாள். சின்னான் வந்து செருப்பைக் கொடுத்தான். செருப்பை கண்ட பொம்மி இது வீரன் வேலை என்று எண்ணி மகிழ்ந்தாள். திருஷ்டி கழித்து பொம்மிக்குச் சித்திரை மாதம் சிறப்பாக சடங்கு செய்தான்.

சடங்குக்கு அனைத்து மன்னர்களும் அழைக்கப்பட்டனர். வந்தோர்களெல்லாம் விருந்தை வகையாகப் படைத்தான் மன்னன். அறுசுவை உணவை அரசர்கள் சுவைத்தனர். உண்டதும் வெற்றிலை பாக்கும் இட்டு, சந்தனம் பூசி, பூ வைத்து மகிழ்ந்தனர்.

அப்போது வீரனும் சின்னானும் விருந்து மண்டபத்தை அடைந்தனர். அரசன் அவர்களுக்கு அன்னம் படைக்குமாறு ஆணை யிட்டான். பொம்மி, வந்தவர் யாரென்று விசாரித்தாள். நல்ல உணவு எடுத்து படைக்குமாறு கூறினாள். வீரனும் உண்டு மகிழ்ந்தான்.

வீட்டுக்கு வந்த வீரன் விரகத்தால் வேதனைப்பட்டான். எப்படி யாவது பொம்மியைப் பார்க்கத் துடித்தான். வளர்த்தவர்கள் அறியாமல்

எழுந்து கோட்டைக்கு வந்தான். அனுமார் போல் கோட்டைக்குள் குதித்து ஈபோல் நுழைந்தான். பொம்மி வீரனைக் கண்டு வியந்து போற்றினாள். இருவரும் கூடிக் கலந்தனர் -களித்தனர்.

பொம்மி வேண்டிய ஆபரணங்களை எடுத்துக் கொண்டாள். வீரன் கூடாரம், குதிரை, வாள் ஆகியவற்றை எடுத்துக் கொண்டான். இருவரும் குதிரை ஏறி வேகமாகச் சென்றனர். கோனேரி ஆறு கடந்து, ஆமூர் வழியாக சென்று ஒரு ஆற்றங்கரையில் கூடாரம் இட்டுக், கூடிக் களித்தனர்.

பொழுது விடிந்தது. பொம்மண்ணன் விழித்தான். பட்டத்துக் கத்தி, குதிரை, பொம்மி மூன்றையும் காணாமல் விழித்தான். வீரர் களோடு புறப்பட்டான். வழியெல்லாம் தேடினான். வழிப் போக்கரிடம் கேட்டான். வந்து கண்டான் கூடாரத்தை.

பெரும் போர் நடந்தது. வீரன் வந்தவரை எல்லாம் கொன்று குவித்தான். பொம்மண்ணனும் மாண்டான். பொம்மி தந்தையின் இறப்பு கேட்டு புலம்பினாள். இருவரும் வேண்டிய சடங்குகளைச் செய்தனர். பொம்மியை வீரன் தேற்றினான்.

திருச்சி காண்டம்

அப்பொழுது திருச்சியை விஜயரங்க சொக்கலிங்க நாயக்கர் ஆண்டு வந்தார். வீரன் பெரும் போர் புரிவதைத் தன் கொத்தளத்தில் நின்று கண்டு களித்தான். இவ்வீரனை மனதுக்குள் பாராட்டினான்.

தந்தையை இழந்த வேதனையில் இருந்து பொம்மி மீண்டதும் வீரனுடன் கூடிக் களித்தாள், இருவரும் திருச்சிக் கோட்டைக்குள் நுழைவது என்று திட்டமிட்டனர். அவ்வாறே கோட்டைக்குள் செல்ல கூடாரத்தைப் பிடுங்கினர். கோட்டை வாயிலில் நின்றவர்கள் இவர் களைத் தடுத்தனர். விசாரித்தனர். அரசனுக்குச் செய்தி அனுப்பப் பட்டது. தடை இல்லாமல் அனுப்புமாறு அரசன் ஆணையிட்டான்.

இருவரையும் அரசன் அன்புடன் வரவேற்றான். தங்க விடுதி கொடுத்தான். வீரனைப் பற்றிய விளக்கம் கேட்டான். வீரன் அரண்மனை யில் வேலைக்குச் சேர்ந்தான். ஆடை அணிகள் கொடுக்கப் பட்டது. வீரன் படைகளை மேற்பார்வை பார்த்த வண்ணம் இருந்தான். யானை ஏறி தெரு சுற்றுவதும், மாறு வேடங்கள் இட்டு மறைவாக அலைவதும், பெண்களைக் கெடுப்பதுமாக, ரங்கநாதரை வணங்குவதுமாகக் காலத் தைப் போக்கினான். வேட்டையும் அவன் பொழுது போக்கு.

அந்நாட்டு தேசக் குறிகாரன் கிருஷ்ணப்ப நாயக்கர். அவன் தவமிருந்து பெண்ணை பெற்றெடுத்தான். அவருக்கு மாளிகை யொன்று தனியாகக் கொடுத்திருந்தான். வீரன் அவளைக் கண்டு அவள் மீது ஆசைக் கொண்டான். அவளும் ஒரு நாள் அவனை வீதியில் கண்டு ஆசைப்பட்டாள். இவனை எண்ணி அவள் இரங்கினாள்.

ஒரு நாள் அவளைக் காண வீரன் நடுச்சாம வேளையில் அவளது மாளிகையை அடைந்தான். மதிலேறி குதித்து மாளிகையுள் நுழைந்து மங்கையின் படுக்கை அறைக்கு வந்தான். அவள் தூக்கமில்லாமல் தவித்துக் கொண்டிருந்தாள். அப்பொழுது வீரனது வாசனை அறிந்து வாசலுக்கு வந்தாள். 'வாருங்கள்' என்று வரவேற்றாள். அவன் அவளை வாரி அணைத்தான். கூடிக் கலந்தனர். தீராத ஆசைகளைத் தீர்த்தனர். வீரனுக்கு விருந்து வைத்தாள். விடியுமுன் அவளைப் பிரிந்து வீட்டுக்கு வீரன் வந்தான்.

பொம்மி ஊடலுடன் இருந்தாள். "இவ்வளவு பொழுதும் எங்கே போனீர்கள்? பெண்களுக்காகப் பேய் போல பறக்கின்றீரே! இதற்காகவா நான் உயிருடன் வந்தேன்!" என்று அழுதாள். வீரன் அவளது ஊடலைத் தீர்த்தான். அவள் உணவு பறிமாறினாள். அவன் உண்டு களித்தான்.

மதுரையில் அப்பொழுது கள்ளர்களின் தொந்தரவு அதிக மிருந்தது. மதுரையைத் திருமலை நாயக்கன் ஆண்டு கொண்டிருந்தான். அவன் திருச்சி நாயக்கனுக்கு ஓலை அனுப்பி கள்ளரை அடக்கிட ஆற்றல் மிக்க படையொன்றை அளிக்குமாறு வேண்டினான்.

திருச்சி நாயக்கன் யோசித்து பார்த்தான். யாரை அனுப்புவது என்று மந்திரிகளைக் கலந்தான். இறுதியில் வீரனை அனுப்பிட முடிவு செய்தனர். மன்னன் வீரனை அழைத்து செய்தியைச் சொன்னான், வீரனும் மகிழ்ச்சியோடு ஏற்றுக் கொண்டான்.

வீரனுக்கு ஐயாயிரம் சேனைகள் சிவிகை, வெண்குடை, சாமரம், மேள வாத்தியங்கள், விருதுகள் ஆகியவற்றுடன் வெற்றிலையும் கொடுத்தான். வீரன் அதனைப் பெருமையுடன் பெற்றுக் கொண்டான். தன் விடுதிக்கு வீரன் வந்தான்.

மன்னன் வீரனுக்கு வேண்டிய அணிகலன்கள் பலவற்றை அனுப்பி வைத்தான். செலவுக்கு வேண்டிய பொருட்களையும் கொடுத்தான். வீரன் பொம்மியிடம் செய்தியைச் சொன்னான். குளித்தெழுந்து தன்னை அலங்காரம் செய்து கொண்டான். பொம்மியும் புறப்பட்டாள். நாயக்கர்

வழி அனுப்பினார். நால்வகைப் பாடல்களுடன் மதுரைப் பயணம் தொடங்கியது.

மதுரைக் காண்டம்

வீரன் குதிரையிலும் பொம்மி பல்லக்கிலும் பயணம் செய்கிறார்கள். மங்கம்மாள் சாலை வழியாக மதுரையை நோக்கி படைகள் சென்றன. பேரிகை முழங்கியது, தம்பட்டம், கொம்பு, தவில், முரசு முழங்கின. கவி வாணர்கள் கட்டியம் கூறினர். படைகளின் பயணத்தால் தரையில் தூள் பறந்தது.

மணப்பாறையில் கூடாரம் அடித்தனர். களைப்பாறினர்; களிப்புற்றனர். அப்பகுதியிலுள்ளவர்கள் வெகுமதிகளுடன் வந்து பார்த்தனர். அனைவரும் கள்ளர் தொந்தரவைப் பற்றி கூறினர். வீரன் அவர்களைத் தேற்றினான். மணப்பாறை சுப்பையனும் மங்கபதி நாயக்கரும் வந்து விருந்தளித்தனர். வீரன் அதனை ஏற்று மகிழ்ந்தான். மீண்டும் மதுரைப்பயணம் தொடர்ந்தது. செல்லும் வழியில் மாம்பூண்டு சோலை வந்தது அங்கே இவர்களை அலக்கையன் தும்பிக்கை பூச்சியன் என்ற இருவர் சந்தித்தனர். அவர்களிடம் அடுத்து எங்கே கூடாரம் அடிக்கலாம் என்று விசாரித்த போது அவர்கள் துவரங்குறிச்சியைப் பற்றி கூறினர். உடனே படை துவரங்குறிச்சிக்கு விரைந்தது. துவரங்குறிச்சியை அடைந்ததும் ஊருக்குத் தெற்கே கூடாரம் அடித்தனர். அலக்கையனும் பூச்சியனும் வீரனுக்கு விருந்து வைத்தனர். வீரன் விருந்தைத் தம் படை புடைசூழ உண்டு மகிழ்ந்தான். இருவருக்கும் வீரன் சாலுவையைப் பரிசளித்தான். இரவு தங்கி விடிந்ததும் விழிந்தெழுந்து காலைக்கடன்களை முடித்தனர். மீண்டும் பயணம் தொடர்ந்தது.

நத்தத்தை லிங்கையன் ஆண்டு வந்தான். அவன் வீரன் வரவறிந்து அவனை வரவேற்க ஏற்பாடு செய்தான். வீரன் நத்தத்தில் தங்கினான். லிங்கன் அளித்த விருந்தை ஏற்று மகிழ்ந்தான். அன்று இரவு அங்கேயே தங்கி இருந்தனர். விடிந்ததும் அவர்கள் பயணம் மதுரைக்கு விரைந்தது.

வீரன் மதுரையை அடைந்ததும் வைகைக் கரையில் கூடாரம் அடித்தார்கள். மனைவியுடன் அதில் மகிழ்ச்சியுடன் தங்கினன். மதுரையில் கோட்டைத் தலையாரி கூடாரத்தை கண்டு மன்னனிடம் முறையிட்டான். மன்னனோ யாரென்பதை அறிய பிராமணரை அனுப்பினான். பிராமணர்கள் கூடாரத்தின் அருகில் வந்தனர். செய்தியை அறிந்து மன்னரிடம் கூறினர். திருமலையான் மகிழ்ச்சி யடைந்தான்.

வீரனுக்கு வேண்டிய விடுதியை அமைத்தனர். வீரனை அழைத்து வர வீரர்களை அனுப்பினான். மன்னனைக் காண வீரன் தன்னை அலங்காரம் செய்து கொண்டு புறப்பட்டுப் போயினன். திருமலை யானைக் கண்டு வணங்கி நின்ற போது மன்னன் மகிழ்ந்து கள்ளர் பற்றிய விவரம் எல்லாம் கூறினான். கள்ளரை அழிப்பதாக வீரன் சபதம் செய்தான். விடை பெற்று வீடு வந்தான்.

அன்று மாலையில் சாப்பிட்டு இளைப்பாறி சொக்கருடைய கோயிலுக்குச் சென்றான். தீபாராதனை வேளையில் திருடர்கள் வந்து சூழ்ந்தனர். வீரன் தம் வீரர்களோடு கூடி வெற்றிகரமாகப் போரிட்டான். யானையின் கூட்டத்தில் யாளி புகுந்ததுபோல் கொன்று குவித்தான் கொள்ளையர்களை. கள்ளெரெல்லாம் அழித்தனர்.

வீரனது வெற்றி கண்டு வேந்தன் மகிழ்ந்தான். வேந்தனைப் பார்க்க வீரன் வருவதாக அறிந்தான். உடனே அவனை வரவேற்க ஏற்பாடு செய்தார். வீரனுக்கு ஆலத்தி எடுக்கப் பெண்கள் விரைந்தனர். ஆலத்திப் பெண்களில் வெள்ளையம்மாளும் ஒருத்தி, அழகியான அவள் மீது கண் வைத்தான். வீரனை மன்னன் மகிழ்ச்சியுடன் உபசரித்தான். காலை வேளையில் பேசுவோம் என்று நாயக்கன் விடை கொடுத்து அனுப்பினான்.

வீரன் வீட்டிற்கு வந்தான். குளித்தெழுந்து சிவனை எண்ணி திருநீறு பூசினான். உண்டு பசியாறினான். இரவிலே அவனுக்குத் தூக்கம் வரவில்லை. எண்ணம் வெள்ளையம்மாளை வலம் வந்தது. தன்னை அலங்கரித்துக் கொண்டான், மிக வேகமாக பொம்மி அறியா வண்ணம் புறப்பட்டுச் சென்றான். வெள்ளையம்மாள் மீனாட்சி சன்னதிக்கு முன்னால் குடியிருந்தாள். அவ்வேளையில் அவள் படுக்கையில் புரண்டு கொண்டிருந்தாள். மதில் ஏறி குதித்த வீரன் மாளிகையுள் புகுந்தான். அருகில் சென்று அணைத்தான். அலறுவாள் என்று எண்ணி வாயைக் கட்டி, மூட்டையாக்கி தூக்கிச் சென்றான். கோட்டையினை தாண்டி குதிக்கும்போது ஒற்றர்கள் கண்டனர்.

வீரனை விசாரித்தனர். வீரனோ இருட்டில் நின்றதால் ஒற்றர்களும் அறியவில்லை. வீரனும் ஊமையாய் இருந்தான். மன்னனுக்குச் செய்தி சென்றது. மன்னன் வீரனைக் கள்ளன் என எண்ணி விசாரித்தான். வீரன் மௌனமானான். கள்ளன் மாறு கால் மாறு கை வாங்குமாறு ஆணையிட்டான். கொலைகாரர்கள் அவ்வாறே செய்தனர். வீரன் தன்னுடைய விதியை எண்ணி அமைதியாக இருந்தான்.

மதுரைவீரன் கதை

வெள்ளையம்மாள் மூட்டையை விட்டு வெளியே வந்த போது வீரன்கண்டாள். தன்னைத் தொட்டு தூக்கியவனே தன் கணவன் எனக் கருதி வீரனோடு இறப்பேன் என்று எண்ணினாள்.

காவலர்கள் வீரனை அடையாளம் கண்டுகொண்டனர். தவறு நடந்து விட்டதே என்று கலங்கினர். பொம்மி கணவனுக்கு உற்றது கேட்டு கலங்கி கண்ணீர் வடித்தாள். வீரன் அவளைத் தேற்றினான். தன் விதி, வரலாற்றை விரித்துரைத்தான். பொம்மியும் உடன்கட்டை ஏறிட வைகையில் குளித்து திருநீறு பூசி வந்தாள்.

வெள்ளையம்மாள் மன்னனிடம் சென்று செய்தியைச் சொன்னாள். நாயக்கன் கலங்கினான்; கண்ணீர் சொரிந்தான். வீரனைப் பார்க்க விரைந்து வந்தான். 'என் பெண்ணைக் கேட்டாலும் தந்திருப்பேனே ஏன் இவ்வாறு செய்தாய்!' என்று புலம்பினான்.

நாயக்கன் மீனாட்சி அம்மனிடம் சென்றான். வீரனின் வேதனை யைத் தீர்க்குமாறு வேண்டினான். அம்மை அருள் செய்தாள். வீரனுக்கு கை கால் வளர்ந்தது. நாயக்கனிடம் தன் வரலாற்றைக் கூறினான் வீரன். மன்னனும் ஒப்புக் கொண்டான். பொம்மியும் வெள்ளையம்மாளும் உடன் கட்டை ஏறினர். மன்னன் தானம் பல செய்தான்.

வீரன் மனைவியற்குச் செய்யவேண்டிய கடமைகளையும் சடங்கு களையும் செய்து முடித்தான். குளித்தெழுந்தான்; திருநீறுபூசினான், மீனாட்சி முன் வந்து வணங்கி வழிபட்டான். கம்பத்தடியில் இருக்கு மாறு அன்னை அருள் புரிந்தாள். வீரன் கம்பத்தடிக்கு வந்து சூரிக் கத்தியால் தன் கழுத்தை அறுத்துக்கொண்டான். வீரன் தலை அம்மாளின் காலடியில் உருண்டது. அனைவரும் வியந்தனர்.

நாயக்கன் அம்மனிடம் விடைபெற்றுச் சென்றான். அன்று முதல் மூன்று நாள் வீரனுக்குப் பூஜை எதுவும் இல்லை வீரனுக்குக் கோபம் வந்தது. வீரன் அம்மையிடம் முறையிட்டான். கொள்ளையடிக்க அனுமதி கேட்டான். அம்மை அனுமதித்தாள்.

வீரன் நாயக்கன் கனவில் தோன்றி அவனைப் பயமுறுத்தினான். நாயக்கனும் அச்சப்பட்டு மறுநாள் காலையில் மீனாட்சியிடம் முறையிட்டான். முந்தைய இரவில் வீரன் குதிரைகளையும், மாடுகளை யும் கொன்றான். வீரர்களை அழித்தான், கன்னிப்பெண்களைத் துன்புறுத்தினான். நாயக்கனிடம் அம்மை வீரனின் நிலையை விளக்கினாள். அவனுக்குப் பூசை செய்யுமாறு கூறினாள். நகரில் தெருவுக்கு தெரு அவனை வழிபடுமாறு வேண்டினாள். மன்னன் அவ்வாறே செய்தான்.

ஐந்நூறு பொன்னால் அபிசேகம் செய்தான் வீரனுக்கு. வீதிதோறும் கோவில் கட்டினான். மக்கள் வீரனுக்குப் பூசை செய்தனர். கோட்டைக் குறிகாரன் குமரமுத்து நாயக்கன் மேல் வீரன் ஆவேசம் கொண்டான். 'என் பெயரால் திருநீறு கொடுத்தால் பிணி தீரும்; என்றான். தான் அழித்த படைகளுக்கு உயிர்கொடுத்தான். நாயக்கன் மகிழ்ந்தான். குழந்தை பிறந்தால் வீரன் பெயர் இடுவதாக எண்ணினான். மனைவி திருநீறு பெற்றதும் குழந்தையுண்டானது. பத்தாம் மாதத்தில் பாலகனைப் பெற்றதும் வீரன் என்று பெயரிட்டனர். ஐந்நூறு வண்டி களில் சக்கரை எடுத்து மக்களுக்குத் தானம் கொடுத்தான். வேதியர்க்கும் வேண்டிய தானங்கள் கொடுக்கப்பட்டது. வீரனுக்குப் பூசை செய்யப் பட்டது. தன்னையும் நாட்டையும் காத்து அருள் புரியுமாறு வேண்டினான்.

மதுரை வீரன் கதைப் பாடல்

மதுரை வீர சுவாமி கவி

உலகமிசை மன்னுயிர்கள் தன்னுயிர் எனக்கருதி
ஒருகவிதை நிழலில் நின்றே
ஒன்னவர் தமை ஜெயித்து ஓங்கு செங்கோல் ஓச்சி
உயிர் காசிநகர் ஆள்வோன்
உளமகிழ்ந்திட மதலையாய் உதித்தாய் அன்று
ஒல்கு காட்டில் வைகியே
உரகனால் ஆதரவு பெற்றபின் புன்னாட்டில்
உறைமாகி கன மனைவினில்
நில்லெனத் தோன்றி அவனால் வீரன் என்று பெயர்
நிலையாகவே அடைந்தே
நிருபனாம் பொம்மணன் சீமை உற்று அவன் ஈன்ற
நேரிழை தனைக் கவர்ந்தும்
நிறைபுகழ் பெறும் விஜயரங்கன் எனும் மன்னனது
நீள்வாயில் காவல் செய்தும்
நிகரில் பல வளம் எய்து மதுரையில் கள்ளர்தமை
நெஞ்சம் கலங்க மோதி
வலன் உயர்ந்தே நல்ல குணபூஷணம்கொள் திருமலை
நாயக்கனிடம் மேவியே
மங்கை வெள்ளம்மையைக் கண்டு அன்பு பூண்டு அவள்
மருவிடச் சிறை எடுத்தும்

வளிதவழும் ஆடகச் சிகர கோபுரம் அதனில்
வளர் சொக்கநாதர் அருகில்
மன்னும் மீனாட்சி அருளினை அடைந்தே உம்பர்
வாழ்த்தி மலர்மாரி சொரிய
இலகும் அவ் ஆலயத்துள் வயங்கும் கனக
எழில் கம்பம் அதில் மேவியே
இப்புவி நிமித்தியார்த் தம் இருசி குட்டி சாத்தன்
ஏவல் சூனியத்தின் உடனே
இருமல் காமாலை குன்மம் குட்டம் மண்டையிடி
ஈளை மந்தார காசம்
இவை எல்லாம் தீர்த்திடும் தெய்வமே என்முன்
வந்து இது தருணம் அருள் சரணமே.

காப்பு—விநாயகர்

துதிரியும் வீரமும் சொல்லு நல் கீர்த்தியும்
அதிக விகதையும் ஆண்மையும் தான்உறும்
மதுரை வீரன் தன் மாகீதை வாழ்த்திடக்
கதிர்கொள் சித்தி விநாயகன் காப்பு அரோ.

பொருள்:

மதுரை வீரன் கொடையும், வீரமும், புகழும், கல்வியும், கலைப் பயிற்சியும், ஆண்மைச் சிறப்பும் கொண்டவன். அவனது சிறந்த கதையைப் பாடப் போகின்றேன். அக்கதையைத் தடையில்லாமல் நான் பாடிட விநாயகக் கடவுளே கருணை புரிய வேண்டும்.

பாயிரம்

சித்தி விநாயகர் செய்யபாதம் போற்றி
முத்தி அளிக்கும் முருகர் பாதம் போற்றி
சொக்கர் திருவடியைத் தொழுது மிகப் போற்றி
தக்க திருமாலின் தாள் தாமரை போற்றி
அங்கயற்கண் அம்மை இளம்பாதம் போற்றி
தெள்ளு தமிழாசான் திருவடியைத் தான் போற்றி
வள்ளி தெய்வானை மலர்ப்பாதம்தான் போற்றி
வாணி திருவடியை வாழ்த்திமிகப் போற்றி
மாணிக்க வாசகர்தம் மன்னபதம் போற்றி
செப்பறிய சம்பந்தர் செம்பொற்பாதம் போற்றி
அப்பர் திருவடியை அன்புடனே தான் போற்றி

சுந்தர மூர்த்திஇரு துங்கபதம் போற்றி
சொந்தம் மிகுந்தசில தொண்டர் அடி போற்றி
பாண்டி வளநாட்டில் பானுவைப் போல் விளங்கும்
ஆண்டிகையாம் எங்கள் அதிவீரன் கதைசொல்வேன்

நாட்டு வளம்

மாதம் மும்மாரி[1]
    வழங்கும் வளநாடு
காதம் மணம்வீசும்
    கற்பகம்[2] சேர் நன்னாடு
கரும்பின் கணுக்கள் முகத்தைக்
    காட்டும் மகாநாடு
விரும்பி அறம்வளர்க்கும்
    மேலான நன்னாடு
முப்போகமும்[3] விளையும்
    மூத்தோர் வாழ்நன்னாடு   5
எப்புறமும் கங்கை
    இலங்கும் திருநாடு
நவதானியம் விளையும்
    நல்ல வளநாடு
தவமறையோர் மாமுனிவர்
    தங்கும் வளநாடு
தாமரை பொய்கைகளும்
    தன்மலர் சேர்வாவிகளும்
ஆமை உலாவும்
    அழகான கேணிகளும்   10
பொன்னுமணி கொழிக்கும்
    புண்ணிய ஆறுகளும்
மன்னும் தரளம்[4]
    வழங்கிய ஓடைகளும்
சங்கு தவழ்ந்துஉலவும்
    தாழ்வில்லா நஞ்சைகளும்
எங்கும் மணிவிளையும்
    எழிலான புஞ்சைகளும்
பாக்குமரச் சோலைகளும்
    பன்மலர் பூஞ்சோலைகளும்   15

தேக்குமரக் காவுகளும்[5]
    செங்கரும்புச் சோலைகளும்
சண்பகப்பூ நந்தவனம்
    தானே மிகுந்தவனம்
விண்ணுலவு தோப்புகளும்
    விறுகனித் தோப்புகளும்
மல்லிகைமலர்ப் பந்திகளும்[6]
    மருக்கொழுந்தின் பந்திகளும்
முல்லைமலர்ப் பந்திகளும்
    முக்கனிமரப் பந்திகளும்   20

வானத்து அளாவிநின்ற
    வைத்திடு நெற்பொருளும்
தானம் கொடுக்கவைத்த
    தாழ்வில் களஞ்சியமும்
காமதேனுக்கு நிகர்
    கணக்கில்லா பால்பசுவும்
சேமமிகு ஆடுகளும்
    திரளான மாடுகளும்
பசித்தோர் இளைப்பாற
    பாங்கான சத்திரமும்   25
பொசித்தோருக்குச்[7] சம்போகம்
    பொருந்துசில சத்திரமும்
ஆடையில்லார்க்கு ஆடை
    அளித்துவரும் சத்திரமும்
வாடை பனிநீர் புழுது[8]
    வழங்கிவரும் சத்திரமும்
வேதியர்க் வேதம்
    விளங்குமரச் சாலைகளும்
சாதிக்குச் சாதி
    தங்கமரச் சாலைகளும்   30

குயிலோசை மிஞ்சும்
    குறைவில்லா மாந்தோப்பும்
மயிலாடி நிற்க
    வாய்த்த பலாத்தோப்பும்
அன்னம் குலாவும்

அரவிந்தப்[9] பூந்தடமும்
வண்ணக்கிளிகள் கொஞ்சும்
வளமான நல்மரமும்
இன்ன வளம்மிகுந்த
எழில்காசி நன்னாடு
தன்னைஉரைக்க சேடன்[10]
தன்னாலும் ஆகாதே

மலைவளம்

வாரண வாசியைச் சூழ்மலை
வளத்தைச் சொல்லுகிறேன்
ஆரண[11] மாமுனிவர்
அணிஅணியாய் தவமிருப்பார்
காட்டுப்பசுவும் கரும்புலியும்
கலந்து இருக்கும்
நாட்டுப் பசுவோடு
நட்பாய் புலிஉலாவும்[12]
பருந்தும் பைங்கிளியும்ஒரு
பஞ்சரத்திலே வாழும்
பொருந்துஅரவின் வாயில்எலி
புகுந்து பள்ளிகொள்ளும்
பச்சோந்தியும் மயிலும்
பட்சமுடன் வாழ்ந்திருக்கும்
கெச்சையும் ஓனாயும்
செருக்குடனே கூடிநிற்கும்
சிங்கமும் யானையும்
சேர்ந்து விளையாடிநிற்கும்
பொங்கரவும் மந்திகளும்
பொருந்தி உறவாயிருக்கும்
இந்தவளம் மிகுந்த
எழிற்காசி மாமலையைக்
கந்தனது வாயாலும்
கட்டுரைக்க மிக்கஅரிதே

நகர வளம்

காசினியோர்[14] வாழும்
காசிஎனும் மாநகரம்

தேசம்மிகுந்து இலங்கும்
    தெய்வீக மாநகரம்   50
செம்பொன் மதில்சூழ்ந்த
    சிங்கார மாநகரம்
அம்பொன்னால் மாடகூடம்
    அமைந்திருக்கும் மாநகரம்
கோபுரம் எங்கும்
    குலவும் திருநகரம்
மாபுரமன்னர் மன்னர்
    மன்னுந் திருநகரம்
யானைகட்டி வாழும்முடி
    அரசர்வாழ் வீதிகளும்   55
சேனைத் தலைவர்பலர்
    சேர்ந்துவாழ் வீதிகளும்
வேந்தர்க்குக் கோல்கொடுக்கும்
    வேளாளர் வீதிகளும்
சாந்துசவ்வாது பன்னீர்
    தான்விற்போர் வீதிகளும்
சாதகந்தான் குறிக்கும்
    சாஸ்திரிமார் வீதிகளும்
நீதிநெறி தவறாத
    நல்லவர்தம் வீதிகளும்   60
கோலமணி விளக்கும்
    குச்சிலியர்[15] வீதிகளும்
வேலை பழிக்கும்விழி
    வேசியர்வாழ் வீதிகளும்
கோடி குதிரைஅணி
    குறித்திருக்குஞ் சாலைகளும்
ஆடவரும் குதிரை
    அணியிருக்கும் சாலைகளும்
கடையும் கடைத்தெருவும்
    கனமான மாடங்களும்   65
கோடைதரும் செம்பொன்
    கொட்டிவைத்த கூடங்களும்
வீதிக்கு வீதி

விளங்கும் சிலஆலயமும்
நீதி வழுவாத
நெறிமன்னர் ஆலயமும்
மன்னர்க்கு நன்மதில் சொல்
மந்திரிமார் மாளிகையும்
அன்னம் கொடை அளிக்கும்
அழகான மாளிகையும்
ஏழுநிலை மாடங்களும்
எழிலான கூடங்களும்
தாழும் அகழிகளும்
தங்கத்தால் கோட்டைகளும்
போர்வீரர் எப்புறமும்
புடைசூழும் காவல்களும்
தேர்வீரர் போர்வீரர்
திக்கெட்டும் காவல்களும்
வாள் உறையில் வையாத
வலுவீரர் காவல்களும்
தோள் கொட்டி தட்டி நிற்கும்
துடிசூரர் காவல்களும்
கறிபில் வழுவாத
கன்னியர் கட்டங்களும்
அன்பில் குறையாத
அடியார்கள் கூட்டங்களும்
சன்மார்க்கர் நீங்காத
சற்குணங்கள் கூட்டங்களும்
துன்மார்க்கர் இல்லாத
துரைமக்கள் கூட்டங்களும்
பந்து முலைமாதர் பலர்
பந்தடிக்கும் மேடைகளும்
இந்து[16] நுதல் பெண் கூடி
இளைப்பாறும் மேடைகளும்
கல்வி பயிலும்
கனமான[17] சங்கங்களும்
செல்வர் மகிழ்ந்து
செறுக்குறு நற்சங்கங்களும்

மூலைக்கு மூலை
முத்துக் களஞ்சியமும்
சாலைக்குச் சாலை
தங்கக் களஞ்சியமும்
வீடுகள் எங்கும்
விளக்கும் திருமணமும்
நாடும் சிறுவர்கட்கு
நல்ல திருமணமும்
மாணிக்கத்தால் இழைத்த
மன்னர் மணிமண்டபமும்
ஆணி பொன்னால் அமைந்த
ஆஸ்தான மண்டபமும்
செண்டு முலையார் ஆடும்
தெய்வத் திருச்சபையும்
வண்டு விழியார் ஆடும்
மன்னர் திருச்சபையும்
அன்ன மயிலாடும்
அழகான இல்லங்களும்
வண்ணக் கிளிகள் கொஞ்சும்
வாகான[18] இல்லங்களும்
போர் தொழில் கற்க மன்னர்
புரிந்திட்ட நல்லிடமும்
எல்லா வளமும்
இரைந்த திருக்காசிநகர்

மன்னன் மகிமை

வல்லாண்மை மன்னர் பலர்
வந்து பணியும்நகர்
இந்த திருநகரில்
என்றும் வரன் முறையாய்
தன்னம் தனியே
தனிசெங்கோல்தான்செலுத்தும்
மன்னும் பொறுமையாலே
வண்பூமிக்கு ஒப்பானோன்
கன்னல் இளமாறனைப் போல்
கட்டழகு தன்னுடையோன்

சொன்ன மொழி தவறான்
    சொல் அரிச்சந்திரன் காண்
கன்னன் கொடை மாற
    கனகம் அளித்திடுவோன்
மன்னு அவன் போரிலே
    வள்ளிமணவாளன் ஒப்பான்
சொல்லு மனு நீதியிலே
    தூயதச ராஜனையான் 105
தொல் உலகை ஆளும்
    துளசி மகாராஜன்
மங்காது நீதி நெறி
    மாநிலத்தை ஓர் குடைக்கீழ்
செங்கோல் செலுத்தி
    செயல்பெற்று வாழ்நாளில்

அரசவைக் கோலம்

சொல்லு அமைச்சர்[19] சூழ்ந்து வரத்
    துளசி மகாராஜன் 110
வல்லமுடி[20] தரித்து
    மனுசெங்கோல் கைபிடித்து
ஆலவட்டம் சாமரைகள்
    அணிஅணியாய் வீசிவர
கோலம் உள்ள மாதர் நிறை
    கும்பம் எடுத்துவர
ஆலத்தி தீபம்
    அரிவைமாதர் தாங்கிவர
கன்னியர்கள் ஆடிவரக்
    கணிகைமார் பாடிவர 115
மன்னர்படை நெருங்க
    மற்றும்உள்ளோர் தான்நெருங்க
வட்டக் குடை பிடிக்க
    வாள்வீரர் கைபிடிக்க
பட்டுக்கொடை பிடிக்க
    பலவிருது தான்பிடிக்க
பற்பல வாத்தியங்கள்
    பறவைபோல் சத்தம்இட

சொற்புலவோர் நாற்கவியும்
சொல்லி துதித்துநிற்க
சின்னங்கள் எல்லாம்
சிறப்பாய் பிடித்துநிற்க
மன்னிய[22] நாற்சேனை
வகைவகையாய்ச் சூழ்ந்து நிற்க
அட்டசிங்கம் தாங்கும்
ஆஸ்தான மண்டபத்தில்
பட்ட[23] மன்னரோடு
பண்பாய்க் கொலுஇருந்தான்.

துளசியின் தோற்றம்

மண்டலத்தைத் தான்மதிக்கும்
மன்னன் மணிமுடிதான்
கடல்எல்லாம் தான்மதிக்கும்
காதலன்தன் கணையாழி
வாகு வலயமுந்தான்
வான்உலகம் தான்மதிக்கும்
சேகு வைரமணி
செகத்தை[24] விலைமதிக்கும்
மார்பில் பதக்கநிறை
மதிஒளியை மாற்றிவிடும்
சோர்வுஒளி பணிகள்
சூரியனைத் தோற்கடிக்கும்
இந்தவகை பணிகள்
இட்டிருக்கும் மன்னவன்முன்
பந்தமொரு[25] தேசமன்னர்
பகுதி கொடுத்துநிற்க
கட்டியர்கள் எச்சரிக்கை
கைகட்டி கூடிநிற்க
நட்டுவர்பின் மாதர்பலர்
நாட்டியங்கள் செய்துநிற்க
வெள்ளைத் தடிக்காரர்
விதவிதமாய் வந்துநிற்க
துள்ளும் படைவீரர்
துடிப்புடனே வந்துநிற்க

சேனை தலைவர்எல்லாம்
திறமுடனே சேர்ந்துநிற்க
யானை தலைவர்எல்லாம்
அஞ்சலொடு[27] சேர்ந்துநிற்க
தையலர்கள் சங்கீதம்
தான்பாடி முன்புநிற்க
மங்கள வாழ்த்துநிறை
மங்கிலியர்[28] வாழ்த்திநிற்க
சங்கை[29] இல்லாமல்பொன்
தானம் கொடுத்து நிற்க
எங்கள்அரசனார் இருக்கும்
அந்த வேளையிலே

வேந்தனது வினா

பொங்கமுடன்[30] அவ்அரசன்
புத்திரன் இல்லாமையினால்
வேதாந்த வேதியரை
வேதப் பிராமணரை
சாதகரை[31] மற்றுமுள்ள
சாஸ்திரத்தில் வல்லவரை
பார்த்தே ஒருவார்த்தை
பார்த்தீபர் சொல்லுற்றார்
“கீர்த்திபெற்ற விற்பனரே
கேள்வியினில் வல்லவரே!
அறுபத்து நான்குகலை
யாவும் உணர்ந்தவரே
மறுவில்லா என்குடிக்கு
மைந்தன் இல்லாமையிலே
சிந்தை தளர்ந்து
திகில்கொண்டேன் பலநாளும்
எந்தவழியும் பிள்ளை
இசைந்தவழி சொல்வீர்என்று
பூதலம்[32] ஆளும் காசிப்
பூபாலன்[33] சொன்னவுடன்

வேதியரது விடை

வேதப் பிராமணர்
விற்பனர்கள் சொல்லலுற்றார்

"அட்டதிக்கு ஆளும்
 அரசர்சிரோன் மணியே!
பட்டந்தனக்குப் பிள்ளை
 பண்பாகவேண்டு மென்றால்   155
காசிநதி ஆடிக்
 கருது முக்காலையிலும்
நான் விசுவநாதன்
 எழிலான சந்நிதிக்குள்
சென்று அபிஷேகமுதல்
 செய்துவித்துப் பின்சிவனை
என்றும்வணங்கி யாருக்கும்
 எண்ணாங்கு தர்மம்செய்யில்
அவனி[34] ஒரு குடைக்கீழ்
 ஆண்மகன் பிறப்பான்   160
சிவன்அருளால் உமக்குச்
 செல்வம்பிறக்கும், என்றார்!
சாஸ்திரிமார்கள் சொன்ன
 சன்மார்க்கச் சொல்கேட்ட

காசி செல்லல்

மாத்திரம் தீர்த்தம்ஆட
 மன்னன் எழுந்திருந்தான்
கன்மவினைகள் எல்லாம்
 கட்டுஅறுக்கும் காசிநதி
தருமம் செய்தோருக்கு முத்தி
 தான்அளிக்கும் காசிநதி   165
பிள்ளைஇல்லாதவர் மூழ்கின்
 பிறப்பிக்கும் காசிநதி
அரிக்கு[35] ஒரு பதவி
 அளித்திட காசிநதி
அந்த இனத்தோடு
 அளவில் சனத்தோடும்
வந்துநற் கெங்கைதனில்
 மனைவி கரம்பிடித்து
சிந்தைமகிழ்ந்து திவ்விய
 தீர்த்தம் ஆடியப்பின்   170

பல்லாயிரம் கோடி
    பார்ப்பனர்க்குத் தானம்செய்ய
இல்லார் பல்லோர்க்குத்தான்
    ஏகமாய்ச் செய்தபின்பு
காசி விசுவநாதன்
    கனகோபுரம் கண்டு
ஆடையுடன் வணங்கியக்
    கோயில் நாடிமன்னன்
மன்னர் புடை சூ
    மந்திரிமார் தான்தாழ   175
சந்நிதி வீதியில்
    தார்வேந்தன் வந்தபின்பு
அண்டத்து அளாவும்பல
    ஆனபொற் கோபுரமும்
எண்திசையும் காண
    இலங்கும் திருமதிலும்

கோவில் சிறப்பு

சொர்க்கத்து அளவி நிற்கும்
    துவசமணித் தம்பங்களும்[36]
கற்கள் இழைத்துஇலங்கு
    கனமான ஸ்தூபிகளும்   180
எங்கும் சிவாலயமும்
    எழிலான லிங்கங்களும்
தங்கத்தால் போட்டிருக்கும்
    தளவரிசை சித்திரமும்
மூலைக்கு மூலை
    முத்தால் விளக்குகளும்
சாலைக்குச் சாலை
    தங்க விளக்குகளும்
தேர்விளக்கு சீர்விளக்கு
    திருவாட்சி நலவிளக்கும்   185
பார்விளக்கு கோபுரத்தில்
    பதித்த விளக்குகளும்
சொல்லு நவமணிகள்
    சொலிக்கும் விளக்குகளும்

இல்லா விளக்கும்இந்த
ஈரேழு உலகில்இல்லை

வேந்தன் வழிபாடு

அல்லும் பகலும்
அறுத்து எரியும் சந்நிதியில்
வாழும் மறையவர்கள்
வரிசை எடுத்துப்பலர்
சூழும்படி அரசன்
சமூகம் வந்துமேவாழ்த்தி
அந்த மறையோர்கள்
அரசனைக் கோயில்உள்ளே
சிந்தை மகிழ்ந்துதவம்
செய்யச் சிவலிங்கம்முன்னே
கொண்டு விடுத்தபின்னர்
கொற்றவனும் கைகுவித்து
தொண்டு புரிந்துசிவன்
துங்கஅடி தொழுதான்
கண்டார் தமக்குமுத்தி
அளித்துஅருளும் காசிநதி
தொண்டு புரிந்தோர்க்கும்
சொர்க்கம் கொடுக்கும்லிங்கம்
க்ஷேத்திரத்தில்[37] சேர்ந்தோர்க்கு
சிவலோகம் ஈயுலிங்கம்
தோத்தரித்த[38] பேர்களுக்கு
சூழ்வினை நீங்குலிங்கம்
வேண்டும் வரங்கள்எல்லாம்
விரும்பிக் கொடுத்தலிங்கம்
யாண்டும் பிறவாத்தன்மை
யார்க்கும் கொடுத்தலிங்கம்
எந்தத் தலத்தும்
இணையில்லா படிகலிங்கம்
இந்தத்தலத்து மேன்மை
எய்தும் விசுவலிங்கம்
தன்னைப் பணிந்தஅரசன்
தாழ்ந்து அடிவணங்கி

எந்தனுக்குப் பிள்ளை
ஈந்துஅருள் செய்யும்என்று
பூசைநை வேத்தியங்கள்
புரிவித்து நல்லிசைகள்
ஆசையுடன் படித்தாடி
ஆனந்தக் கூத்தாடிக்
காவலர் அரண்மனைக்குள்
காவலனும் போய்புகுந்து

அறம் புரிதல்

ஆவல்உடனே அன்னம்
அருந்தி கொலுவிருந்து
மந்திரி மார்களைத்தான்
வகைவகையாய் வரவழைத்து
தந்திரி மார்களையே
தந்திரமாய் வரவழைத்து
நீதிமன்னர் பக்கலிலே
நின்றவரைப் பார்த்துரைப்பான்
"அடிக்கடி நன்மதிசொல்
அமைச்சர்களே! கேளுங்கள்
படிக்குள் விளங்குகின்ற
பலமான தானம்எல்லாம்
என்பெயரால் அட்டதிக்கும்
எழில்பெறவே செய்வீர்என
நன்மதி சேர்மந்திரிமார்
நாராதிபனார் சொல்கேட்டு
திக்குக்கு திக்கு
திரளான சத்திரமும்
தொக்கு[39] உலகம் எங்கும்
சொல்லஅரிய வாவிகளும்
மண்டல மெங்கும்
வகைவகையாய் கோவில்களும்
கண்டங்கள் என்பதிலும்
கனத்த மடந்தடமும்
கட்டுவித்தார் காசிநகர்
காவலன்றன் சொல்படிக்கு
பட்டத்து அரசர்எல்லாம்
பார்த்து மனமகிழ!

கோடி பிராமணர்க்குக்
கொடுத்தான் செம்பொன்கோடி
தேடிப்பல தருமம்
செய்துவிட்டான் தேர்விஜயன்!
கன்னிகா தானம்
கணக்கில் ஒருகோடி
அன்னம் இடுதானம்
அருவில் பலகோடி
பூதானம் வேதியர்க்குப்
போற்றும் பலகோடி
கோதானம் அந்தணர்க்குக்
கொடுத்தான் பலகோடி
நீர்பந்தல் பூமிஎங்கும்
நிகரில் பலகோடி
மோர்ப்பந்தல் அம்புவியில்
மொழியில் பலகோடி
அரமை[40] பிணம்சுடுதல்
அதுவும் பலகோடி
பறவைச் சிறைவிடுதல்
பாரில் பலகோடி
கண்ணாடி காதோலை
கண்மருந்து பெண்போகம்
வண்ணானோடு கண்ண
மயிரின் சிறைகளைதல்
விலங்கிற்கு உணவு
விலைகொடுத்து உயிர்காத்தல்
துலங்குமகப் பால்கொடுத்தல்
சோலைச்சிறைச் சோறிடுதல்
தின்பண்டம் நல்கல்
சேய்வத் தலையமிடல்
வன்கல்வி ஓர்உணவு
வாய்த்த பசுவிற்குப்புல்
இந்தவகைத் தருமம்
இறைவன்[41] கொடுத்தபின்பு
அந்தமுடன் சிவனை
அரசன் மனைவியோடும்

சந்ததமும்[42] காசியில்வாழ்
   சங்கரனைத் தானோக்கி
சிந்தை மகிழ்ந்து
   செய்தார் பலவிரதம்

கரு உயிர்த்தல்

அந்தவகை அறிந்தே
   ஆதிசிவன் அன்போடு
சந்தானம்[43] காசிமன்னன்
   தன்மனைவிக்கே கொடுத்தார்   245
மேகந்தனை பழிக்கும்
   மெல்லிய நற்கூந்தலினாள்
தோகைமயிலைப் பழிக்கும்
   சொல்லஅரிய சாயலினாள்
சந்திரனை கண்டு
   தயங்கும் திருமுகத்தாள்
இந்திரருக்கு ஒப்பாக
   விளங்கும் அழகுடையாள்
அன்னந்தனைப் பழிக்கும்
   அசைந்த திருநடையாள்   250
மின்னலைப் பழிக்கும்
   மேகலைப் பூணுடையாள்
பம்பரத்தைத் தான்பழிக்கும்
   பணைத்த[44] இளமுலையாள்
செம்பொற் சரிகை
   சிறக்கும் எழிற்கலையாள்
அம்புவி மேலே
   ஆர்ந்த[46] புருவச் சிலையாள்
கம்பவாழைத் தொடையாள்
   கற்புமிகு நிலையாள்   255
துளசி மகாராஜனுக்குச்
   சொல்லும் உயிர் துணையாள்
வளம்மிகுந்த கற்பூர
   வல்லி திருவயிற்றில்
மங்கைஅணி சிவன்அருளால்
   கருத்திரண்ட காலையிலே

மங்கைக் கரசி
    மதிமயக்கம் ஆனாள்காண்!
கரு வளர்த்தல்
    மூன்றாம் திங்களிலே
        முலைகறுத்து முகம்வெளுத்தாள்   260
    தோன்றா மயக்கம்மிகத்
        தோற்றாமுடி வாடிநின்றாள்
    நான்கான திங்களிலே
        நன்மசக்கை கொண்டாள்காண்
    தேன்கதலி மாவருக்கை
        தித்திப் பிலிச்சைகொண்டாள்
    ஐந்தான திங்களிலே
        ஐம்பொன்போல் மேனிகொண்டாள்
    சிந்தாகுல[47] மிகுத்துச்
        சிந்தைமிகத் தளர்ந்தாள்   265
    ஆறான திங்களிலே
        அடிவயறு தான்தளர்ந்தாள்
    வான ஏழுதிங்கள்
        மெல்லிடை சிறுத்தாள்
    எட்டான திங்களிலே
        எண்ணாது எண்ணிநின்றாள்
    ஒட்டும் என்பான்[48] திங்களிலே
        உறக்கம் மிகவிடுத்தாள்
பிள்ளை பெறுதல்
    பத்தான திங்களிலே
        பாலகனைப் பெற்றெடுத்தாள்   270
    முத்தான வாய்திறந்து
        முதல்மகனும் தான்அழுதான்
    ஆயிரம் கோடி
        அழகுள்ள சூரியன்போல்
    மாயிறு[49] ஞாலத்தில்
        வாய்க்காத இரத்தினம்போல
    தங்கத்தைக் காய்ச்சித்
        தரையில் கவிழ்த்ததுபோல்
    ஒருகோடி சூரியரை

உருக்கிக் கவிழ்த்ததுபோல்
இருகோடி சந்திரரை
எடுத்துக் கவிழ்த்ததுபோல்
கோடி மதன்உருக்
கொண்டு திரண்டதுபோல்

பிள்ளை வாழ்த்தல்

நீடிய பூமியிலே
நிருபன் பிறந்தஉடன்
தேவாதி தேவர்எல்லாம்
தேன்மாரிதான் பொழிந்தார்
பூஉலகம் எல்லாம்
பூமாரி தான்பொழிந்தார்
அந்தரத் துந்துபிகள்
ஐந்து முழக்கிவிட்டார்
இந்திரன் வானவர்கள்
எல்லோரும் வாழ்த்தலுற்றார்
மண்டலத்தில் உள்ளவர்கள்
மங்கள வாழ்த்துஉரைத்தார்
விண்டலத்தில்[50] உள்ளவர்கள்
விதவிதமாய் வாழ்த்திநின்றார்
பாலகனைப் பாரில்உள்ளோர்
பலரும்வந்து பார்த்தார்கள்
கொடி[51]சுற்றி தான்பிறந்த
குழந்தைதனைப் பார்த்தார்கள்
துடியிடையோர் தோழிமார்
துரிதமுடன் ஓடிவந்து

தாதிமார்கள் கூற்று

தொல்லு உலகைஆண்டு
வருந்துளசி மகாராசன்முன்பு
வல்லகரம் குவித்து
வாழிஎன்று வாழ்த்துஉற்றார்
“எங்கள் குலதெய்வமே
இறைவரேநீர் கேளீர்!
மங்காத செல்வம்உள்ள
மன்னவரேநீர் கேளீர்

மதுரைவீரன் கதை

திக்கெல்லாம் ஆளஒரு
செல்வனார் தாம்பிறந்தார்
மிக்க வடிவுடைய
வேந்தனார் தாம்பிறந்தார்
பிள்ளை கலித்தீர்க்கப்
பேர்அரசர் தாம்பிறந்தார்
வள்ளலே இவ்வடிவாய்
மாநிலத்தில் தான்பிறந்தார்
மாதர்தமை மயக்கும்
மன்மதனார் தான்பிறந்தார்
காதல் மிகஅளிக்கும்
கட்டழகர் தான்பிறந்தார்
பிறந்ததிலே யாதும்
பிசகில்லை[52] எம்அரசே
சிறந்த மகன்பிறப்பில்
தீங்கொன்றுள அரசே
மாலை[53]சுற்றித் தான்பிறந்தால்
மாமனுக்கு ஆகாதுஎன்பார்
சால பெருங்குற்றம்
தாரணியோர் சொல்வார்கள்
கொடிசுற்றித் தான்பிறந்தால்
குலத்துக்கு ஆகாது என்பார்
வடிவு பெறுமதற்கு
மற்ற குறைஇலையே!"
என்றந்த தாதியர்கள்
எடுத்ததுமே சொன்னவுடன்
குன்றனையதோள் நிமிர்ந்து
கொற்றவனார் தான்மகிழ்ந்தார்.

மன்னன் மகிழ்ச்சி

பிள்ளை பிறந்ததுஎன்று
பேர்அரசர் தான்களித்தார்
கொள்ளை[54] கொடுத்தார்
குறைவில் களஞ்சியங்கள்
சீனிச் சருக்கரையைத்
திக்கெட்டும் வழங்கிவிட்டார்

மாநிலத்தில் பின்னே
மனமகிழ்வாய் பிரித்துவிட்டார்

குழந்தையைக் காணல்

அந்தப் புரத்தில்
அரசர் எழுந்துஅருளி
சந்தமுள்ள தாதியரைத்
தான்அழைத்து தன்மகளை
எடுத்துவரவே இறைவர்
திருவாக்கு தான்அளித்தார்
அடுத்திருந்த தாதியர்கள்
அப்பொழுதேகொண்டுவந்து
மன்னர் முன்பாக வைத்தார்
பூந்தொட்டில் உள்ளே
சின்னக் குழந்தை
திருமுகத்தைத் தான்பார்த்து
என்றும் அடையாத
எக்களிப்புத் தான்அடைந்து
நின்று மகிழ்ந்து
நெடுநேரந் தான்பார்த்துக்
'கொண்டு போ'மென்று
கொலுவில் அரசன்வந்து
மண்டலத்தை ஆளும்வல்ல
மந்திரியைத் தான்அழைத்து

சோதிடரை அழைத்தல்

சோதிடத்தில் வல்லவரை
சுருக்க அழையுமேஎன்றார்
நீதிதவறா அமைச்சர்
நிருபனார்[55] சொல்படிக்கு
சோதிடரைத் தான்அழைத்தான்
சோதிடரும் ஓடிவந்து
ஆசிஉரைத்து மஞ்சள்
அட்சதைவேந்தர்க்கு அளித்தார்
மன்னன் மணிஆசனத்தை
மறையோர்க்குத் தான்கொடுத்தார்
"என்னை அழைத்தவிதம்
என்னவென்றார்" சோதிடரும்

மன்னன் மொழிந்தது

அந்தமொழி கேட்டே
அரசன் விளம்பலுற்றான்
"வெள்ளிக் கிழமைதனில்
விடிந்து பத்துநாழிகையில்
வள்ளல் கழுத்திலே
மாலைசுற்றி தான்பிறந்தான்
திதிகரணம் வாரம்
சிறந்தயோக மினைநாள்[56]
திதி[57] அறிந்து பஞ்சாங்கம்
சாஸ்திரத்தைப் பாடு"என்றார்
அப்படியே சோதிட நூல்
அந்தணர் தான்பார்த்து

சோதிடர் சொன்னது

செப்பரு நாளுதிங்கள்
திதிவாரத் தீங்கெனவே
சோதித்து அறிந்தபின்பு
துளசி மகாராஜனும்
போதிக்கச் சோதிடரும்
பேசத்தொடங்கல் உற்றார்
திக்கெட்டுங் கீர்த்தி
செலுத்தும் செங்கோல்வேந்தே!
தக்கதவம் புரிந்து
தான்பெற்ற பிள்ளையது
சன்னம் எடுத்ததினம்
தாரணிக்கே ஆகாது
கனமான பொல்லாங்கு
காசிநகர்க் கெய்துவிடும்
நாளும்கோளும் பிறந்த
நாட்டுக்கே ஆகாது.
மீளும்பெரும் போரும்
மிகச்சிறிய பிள்ளையினால்
குழந்தையை வைத்திருந்தால்
கோத்திரற்கு ஆகாது
இழந்திடுவீர் நாடுநகர்

இக்குழந்தை தன்னாலே
அருமகனை வைத்திருந்தால்
அரண்மனைகள் வெந்துவிடும்"
என்று மிகவுரைத்தார்
எழிலான சோதிடரும்!
குன்றிவயிறு எரிந்து
கோபமிகக் கொண்டஅரசன்

மன்னனது துயரம்

அந்தமொழி கேட்டே
அலறித்தான் விழுந்தார்
சிந்தை தளர்ந்து
தியங்கி மதிமயங்கி
"அப்பா மகனே"என்று
அபயமிட்டுத் தான்புலம்பி
"எப்படி என்செய்வேன்
இனிபிழைக்கேன்" என்றுசொல்லி
வங்கஉலகை ஆளும்
துளசி மகாராஜன்
அங்கம் வியர்த்தே[58]
அவனிதனில் புரண்டு
"வாயிலே மண்ணை
வாரி அடித்தார்காண்
கோயிலில் தெய்வம் எல்லாம்
குறித்துமிக வைத்தார்காண்"
பேச்சுமூச்சு இல்லாமல்
பிணம்போலும் ஆனார்காண்
பூச்சக்கரம்[59] ஆளும்
புகழ்காசி மன்னவனார்
மந்திரிமார்கள் எல்லாம்
மனதுமிகக் கலங்கி
அந்தஅரசன் அருகில்
சென்றே எழுந்து
சுக்குப்பொடி காதில்
சொரிந்து வாயாலூதி
திக்காளும் மன்னவரைத்

தெளிந்துவிடச் செய்தார்கள்
சோகமது தீர்த்து
    துளசி மகாராசர்   360
தாகம் தெளிந்துஅவர்
    தனியே எழுந்திருந்து
கோடி கருமம்செய்து
    கொடும்பாவி ஆனேன்என்றார்
நாடித் தவம்புரிந்து
    நான்பாவியானேன் என்றார்
முற்பிறப்பில் செய்தவினை
    மூண்டதுஎன்றார் இப்பிறப்பில்
நற்பிள்ளை தன்னைஇனி
    நான்செய்வது என்ன,"என்றார்   365

சோதிடர் கூறிய திட்டம்

வந்திருந்த சோதிடர்கள்
    மன்னவரைத் தான்பார்த்து
"இந்தமகனைஇனி
    இங்குவைக்கல் ஆகாது
எந்தவிதமும் பிறர்க்கு
    ஈந்திடுதல் உத்தமமாய்
அந்த விதம்அறிக்
    காட்டகத்தில்விட மத்திபமாம்"[60]
என்று முறையே
    எடுத்துரைத்தார் இவ் வசனத்தை   370

வேந்தன் புலம்பல்

குன்றனைய தோள்வேந்தர்
    கோஎன்றும் அழுது விம்மி
"ஐயையோ தெய்வமே
    ஆகாத மொழிகேட்டேன்
உய்யும் வகைஅறியேன்
    ஓகோகோ என்னசெய்வேன்
இறந்தபிள்ளையைக் கொடுக்க
    எவற்குமனந் துணியாதே
பிறந்தபிள்ளையைக் கொடுக்க
    பேருலகில் துணிவாரே!   375

உயிரோடு பிள்ளைதனை
ஓட்டிவிட எண்ணுவரோ
ஆனாலும் பாவிஎன்போல்
அம்புவியில்[61] கண்டிலனே
தேனாரிதம் முடிச்
சிவனார் செயலிதுவோ
வேந்தன் விதித்த
விதியின் பயனிதுவோ?
ஏதும்அறியேன்" என்றே
இறைவர் மனந்துணிந்தார்
தூதுவரவிட்ட அரசர்
தோழிகளை வரவழைத்து

குழந்தையைக் காட்டில் விடச் சொன்னது

மாது கற்பூரவல்லி
மைந்தனை பொற்தட்டத்தில்வைத்து
மேதினியோர்[62] காணாமல்
மிகஇருண்ட காட்டின் உள்ளே
காதலறு மகனைக்
கைக்கொண்டு போய்விடுத்து
வாருங்கள்" என்றுசொல்லி
மன்னவர் வாக்களித்தார்!
காரும்[63] வெருண்டு ஓடும்
கருங்கூந்தல் தோழியர்கள்
அந்தமொழி கேட்டே
அந்தப்புரம் சேர்ந்து
கன்னி கற்பூரவல்லி
கடி[64] வாசலுள் புகுந்து

தாதியர்கள் சொன்னது

கண்ணீர் ததும்பிடவே
காயம்[65] நடுங்கிடவே
வண்ணமுகம் சோர்ந்து
வாடி மிகஅழுது
"செல்வன் பிறந்ததினம்
தேசத்துக்கு ஆகாதென்று
வல்வேந்தர் உன்மகனை
வனத்தில்விட வாக்களித்தார்

மதுரைவீரன் கதை

எங்கள் அரசியரே
    யாங்களென்ன செய்வோமம்மா
செங்கோல் அரசரது
    சித்தம் அறியோம்அம்மா!"
என்றுஅந்த தாதியர்கள்
    இயம்பு முறைகேட்டு   395
குன்றினைஒத்த தனத்தாள்
    கூக்குரல் இட்டுஅழுது

தாயின் துன்பம்

கண்ணில் அறைந்துகொண்டாள்
    கையை முறித்துநின்றாள்
மண்ணில் விழுந்துஅழுதாள்
    மார்பில் அடித்துஅழுதாள்
கூந்தல்விரித்து அரசி
    கூச்சல்இட்டு தான்அழுதாள்
"ஏந்திழை மார்களே[66] யான்
    என்னசெய்வேன் என்றுஅழுது   400
மைந்தன்தனை இழந்த
    மாபாவி என்பாரே
அழகுமகன் இல்லாத
    அரும்பாவி என்பாரே
காட்டில் மகனைவிட்ட
    கடும்பாவி என்பாரே
நாட்டில் பலபேர்கள்
    நகைத்திகழ்ந்து சொல்வாரே
என்செய்வேன் சிவன்"என்று
    ஏங்கி மிகத்துடித்து   405
தன்விதியைத் தானினைந்து
    சலித்து மனம்நொந்து
முட்டி அழுதாள்மகன்
    முகம்பார்த்து அழுதாள்
கட்டி எடுத்துஅவன்
    கனிமுகத்தைப் பார்த்துஅழுதாள்
'அப்பா மகனேஎன்
    அருமை திருமகனே

இப்பாரை ஆளவந்த
எங்கள் குலக்கொழுந்தே
தேடக் கிடையாத
செழுந்தேனே தெள்ளமுதே
நாடாளவந்த எங்கள்
நாயகமே நற்றிருவே
பாங்கியற்கு பார்வேந்தன்
பகர்ந்திட்டான் அப்போது
தாங்கினார் அம்மகனை
தாதியர் பொன்தட்டதனில்
வைத்துத் துளசி
மகாராஜர் முன்புவந்தார்
இத்தாதியே[69] தூதுவரை
எடுத்து முத்துத்தண்டிகையை[70]
கொண்டுவரச் சொன்னவுடன்
கொண்டுவந்தார் பொற்சிவிகை
மண்டலம் ஆளும்
மகுடமன்னர் அக்கணமே
முன்னுமுத்துத் தண்டிகையில்
மைந்தனை ஏற்றுவித்து
"இந்த குழந்தைதனை
எல்லோரும் கொண்டேகி
காட்டில்விட்டு வாரும்"என்று
கட்டளை இட்டான்அரசன்
கேட்டவர்கள் செங்கோலின்
கீழ்படிந்து போகலுற்றார்.
முத்துச் சிவிகையைச்சூழ்
குடிமன்னர் முக்கோடி
யானை ஒருகோடி
அணித்தேர் இருகோடி
தவமாய் தவமிருந்து
தான்பிறந்த ரத்தினமே
அவமானக் காட்டில்விட
அரசர் மனங்கொண்டாரே
மாபாவி என்வயிற்றில்
வந்துதித்த பாக்கியமே

பூபாலர்உனை வனத்தில்
போக்கிவிடச் சொன்னாரே
இந்த விதிக்கோநீ
என்வயிற்றில் வந்துதித்தாய்
அந்தபிரமன் உனக்கு
அமைத்த விதிஇதுவோ
பிள்ளை இல்லைஎன்று
பெருந்தவசு நான்புரிந்தேன்
ஐயோ திருஉளமே,
ஆதிசிவனே என்று
கையை நெறித்து
கத்திச் சலித்துஇளைத்தாள்
பக்கலிலே நின்றுஇருந்த
பாங்கிமார் தானெடுத்து
மிக்க துயர்நீங்க
மெல்லியரைத் தேற்றுவித்தார்!

மன்னர் வரவு

பட்டணத்து மன்னர்
பலராஜர் மந்திரிகள்
திட்டமுள்ள சேவகர்கள்
சேனைத்தலைவர் மற்றோர்
கற்பூர வல்லி
கடிமனையினுள் புகுந்தார்
துளசி மகராசர்
துயரமிக்க அடைந்து
"தளராதே" என்றுவித்து
தையலரைத் தேற்றுவித்து
மன்னன் மனைவியரும்
மண்ணுருக தான்அழவே
அன்னை துயர்கண்டு
அனைவருமே அழுதார்
பட்டணத்தில் உள்ளவர்கள்
பார்த்து மிகஅழுதார்

குழந்தையைக் காட்டில் விட்டது

அட்டதிக்கு[68] மன்னர்

அழுதுமிகச் சூழ்ந்துவர
அப்போது "பாலகனை
　　எடுத்து வளர்த்தும்"என்று	445
பாங்கியற்கு பார்வேந்தன்
　　பகர்ந்திட்டான் அப்போது
தாங்கினார் அம்மகனை
　　தாதியர் பொன்தட்டதனில்
வைத்துத் துளசி
　　மகாராஜர் முன்புவந்தார்
இத்ததியே⁶⁹ தூதுவரை
　　எடுத்துமுத்துத் தண்டிகையை⁷⁰
கொண்டுவரச் சொன்னவுடன்
　　கொண்டுவந்தார் பொற்சிவிகை	450
மண்டலம் ஆளும்
　　மகுடமன்னர் அக்கணமே
மன்னுமுத்துத் தண்டிகையில்
　　மைந்தனை ஏற்றுவித்து
இந்த குழந்தைதனை
　　எல்லோரும் கொண்டேகி
காட்டில்விட்டு வாரும்"என்று
　　கட்டளை இட்டான்அரசன்
கேட்டவர்கள் செங்கோலின்
　　கீழ்படிந்து போகலுற்றார்.	455
முத்துச்சிவிகையைச் சூழ்
　　முடிமன்னர் முக்கோடி
யானை ஒருகோடி
　　அணித்தேர் இருகோடி
சேனை பலகோடி
　　ஜெயவீரர் எண்கோடி
ஆட்டமும் பாடல்களும்
　　அதில்வேட்டுக் கோஷ்டமுடன்⁷¹
கூட்டமுடன் மகனைக்
　　கொண்டு நடக்கலுற்றார்	460
காசிநகரை விட்டு
　　கடுக⁷²வெளியில் வந்தார்
தேசிகுல மன்னர்வாழ்

மருமன்னர்கள் வீதிவிட்டு
சேனைத் தலைவர்வாழும்
சிங்கார வீதிவிட்டு
குதிரை விலைமதிக்கும்
சூச்சிலியர் வீதிவிட்டு
சதுரில்[73] நடனமிடும்
தாதியர்கள் வீதிவிட்டு
போட்டசட்டை வாங்காத
பொந்திலியர் வீதிவிட்டு
கொட்டிப்பல தொழில் செய்
கொல்லர்வாழ் வீதிவிட்டு
காசி நகரைவிட்டு
கானகத்தில் போய்புகுந்து
தேசமன்னர் எல்லவரும்
சிறந்தவனம் புகுந்து

வனத்தின் நிலை

காரை[74] படர்ந்தவனம்
கருங்களாப் பூக்குவனம்
சூரைப்[75] படர்ந்தவனம்
சுண்டைக்காய் காய்க்கும்வனம்
குன்று மலைகளிலே
கொம்புலிகள் சூழும்வனம்
ஆறு மடுவுகளும்
ஆகாயம் நிறைந்தவனம்
கூவும் பெருமிருகம்
குலாவி இருக்கும்வனம்
சிங்கம் கரடி
செந்நாய் நெருங்கும்வனம்
எங்கும் விஷப் பாம்பு
இருந்து உலாவுவனம்
இன்னம் பலமிருகம்
இருக்கும் வனந்தனிலே
மன்னன்மகனை முத்து
வண்சிவிகையோடு இறக்கி
திட்டமுள்ள[76] புல்இடத்தை
தெரிந்து அவர்பார்த்து

கானகத்தில் கலக்கம்

தட்டோடு பாலகனைத்
தாழவே தான்எடுத்து
மண்ணில்வைத்து பாலன்தன்
மதிமுகத்தைப் பார்த்துஅழுதார்
கண்ணீர் சொரிந்தார்கள்
கதறி அழுதார்கள்
திரண்டு வந்தசேனைகள்
திகில்அடைந்து தான்அழுதார்
இருண்டவனம் தனிலே
எல்லோரும் தாம்அழுதார்
காட்டைவிட்டு நாட்டில்
கடுக நடந்தார்கள்

நாடு மீளல்

மலைகள் குகைகடந்து
வந்தார்கள் பட்டணத்தில்
கோட்டையில் செல்லுதற்குக்
குறுகி நடந்தார்கள்
உலகைஆளும் மன்னவர்க்கே
உத்தாரம்[77] சொன்னார்கள்
அவர்அவர் வாழிஇடத்தில்
அன்பாய் இருந்தார்கள்
நகைஇல்லா பாலனுக்கு
நடக்கின்றவாறு சொல்வேன்

காட்டில் குழந்தை

பாலகனும் இப்போது
பாரவனந்தனிலே
ஓலமிட்டுத்தான் அலறி
ஓங்கி அழுகையிலே
மாமரத்து நிழலிலே
மைந்தன் தனித்திருந்து
தாமரை நீர்போல
தயங்கிய அழுகைகண்டு
மாணிக்க நாகமது
மனமது மிகஉருகி

ஆணிப்பொன் போல்விளங்கும்
    அரசமைந்தன் பக்கலிலே
வந்து படம்விரித்து
    மதிமுகத்தைத் தான்பார்த்து
அந்தக் குழந்தைக்கு
    அரியமுத்தந் தான்கொடுத்து
புத்தியும் யோகமும்
    பொருந்தி இருப்பதற்கு
நாக்கில் சரஸ்வதிதான்
    நன்றாகத் தான்விளங்க   500
முகத்தில் திருஅழகு
    முன்நின்று தான்விளங்க
எதிர்த்தவரை வெல்ல
    ஏமனது அட்சரமும்[78]
நீச்சன்[79] இல்லா விட்டால்
    நிச்சமாய் தான்பார்த்து
அலங்கார வீரன்என்று
    ஆளொரு பேரும்வைத்து
மன்னர்களை வெல்ல
    மந்திரவாள் கை கொடுத்து   505

நாகம் வாழ்த்தியது

வீரப்ப என்றுசொல்லி
    விதமாய் மதுரையிலே
பூசைபலி கொடுத்துப்
    போற்றித் துதித்திடவே
இந்தப்புவி யோரை
    என்னஎன்று காத்திடவே
மீனாட்சி கம்பத்தடி
    விளங்கவே நீஇருப்பாய்
முன்பூசை கொண்டு   510
    முப்பூசை தான்பெறுவாய்
பத்துவய தினிலே
    படைமுகம் வென்றிடுவாய்
கள்ளரை வென்று
    கனமதுரை ஆண்டிடுவாய்
பெண்களி னாலே[80]

பெரும் பதத்தைத் சேர்ந்திடு வாய்
என்றுமே சொல்லி
இனிதாகத் தான்வாழ்த்தி
தேவாமிர் தத்தை   515
தினந்தோறுந் தான்புகட்டி

சக்கிலிச்சி செய்த தவம்

இப்படி யாக
இருக்கும்அந்த வேளையிலே
காசிநகரைச் சேர்ந்த
கனமான கிராமத்தில்
மாலை வனந்தனிலே
பாரதரட்சை தைத்துவளர்
மாதிகச் சின்னான்
மனைவியாம் சக்கிலிச்சி
மைந்தன்இல்லை என்றுசொல்லி
மதிமயங்கி தானிருந்து   520
பாதரட்சை தானம்
பரிவாகத்தான் கொடுத்து
காசி விஸ்வநாதனையும்
கனக விசாலாட்சியையும்
பூசை அனுஷ்டானம்
புதிய தவம்புரிந்து
மாதிகன் தேவியும்
மன்னுந்தரைமெழுகி
போசனம் செய்து
புண்ணியம் மிகச்செய்து   525

பட்டை வெட்ட காடுவரல்

இப்படி ஆக
இருக்கும்அந்த வேளையிலே
பாங்கான மாதிகனும்
"பாதரட்சை தைத்திடவே
வாறுகளும் சம்புகளும்[83]
வகையாக ஊறவைக்க
ஆவாரம் பட்டைக்கு

அன்புடனே போ" வென்றான்
நல்லது என்றுசொல்லி
   நலமுடனே மங்கையுமே   530
அசைந்து நடந்தாளே
   அந்த வனம்நோக்கி
காசிநாடு ஆளும்மன்னன்
   கண்மணிக்கு நேரான
பாலன் இருக்கும்அந்த
   பாரவனம் நோக்கி

நற்சகுனங்கள்

வழிகூடப் போகையிலே
   மங்கைநல்லாள் அப்போது
காணாத நற்சகுனம்
   கண்டாளே கண்களிக்க   535
காகம் வலமாச்சு
   காடை இடமாச்சு
மங்கலியப் பெண்கள்
   வாழ்த்தி வரக்கண்டாளே
தையநல்லாள்[84] தானும்
   தண்ணீரைத் தான்கொண்டு
நிறைகுடம் கொண்டு
   நேராகத்தான் வரவே
கண்டு மனமகிழ்ந்து
   காரிகையும் அப்போது   540
அசைந்து நடந்தாளே
   அன்னம்போல் இவ்வனத்தில்
காட்டில் புகுந்தாளே
   காரிகையும் அப்போது
அரிவாளும் கைபிடித்து
   ஆவாரம் பட்டைவெட்டி

குழந்தையைக் கண்டெடுத்தல்

பட்டை எடுத்துகட்டி
   பயணமதாய் வருகையிலே
மாமரத்தின் கீழே
   மைந்தனைக் கண்டாளே   545

நாகத்தை போற்றிசெய்து
    நலமுடனே தெண்டனிட்டு
மன்மதனுக்கு ஒப்பான
    வடிவுள்ள பாலகனை
கண்டு மனமகிழ்ந்து
    காரிகையும் அப்போது
பிள்ளைக்கலி தீர்க்கவந்த
    பெருமைஉள்ள மைந்தன்என்று
வாரி எடுத்து
    மார்போடே தான்அணைக்க   550
பைங்கிளியாள் தன்உடம்பு
    பசுமைநிறம் தானாச்சு
பாரத் தனங்களிலே
    பாலுஞ் சொரிந்திடவே
பாலகனும் பால்குடித்துப்
    பசிஆறிய பின்பு
கோலமயில் அணையாள்
    குளிர்ந்து மனமகிழ்ந்து
பாலகனை மடியில்வைத்து
    பட்டையும் தான்எடுத்து   555
சேர்த்து விரிவிரித்து[84]
    வீட்டுக்கு வாறாள்காண்!

சக்கிலி சந்தேகம்

இவள்வருவதற்கு உள்ளாக
    இந்நேரம் என்னவென்று
சந்தேகம் தோன்றி
    சக்கிலியன் தான்எழுந்து
கையில் தடிஎடுத்து
    கனத்தஒரு தோளில்வைத்து
பூமி அதிர்ந்திடவே
    பொற்கொடியைத் தான்தேடி
கோபமிகக் கொண்டு
    கொம்பனையாள்[85] முன்வந்து   560
கண்டானே பெண்ஆரணங்கைக்
    கண்கள் சிவந்திடவே

மதுரைவீரன் கதை

"இந்தநேரம் கானகத்தில்
    என்செய்தாய்" என்றுசொல்லி
சக்கிலியன் தானும்
    தடிஎடுத்து நோக்கையிலே

சந்தேகம் தீர்த்தல்

"அடியாதே என்கணவா
    அதிசயம் சொல்லுகிறேன்
கோபத்தைத் தான்அடக்கும்
    குணம்உள்ள பர்த்தாவே!   565
பிள்ளை கவலை
    பெருங்கவலை தீர்ந்ததுஇப்போ!
ஆதிசிவன் கர்த்தன்நமக்கு
    ஆண்பிள்ளை தான்கொடுத்தான்!
மாணிக்கம் போலேஇந்த
    மைந்தன் தனைஅளித்தார்
இந்தாரும் பிள்ளையென்றே
    ஏந்திழையாள் தான்கொடுத்தார்
தட்டோடு பாலகனை
    தான்வாங்கி சக்கிலியன்   570
இன்பக்கடல் குளிர்ந்து
    இருபுஜமும் பூரித்தான்
வீட்டிலே தான்வந்து
    மெல்லியுடன் சின்னானும்
சக்கலிச்சி கையில்
    தனயன் தனைக்கொடுத்து

குழந்தைக்குத் தொட்டில்

தச்சன் ஒருவனைப்போய்
    தான்அழைத்து வந்தான்காண்
மைந்தனுக்குத் தொட்டில்
    வளமுடனே செய்யும்என்றான்   575
அப்படியே தச்சன்
    அமைத்தானே தொட்டிலுமே
மாணிக்கத்தை புதைத்து
    வச்சிரத்தால் பூண்கட்டி
பச்சை மரகதமும்

பாங்குடனே தான்அமைத்து
தங்க கொலுசுசெய்து
தான்பூட்டி தச்சனுமே
கொடுத்திட மாதிகனும்
கோதையருமே[89] வாங்கி   580
பாலகனை தாம்எடுத்து
பதிவான தொட்டிலிலே
கண்மணியே தான்வளர்த்தி
காரிகை தாலாட்டல்உற்றார்

தாலாட்டு

ஆரிவரோ ஆரிவரோ
ஆரிவரோ ஆரிவரோ
புத்திரனே உந்தனுக்கு
புகழ்ச்சியுடன் தாலாட்ட
நித்திரை செய்யும்அந்த
நேரான கண்மணியே   585
கண்ணே உறங்குஉறங்கு
கற்பகமே நித்திரைசெய்
கண்ணேஎன் கண்மணியே
கற்கண்டே சர்க்கரையே
ஆதிசிவன் மகனோ
ஆயன்[87] மருமகனோ
சோதிக்க வந்தவனோ
துய்ய[88] கணபதியோ
தேனான கண்ணே
தெவிட்டாத தெள்ளமுதே   590
பாலூறும் வாயுடைய
பாலகனே பைங்கிளியே
கானகத்தில் நீயும்
கவிழ்ந்து விளையாட
நான்நக வந்த
நாயகமே கண்வளராய்
எந்தனுக்கு பிள்ளைஎன்று
ஈஸ்வரனார் தந்தகண்ணே
சுந்தரமாய்[89] நித்திரைசெய்

சொர்ணமய⁹⁰ தொட்டிலே 595
பிள்ளை கவலை
　　பெருங்கவலை தீர்க்கவந்த
வள்ளலே கண்ணே
　　மணியே மணிவிளக்கே
மாறுபடா⁹¹ பாலகனே
　　மாசிலாக்⁹² கண்மணியே
வேறுபடா⁹³ புத்தமுதே
　　விண்மணியே கண்வளராய்
அங்கயற் கண் அம்மை
　　அருள் பெற்றபாலகனே 600
எங்கள் குடிதழைக்க
　　என்மகனே கண்வளராய்
இப்படி தாலாட்ட
　　ஏத்த சிறு பாலகனும்
நித்திரையும் செய்து
　　நினைவுவந்து பாலகனும்

குழந்தையைச் சீராட்டல்

பசிஎடுத்து பாலகனும்
　　பதறி அழுகையிலே
தாவியே சக்கிலிச்சி
　　தான்எடுத்து பால்கொடுத்தாள் 605
பால்கொடுத்துப் பசிஆற்றி
　　பாலகனுக்குப் இப்பொழுது
எண்ணெய் தலையிட்டு
　　இளம்வெந்நீர் தான்வார்த்து
உச்சிஉதிர்த்து துடைத்து
　　உடம்புஎல்லம் தான்துவட்டி⁹⁴
திட்டமுள்ள நெற்றியிலே
　　திருநீற்றுக் காப்புமிட்டு
நேரான நெற்றியிலே
　　நிலகாப்பு தானும்இட்டு 610
நீல விழி கண்களுக்கு
　　நேர்மையுடன் மைஎழுதி
பிள்ளைக்குத் திருஷ்டி

பிரியமுடன் சுற்றுதற்கு
நெல்லும் அறுகும்
நேரான மஞ்சளுடன்
பருத்திவிதை சுண்ணாம்பு
பரிவாகத்தான் பிசைந்து
தண்ணீர் முகந்துவந்து
தாம்பாளத்தில் போட்டு
இப்படி யாக
இனி வளர்க்கும் வேலையிலே

காது குத்தல்

மாதிகனைத் தான்அழைத்து
மங்கையாள் ஏது சொல்வாள்
“மூன்றாம் பிராயத்தில்[95]
முத்தமிட்டுக் காதுகுத்த
நல்லநாள் கேட்டு
நட்சத்திரந்தான் பார்த்து
திட்டமுள்ள தட்டானைச்
சீக்கிரமாய் அழையும்”என்றாள்
அந்தநல்லாள் சொல்கேட்டு
ஆனஒரு மாதிகனும்
கூட்டிவந்து தட்டானைக்
குழந்தையைப் பாருஎன்றான்
பார்த்துஅந்த தட்டானும்
பாலகனுக்கு ஏற்றாற்போல்
தங்கத்தால் கம்பி
சதுராகத்[96] தான்வளைத்து
கீழ்க்காதை மேற்காதை
கிரமமாய்[97] குத்திவிட்டான்
படிஅரிசி தக்ஷணையும்
பாக்கிலையும் சர்க்கரையும்
அத்தனையும் தான்கொடுத்து
அனுப்பினான் தட்டானை
மாதிகனும் மங்கையாரும்
மனதுமிகத் தான்குளிர்ந்து
சந்தோஷ மாகித்

       தயவாய் இருபேரும்
   இப்படி யாக
       இருக்கின்ற வேளையிலே   630

சின்னான் சிந்தனை

   காசிபட்டணத்தில் இருக்கும்
       கணத்த வெகுமாந்தர்களும்
   மாதிகச் சின்னானுக்கு
       மைந்தன்வந்த சேதிதன்னை
   பட்டணத்தில் உள்ளஜனம்
       பாங்குடனே தாம்அறிந்து
   இராஜானுட பிள்ளைஎன்று
       நலமாக ஓடிவந்து
   மாதிகச் சின்னானும்
       மைந்தனை வளர்க்கிறான்   635
   என்றவர்கள் சொல்லி
       இந்தச் சமயத்தில்
   இப்பெரிய பட்டணத்தில்
       இருந்தோமே யானாக்கால்
   தன்பிள்ளை என்று
       தான்அழைத்துக் கொன்றிடுவான்
   மறுதேசம் போய் தானும்
       மங்கையரே நாம்பிழைப்போம்"

மறுதேசம் செல்லல்

   அப்படியே நல்லதுஎன்று
       அன்பாய் இருவருந்தான்   640
   மைந்தனைத் தான்எடுத்து
       மறுதேசம்[98] போனார்கள்
   காடுமலை தாண்டி
       கடுகி நடக்கல்உற்றார்
   பொம்மனன் சீமைக்கும்
       பொட்டெனவே வந்தார்கள்
   யாதென்று சொல்லி
       அழைப்பித்தார் பொம்மணனும்

மன்னன் கேட்டது

   "எந்தஊர் எந்தநாடு
       எங்கிருந்து இங்குவந்தீர்?"   645

என்றதற்கு மாதிகனும்
ஏந்திழையும் சொல்லுகிறார்

மாதிகன் சொன்னது

காசிஎன்னும் பட்டணத்தைக்
கடந்த வரலாற்றைக்கேள்
பஞ்சைகள்[99] பிழைக்க
பரதேசம் நாங்கள்வந்தோம்
வயிறு பிழைக்க
மறுதேசம் நாங்கள்வந்தோம்”
அந்தநல்ல சேதி
அறிந்தானே பொம்மணனும்

மன்னரிடம் சேவகம்

என்னிடத்தில் சேவகமாய்[100]
இருப்பாயோ மாதிகனே
“அப்படியே நல்லது”என்று
அமர்த்தினான் பொம்மணனும்
சேவகம் செய்து
சீருடனே தான்இருந்தான்
சந்தோஷ மாக
தயவாய் இருக்கையிலே

குழந்தை வளர்த்தல்

பிள்ளைக்குச் சிங்காரம்[101]
பிரியமுடன் பூட்டலுற்றான்
நெற்றிக்குச் சுட்டிகட்டி
நிழல்கண்ணாடியும் பூட்டி
காதிலே மத்திக்காய்[102]
கனமாகத் தொங்கவிட்டு
பச்சைக் கல்முருகு
பவளத்தால் தாழ்வடமும்
காலில் சிலம்புஅணிந்து
கைக்குத்தங்கக் காப்புஇட்டு
பூணாரம் எல்லாம்
பூட்டினான் மாதிகனும்
நாளொரு மேனியுமாய்
நலமாகத் தான்வளர்ந்தான்

பத்துவயது ஆனதின்மேல்
	பதினாலாம் வயதுதனில்
இளமைப் பருவம்
	சரிகை சந்திரகாவி
		தலைப்பாகை சுட்டியுடன்
	வண்ண கம்பிசோமன்[103]
		வகையாய் உடுத்திஅங்கே
	பட்டுகம்பி சோமன்
		பாங்காய் வரிந்துகட்டி 665
	இடதுபுறம் தொங்கலிலே
		ஏமனுட அட்சரமும்
	பார்வதி கடாக்ஷத்தால்[104]
		பரிவாக உண்டாச்சு
	பஞ்சவர்ண பாட்டாடை
		பாங்கான சாலுவையும்
	முன்கையில் சந்தனமும்
		முறுக்கிவிட்ட மீசைகளும்
	கஸ்தூரி பொட்டுமிட்டுக்
		கனத்த திருமார்பிலுமே 670
	சந்தனமும் புனுகுந்
		தாராளமாய்ப் பூசி
	இப்படியாய் தானே
		இருந்து வருகையிலே
வீரன் தீரம்
	குச்சி உருமாலைகட்டிக்
		கூசாமல் வீரையனும்
	கச்சை வரிந்துகட்டி
		கருங்கச்சை சுங்குவிட்டு
	காலில் மிதியடியும்
		கையில்உண்டை வில்பிடித்து 675
	மந்திரவாள் எடுத்து
		மதயானை போல்எழுந்து
	எதிர்க்க தான்கண்டவரை
		எண்ணியே பாராமல்
	கண்ட முனிராக்ஷரைக்
		கண்டதுண்டம் ஆக்கிடுவான்

காளிகதவை அடைக்கக்
கண்டமுனி தெண்டனிட
வேட்டைகள் ஆடுவதும்
வேங்கை புலிகுத்துவதும்
மாதிகன் சொல்கேளான்
வனங்களிலே போய்விடுவான்
கரடி புலிசிங்கம்
காட்டானை கொல்கிறதும்
வேஷங்கள் மாறி
வீட்டில் வருகிறதும்
வருகிறதைக் கண்டு
மாமா மனமகிழ்ந்து
வந்ததொரு வீரனுக்கு
வரிசையுடன் அன்னமிட்டு
குத்து பருப்புஇட்டு
கூசாமல்[105] நெய்வார்த்து
சுண்டக்கறி வகையும்
சுகிப்பான போஜனமும்[106]
வாழைப்பழம் சர்க்கரையும்
வகைவகையாய் தான்சமைக்க
சாப்பிட்டுக் கைஅலம்பி
தாம்பூலந் தான்தரித்து
பள்ளியறையில் புகுந்து
பாங்கான கட்டிலிலே
பள்ளிகொண்டு வீரையனும்
பண்பாய் எழுந்திருந்து
இப்படி தானும்
இருக்கும்அந்த வேளையிலே

பொம்மிக்குக் காவல்

பட்டணத்தை ஆளும்
பரிவான தொட்டியனும்
பொம்மண நாயக்கன்மகள்
பொம்மியம்மாள் என்பவள்காண்.
புத்தி அறிந்ததின்மேல்
பூவைதனை பொம்மனும்
ஊருக்கு மேற்கே

ஒருநாழி தூரத்திலே[107]
பச்சை குடிசைகட்டிப்
பண்பாய் அலங்கரித்து
பொம்மி அம்மாளைப்
பொங்கமுடன் கூட்டிவந்து
அந்த குடிசைதன்னில்
அமர்ந்திருக்கச் செய்துவைத்து
மாதிகச் சின்னானை
வரவழைத்துத் தான்உடனே
“அல்லும் பகலும்
அறுபது நாழிகையில்
பட்சி பறவாமல்
பகல்மோசம் வாராமல்
கள்ளர் திருடர்
கடுவிஷங்கள் தீண்டாமல்
காற்றுமழை வந்ததுஎன்று
காவல்தப்பிப் போகாமல்
காரும் பிள்ளாய்”
கட்டளையும் இட்டானாம்
நல்லதையா என்று
நலமுடனே மாதிகனும்
மாதிக்கச் சின்னானும்
மாளிகைக்குத் தான்வந்து
குச்சி உருமாலைகட்டி
கட்டாரிகை பிடித்து
அம்புவில்லும் கைஏந்தி
ஆயுதங்கள் தான்தரித்து
பொம்மியம்மாள் காவலுக்கு
போய்வாரேன் மாதிகனான்
அல்லும் பகலும்
அறுபது நாழிகையும்
காகம் அணுகாமல்
கருங்குருவி நாடாமல்
பட்சி பறவாமல்
பகல்மோசம் வாராமல்
இப்படி யாக
இவன்காக்கும் நாளையிலே

காவலுக்குத் தடை

வருண பகவானும்
    வந்து கவிழ்ந்ததினால் 715
ஈரேழு உலகமெல்லாம்
    இருள்வந்து சூழ்ந்ததினால்
வயதுசென்ற மாதிகனும்
    மனதுநொந்து மெய்நடுங்கி
பொம்மியம்மாள் காவலுக்குப்
    போகக் கூடாமையினால்
மனதிலே எண்ணி
    மகன்உடனே சொல்லலுற்றான்!

வீரன் காவலுக்குச் செல்லல்

வீரமகன் தான்கேட்டு
    வெகுவாய் மனங்குளிர்ந்து 720
"இந்த இருட்டிலேதான்
    எப்படிநீர் போவீரையா
பிள்ளைஒன்று நானிருக்க
    பெரியவர்நீர் போகலாமோ
தந்தையுடன் காவலுக்கு
    மகன்தான்நான் போய்வாரேன்"
என்று சொல்லித்தானும்
    எழுந்திருந்தான் வீரையனும்
எழுந்திருந்து தான்போய்
    எண்ணமற்ற நாளைஅவன் 725
சலவைக்கல் மண்டபத்தில்
    சாமிபோல் நின்றுகொண்டு
சம்பங்கி எண்ணெயால்
    தலைமுழுகி மயிராற்றி
கோதிமயிரைக் கோனாமல்
    சிக்கு அறுத்து
செங்கமலக் கையாலே
    சீக்கிரமாய் தான்முடித்து
சிவசிவா என்று
    திருநீறு அணிந்துகொண்டு 730
சந்தனக் கஸ்தூரி

தான்அணிந்தான் மார்பதனில்,
	பஞ்சவர்ண பட்டாடை
		பாங்காய் அலங்கரித்து
சிவந்த உருமாலை
	செட்டிகட்டும் பாவனையாம்
மண்டி இடுங்கால்களுக்கு
	மாதுளம்பூச் சல்லடமாம்[108]
கச்சை வரிந்துகட்டி
	கருங்கச்சை சுங்குவிட்டு						735
முன்நின்ற தொங்கலிலே
	மோககன்னி அட்சரமாம்
பின்நின்ற தொங்கலிலே
	பிரமாவின் அட்சரமாம்
உள்ளே போய்அணிந்து
	உடம்புஎல்லாம் அங்கிபூண்டு
நெற்றிக்குச் சுட்டிகட்டி
	நேர்விழிக்கு மையெழுதி
பாசிபந்து தாயத்தம்[109]
	பாங்காகக் கையில்கட்டி						740
ஆபரண மெல்லாம்
	அலங்கரித்து தானும்இப்போ
எட்டுதுலாங் கத்தி
	இத்துடனே கேடயமும்[110]
உண்டை வில்லும்கையில்
	உடைவாளுந் தான்தரித்து
பாக்குடனே வெற்றிலையும்
	பாங்காகத் தான்தாங்கி
மாதிகச் சின்னானை
	வந்துகண்டே அந்நேரம்						745
பொம்மியம்மாள் காவலுக்கு
	போகவிடை தாருமையா"
அப்படியே போய்நீ
	அநுதினமும் காவல்செய்வாய்
என்று சொல்லக்கேட்டு
	ஏத்தம்உள்ள தென்மதுரை[111]
நடந்தான்காண் வீரையனும்

நாலுதிக்கும் தான்அதிர
சிங்காரத் தோப்பைச்
 சீக்கிரமாய்த தான்பார்க்க 750
அலங்காரத் தோப்பில்
 அச்சமுறத்தான் சேர்ந்தான்
பைங்கிளியாள் தன்குடிசை
 பக்கமே போய்ச்சேர்ந்தான்!

பொம்மியின் கேள்வி

அந்நேர வேளையிலே
 ஆரணங்கு பொம்மியம்மாள்
குடிசைவிட்டு வெளியில்வந்து
 கொட்பெனவே தான்பார்த்து
தென்மதுரை நிற்கிறதைத்
 தேன்மொழியும் கண்டாளே 755
நிற்கிறதைக் கண்டு
 நெடுநேரம் மெய்மறந்து
ஆரோ தெரியாது
 அர்த்தராத்திரி வேளைதன்னில்
மாதிகன் அல்லதிவன்
 மாற்றானாய்க் காணுதென்று
ஆரடா நிற்கிறவன்
 அஞ்சாமல் சொல்லிடுவாய்"

வீரனின் விளக்கம்

"ஆரோஎனச் சொல்லி
 அஞ்சாதே மங்கையேநீ 760
மாதிகச் சின்னான்பெற்ற
 மைந்தன் தான்" என்றான்
நல்லதென்று சொல்லி
 நடந்தாள் குடிசைக்குள்
பைங்கிளியாள் போய்
 பாடல்எடுத்துச் சாத்தியபின்
கட்டிலின் மீதிருந்து
 கட்டளைகள் சொல்லுகிறாள்
பத்திரமாய்[112] நீயும்
 ஒண்டி[113] ஒருவனுமாய் 765

உட்கார்ந்து இருப்பேனோ
மங்கையரே நானும்
மழையில் நனைகிறது
படுத்திரடா என்றுசொன்னாள்

வீரன் வேண்டியது

மதுரையன் தான்கேட்டு
வகைஉடனே பேசல்உற்றான்
போட்டதொரு கட்டிலில்
போய்படுத்தாய் பெண்ணேநீ
ஆண்பாவம் பொல்லாது
அதட்டினால் தோஷமாடி
இருட்டி ஒருவனுமாய்
இருப்பேனோ பெண்ணரசே
குடிசைக்குள் வரவழைத்தால்
கோடிதர்மம் உண்டுனக்கு

பொம்மி கோபம்

இவ்வார்த்தை கேட்டிருந்த
ஏந்திழையும் கூறுகின்றாள்
"சக்கிலிப் பயலுக்குத்
தலைப்புழுகு[114] ஆடுகுது
எகத்தாளம்[115] பேசி
எடுத்துரைக்க வந்தாயோ
காவல்செய்ய வந்தாயோ
கற்பழிக்க வந்தாயோ
என்ன பினாத்துகிறாய்[116]
எழுந்திருந்து போடாநீ
கூறாவென்றால் கேட்டு
கோடிபடை வந்துவிடும்
உந்தனையும் வெட்டி
உயிர்க்கழுவில் போட்டிடுவார்"

வீரனின் விருப்பம்

பையல் என்றபோதே
பதைக்குதடி என்மனது
தலைவெட்டி போனாலும்
சக்கிலிநான் விடுவதில்லை
உந்தனையும் விட்டெந்தன்

உயிர்தானும் போகாது
ஈரத்தில் நின்றால்
என்னுடம்புக்கு ஆகாது
எந்தனுட நீயும்
இசைவாகத் தான்கூடி
குடிசைக்குள் என்னைஅழைத்து
கூடினால் உந்தனுக்கு
கோடி தருமமுண்டு
கோதையே நம்படிநீ
சக்கிலியன் ஆனாலும்[117]
தனஞ்செயன் ஆனவண்டி
கன்னியே கொஞ்சநாளில்
காட்டுகிறேன் சவுரியத்தை
இந்நேர வேளைதனில்
இருவருமே கைகலந்து
மருவி[118] இருவருமாய்
மங்கையே பெண்மயிலே
காம விகாரம்
களையாய் வருகுதடி
பஞ்சணை மெத்தையின்மேல்
பக்கத்து இடங்கொடுத்து
இருவருமாய் கூடி
இருப்பமடி பெண்ணரசே
கூடிஇருந்தோ மானால்
கோதையரை நீதானும்
சந்தன கஸ்தூரி
தான்பூசி வாழ்ந்திருப்பாய்
பாலும்பழமும் சர்க்கரையும்
பசியாமல் உண்டு இருப்பாய்
வெற்றிலையும் பாக்கும்
விதவிதமாய்த்தான் நுகர்வாய்
ஏதேது கேட்டாலும்
எடுத்துவந்து நான்தருவேன்
மங்கையே நான்கேட்கிறது
உன்மனதும் உருகலையோ
கல்லும் கரையும்அடி

கடலும் இறுகுமடி[119]   800
உன்வடிவுக்கு ஏற்ற
   உத்தமனும் நான்தாண்டி
ஏதுக்கும் அஞ்சாதே
   இளமயிலே பெண்ணணங்கே!"
இப்படி யாக
   இன்பமுடன் கேட்கையிலே

பொம்மி புலம்பல்

பேடை மயில்போல்
   பெண்ணணங்கு கேட்டிருந்து
எண்ணாது எண்ணி
   ஏங்கி அழுதல்உற்றார்   805
"ஈஸ்வரனே என்தலையில்
   என்ன எழுதிவிட்டாய்
கன்னி கழியாமல்
   கல்யாணம் செய்யாமல்
சக்கிலியன் கற்பழிக்கத்
   தலையில் எழுதினையோ,
என்றுசொல்லி கன்னியரும்
   ஏங்கி முகம்வாடி
முத்துப்போல் கண்ணீரை
   முகம்எல்லாம் சேரவிட்டாள்   810
பவளம்போல் கண்ணீரைப்
   பக்கம்எல்லாம் சேரவிட்டாள்'

வீரனின் வாஞ்சை

அழுது முகம்வாடி
   அவளிருக்கும் குடிசைக்குள்
மண்டியிட்டுத் தானும்நுழைந்து
   மடிமேல் உட்காரவைத்து
மங்கையரைத் தானும்
   மார்போடே தான்அணைத்தான்
ஏந்திழையே உந்தனுக்கு
   என்ன விசாரமடி   815
ஆரென்று இருக்கிறாய்
   அருங்கிளியே பெண்மயிலே

காசிராஜன் பெற்ற
கருத்துள்ள வீரனடி
மகிமை தெரியாமல்
மயங்குகிறாய் பெண்மயிலே
என்று சொலித்தானும்
எடுத்தவளைக் கண்துடைக்க
மங்கையரும் பார்த்து
மனமும் குளிர்ந்தாளாம்
தெளிந்து முகமலர்ந்து
தேன்மொழியாள் அப்போது

பொம்மியின் மகிழ்ச்சி

கண்குளிரப் பார்த்து
கன்னிகையும் ஏதுசொல்வாள்
“முன்னழகும் பின்னழகும்
மூவுலகில் கிட்டாது
மார்பு அழகைகண்டால்
மயங்குவார் கோடிபெண்கள்
உருமாலை கிட்டழகும்
உத்திராட்சம் தன்அழகும்

கூடல்

சந்தனம் கஸ்தூரி
தான்அணிந்தான் மங்கையர்க்கு
புனுகு ஜவ்வாது
பொங்கமுடன் பூசல்உற்றான்.
மல்லிகைப்பூ, சண்பகப்பூ
வரிசையைத் தான்தரித்தான்
உத்திரியந்தான் எடுத்து
உத்தமிமேல் தான்தரித்தான்
மங்கையரும் இப்போது
மனமகிழ்ந்து கட்டிலின்மேல்
“என்னை வலதுஅழிக்க
எத்தனைநாள் காத்திருந்தாய்
மகாதேவர் அருளினார்
மண்பிடித்த வேளையிலே
மன்னவனே எந்தனுக்கு

வளர்ந்தீரோ பூமிதனில்”
என்றுசொல்லி தான்நகைத்து
இசைவாகக் கன்னிகையும்[20]
அடைக்காயும்[21] வெற்றிலையும்
அன்பாக முன்புவைத்தாள்
பாக்குஇலையும் தான்அருந்தி
பரிந்து விளையாடி
காம விகாரம்
கண்ணை மறைத்தது இப்போ
மன்மத பாணம்
மார்புஉருகி போகையிலே
தோகை அணிந்த
துகிலாடை தான்களைந்து
மங்கயரைத் தான்அணைந்தான்
மாணிக்கக் கையாலே
கட்டி அணைத்தான்
கனிவாயை முத்தமிட்டான்
முகத்தோட முகம்வைத்து
முத்தமிட்டார் இருவருமாய்
கந்தருடன் வள்ளியம்மை
கைகலந்த பாவனைபோல்
பார்வதியாள் தன்னுடனே
பரமசிவன் சேர்ந்ததுபோல
கூடி மகிழ்ந்து
குலாவி விளையாடி
மதுரை மகாவீரன்
மங்கையுடன் தான்சேர்ந்தான்
இப்படியாக இருந்த
விளையாடிய பின்

பதிபக்தி

கட்டில்விட்டுத் தான்இறங்கி
கன்னியும் அப்போது
புருஷனே தெய்வம்என்று
பொற்கொடியும் தான்நினைந்து
தென்மதுரை வீரனுக்கு
தெண்டனிட்டு[122] நிற்கையிலே

மன்னவனும் இப்போது
மங்கையரை தான்எடுத்து
காலில் விழுந்த
காரணத்தைக் கேட்கல்உற்றான்
பெண்அரசி வாய்திறந்து
பிரியமுடன் சொல்லுகிறாள்
“மானிடர் தானோ
மகாதேவர் நீதானோ
எவ்வுலக ராஜாவோ
ஈஸ்வரனார் தன்மகனோ
ஆர்பெற்ற கண்மணியோ
அரிவயற்கு கூறும்”என்றாள்
மாதிகன் வீட்டில்வந்த
வகையதனைச் சொல்லுமென்றாள்
தாய்தகப்பன் பேரும்
தனஞ்சயனே சொல்லுமென்றாள்,
“மதுரையான் வந்தவகை
மங்கையரே சொல்லுகிறேன்
கைலாச நாதர்
கடாக்ஷத்தின் தன்னாலே
காசி மகாராஜனுக்குக்
கண்மணியாய் நான்பிறந்தேன்
மாலையுடன் பிறந்தேன்என்று
வனத்திலே போட்டுவிட்டார்
வனத்திலிருந்து என்னை
மாதகி எடுத்துவந்தாள்
சக்கிலியன் வீட்டில்
வளர்ந்தவன்டி தையலரே!”
என்றுசொன்ன சொல்கேட்டு
இனிதாய் மனமகிழ்ந்து
“இந்த மட்டுந்தான் சேதி
இனிஒன்றும் நான்அறியேன்”
என்றுசொன்ன சொற்கேட்டு
இனிதாய் மனம்மகிழ்ந்தாள்
“பொழுது விடியுது
போய்பிழையும் மன்னவனே

நாளைய பொழுதில்உன்
    நாகரிகம்[183] பேசுவீர்காண்"
இப்படித்தானு இருக்கும்
    இந்த வேளையிலே   870

விடிந்த பிறகு

கங்குல் விடிந்து
    கதிரோனும் வந்துஉதித்தான்
தேன்மொழியாள் குடிசைவிட்டு
    சீக்கிரமாய் வெளியில்வந்து
கிழக்கு முகமாய் இருக்கும்
    கேணியிலே போயதனில்
கால்முகம் சுத்தி செய்து[124]
    கனிவாயும் கொப்பளித்து
சிவசிவா என்று சொல்லி
    திருநீறு தானுமிட்டு   875
அரகரா என்றுசொல்லி
    ஐயனையும் தான்தொழுது
கோதை மயில்அணையாள்
    குடிசைக்குள் தான்நுழைந்தாள்.
மதுரை வீரன்தானும்
    மாதிகன் வீடுபோனான்
மாதிகனும் ஓடிவந்து
    மைந்தனைத் தான்தழுவி
"இன்னேரம் என்னசெய்தாய்
    எந்தனது கண்மணியே!   880
"மழையில் நனைந்ததினால்
    மறந்துநான் தூங்கிவிட்டேன்
நல்லதென்று கூட்டிப்போய்
    நலமுள்ள மாதிகனும்
"மங்கையரே பெண்ணே
    மைந்தனுக்கு அன்னமிடு"
மாதா மனமகிழ்ந்து
    வட்டில் விளக்கிவைத்து
சம்பா அரிசி
    சமைத்த சாதம்படைத்து   885

தயிரெடுத்து வார்த்து
    தயவாய்புசியு மென்றாள்.
வற்றல் வடகம்
    வகையுடனே ஊறுகாய்
கூட்டி அமுதுண்டான்
    குணமுள்ள வீரனுமே
உண்டு பசியாறி
    உத்தமனும் வீற்றிருந்தான்
கங்குல் வருமுன்னே
    கதிரோனும் போய்மறைந்தான்.   890

மறுபடியும் காவல்

இன்றைய காவலுக்கு
    என்மகனே போய்வருவாய்
நல்லதென்று வீரையனும்
    நடந்தானே அப்போது
பொன்ஆபரணம் எல்லாம்
    பூட்டி அலங்கரித்து
ஆயுதம்எல்லாம் எடுத்து
    அரிவாளும் கைப்பிடித்து
பார்த்தபேர் மோகிக்கப்
    பஞ்சவர்ணப் பொட்டுமிட்டு   895
மங்கைக்குத் தான்தரிக்க
    மங்கலியம் கைகொண்டு
நாடிக் குடிசைதனை
    நடந்தானே வீரையனும்.

தாலி கட்டல்

மங்கலியம் கட்டாமல்
    மாதேஉனை அணைந்தேன்
மங்கலியம் சூட்ட
    மகிழ்ச்சியாய் வந்தேனடி
இந்த சொல்கேட்டு
    ஏந்திழையாள் இப்போது   900
கழுத்திலே மங்கலியம்
    கண்டதே உண்டானால்
அம்மான் மார்கூடி

மதுரைவீரன் கதை

அறுத்து வசந்தெடுப்பார்
   என்தகப்பன் தானும்
      இருதுண்டாய் வீசிடுவார்"
இப்படியாக ஏந்திழையும்
   சொல்லி முடித்தாள்.
ஏதுக்கும் அஞ்சாதே
   இளங்கொடியே பெண்மயிலே   905
ஆதிசிவன் பிர்மா
   ஆயனுடன் பார்வதியும்
முப்பத்து முக்கோடி
   முனிவர்களும் தேவர்களும்
அரனார் திருமகனும்
   ஆனைமுகம் பிள்ளையாரும்
எல்லாரும் பார்த்துஇருக்க
   இந்தச்சிறு தாலிதனை
மஞ்சள் சரட்டில்
   வகைவகையாய்த்தான் கோர்த்து   910
சாணிஎடுத்து வந்து
   சதுராகத்தான் மெழுகி
பிள்ளையார் தன்னை
   பெட்புடனே[125] தானிருத்தி
அறுகு பிடுங்கிவந்து
   அன்பாய் விநாயகர்க்குப்
புஷ்பங்கள் தூவியல்லோ
   போற்றி மிகத்துதித்து
பாதத்தின் முன்பாகப்
   பாங்கான தாலிதன்னை   915
வைத்து இருவோரும்
   வணங்கியே தெண்டனிட்டு
சாம்பிராணி தூபம்
   சதுராகத்தான் கொடுத்து
தேவர்கள் இப்போது
   சிறப்பாக பார்த்திருந்தார்
அந்த நல்லவேளையிலே
   ஆண்சிங்க வீரையனும்
சரட்டுடனே தாலிதன்னைச்

சாங்கமாய்[126] தானெடுத்து
தேவர்களை நோக்கித்
தெண்டனிட்டு வீரையனும்
சிவசிவா என்றுசொல்லி
திருமங்கிலியம் தன்னை
தோகைநல்லாள் கழுத்தில்
சூட்டினான் அப்போது
அந்தர்த் தேவர்களும்
அலங்காரம் சூழவேதான்
பூமாரி தானும்
பொழிந்தார்கள் அக்கணமே
ஆணிமுத்து வீரையனும்
ஆரணங்கு பொம்மியரும்
திட்டமுடன் எழுந்து
தீர்க்கமுடன் தேவர்களை
அடிபணிந்து தெண்டனிட்டு
அன்பாக நின்றார்கள்
ஆசீர்வாதம் செய்து
யாவரும் வரம்அளித்தார்
பொன்னுலக வாசலிலே
போனார்கள் தேவரெல்லாம்
ஆணிமுத்து வீரையனை
ஆரிழையாள் தான்பார்த்து

இரண்டாம் இரவு

"ஆதிசிவன் கர்த்தர்
அமர்ந்தசபை தானறிய
மங்கிலியம் தான்தரித்த
மைத்துனரே வாரும்என்றாள்.
கட்டிலில் இருவருமாய்
கைகோர்த்து தானிருந்து
சிரித்து விளையாடி
தேன்மொழியைத் தான்அணைத்தான்
அணைத்து விளையாடி
ஆவல்எல்லாம் தீர்த்தார்கள்
தீராத ஆசைஎல்லாம்
தீர்த்து இருவருமாய்

பிரிவு பேச்சு

வாருங்கள் மைத்துனரே[127]
வார்த்தைஒன்று கேளுஎன்றாள்
முப்பது நாளும்
முடிந்ததுகாண் நாளையுடன்
நாளைக்கு இக்குடிசை
நலமாகத் தான்பிடுங்கி
மாளிகைக்குத் தான்அழைக்க
வருவார்காண் என்தகப்பன்
உன்னைவிட்டு நான்பிரிந்து
உகந்து இருப்பேனோ
இருவருமாய் கூடி
இனிதாய் விளையாட
என்றைக்குத் தான்அமையும்
ஏந்தலே சொல்லுமென்றாள்
"நாளைக் கிழமைக்கு"
நான்வருவேன் என்றுசொன்னான்.
நாளைப் பொழுதில்
நலமாகக் காண்பீர்காண்
அதன்பிறகு என்னைஅல்லோ
யார்பார்க்கப் போகிறார்கள்
என்னைத் தவிர
எவள்உனக்கு ஆகாதோ
தேசத்தில் வேறொருபெண்
சிக்காதோ தேசிக [128]
மண்டலத்தில் நான்தானோ
மற்றொருபெண் கிட்டாதோ
என்குறிஞ்சிக் கோட்டைக்கு
எளிதமாக வந்தீரென்றால்
கோட்டை குறிகாரர்
கொத்தளத்து சேவகரும்
மன்னவரே உமக்கு
வழிவிடத்தான் போறாரோ
பத்துத்தலை வாசலுக்குப்
பத்துலக்ஷ கோடிமன்னர்

தொட்டியவர்கள் காவல்
    துடுக்காயிருக்கு அங்கே   955
வந்தாலும் உம்மை
    வறுமையுள்ள தொட்டியர்கள்
கள்ளர்என்று தான்பிடித்துக்
    கைகளை வாங்கிடுவார்
உயிர்கழுவில் போட்டு
    உன்தலையை வெட்டிவைப்பார்
இந்தப்படிக் காவல்
    ஏற்றமுள்ள தொட்டியர்கள்
பொல்லாத வண்டன்[129]
    போக்கிரிகாண் என்தகப்பன்   960
இப்படி எல்லாம்
    மகிழ்ச்சியால் சொன்னேன்என்று
மன்னவரே நீர்தானும்
    மனவருத்தம் கொள்ளாதே
நடக்கும் வழிவகைகள்
    நானறிந்து சொன்னேன்காண்
என்னை மறவாமல்
    ஈடேற்ற வேணும்"என்றாள்
புண்ணியரே உம்மைவிட்டு
    பொருந்தேன் அரைநாழி   965
என்றுசொல்லி பொம்மியரும்
    ஏங்கி முகம்வாடி
"என்னையும் விட்டு
    இருப்பீரோ பூமியிலே
மன்னவரே உம்மைவிட்டு
    மண்மேல் இருக்கேன்" என்றாள்
கண்ணீர் தனைதுடைத்து
    காவலனும் ஏதுசொல்வான்
"உன்னை நான்கொண்டு
    ஊர்வழியே போவனடி   970
இருவரும் போய்ப்பிழைப்போம்
    ஏகமுள்ள பெண்ணரசே
தேறுதலைச் சொல்லித்
    தென்னவனும் தான்நடந்தான்!

அந்தநல்ல வேளையிலே
    ஆனதொரு மாதிகனும்
மைந்தனைத் தான்பார்த்து
    மாதிகனும் இப்போது
பொம்மிக்கு மிதியடி
    முப்பது நாளும்
    முடிந்தது இப்போது 975
ஆகையினால் இப்போது
    ஆனதொரு பொம்மியற்குக்
காலுக்கு இசைந்ததொரு
    கனத்த மிதியடியும்
மைந்தனே உன்கையால்
    வளமாக செய்வதற்கு
மிதியடிக்கு ஆனதொரு
    வேணதொரு ரத்தினங்கள்
தங்கத்தால் சரிகைகளும்
    தனிவயிர முத்துகளும் 980
பொம்மண நாயக்கர்
    புதல்விக்கு வேணுமென்று
மிதியடியைத் தைக்க
    விரைவாக என்கையில்
தந்தார்காண் ரத்தினத்தை!
    தயவாக நீகொடுத்து
வாருங்கள் மேலே
    வகையாகத் தான்சமைத்து
திட்டமுடன் கட்டி
    சீராக வையுமைந்தா" 985
அந்தசொல் கேட்டு
    ஆணிமுத்து வீரையனும்
சந்தோஷங் கொண்டு
    தான்எழுந்து அந்நேரம்
குட்டியாட்டுத் தோலை[30]
    கொற்றவனும் தான்எடுத்து
அட்டைக்கு வளமான
    அட்டையுந்தான் சேர்த்து

அதற்கேற்ற மேல்வாறு
அடைவாகத் தான்அறுத்து
ஒருநாழிகைக் குள்ளே
உச்சிதமாய் மிதியடியும்
கட்டியங்கே தானெடுத்து
காரணனும் இப்போது
தகப்பன் தனைஅழைத்து
தான்கொடுத்தார் வீரையனும்
பார்த்து மனமகிழ்ந்து
பாலகனைக் கொண்டாடி
மாதிகனும் வாங்கி
மனமகிழ்ந்து வைத்திருந்தான்.

பொம்மி வீடு திரும்பல்

முப்பது நாளும்
முடிந்ததுகாண் அப்போது
பொழுது விடிந்தபின்பு
பொம்மண ராயக்கனுமே
பொம்மி அம்மாளுக்கு
பொருந்தி சடங்குசெய்ய
கூட்டத் துடனே
குடிசைக்குத் தான்வந்து
குடிசை பிடுங்கி
கொளுத்தி விட்ட பிற்பாடு
பொம்மியம்மாள் தன்னை
பொங்கமுடன் நீராட்டி
கூறை உடுத்திக்
கோர்வை பணிபூட்டி
கொப்பிட்டு வாளிட்டு
குந்தளப்பொன் ஓலையிட்டு
கருங்குருவி வாலதுபோல்
கண்ணிற்கு மைதீட்டி
நெற்றியில் திலகமதை[131]
நேராகத் தானுமிட்டு
உட்கழுத்தில் தாலி
உயர்த்திஉள்ள கல்லிழைத்து

கட்டுவர்க்கம் தன்னாலே
    கழுத்தில் சரம்அணிந்து
மோகன மாலை
    முத்தாபரணம் மின்ன
மார்பில் பதக்கம்
    வகையுடனே தான்அணிந்து
கடகஞ்சரி பவளம்
    கைவளையல் தான்அணிந்து   1010
பத்து விரலுக்கும்
    பசும்பொன்னால் காலாழி
இடுப்பில் ஒட்டியாணம்
    இசைவாகத்தான் பூட்டி
காலாழி பீலாழி
    கனத்த சிலம்பணிந்து
பாடகம் தண்டை
    பாதசரம் பூட்டி
வங்கி தலைசாமான்
    வயிரத்தால் மார்பதக்கம்   1015
பூணாரம் எல்லாம்
    பூட்டி அலங்கரித்தார்
அந்தநல்ல வேளையிலே
    ஆனதொரு மாதிகனும்
மிதியடையைத் தான்எடுத்து
    விரைவாகக் கொண்டுவந்தான்
வந்ததொரு பொம்மணனும்
    அன்பாய் மிதியடியைப்
பொம்மியம் அம்மாளுக்கும்
    புகழ்ச்சியாய் தான்கொடுத்தான்   1020
மிதியடியைத் தான்பார்த்து
    வேல்அனைய கண்ணாளும்
மதுரை[134] வேலைஎன்று
    மனங்குளிர்ந்தாள் இப்போது
தொட்டியத்து சக்கலியர்
    துருசாகக் கொம்பூத
தப்பட்டை மேளம்
    தவிர்முரசு தான்முழங்க

எருதுமேல் நகாரு
    எட்டுதிசை அதிர 1025
புல்லாங் குழல்ஊதப்[133]
    பேரிழை அடித்துவர
பதினெட்டு மேளம்
    பாங்குடனே தான்ஒலிக்க
வெடிசத்தம் எங்கும்
    வேணபடி தான்அதிர
கட்டியர்கள் எச்சரிக்க
    காவல் கொண்டாடிவர
வாராளாம் பொம்மியம்மாள்
    வர்ணமணி மாளிகைக்கு 1030
ஆலாத்தி சுற்றும்பெண்கள்
    அன்னம்போல் நடந்துவர
பொம்மியம்மாள் தனக்குப்
    பொருந்த திருஷ்டிகழிக்க
முத்தாலே ஆலாத்தி
    மூவாயிரங் கோடி
மாணிக்க ஆலாத்தி
    வகைவகையாய்த் தானெடுத்து
திருஷ்டி கழித்தார்கள்
    தீங்குஎல்லாம் விட்டோட 1035
கட்டியங் கூற
    கவரி பணிவீச
மங்கைநல்லாள் பொம்மி
    மாளிகையில் உட்புகுந்தான்

சோதிடரைக் கேட்டது

அந்தநேர வேளையிலே
    ஆனதொரு பொம்மணனும்
தையல் நல்லாளுக்குச்
    சடங்குசெய்ய வேணும்என்று
வேதப் பிராமணரை
    விதியுடனே தானழைத்து 1040
நல்ல தினந்தானாஎன்று
    நன்றாகப் பாரும்என்றான்

சித்திரை மாதம்
சிறந்த சிம்மலக்கினத்தில்

சடங்கு செய்தது

நல்லவேளை என்று
நாலுபக்கங் கால்நாட்டி
சந்தனக்கால் நாட்டி
சதுர்முக்கால் நாட்டி
பத்தரை மாற்றுப்
பசும்பொன் விரைபரப்பி
செண்பகப்பூ அரும்பால்
சிறக்கவே மாலைகட்டி
மெல்லிநல்லாள் தானிருக்க
மலர்கட்டி தொங்கவிட்டு
பச்சை கிளியும்
பசும்பொன் கலசமிட்டு
தூணுக்குத் தானும்
தூங்கா விளக்குளரிய
குத்து விளக்குளரிய
குடவிளக்கு நின்றுளரிய
தப்பட்டை மேளம்
தவில்முரசு தான்முழங்க
எக்காளம் ஊத
எங்கும் கிடுகிடுஎன்ன
பாளையபட்டில் உள்ள
பரிஜனங்கள் அத்தனையும்
துரைகள் துரைமக்கள்
துரைராஜ மன்னவரும்
மங்கலிய பெண்கள்
மங்கையர்கள் கூட்டமுடன்
மாணிக்க மணவறையில்
மங்கைதனைக் கூட்டிவந்து
வச்சிரத்தால் முக்காலி
வரிசையாய்த் தான்போட்டு
பொம்மியரைக் கொண்டுவந்து
பொங்கமுடன் நிறுத்தி

சாஸ்திரம் சொன்னபடி
சதிராகத் தான்முடித்து
அன்னையும் பொம்மிதனை
அரண்மனைக்குக் கொண்டுவந்தாள்
வந்த உறன்முறைக்கு[134]
வரிசையாய் பொம்மனும்
சந்தனங் கஸ்தூரி
தான்பூசி எல்லோர்க்கும்

விருந்து செய்தல்

பரிவுடனே தானும்
பாக்கிலையும் தான்கொடுத்தான்
விருந்துஅங்கு அளித்தார்கள்
விசிதமாய்[135] தொட்டியதற்கு
ஆயிரங்காலச் சம்பா
அடைவுடனே தான்வடித்து
பதின்கலப் பருப்பு
பாங்குடனே தான்சமைத்து
வாழக்காய் பொரியல்
வழுதுணங்காய் புளிச்சமையல்
பச்சடியில் நூறுவகை
பாற்குழம்பு தான்சமைத்தார்
மோர்குழம்பு ஆமவடை
முருங்கைப்பூ கூட்டமது
கீரையில் பத்துவிதம்
கிரமமாய்த்தான் சமைத்து
பலவகைப் பதார்த்தங்கள்[136]
பண்பாகத்தான் சமைத்து
அதிரசம் போளி
அதிசயமாகச் சமைத்து
போளி சீயம்
பொங்கமுடன் தான்செய்து
இலட்டு ஜிலேப்பி
இலக்ஷணமாகச் சமைத்து
காரா சேவுபூந்தி
கனத்த கற்கண்டுஉடனே

சர்க்கரையினால் பதுமை
    தங்கமுடன் தான்செய்து
வடையும் அப்பளமும்
    வகைவகையாய்த் தான்சமைத்து
இட்லி தோசை
    இனிப்புள்ள காரமுடன்
அன்பாகத் தான்சமைத்து
    அளவில் பலகாரமுடன்
வாழைப் பலாக்கனியும்
    வண்மைஉள்ள மாங்கனியும்   1080
தேனுடன் சர்க்கரையும்
    தெவிட்டவே தான்போட்டு
புத்துருக்கு நெய்யும்
    பொங்கமுடன் தான்வார்த்து
பால்விட்ட பாயாசமும்
    பத்துவிதந் தான்செய்து
இத்துடனே கூட
    ஏற்ற கறிவகைகள்
வேணபடி செய்து
    விதவிதமாய்த் தான்சமைத்து   1085
பந்தி பரிமாறி
    பாங்காய் விசாரித்து
உறன்முறையோர் எல்லாம்
    உண்டு பசியாறி
கைகால் அலம்பிக்
    கனிவாயைக் கொப்பளித்து
வந்து உட்கார்ந்தார்கள்
    வண்மை[137] உள்ள பந்தலிலே
சந்தனமும் புஷ்பமும்
    தயவாய் அலங்கரித்து   1090
அடைக்காயும் வெற்றிலையும்
    அன்பாகவே அளித்தார்
வால்மிளகு ஏலக்காய்
    வண்மைஉள்ள சாதிக்காய்
சபாத்திரி கிராம்புடனே
    சம்பிரமாய்த் தான்கொடுத்து

அருகில் இருந்து
    அனைவரையும் பூசித்தார்
இப்படி யாக
    இருக்கும்இந்த வேளையிலே   1095
வீரன் உண்டது
மாதிகச் சின்னானும்
    வண்மையுள்ள வீரனுமே
சாதம் கறிவாங்கத்
    தான்வாரார் அந்நேரம்
பொம்மண நாய்க்கரும்
    பொறுமையுடனே பார்த்து
"ஆரடி தாதிகளே
    அன்னம் படையும்"என்றார்
படையும் என்றசத்தம்
    பைங்கிளியாள் தான்கேட்டு   1100
"ஆர்" என்று சொல்லி
    அலண்டு[138] எழுந்திருந்தாள்
தாதியரும் இப்போது
    "சக்கிலியர்" என்றுசொன்னார்
சாதம்கறியும் உடனே
    தட்டில் பரிமாறி
கொண்டு வாவென்று
    கூறலுற்றாள் இப்போது
தாதியரும் முன்னடக்க
    தையலருங் கூடவந்து   1105
மாதிகர்க்குப் பெண் அரசி
    வாரி அமுதிட்டாள்
மதுரை நல்ல வீரையனை
    மங்கையரும் தான் பார்த்தாள்
நல்லதென்று சொல்லி
    நலமாய் எழுந்திருந்தான்
தகப்பனுடன் கூட
    தன்மனைக்குப் போய்சேர்ந்து
நடுராத்திரி வீரையனும்
    நல்லஅணங்கைத் தானிணைந்து   1110

மைந்தஎன்று தான்வளர்த்த
மாதிகர்க்குங் கூறாமல்
பதினைந்து நாழிகையில்
பள்ளியறையை விட்டு
சர்வாபரணம்[139] எல்லாம்
தான்அணிந்து இப்போது
மாளிகையை விட்டு
வாறான்காண ஆவலுடன்
பொம்மிமேல் ஆசைகொண்டு
புறப்பட்டான் வீரனுமே

பொம்மிக்காகப் புகுதல்

கொள்ளைகொண்ட வீரனுமே
கோட்டைக்கு முன்வந்து
அநுமார் அலகுஎடுத்து
அதிரக் குதித்தான்காண்
பத்துகட்டு வாசலையும்
பாங்காகத் தான்கடந்து
பொம்மியற்குக் காவலாய்
பொம்மணனும் இப்போது
தலைவாசல் முன்பாக
சப்ரமஞ்சக் கட்டிலின்மேல்
உருவின கத்தியுடன்
உறங்குகிறான் பொம்மணனும்
இத்தனை கட்டுதிட்டம்
இருந்துநம்மை என்னசெய்வான்
என்றுசொல்லித் தான்சிரித்து
ஏற்றமுள்ள வீரையனும்
ஈயைப்போல் வடிஎடுத்து
இரப்பிலே[140] போய்நுழைந்தான்
மெல்ல நுழைந்துபோய்
மெல்லியரைத் தான்எழுப்ப
தேன்மொழியாள் பொம்மி
திடுக்கு என்று எழுந்திருந்து
கணவனைக் கண்டவுடன்
கன்னியரும் பூரித்தாள்
கட்டி அணைத்துக்

கனிவாயை முத்தமிட்டு
இருவருந் தான்தழுவி
இருந்தார்கள் பஞ்சணையில்
தென்மதுரை வீரையனைத்
தேன்மொழியும் தான்பார்த்து

பொம்மியின் வியப்பு

“அங்குஆங்கே காவல்
ஆனதொரு சேவகரும்
தொட்டியர்கள் காவல்
துடுக்கர்தங்க காவலர்ஆங்கே
மாளிகையின் வாசலிலே
மன்னனான என்தகப்பன்
உருவின கத்தியுடன்
உன்மாமன் தானிருக்க
கோட்டை தலைவாசல்
கொத்தளமுந்தான் கடந்து
இந்தநல்ல காவலிலே
எப்படிநீர் வந்தீர்என்றாள்

வீரன் பதில்

கேளடி பெண்மயிலே
கிரீபிக்கிற தற்காக
ஏந்திழையே உன்னைவிட்டு
இருக்கேன் அரைநாழி
அரண்மனையில் நீயிருந்து
அவ்விடத்தில் நானிருந்தால்
ஏகாந்தம்[141] எங்கேஅடி
இருவருக்கும் பெண்அரசே
ஆகையி னாலே
ஆரணங்கே உனைநினைந்து
கட்டுடன் காவல்
கடந்துவந்தேன் என்சமர்த்தால்
வாருமடி பெண்ணே
வையத்தில் போய்பிழைப்போம்
தெற்கே ஒருகோட்டை
திருச்சினாப் பள்ளிஎன்று

இருக்குதடி பெண்மயிலே
இருவரும் போவோம்என்றான்

உடன் போக்கு

நல்லது என்று சொல்லி
நலமுள்ள மங்கையரும்
மாணிக்கப் பெட்டியை
வகையுடனே தான்திறந்து
செலவுக்கோ ஆயிரம்பொன்
சீக்கிரமாய்த் தான்எடுத்து
ஒற்றைக்கால் கூடாரம்
உத்தமனும் தான்எடுத்து
அத்தனையும் தான்எடுத்து
ஆரணங்கு மன்னவனும்
போகவேணும் என்றுசொல்லி
புறப்பட்டார் இருவருமாய்
கதவைத் திறந்தவுடன்
கன்னிகையுடன் காளையரும்
மாளிகையை விட்டுதலை
வாசலிலே வந்துநின்று
திறந்தக் கதவை
சேரவே தான்மூடி
காளைதனை அழைத்து
காவல் இருக்கச்செய்து
தாழ்ப்பாளும் பூட்டு
தப்பாமல் பூட்டிவிட்டு
என்றுசொல்லி மதுரை
இதமாக நீரெடுத்து
மந்திரித்துப் போட்டு
மன்னவனும் அப்போது
பொம்மணன் ஏறும்
புரவிதனை அழைத்து
தங்கக் கடிவாளம்
தாராளமாய்ப் பூட்டி
பத்தரை மாற்றுப்
பசும்பொன்னால் சீனிகட்டி

கூடாரத்தை மடித்து
    குதிரையின் மேல்போட்டு
பட்டா பெரியகத்தி
    பாங்குடனே தான்எடுத்து
பொன் புரவி[142]மேலே
    பொம்மியரைத் தூக்கிவைத்து
கடிவாளம் கைபிடித்து
    காரணனும் ஏறல்உற்றான்   1165
கோட்டை கடந்து
    கோனேரி ஆறுவிட்டு
ஆழூர் வழியாக
    ஆற்றில்வந்து தான்இறங்கி
நாட்டினார் கூடாரம்
    நாட்டாற்றில் மதுரையனும்
பலகாரம் சாப்பிட்டு
    பள்ளிகொண்டார் இருவருமாய்
ஏகாந்தம் பேசியே
    இருக்கும்அந்த வேளையிலே   1170

மன்னன் சினம்

பொழுது விடிந்தது
    பொம்மணனும் அப்போது
பட்டத்துப் புரவியையும்
    பட்டத்துக் கத்தியையும்
காணா ததினாலே
    கலக்கமுற்று அந்நேரம்
பொம்மி அம்மாளப்
    புகழ்ச்சியாய்க் கூப்பிட்டு
பேசவில்லை என்று[143]
    பேர்த்தெறிந்தான் அக்கதவை   1175
பார்த்து மகளில்லை என்று
    பதறி விழுந்தான்காண்
பொம்மியரைக் காணோம்என்று
    புலம்பி வெளியில்வந்து
வேதியர் சொன்னதுஎல்லாம்
    மெய்யாச்சு என்றுசொல்லி

மதுரைவீரன் கதை

பட்டணத்தில் உள்ள
    பரிசனங்கள் அத்தனையும்[144]
திக்குத்திசைகள் எல்லாம்
    தேடித் திரிகையிலே   1180

சின்னானும் தேடல்

மாதிகச் சின்னானும்
    மகனையும் காணோம்என்று
எதிராக வந்தான்காண்
    எண்ணற்ற சக்கிலியன்
எல்லோரும் பார்க்க
    எடுத்துரைத்தான் அந்நேரம்
மாதிகன் மகனும்
    மங்கையரைக் கொண்டுசென்றான்
என்றுசொல்லி நாய்க்கனுக்கு
    எடுத்துஉரைத்தார் அந்நேரம்   1185

வீரனைத் தேடுதல்

சேனைகளைக் கூட்டி
    திரளாகப் போவதற்குப்
பதினாயிரம் வெடிகாரம்[145]
    பாங்குடனே கூட்டமிட்டார்
வளைதடி சக்கரங்கள்
    வசையுள்ள இராணுவங்கள்
சேனைகள் எல்லாம்
    திரளாகத் தான்கூட்டி
அந்தநல்ல வேளையிலே
    ஆனதொரு பொம்மணனும்   1190
வாகு வலயமும்
    வாள்தடி சக்கரமும்
எறியம்பு நெறியம்பு
    ஈட்டியும் கைபிடித்து
பஞ்சகல்யாணிப் புரவி
    பாங்காகக் கொண்டு வந்தார்
பொம்மண நாய்க்கன்
    புரவிதனில் ஏறி
தலையாரி முன்போக
    தனிபரியும் பின்தொடர்ந்து   1195

சேனைவரு வதினால்
    செந்தூள் பறக்குதுஆங்கே
தப்பட்டை கொம்பு
    தவில்முரசு தான்முழங்கி
யானையின் பேரிகை
    அதிர்ந்து முழங்கிவர
வழியில் எதிராக
    வருவோரைக் கேட்கல்உற்றார்
"ஒற்றைக் குதிரை
    ஒருபெண்ணும் ஆண்பிள்ளை   1200
கண்டாயோ இவ்வழியில்
    கண்மணியே தம்பியரே"

இடையன் கூறியது

அப்போது ஆட்டுஇடையன்
    அவன்சேதி தனைக்கேட்டு
"வாருமையா சுவாமி
    வந்தவகை சொல்லுகிறான்
கருங்கால் வழியாக
    கண்டேன் ஒருகுதிரை
குதிரையின் மேல்ஒரு
    கோதையரும் மன்னவனும்   1205
இவர்களில் இரண்டுபேரும்
    இதமாகப் போறார்கள்

கண்டு கொள்ளல்

அந்தநல்ல சேதிகளை
    அடைவாகத்தான்[146]கேட்டு
பொம்மணனும் அப்போது
    போகிறான் வேகமுடன்
கருந்தூளும் செந்தூளும்
    கலந்து பறக்குதுஅப்போ
காவேரி ஆற்றில்
    கண்டானே கூடாரம்   1210
அதில்இறங்கிச் சேனை
    அலைகொட்டி இருக்கிறதை
கூடாரத்தில் இருந்த
    கோதையரும் வெளியில்வந்து

வடக்கு முகம்பார்த்தாள்
வருகின்ற சேனையைத்தான்
அலறியே போய்விழுந்தாள்
ஆணிமுத்து வீரன்மேல்
"எண்ணடி பெண்ணே"என்று
எழுந்து வெளியில்வந்து
பார்த்தான் வடக்குமுகம்
பரந்துவரும் சேனைதனை
கண்டு அந்த வீரையனும்
கன்னி மனந்தேற்ற.

சண்டை செய்தல்

கூடாரத்தின் மேல்
கொள்ளைகொள்ளை என்றுசொல்லி
வந்து நிறைந்தார்கள்
வந்தசேனை அத்தனையும்
பதினாயிரம் பேர்கள்
பாங்குடனே அம்புதொட்டு
கூவியது போல
கொடியஅம்பு தான்எடுத்து
வெட்ட வேணும்என்று
வீரையன்மேல் வாரார்கள்
கண்டுமே வீரையனும்
கடுங்கோபம் கொள்ளுதுஅப்போ
மீசைதுடிக்குது அப்போ
வெகுகோபம் கொள்ளுதுஅப்போ
ஏறினான் குதிரையின் மேல்
எடுத்தான் பெரியகத்தி
"மன்னவனே உங்கள்
மாமன் ஒருத்தனையும்
வெட்டாமல் விட்டுவிட
வேண்டும்"என்று தெண்டனிட்டாள்
"பைங்கிளியே பெண்மயிலே
படுகளத்தில் ஒப்பாரி
உண்டா இத்தேசத்தில்
உண்மையைச் சொல்லவந்தாய்!"

என்றுசொல்லி மதுரையனும்
எதிராளி சேனையிலே
ஆனைத்திர ளதனில்
ஆளிவந்து பாய்ந்ததுபோல்
சேனைத் தளத்தில்
சிறுவேங்கை பாய்ந்ததுபோல்
வந்து வளைத்தானாம்
மட்ட அந்த சேனைகளை
சேனைகள் எல்லாம்
திரளாக ஓடி அங்கே
மாண்டு மடிகிறது
மன்னனது சேனைஎல்லாம்
முன்வீச்சுக்கு ஆயிரம்பேர்
பின்வீச்சுக்கு ஆயிரம்பேர்
இறந்து மடியுதுஅப்போ
எண்ணிஇறந்த சேனைஎல்லாம்
பொம்மியால் தம்உயிர்தான்
போகும்என்று சொல்வார்கள்
என்று புலம்பி
இறந்து மடியும்அப்போ
புஷ்பம் வந்து
பொழியுதுகாண் ஆண்டவன்மேல்
தொடர்ந்து போய்வீரன்
துடுக்கர் படைஎல்லாம்
துண்ட துண்டமாகத்
துணித்தாராம் அப்போது
சாகீப் சலாஎன்று
தான்விழுந்தார் கோடிபடை

திருச்சி மன்னன்

திருச்சினாப் பள்ளி
தேசத்தை ஆளுகின்ற
விஜயரங்க சொக்கலிங்க
வேந்தரது இராணுவமும்
கோட்டைக் கதவடைத்து
கொத்தளத்தின் மேலிருந்து

வேடிக்கை பார்க்கிறார்கள்
வேந்தன் படைத்தளமும்
பொம்மண்ணன் போர்
சேனைதளங்கள் எல்லாம்
சேதமாய்ப் போச்சுஎன்று
மனதுகலங்கி அப்போ
மன்னவனும் ஏதுசொல்வான்
"சக்கிலியன் தானும்இப்போ
தலையறுத்தான் சேனைகளை 1250
கூட்டம் படைகள்எல்லாம்
கொன்று கருஅறுத்தான்
நாம்போய் விழுந்து
நறுக்குவோம் சக்கிலியை
என்று நினைத்து
ஏற்றமுள்ள பொம்மணனும்
புரவிதனில் ஏறிப்
புறப்பட்டான் அப்போது
எதிர்கொண்டு வந்த
எண்ணமற்ற மாமனைத்தான் 1255
பார்த்து ஆங்கே கடித்து
பதறிப் போய்த் தான்விழுந்து
மாமன்என்று பாராமல்
வாளாலே வீசிவிட்டான்
வீரன் வெற்றி
மாமன் விழுந்தபின்பு
மதுரைமகா முனியும்[147]
தொட்டியப் பயல்களைத்தான்
துரத்திக் கருஅறுத்து
கத்தி வரிசைகளைஎல்லாம்
காவேரியில் தான்அலம்பி 1260
கொள்ளை[148]கொண்ட வீரையனும்
கூடாரந்தனை நோக்கி
குலுங்க நடைநடந்து
குறுஞ்சிரிப்பு கொண்டுவந்து
அடுத்தாரைக் காக்கும்

ஆணிமுத்து வீரையனும்
வர்ணமணிக் கூடாரம்
வந்திருக்கும் வேளையிலே

பொம்மியின் புலம்பல்

ஏந்திழையும் அப்போது
"என்தகப்பன் எங்கே"என்றாள்
"உன்தகப்பன் தானும்
ஏக்கமும்[149] மடிந்தாண்டி"
என்றுசொல்லக் கேட்டு
ஏற்றமுள்ள பொம்மியரும்
அலறியே போய்விழுந்தாள்
ஆனதுஒரு படுகளத்தில்
பொம்மண்ணன் மேல்விழுந்து
புலம்பிய அழுகலுற்றாள்
"என்னாலே உங்கஉயிர்
எமலோகம் சேர்ந்தது[2]வோ
பாவி மகளாலே
படுகளத்தில் மடிந்தீரோ
என்னை விட்டுநீங்கள்
இருந்தரசு ஆளாமல்
சேனைத் தளத்துடனே
சீக்கிரமாக ஆற்றில் வந்து
மடிந்தீரோ மன்னர்களே
மகாசேனை அத்தனையும்"
என்று புலம்பி
ஏங்கி அழுகலுற்றாள்

சிறப்பு சடங்கு

மங்கையரைத் தான்எடுத்து
மார்புடனே தான்அணைத்து
அழுகிறதை தானமர்த்தி
அந்நேரம் வீரையனும்
திருச்சினாப் பள்ளியில்போய்
சீக்கிரமாய்க் கட்டைகொண்டு
சந்தனக் கட்டையின்மேல்
சதுரா எடுத்துவைத்து

நீர்க்கடனும் தீக்கடனும்
    நீதிஉள்ள மாமனுக்கு   1280
வரிசை உடனேமுடித்து
    வளமயிலும் வீரனுந்தான்
காவேரி தீர்த்தத்தில்
    கனமாகத்தான் குளித்து
மங்கையரும் வீரையனும்
    வந்தார்கள் கூடாரம்
சாதம் கறிவகைகள்
    சமைத்தாரே அந்நேரம்

மனக்கவலை மறத்தல்

படைத்தநல்ல சாதத்தைப்
    பரிவாக வீரன்உண்டான்   1285
பைங்கிளியைப் பார்த்து
    பசியாரும் பெண்ணே"என்றாள்.
உண்டு பசிஆறி
    உத்தமியார் பொம்மியரும்
இருவரும் கூடி
    ஏகாந்தமாய் இருந்து
பாக்கிலை தாமருந்தி
    பரிந்து விளையாடி

கோட்டைக்குள் புகல்

"என்னடி பொம்மியே நாம்
    இங்கிருக்கக் காரணமேன்   1290
கூடாரந்தான் பிடுங்கி
    கோட்டைக்குள் சேர்வோம்" என்று
பொம்மியரும் வீரனுந்தான்
    புரவிதனில் ஏறி
திருச்சினாப் பள்ளிக்குச்
    சீக்கிரமாய்ப் போகையிலே
கோட்டைத் தலைவாசல்
    குறிக்காரர் தாம்அறிந்து
"எந்த ஊர்"என்று
    இதமாகத் தான்கேட்டார்   1295
"வடக்கே இருந்து

வருகிறோம் என்றுசொல்லி
சேவகரும் இல்லாமல்
செம்மையாய் இங்குவந்தோம்!"
"நல்லது" என்றுசொல்லி
ராஜனுக்கு அறிக்கைஇட
விஜயரங்க சொக்கலிங்க
வேந்தன் அதுகேட்டு

வேந்தனது வரவேற்பு

"வந்தஒரு சேவகனை
வாசல் தடைஇல்லாமல்
கூட்டி இங்கே வாரும்என்று
கொப்பென்னே உரைத்தாள்
வீரன் அதைக்கேட்டு
விருப்பமுடனே நடந்தான்
பொம்மியற்குத் தான்விடுதி
பொங்கமுடனே தான்அமர்த்தி
விடுதியில் விட்டு
வேந்தனிடந்தான் போனான்
கண்டு துரைராஜாவும்
காரணனைத்தான் பார்த்து

அரண்மனை சேவகம்

"வாருங்கள்" என்றுசொல்லி
வரிசையுடன் நிறுத்தி
"எந்தவூர் எங்குவந்தீர்
ஏதுவிஷயம் சொல்லும்என்றார்
"வடதிசையில் தானிருந்து
வந்தேன்ஐயா உங்கள்அண்டை
ஆனஒரு சேவகத்தை
அடைவாகத் தந்தீரானால்
அரண்மனை வாசலிலே
அசையாமல் காத்திருப்பேன்
என்றுசொன்ன வீரனுக்கு
ஏத்தம்உள்ள ராஜாவும்
"என்னகாண் சம்பளம்
இயம்புஎன்று தான்கேட்க

மதுரைவீரன் கதை 379

“திங்களுக்கே ஆயிரம்பொன்
திறமாகத் தரவேணும்
‘நல்லது என்றுசொல்லி
நாயகனும் சம்மதித்து
ஆயிரம் சேவகர்க்கு
அணித்தலைவனாக இரு
உச்சித மான
உடுப்புக்கள் தான்கொடுத்தும்
இந்தப்படி வீரன்இருக்கும்
இந்த வேளையிலே

வீரன் செயல்கள்

யானையின் மேல்ஏறி
அலங்கம்சுற்றி[115] வருகிறதும்
ஆரு மறியாமல்
அரண்மனைக்கு போறதும்
வேடங்கள் பூண்டு
வீதிசுற்றி வருகிறதும்
பதிவிரதைப் பெண்களை
பதியைக் குலைக்கிறதும்
ஸ்ரீரங்க நாதரை
சேவித்து வருகிறதும்
வேட்டைகள் ஆடி
வீதிவந்து சேர்கிறதும்
இப்படி யாக
இருக்கும் அந்தவேளையிலே

தவமிருந்து பெற்றபிள்ளை

விஜயரங்க சொக்கலிங்க
வேந்தன் துரைராஜமெச்சும்
தேசக் குறிக்காரர்
தேசகிருஷ்ணப்பனும் தான்
பிள்ளைகள் இல்லைஎன்று
பெருந்தவசு தான்இருக்க
மாயோன் அருளாலே
வந்துஉதித்தாள் மங்கையரும்
புத்திரி பிறந்தஉடன்
பூரித்துத் தானிருந்து

வேறோர் அரண்மனையை
விசித்திரமாய் கட்டிவைத்து
மங்கை அந்த அரண்மனையில்
மகிழ்வாகத் தான்இருந்தாள்!

வீரன் மேல் காதல்

அரண்மனைக்கு முன்பாக
ஆணிமுத்து வீரனுந்தான் 1330
வருகிற போது
மருந்துபொடி வாசனையும்
வீசுவதைக் கண்டு
வேலனைய கண்ணாளும்
ஆர்என்று சொல்லி
அவள்எட்டி தான்பார்த்தாள்
கன்னி இளம்மயிலை
கண்டஉடன் வீரனுமே
'ஆகட்டும்' என்றுசொல்லி
அதட்டியே தான்வந்தாள் 1335
கண்டாளே வீரன்தனை
களிப்புடனே சொக்கியவள்
மோகித் திருந்து
முத்தையன்மேல் இச்சைகொண்டு
அன்னம் விரும்பாமல்
அடைக்காயும் அருந்தாமல்
எண்ணம் கொண்டே
மிகவும் ஏங்கியவள்இருக்க
பொம்மியரும் அப்போது
போஜனங்கள் தான்படைக்க 1340
சாப்பிட்டு களைப்பாறி
தனிச்சிங்க மதுரையனும்
நஞ்சுதின்று நஞ்சறுக்கும்
நடுச்சாம வேளையிலே

வீரனின் காதல்

பகற்காலம் தான்பார்த்து
பாவையரைத் தான்நினைந்து
படுக்கையை விட்டுஎழுந்து
பாவை அரண்மனைக்கு

ஆசார வாசல்
       அரண்மனை வாசல்கடந்து   1345
ஏறிமதில் கடந்து
       ஏந்திழை இடத்தில்வந்து
எதிராக வீரனுந்தான்
       இசைவாக நிற்கையிலே
நாய்க்கர் மகள்தானும்
       நல்லநித்திரை செய்கையிலே
மதுரைவீரன் அணிந்த
       வாடை[152] அவள் மேல்வீச
பள்ளிகொண்டு தானிருக்கும்
       பைங்கிளியாள் தான்பார்த்து   1350
இந்தபொடி வாசனை
       ஏதுக்காக[153] என்றுசொல்லி
காலையில் கண்ட
       காரணனும் வந்தானோ
யார்என்று சொல்லி
       அறிந்துவர வேணும்என்று
பஞ்சணை மெத்தைவிட்டு
       பைங்கிளியும் தான்எழுந்து
மாணிக்கப் பொற்கதவை
       மங்கையரும் போய்த்திறந்து   1355
பார்க்கும் அளவில்
       பராக்கிரம வீரன்நிற்க
கண்டு மனமகிழ்ந்து
       கன்னியரோடு இப்போது
மணவாளன் நிற்பதை
       மங்கையவள் தான்பார்த்து
மயங்கியே தான்விழுந்தாள்
       மன்னவனும் அப்போது
மாணிக்கக் கையாலே
       மங்கையரைத் தான்எடுத்து   1360
கச்சைப் புரமை[154] எடுத்து
       கன்னியர்க்குத் தானுமிட
சோகம் தெளிந்து
       தோகையரும் கூறலுற்றாள்,
"வாருங்கள் ராஜாவே

வார்த்தைசொல்லக் கேளும்இனி"
என்றுசொல்லித் தானும்
 ஏந்திழையாள் அருகில்வந்தாள்
கட்டி அணைத்தான்
 கனிவாயை முத்தமிட்டான்! 1365
அடைக்காயும் வெற்றிலையும்
 அன்புடனே தாம்அருந்தி
சிரித்து விளையாடி
 தேன்மொழியைத் தான்சேர்த்து
தீராத ஆவலதுஎல்லாம்
 தீர்த்தான் பிற்பாடு
மங்கையரும் அப்போது
 மகிழ்ச்சியுடன் தான்எடுத்து
வீரையர்க்குத் தானும்
 வேண்டும்என்ற பலகாரம் 1370
அதிரசமும் தேன்குழலும்
 ஆன கறிவடையும்
தீவுச் சரக்கும்
 தேசத்து சாராயம்
அத்தனையும் கொண்டுவந்து
 ஆண்டவர்க்கு முன்னேவைத்தாள்
"இத்தனை நேரம்
 இளைப்புடனே நீர்இருந்நீர்
பசியாறும்" என்றுசொல்லி
 பைங்கிளியும் தான்கூற 1375
தென்மதுரை தானும்
 சீக்கிரமாய் தான்புசித்து
அடைக்காயும் வெற்றிலையும்
 அன்புடனே தாம்அருந்தி
"வாருமடி பெண்ணே
 வார்த்தைசொல்லக் கேளும்இனி
என்றுசொல்ல வீரையனும்
 ஏந்திழையும் கேட்கலுற்றாள்

உறவுக்குப்பின் பிரிவு

"பெண்மயிலே நானும்
 போகிறேன் அரண்மனைக்கு" 1380

என்றுசொல்லி வீரையனும்
 இதமாய் வெளியில்வந்து
சுத்தாலே ஏறி
 துருசாய் குதிச்சுஇறங்கி
ஆணிமுத்து வீரையனும்
 அசைந்து நடைநடந்து
வருகிறான் பொம்மியுட
 மாணிக்க மாளிகைக்கு
வீரையன் தானும்
 வீடுவந்து சேர்ந்தானாம் 1385

உறவு கண்டு ஊடல்

பொம்மியரும் கண்டு
 பொங்கியே கோபம்கொண்டு
இந்நேரம் மட்டும்
 எங்கேபோய் வந்தீர்காண்
முறையும் வரிசைஇல்லை
 மூர்க்கம்உள்ள மன்னவனே
பெண்டுகளைக் கண்டால்
 பேய்போல் பறக்கிறீர்காண்
பாதகரே நான்இதற்கோ
 பற்றிவந்தேன் உன்பிறகே 1390
என்று சொல்லிப் பொம்மி
 எடுத்துஎறிந்து [155] பேசியபின்
ஏங்கி முகம்வாடி
 எண்ணியே அழுகலுற்றாள்.

ஊடல் தணித்தல்

தண்ணி வெறிக்கார் [156]
 தனஞ்செயனும் தானும்இப்போ
இத்தனைசலிப் பேண்டி
 ஏந்திழையே பொம்மிஎன்று
வாரி எடுத்து
 மார்போடே தான்அணைத்து 1395
உன்னைவிட்டு நானும்
 ஒருவர்முகம் பார்த்ததில்லை
பைங்கிளியே என்று
 பரவசமாய் சொல்லியபின்

மனமும் தெளிந்துஇப்போ
மங்கையருந் தான்எழுந்து
சாதம் கறிவகைகள்
தயவாகத்தான் படைத்தாள்
சாப்பிட்டு இளைப்பாறி
தக்கோலம் தான்ஒருத்தி
சிரித்து விளையாடி
சீராகத்தான் இருந்தார்.

மதுரை ஓலை

விஜயரங்க சொக்கலிங்க
வேந்தன் மகாராஜாவின்
கட்டளைப் படிக்கு நிதம்
காத்திருக்கும் வேளையிலே
மன்னர் துரைராஜனுக்கு
மதுரையிலே தானிருந்து
வெள்ளை தடிக்காரர்
வீரனுடை உத்தரங்கள்[157]
துருசாக தான்எடுத்து
தூதுவர்கள் அப்போது
ஆசாரவாசல் வந்து
அடைவுடனே கைதொழுது
உத்தரவை தான்கொடுத்தார்
உத்தமனும் தான்
வந்தஒரு உத்தரத்தை
வாசித்துப் பாருஎன்றார்
மதுரை அறுகாதம்
வாழ்மதுரை முக்காதம்
வைகை நதியும்
வற்றாத பொய்கைகளும்
சொக்கரிட சன்னதியும்
சொர்ணமணிக் கோபுரமும்
மீனாட்சி சந்நிதியும்
வெண்முத்தால் கோபுரமும்
புஷ்ப வனமும்
பொற்றாமரைக் குளமும்
இப்படியாய் இருக்கும்
எண்ணமற்ற இராச்சியத்தில்

தன்னரசு நாட்டுத்
தனிக்காட்டுள்ளார் எல்லாம்
நாட்டில்உள்ள கள்ளர்எல்லாம்
நலமாகக் கூட்டமிட்டு
அழகர் தன்கோவிலுக்கு
யார்ஒருவர் போனாலும்
கண்ட இடங்கள் எல்லாம்
கள்ளர் உபத்திரவத்தால்
உழவு நடவும்இல்லை
உபத்திரவந் தன்னிலே
கொல்லர் இடம்முடிப்புக்
கொடுக்க பயமாச்சு
இப்படி ஆகக்கள்வர்
இடக்குகள்[158] செய்கிறார்கள்
என்றுசொல்லி நாய்க்கர்
எழுதிவிட்டார் உத்திரத்தை

மன்னன் யோசனை

விஜயரங்க சொக்கலிங்க
வேந்தனும் தான்கேட்டு
சபையில்உள்ள பேரைஎல்லாம்
தானாய் முகம்பார்த்து
“ஆர்போவீர்” என்றே
அடைவுடனே கேட்டதற்கு
இராஜன் முகம்நோக்கி
நன்றாய் எடுத்துஉரைப்பார்
“அப்படிக்கொத்த கள்ளர்
அஞ்சாத நாட்டாரை
வெட்டிக் கருவறுத்து
விருதுபெற்று வாழ்வதற்கு
ஒருவால் ஆகாது
உள்ளபடி சொல்லுகிறோம்
ஆயிரம் பொன்பேர்வை[160]
ஆனதொரு வீரையனும்
சேனைதளம் கூட்டி
தெற்கே அனுப்பிவைத்தால்
கள்ளர்பற்று நாட்டைஎல்லாம்
கடுகவே தான்அறுத்து

சீக்கிரமாய்த்தான் வருவான்
    தெள்ளுமணி வீரையனும்"
என்றுசொல்லி எல்லோரும்
    இதமாய் உரைக்கல்உற்றார் 1435
அந்த நல்லசேதி
    அடைவுடனே தான்கேட்டு

வீரனை மதுரைக்கு அனுப்பல்

விஜயரங்க சொக்கலிங்க
    வேந்த துரைராஜாவும்
வீரையனைத் தான்அழைத்து
    வெகுமதி தான்கொடுத்து
ஐயாயிரம் சேனைதளம்
    அடைவுடனே தான்கூட்டி
தந்தார் சிவிகை
    தான்கொடுத்தார் வீரையற்கு 1440
வெள்ளைக் குடையும்
    வெண் சாமரமுடனே
பதினெட்டு மேளவாத்தியம்
    பாங்குடனே தான்கொடுத்து
பஞ்சவர்ண டால்விருது
    பட்டாவும் தான்கொடுத்தார்
அடைக்காயும் வெற்றிலையும்
    அன்பாகத் தான்கொடுத்து
"போய் வாரும்" என்றுசொல்லி
    போற்றி விடைகொடுத்து 1445
அனுக்ரகம் பெற்றுக்கொண்டு
    ஆணிமுத்து வீரையனும்
ஏறினான் சிவிகையின்மேல்
    எண்ணற்ற சேனையுடன்
வெள்ளைக் குடைபிடிக்க
    வெண்சாமரம் வீச
பொம்மியர் அரண்மனைக்குப்
    பொங்கமுடன் வீற்றிருந்தாள்
இப்படி ஆக
    இருக்கின்ற வேளையிலே 1450
விஜயரங்க சொக்கலிங்க
    வேந்தன்துரை ராஜனும்தான்

உக்கிராணந்தான்[161] திறந்து
   உத்தமனார் வீரையற்கு
சேனைத் தளத்திற்கு
   செல்லும்என்ற திரவியமும்
முத்துக் கடுக்கன்என்றும்
   மோகன மாலைஎன்றும்
சாலுவைகள் இரண்டு
   தார்வேந்தன் தான்எடுத்து   1455
கொல்லரை அனுப்பிவிட்டு
   குணமுள்ள வீரையனும்
கணக்கரைத் தான்அழைத்து
   கடுக உரைக்கல்உற்றார்
"சேனைத் தளத்துக்குஎல்லாம்
   செலவுக்குத்தான் கொடுஎன்றார்
ஐந்து லட்சம் பொன்எடுத்தவர்
   கையிலே கொடுத்து
கணக்குஎழுதி வாரும்என்று
   காரணனும் அந்நேரம்   1460

வீரன் புறப்பாடு

சம்பங்கி எண்ணைகொண்டு
   தலைமுழுகி மயிர்ஆட்டி
செங்கமலக் கையாலே
   சீக்கிரமாய்த் தான்முடித்து
சிவசிவா என்றுசொல்லித்
   திருநீறு தானும்இட்டு
புனுகு சவ்வாது
   புண்ணியனும் மேல்பூசி
கண்டவர்கள் தான்மகிழ
   கஸ்தூரி பொட்டுஇட்டு   1465
போஜன மண்டபத்தே
   போய்புகுந்தான் வீரையனும்
சாதம் கறிவகையும்
   தான்படைத்தான் பொம்மியரும்
சாப்பிட்டு இளைப்பாறி
   சரசம் உற்ற வீரையனும்
அடைக்காயும் வெற்றிலையும்
   அன்பாகத்தான் அருந்த

"வாரும் அடி பெண்ணே
வழிஇடக்கு பண்ணுகிறார்
என்றுசொல்லி நாயக்கர்
இதமுடனே அழைத்து
போய்வாரும் என்று
போற்றி விடைகொடுத்தார்
ஆகை யினாலே
ஆரணங்கே நீதானும்
பயணம் அதாகிப்
புறப்படு நீ பைங்கிளியே
என்றுசொல்லி வீரையனும்
எழுந்திருந்த அந்நேரம்
பொம்மியரும் கூட
பொறுமையுடன் போகல்உற்றாள்
சதுரங்க சேனைஎனும்
தளங்கள் அனைவோரும்

மதுரைப் பயணம்

பயணம் ஆதாகிப்
பார்மீதில் முழக்கம்இட்டார்
பல்லக்கின் மேலே
பைங்கிளியும் தான்ஏற
ஏறினார் குதிரையின்மேல்
எடுத்தார் பெரியகத்தி
படைக்குநல்ல பார்த்தனைப்போல்
பறந்தாராம் தென்மதுரை
மதுரை திசைநோக்கி
மங்கம்மாள் சாலைவழி
குதிரையின்மேல் பேரிகை
கூட முழங்கிவர
தம்பட்டம் கொம்பு
தவில்முரசு தான் அறைய
பஞ்சவர்ண டால்விரும்பி
பக்கம்எல்லாம் சூழ்ந்துவர
புண்ணியனார் வீரையற்கு
பூச்சக்கர[162] குடைநிழற்ற
இருபுறமும் வெண்சாமரம்
இன்பமுடன் வீசிவர

கட்டியங்கள் கூறி
கவிவாணர் பாடிவர
நடந்தான்காண் தென்திசையில்
நாலுதிக்கு தான்அதிர
சேனை வருகிறதும்
செந்தூள் பறக்கிறதும்
காடுமலை கடந்து
கரியதொரு சோலைவிட்டு
சில்என்ற நாடுவிட்டு
செடிமலையும் தான்கடந்து

வழியில் வரவேற்பு

மணப்பாறை வழிகளிலே
விடுதியில் தங்கியபின்
பொம்மியரும் வீரையனும்
பொங்கமுடன் தான்இருந்தார்
தேசத்தில் உள்ள
திரள்மன்னர் அத்தனையும்
பாளை யக்காரர்
படைமன்னர் வீரருமாய்
வீரையனைக் காண்
வெகுமதியும் தான்எடுத்து
வந்துமே கண்டு
வணங்கியே தொண்டனிட்டு
“ஆர்” என்று சொல்லி
அன்பாகத் தான்கேட்டார்
“பாளையக்காரர்” என்று
பாங்குடனே சொல்லையிலே
“எங்கு வந்தீர்” என்று
இதமுடனே தான்கேட்க.
“கள்ளர் உபத்திரவங்கள்
கனமாய் இருந்து” என்ன,
“அஞ்சாது இருங்க” என்று
ஆதரவு சொல்லையிலே
பாளையங்கள் எல்லாம்
பசிஆறி இறங்கினபின்
மணப்பாறை சுப்பையனும்
மங்கபதி நாய்க்கரும்

வீரையனை வந்துகண்டு
    வேந்தர்களும் அப்போது
ஆணிமுத்து வீரையற்கு
    ஆனதொரு ராணுவற்கும்[164]
அரிசிப் பருப்புடனே
    ஆன பதார்த்தங்களுடன்
வீரையற்கும் பொம்மியற்கும்
    விருந்து சமைத்தார்கள்
பொம்மியரும் மதுரையனும்
    பொங்கமுடன் தான்புசித்து   1510
சாப்பிட்டு இளைப்பாறி
    தாம்பூலம் தாம்அருந்தி
பள்ளிகொண்டார் இருவருமாய்
    பாங்கான மெத்தையிலே
கங்குல்[165] விடிந்தவுடன்
    கதிரோனும் வந்துஉதித்தான்
பயணம் என்றுசொல்லி
    பாராச்சின்னம் ஊதலுற்றார்
தென்திசையை நோக்கிச்
    சீக்கிரமாய் வருகையிலே   1515
வேகமாய் வருகிறது
    வீரையன் சேனைஎன்று
தேராத அலக்கையனும்
    தும்பிக்கை பூச்சியனும்
இரண்டு துரைமாரும்
    ஏற்றமுள்ள ராணுவமுடன்
மாம்பூண்டு சோலையிலே
    வந்து எதிரேநின்று
கைகுவித்து தெண்டனிட்டு
    கட்டளைக்குத் தாம்இருந்தார்   1520
வீரையனும் அப்போது
    விரைவாக தான்அழைத்து
எங்கு இறங்கலாம்
    என்றுசொல்லித் தான்கேட்டார்
"அடியேனுங்க நாங்கள்
    அறிந்துமட்டும் சொல்லுகிறோம்
துவரம் குறிச்சிக்கு

துரிசாக போய்ச்சேர்ந்தால்
    தண்ணீர் சௌக்கியமும்
        சாலை நல்லதோப்புகளும்   1525
    பேட்டை நல்லசாவடியும்
        பெரிய கடைத்தெருவும்
    ஊருக்கு மேற்கே
        உயர்ந்த கிராமம்உண்டு"
பாளையம்[166] தான்இறங்கி
    பதிவான[167] இடம்உண்டு
என்றுசொல்லி அப்போது
    ஏற்றமுடன் தான்உரைத்தார்
நல்லது என்றுசொல்லி
    நடந்தான் காண்வீரையனும்   1530
பாளையப் பட்டார்
    பாதைகொணடு காட்டல்உற்றார்
சேனைப் படைத்தளமும்
    தீர்க்கமுள்ள வீரையனும்

குறிச்சியில் கூடாரம்

துவரங் குறிச்சிக்குத்
    துருசாய் போய்ச்சேர்ந்தார்
ஊருக்கு தெற்கே
    உயர்ந்து இருக்கு
அனுமந்த கூடாரம்
    அடைவாகத் தான்அடித்தார்   1535
கோட்டை சமாதிவிட்டு
    கொள்ளைகொண்ட வீரையனும்
விடுதியில் தானும்அப்போ
    விருப்பாகத் தான்இருந்தார்
அந்தநல்ல வேளையிலே
    ஆன தொரு
தும்பிக்கை பூச்சியனும்
    துரிதமுடன் வீரையற்கு
விதவிதமாய் எலும்பைகள்[168]
    விபரமாய் அனுப்பலுற்றார்   1540
நெய்க்குடமும் தயிர்க்குடமும்
    நேரான பாற்குடமும்

ஆட்டுக் கிடாக்களும்
    அடைவான பன்றிகளும்
கோழியும் காய்கறியும்
    கொள்ளைகொண்ட வீரையற்கு
அத்தனையும் ஆள்பேரில்
    அன்பாய் எடுப்பித்து
எடுத்து அங்கேசென்று
    எதிராகத்தான் வைத்து   1545
இலக்கையனும் பூச்சியனும்
    இசைவழுக்கை தொழுதார்
கூடவே கைதொழுது
    குணமுள்ள வீரையனும்
வாரும் என்றுசொல்லி
    வரிசையுடனே அழைத்து
இருவர் துரைமக்களுக்கு
    இன்பமொடு வீரையனும்
ஆளுக்கோர் சாலுவை
    அன்பாய் பரிசளித்து   1550
இனிதாயும் உபசரித்து
    இருங்கள்என்று வார்த்தைசொல்லி
அகம்குளிர்ந்து துரைமக்கள்
    அமைதியுடன் அங்கிருந்து
வீரையற்கும் பொம்மியற்கும்
    மேலான விருந்துசெய்ய
சம்பா அரிசிகொண்டு
    சமைத்தார்கள் காய்கறிகள்
ஆட்டுக் கறிகள்
    அதிபலகார முடன்   1555
அளவில்லாக் கறிகள்
    அதிகசுவையாய்ச் சமைத்தே
பாவையற்கும் வீரனுக்கும்
    படைத்தார்கள் அன்னம்பல
உண்டு பசியாறி
    உட்கார்ந்து இளைப்பாறி
தாம்பூலம் தான்தரித்து
    சயனித்தார் பூவணைமேல்
பூச்சையனும் பாவையரும்

பொழுது விடியும்மட்டும்
கண்ணை இமை காப்பதுபோல்
காத்திருந்தார் கடிதாக
அன்பர் வினைபோல்
அகல இருள்கூட்டம்
பச்சை இலைமேல்
பரிதியும் வந்துதித்தான்
தூக்கம் ஒழித்துத்[169]
திடுக்குமென்று எழுந்திருந்து
தந்தம்[170] துலக்கி
தடாகத்தில் நீராடி
சிவசிவா என்று
திருநீறு காப்புஇட்டு
வண்டத் துலுக்கரைபோல்
வடிஉள்ள பாகைகட்டி
அங்கி நிசார்தொட்டு
அடைவுடனே கச்சைக்கட்டி
பதினெட்டு ஆயுதமும்
பாங்குடனே தான்பிடித்து
கூடாரம் தான்பிடுங்கி
கொள்ளைகொண்ட வீரனுமே
ஏறினார் வாசியின்மேல்
எடுத்தார் பெருங்குடையை
பயணம் புறப்பட்டார்
பரிவாகத் தன்னோடு
ஊதினார் சின்னம்[171]
உலகம்எல்லாம் தான் அதிர
வீரன் தன்சேனை
வெகுவாய் வருகுதுகாண்

நத்தத்தில் தங்கல்

நத்தத்து லிங்கையனும்
நாழிகையில் தான்கேட்டு
வீடு மெழுகி
விருப்பமுடன் கோலமிட்டு
தோரணம் கட்டி
சுபகோலம் தான்இட்டு

வீரையற்கும் பொம்மியற்கும்
    விடுதியில் அலங்கரித்து
வீதிக்கு வீதி
    விதமாய்ப் பந்தல்இட்டு
படிஅரிசி யாவர்க்கும்
    பாங்குடனே தான்கொடுத்து   1580
அடிபணிந்து வீரனுக்கு
    அடையுடனே தெண்டனிட்டார்
கண்டு மனமகிழ்ந்து
    கனப்பிரியம் உண்டாக்கி
வாரும் என்றுசொல்லி
    வாஞ்சையுடன் தான்அழைத்து
மோகன மாலைஎன்றும்
    முத்துக்கடுக்கன் என்றும்
வெகுமதியாய்க் கொடுக்க
    வீரையனும் அப்போது   1585
நத்தத்து வீதியிலே
    நலமாகப் போய்இறங்கி
சந்தோஷப் பட்டு
    தனஞ்செயனும் வீற்றிருந்தான்
நத்தத்து லிங்கையனும்
    நல்லவிருந்து தான்செய்தான்
பொல்லாத தரித்திரமாய்
    பின்னிரவு போனஉடன்
நல்லகம்பத்[172] எனினும்
    நறுமலராள் வந்துதிக்கும்   1590
மற்றாநாள் காலையிலே
    மன்னவனே எழுந்திருந்து
தந்தம் சுத்திசெய்து
    தான்அணிந்தான் வெண்ணீறு
பாளையத்தை எச்சரித்தான்
    படைமுரசு தான்திறந்து
மதுரையை நோக்கி
    மனம்மகிழ்ந்து செல்கையிலே

மதுரை அடைதல்

    சதுரங்க சேனைகளும்
    சதுராகத்தான் அடைந்து   1595

காடுமலை கடந்து
கடியவனம் கடந்து
திருமலை நாய்க்கரிடம்
சீமைதனைத் தொடர்ந்து
வைகைக்கரைஓரம்
வந்திறங்கிய அப்போது
அண்ட முகடதிர
அடித்தார்கள் கூடாரம்
பொம்மியரும் தானும்
பொங்கமுடன் வீற்றிருந்தாள்

தலையாரி கூறியது

கூடாரம் வந்தபின்பு
கோட்டைத் தலையாரி
திருமலை நாய்க்கன்முன்
திடீரென்று ஓடிவந்து
வடக்கே இருந்து
வருகுதுஐயா சேனைதளம்
மாற்றான் படையோ
மறுமன்னர் தன்படையோ
என்றுசொல்லித் தலையாரி
இணக்கமாக தான்நின்றான்
திருமலை நாய்க்கரும்
சேதிஅதனைக் கேட்டு

பிராமணரை அனுப்புதல்

“ஆரானா என்ன
ஆகட்டும் என்றுசொல்லி
அருகாக பிராமணரை
அன்பாகத் தான்அழைத்து
“ஆர்என்று சொல்லி
அறிந்துமெள்ள வாரும்”என்றார்
அப்போதே வேதியரும்
ஆண்சிங்க வீரனிடம்
போனார்கள் சேதிஅதனைப்
பூரணமாய்த் தெரிந்து

வீரன் சொன்னது

வேதியரைத் தான்அழைத்து
வீரனும் சொல்லல்உற்றார்

"விஜயரங்க சொக்கலிங்க
 வேந்தனை அழைத்து
மதுரைக்கு உள்சென்று
 வண்டர்எனும் கள்ளர்களை
மடக்கி வாஎன்று
 மதித்து எனைஅனுப்ப 1615
ஆகையினாலே இங்கு
 அடைவுடனே வந்தேன்"என்றார்
சீக்கிரமாய் தரத்தைத்[173]
 திருமலை நாய்க்கன்முன்
சொன்னார்கள் அந்நேரம்
 துரைநாய்க்கர் தான்கேட்டு

வேந்தன் வரவேற்றது

வீரனுக்கு வேண்டும்
 விடுதி எல்லாம்அமைத்து
வாசல் பிரதானி
 வரிசைபெற்ற சாம்புவனை 1620
எதிராக போய்நின்று
 ஏந்தல்எனும் வீரனைத்தான்
அழைத்துடனே வாரும்என்று
 ஆக்கியாபித்தே அனுப்ப
சாம்பு அவனும் அப்போது
 தார்வேந்தன் சொல்கேட்டு
எழுந்திருந்து வாசியின்மேல்
 ஏறிபோனான் உடனே
குதிரை பரிவாரம்
 கோடிதளம் பின்தொடர 1625
பதினெட்டு மேளம்
 பண்பாய் அறைத்துவர
வெள்ளைத் துகில்விசிறி
 விதமுடனே தான்அடைந்தான்
சேனா பதியுடனே
 சேனைதளம் வருகுதுஎன்று
வீரனும் அப்போது
 வெகுவாய் மனம்மகிழ்ந்து
ஆனையின் மிதவுதான்
 அழகாகவே இயற்றி 1630

மதுரைவீரன் கதை

மத்தாகஜந்[174] தொட்டு
 மகாவீரன் பொம்மியரும்
ஏறி உட்கார்ந்து
 இனிதாய் வழிநடக்க
ஆணிமுத்து வீரனுமே
 அரண்மனையில் வந்துஇறங்கி

இளைப்பாறல்

சம்பங்கி எண்ணையால்
 தலைமுழுகி மயிராற்றி
கோதி மயிரைக்
 குடுமிகட்ட சிக்கறுதது   1635
சீரான நெற்றிதனில்
 திருநீறும் தான்அணிந்து
கெந்தமும்[175] கஸ்தூரி
 கீறினார் மார்புதனில்
கட்டுவர்க்கம் தான்அணிந்து
 காரணனும் அப்போது
அறுசுவையோடு அன்னம்
 அருந்தி இளைப்பாறி
ஏலம் லவங்கமுடன்
 இளம்வெற்றிலைப் பாக்கும்   1640
தரித்து விளையாடி
 சரசபொம்மியைப் பார்த்து
"வாருமாடி பெண்ணேஒரு
 வார்த்தைசொல்லக் கேளும்அடி
கள்ளரைக் கொல்ல
 கட்டளை கள்இட்டாரடி
திருமலை நாய்க்கரது
 தெரிசனம் செய்வதற்கு
போய்வாரேன்" என்று
 பொன்பல்லக்கு ஏறிபோய்   1645

மன்னரைச் சந்தித்தல்

திருமலை நாய்கரும்தான்
 சிறப்பாய் கொலுஇருக்கும்
ஆசார வாசல்வழி
 அழகாகத் தான்கடந்து

பல்லக்கு விட்டுஇறங்கி
    பாராளும் வீரனும்தான்
திருமலை நாய்க்கரைத்தான்
    சேவித்துக்கொண்டு நின்றான்
கூடவே நாய்க்கரும்தான்
    கும்பிட்டு தான்எழுந்து   1650
பக்கம் இருந்துகொண்டு
    பண்பாக வார்த்தைசொல்லி
"தன்னரசு நாட்டுத்
    தனிக்காட்டுக் கள்ளர்எல்லாம்
மதுரைக்கடைத் தெருவைவந்து
    மெள்ள கொள்ளைஇட்டு
தாலிமுதல் சேனைஎல்லாம்
    தாங்கள் பறிப்பதனால்
விஜயரங்க சொக்கலிங்க
    வேந்தன் துரைராஜனுக்கு   1655
எழுதி விட்டபடியே
    இயற்கைஉள்ள ராஜனுமே
உம்மை அனுப்பியதால்
    உத்தமனே நீர்வந்தீர்!
கள்ளர் தளங்கள்
    கருவை அறுத்துவாரும்"
என்று நாய்க்கன்சொல்ல
    இணங்கிய வீரனுமே
பத்துத் தினத்தினிலே
    பக்ஷமில்லாக் கள்ளரைத்தான்   1660
வெட்டிக் கருஅறுத்து
    வெற்றிகொண்டு வாரேன்"என்றான்
நாய்க்கர் அதுகேட்டு
    நன்றாய் மனம்குளிர்ந்து
வீரனுக்குத் தக்க
    வெகுமதிகளைக் கொடுத்து
அடைக்காயும் வெற்றிலையும்
    அன்பாகத் தான்கொடுத்து
அரண்மனைக்குப் போஎன்று
    அனுப்பினார் வீரனைத்தான்   1665
அரண்மனையில் வீரனும்தான்

அடைவுடனே வீற்றிருந்தான்
அன்றிரவு நீங்கி
ஆதித்தின் வந்துஉதித்தான்
வீரன் எழுந்துஇருந்து
விடியக்காலக் கடனை
எல்லாம் முடித்துநகர்
எங்கும் உலாத்திவந்து
சாப்பிட்டு இளைப்பாறிச்
சாமிதுரை வீரன்தான்
சாயங்காலத்து தீவட்டி
தான்போட்டுக் கொண்டுஅவன்
சொக்கரிட சந்நிதிக்குத்
துருசாகத் தான்நோக்கி
தீபாராதனை வேளைக்குத்
தினம்போய் தரிசித்து
வருகிற நாளையிலே
மலைத்திருடர் எல்லோரும்
கூட்டம்இட்டு வளைதடியைக்
கொண்டு புறப்பட்டு
மதுரைக் கடைவீதி
வந்து நுழைத்துக்கொண்டு
காசுபணம் நாணயத்தைக்
கனக்கவே கொள்ளைஇட
பட்டணத்தில் உள்ள
பரிசனங்கள் எல்லாம்
கோஎன்ற சத்தம்
கூக்குரலும் தானும்இட
நகரத் தலையாரி
நாட்டமுடன் ஓடிவந்து
வீரனுடனே சொன்னான்
வீரனும் அப்போது
இணக்கம்உள்ள பொம்மியற்கு
இதுசேதியைச் சொல்லி
குதிரை மேல்ஏறிக்
கூராயுதம் தரித்து
சேனை தளத்துடனே
சிறப்பாகவே சென்று

வடக்குநல்ல வாசலிலே
வகைஉடனே தான்நடந்தான்
நலமுடனே வீரனுமே
நடந்தான்காண் அம்மானை
பொல்லாத வீரனுந்தான்
போர்செய்ய கோபித்து
பட்டாஉருவி கொண்டு
பகட்டம்[176] உள்ள கள்ளரின்மேல்
பாய்ந்தான் குதித்தான்
பதிஇருந்து தான்அமைத்து
வீசினான் கள்ளர்களை
வீராதி வீரனும்தான்
முன்வீச்சுக்கு ஆயிரம்பேர்
முனைவீச்சுக்கு ஆயிரம்பேர்
இந்தப் படிக்கு
இறக்கஅடித்தான் வீரனும்தான்
தன்னரசு நாட்டுத்
தனிக்காட்டு கள்ளர்களும்
கொக்கரித்து சேனைதளம்
கோடிபடை தான்வந்து
ஈட்டிக் கோலாலே
எறிந்தார்கள் வீரையன்மேல்
கண்கள் சிவந்து
கடும்கோபம் தான்பூண்டு
வாகுநல்ல சமுதாடு
வண்மையுடன் தான்பூண்டு
யானையின் கூட்டத்தில்
யாளிவந்து பாய்ந்ததுபோல்
பொல்லாத வீரன்
பூர்த்தியாய் வீசல்உற்றான்
கள்ளர் படைகள்எல்லாம்
கலங்கியே மெய்மறந்து
மெய்சேர்ந்து விழுவாரும்
விதிவசமோ என்பாரும்
ஆதி சிவனுக்கு
அபயம்என்று விழுவாரும்
ஈட்டிக்கோல் வைத்தபடி

இறந்து மடிவாரும்
அச்சமற்ற நாட்டுக்கு
அழிவுவந்து நேர்ந்ததுஎன்றும்
இன்று முடிந்ததுகாண்
எங்கள் பலம்எல்லாம்
கள்ளர்எல்லாம் புலம்பி
கைசோர்ந்து விழுந்தார்கள்
இப்படி யாக
இருக்கும்அந்த வேளையிலே

வீரனது வெற்றி

கள்ளர்படை சேனைஎல்லாம்
கருவறுத்த வீரன் தன்னை
தேவர்எல்லாம் கண்டு
சிறப்புடனே பார்த்துஇருந்தார்
நாலுதிசை மெச்சவீரன்
நற்கொலுவில் தான்இருந்து
வெள்ளானை மீதுஏறி
வெற்றிகொண்டு வாரார்காண்
பஞ்சவர்ண டால்விருது
பக்கமே சூழ்ந்துவர
நாகசுர மேளம்
நாட்டியப்பெண் ஆடிவர
மதுரை திசைநோக்கி
வாரார்காண் அம்மானை
கள்ளர்பற்று நாட்டைஎல்லாம்
கடையால் பறக்கவிட்டு
சகலசம் பிரமத்துடன்
சாமிமுத்து வீரையரும்
வருகிறார் என்று
வகைஉள்ள தூதர்களும்
திருமலை நாயக்கர்கொலு
செய்யும் மண்டபத்தில்வந்து
சேதி அதனைஎல்லாம்
செப்பல்உற்றார் அந்நேரம்
திருமலை நாய்க்கரும்
செவிகொடுத்துத் தான்கேட்டு

சந்தோஷப் பட்டு
    தாதியரைக் கூப்பிட்டார்

நாயக்கர் கட்டளை

"தேனாஷி மீனாஷி
    செண்பகப்பூ நாச்சியரே!
பச்சை நிறத்தாளே
    பவளக் கொடியாளே
மாசிலாப் பத்தினியாள்
    வானத்து அருந்ததியாள்
இந்தப் படிக்கு
    இயல்பான தாதியரும்　　　　　　　1725
ஆயிரம் தாதியரை
    அன்பாய் அழைத்துவர
வெற்றிகொள் வீரருக்கு
    மேல்திருஷ்டி கழிக்க
ஆலாத்தி சோடித்து
    அடைவுடனே தான்நடந்து
எதிர்கொண்டு போவென்று"
    எசமான் அனுப்பவேதான்
அழகு ரத்தினம்பதித்த
    ஆலத்தி சுத்தினார்கள்　　　　　　　1730
அந்தமுள்ள[177] வெள்ளையின்மேல்
    ஆசைகொண்டு வீரையன்தான்

நாயக்கர் பாராட்டு

யானையை விட்டுஇறங்கி
    அரண்மனைக்கு உள்ளேசெல்ல
திருமலை நாய்க்கனும்
    அன்புடனே வீரனுக்குக்
கைலாகு[178] தான்கொடுத்து
    களிப்புடனே வர அழைத்து
சிங்காதனம் அருகே
    சிறப்பாய் இருக்கவைத்து　　　　　　　1735
அடைக்காயும் வெற்றிலையும்
    அன்புடனே தான்கொடுத்து
"கள்ளர் பற்றுநாட்டை
    கருவறுத்து வந்தீரே!

உம்மைப்போல் தேசத்தில்
    ஒருவரையும் கண்டதுஇல்லை
இளைப்போடு இருக்கின்றீரே
    ஏற்றமுள்ள வீரையனே
காலையிலே நாமே
    கலந்து வசனிப்போம்"[179]   1740
என்றுசொல்லி நாயக்கர்
    இசைவாகத்தான் அனுப்ப

வேந்தனிடம் விடைபெறுதல்

நல்லதுஎன்று வீரையனும்
    நாய்க்கரைத் தான்தொழுது
அரண்மனை வாசல்விட்டு
    அடைவாகத் தான்நடந்து
யானை மேல்ஏறி
    ஆணிமுத்து வீரையனும்
பொம்மி அரண்மனைக்கு
    பொறுமையுடன் போய்சேர்ந்து   1745

இளைப்பாறுதல்

கட்டுவர்க்கம் தான்அவிழ்த்து
    காரணனும் அந்நேரம்
வெந்நீரி னாலே
    வீரையனும் ஸ்நானம்செய்து
கோதி மயிராற்றிக்
    கோணாமல் சிக்கறுத்து
வாரி முடித்து
    வகையுடனே வேஷ்டிகட்டி
சிவசிவா என்றுசொல்லி
    திருநீறு தானும்இட்டு   1750
உண்டு பசியாறி
    உத்தமனார் வீரனுந்தான்
அடைக்காயும் வெற்றிலையும்
    அன்புடனே தாம்அருந்தி

வெள்ளையின் மேல் காதல்

பஞ்சணை மெத்தையின்மேல்
    படுத்து எழுந்தவுடன்
ஆலாத்திப் பெண்களிலே

ஆனதொரு வெள்ளையின்மேல்
தீராத ஆசைகொண்டு
சீக்கிரமாய் எழுந்திருந்து
கட்டுவர்க்கம் தான்உடுத்தி
கனகப் பணி[180] பூண்டு
சீவிநல்ல கொண்டைஇட்டுச்
சீக்கிரமாய் நடந்து
கோட்டையின் மேல்ஏறி
குதித்தான்காண் அம்மானை
வெள்ளைஅம்மாள் தன்விடுதி
வேகமுடன் நோக்கியவன்
அங்கயற்கண் அம்மன்
அடிபணியும் வெள்ளைஅம்மாள்
மீனாக்ஷி சந்திக்கு
முன்பாக மாளிகையில்
தூங்கு மஞ்சக்கட்டில்
துலங்க அலங்கரித்து

தூக்கிச் செல்லல்

பஞ்சணை மெத்தையின்மேல்
பைங்கிளியாள் வெள்ளையரும்
நினைவு தெரியாமல்
நித்திரை செய்கையிலே
உல்லாச மாக
உயிர்ஆகார் தென்மதுரை
விதிப்பயனை எண்ணாமல்
மெல்லியர்மேல் ஆசைகொண்டு
மதில்ஏறித் தான்குதித்து
மண்டபமும் தான்கடந்து
பத்தினியாள் பள்ளி கொண்ட
பார இடந்தன்னில்
இருந்து நினைத்தான்
எண்ணமுற்ற காளையவன்
தட்டி எழுப்பினால்
தையல் எழுந்திருந்து
கூவென்றால் வெள்ளையரும்
கூடிடுவார் மாதர்எல்லாம்
என்று பலவாறு

மதுரைவீரன் கதை 405

எண்ணி ஏக்கமுற்று
முருகன் துணைஎன்று
மூர்க்கமுள்ள வீரனுமே
தேளின் மீதுஇருந்த
துப்பட்டி கீழ்பரப்பி
மெள்ள அசையாமல்
மெல்லியரை தூக்கிவைத்து
கட்டி இறுக்கி
கைலாகு கொண்டு தூக்கி
மாளிகையும் விட்டு
மண்டபத்தை தான்கடந்து
தான்இருக்கும் கோட்டையில்
தாண்டிக் குதிக்கையிலே

பிடிபடல்

வேவுக்காரர்கள் கள்ளர்என்று
வீரையனைத் தான்பிடித்து
ஆஎன்று சொல்லி
அதட்டியவர் தான்கேட்டு
பத்தினியைக் கொண்டுவந்த
பாவம் பலித்தது என்று
ஏங்கி முகம்வாடி
என்னசொல்ல போறோம்என்று
ஒன்றும் சொல்லாமல்
ஊமைப்போல் தான்இருக்க
திருமலை நாய்க்கருக்கு
சேதிசொல்லி வாரும்என்று
அனுப்பிவைத்தார் தூதுவனை
ஆனதொரு சேவகனும்
தூதுவரும் போது
துருசாகதான் ஓடி
ஆசார[181] வாசல்நின்று
அடைவுடனே சொல்லல்உற்றார்

மன்னனது தண்டனை

திருமலை நாயக்கர்
சேதிஅதனை தான்கேட்டு
கள்ளனை இங்குகாணக்

கொண்டுவா என்றுசொல்ல
 கட்டளை இட்டபடி
  காவலர்கள் ஓடிவந்து   1790
கள்ளர்எனும் வீரையனும்
 கட்டிய மூட்டையுடன்
நாயக்கர்முன் கொண்டுவந்து
 நடுநீதி[182] கேட்கல்உற்றார்
திருமலை நாய்க்கரும்தான்
 திருடன் மூட்டையைதிறந்து
பார்க்கும் போதுஅங்கே
 பாவை வெள்ளம்மைஎன்று
கண்டவனைத் தான்ஒருத்தி
 கள்ளனைக் குற்றத்தினால்   1795
கானகத்தில் கொண்டுபோய்
 கைகாலை வாங்குஎன்றார்
காவலரும் கள்ளனைதான்
 காட்டில்கொண்டு போய்அவனைக்
கைகாலை வெட்டிவிட்டுக்
 காவலாள் வந்துவிட்டார்
வீரனும் தன்னுடைய
 விதிதனைத் தான்நினைந்து
ஆதிசிவன் மாயவற்கு
 அபயம்என்று தான்சொல்லி   1800
எண்ணாது எண்ணி
 இருக்கும்அந்த வேளையிலே

வெள்ளையின் விருப்பு

அப்போது வெள்ளையரும்
 அசந்து[183] நித்திரைசெய்து
பார்க்கவே வீரன்
 பக்குவமாய் நின்றிருக்க
கண்ட உடனே யோசித்து!
 காரிழையும் சொல்லுகிறாள்
"நானோ பதிவிரதை
 நன்மை அறியாமல்   1805
தொட்டு எனைஎடுத்து
 தூக்கியே வந்ததினால்

இனிஎனக்கு நீபுருஷன்
என்பதற்குஓர் ஐயமில்லை
கோவே இனிஉந்தன்
கூடவே நான்வருவேன்
உன்துக்கம் என்துக்கம்
ஒன்றல்ல வேறில்லை
ஒற்றுமை யாகி
உயிரை விடுவேன்காண்!"
என்று திடமாக
இயம்பினாள் வெள்ளையரும்
இவள்சொல்லும் சொல்கேட்டு
இருந்தவர்கள் இப்போது

காவலர் கவலை

ஆணிமுத்து வீரர்என்று
அனைவோரும் தாம்அறிந்து
"உம்மை இன்னார்என்று
உண்மை அறியாமல்
கைகாலறுத்து விட்ட
காரணத்துக்கு என்னசெய்வோம்"
என்றுசொல்லி சேவகர்கள்
இணங்கி வணங்கல்உற்றார்
காலில் விழுந்து
கதறி அழுகலுற்றார்

பொம்மி புலம்பல்

அழுதசத்தம் தான்கேட்டு
ஆரணங்கு பொம்மியரும்
அவரோ இவரோ
அறிந்து வருவோஎன்று
அன்னம்போல் நடந்து
அருகில்வந்து தான்நின்று
வீரையனைத்தான் பார்த்து
விம்மிவிம்மித் தான்அழுது
"பாதகா நான் இதற்கோ
பற்றிவந்தேன் உன்பிறகே
கால்கை அறுப்புண்டிருக்க
காணவோ வந்தேன்நான்

எழுத்தை அறியாமல்
எண்ணினேன் கோடிசிந்தை
ஆண்டவனே உந்தனுக்கு
அசடு வந்தவாறுஏது
மன்னவனே உந்தனையும்
வழிமறிப்பார் உண்டோதான்"
என்றுசொல்லி பொம்மியரும்
ஏங்கி விசனம்[184] உற்றாள்

வீரன் தேற்றுதல்

புருஷனும் வாய்திறந்து
பொம்மிக்குச் சொல்லல்உற்றான்
"ஆதிசிவன் பிர்மா
அன்புள்ள மாயனுமே
கூட்டி எழுதினதை
குறைப்பாரோ பெண்அரசே!
எழுத்தை அழிக்க
எவரால் முடியுந்தான்
சூரிய குலத்துஉதித்து
தோற்றமுடன் வீற்றிருந்தேன்
மாறுபடா வம்மிசத்தில்
வந்து பிறந்தேன்காண்!
பொம்மியரே நானும்
பூமியில் இறப்பதில்லை!
மீனாக்ஷி பொற்பதத்தை
விருப்பமுடன் சேர்வதுஅன்றி
அரை நொடியும்
அதிகாரம் இல்லையடி!"

பொம்மியின் செயல்

ஆரணங்கு பொம்மி
அருஞ்சேதி[185] தான்கேட்டு
"மன்னவனே உம்மைவிட்டு
மண்மேல் இருப்பதில்லை
கூடவருவேன் காண்
வெள்ளைகொண்ட ராசாவே"
என்றுசொல்லி பொம்மி
இரக்கமாய் தான்நடந்து

வைகை நதியில்
    வனமயிலாள் ஸ்நானம்பண்ணி
கூந்தலை உதறிஅங்கே
    கோடாலி முடிதான்[186] போட்டு
கூறை[187] உடுத்திக்
    கோலப்பணி பூண்டு
சிவசிவா என்றுசொல்லித்
    திருநீறு தானுமிட்டு
எலும்மிச்சங்காய் கையில்
    ஏந்திக்கொண்டு தான்நடந்து
அம்மா மீனாக்ஷி
    அடிஆளும் வாரேன்அம்மா
சிவசிவாஎன்று சொக்கலிங்கர்
    சீர்பாதம் காணஎன்று
பயணம் பயணம்என்று
    பைங்கிளியும் தான்நடந்து
வீரர் இருக்குமிடம்
    மேவியே தான்சேர்ந்தாள்!
அந்த விதமாயிருக்கும்
    அவ்வேளை தன்னிலே

வெள்ளையம்மாள் செயல்

வெள்ளையரும் பார்த்து
    விதவிதமாய் தான்நினைத்து
என்ஒரு பெண்ணாலே
    இடியேது வீரனுக்கு
சொல்லிய பொல்லாங்கு
    சுத்தமாய் வந்ததினால்
திருமலை நாய்க்கருக்கு
    சேதிஅதனை சொல்வோம்என்று
வாடிய மனதுஉடனே
    வந்துநின்று சொல்லவேதான்
திருமலை நாய்க்கர்
    சேதி அதனைக்கேட்டு

மன்னன் புலம்பல்

அருமைஉள்ள பிள்ளைக்
    அசடு[188] வந்து நேர்ந்ததுஎன்று

ஆசார வாசல்மட்டும்
அலறியே தான்புரண்டு
ஆடை கலைய
ஆபரணந் தான்புரள
ஓட்டமா ஓடிவந்து
உத்தமனைத் தான்பார்த்து
"அப்பா மகனே" என்று
அலறி தான்அழுது
"வெள்ளையரை[189] வேணும்என்று
விரும்பி எனைக்கேட்டால்
கோதை மயிலைக்
கூட்டிவந்து தாரேனோ
எந்தனது பெண்ணை
இஷ்டமுடன் கேட்டாலும்
கல்யாணம் தான்முடித்து
கண்ணாலே பாரேனோ
நான்தாண்டா வீரர்என்று
நலமுடனே சொல்லாமல்
பேசாமல் இருந்ததினால்
பிழைமோசம் வந்ததுகாண்!"

மன்னன் வழிபாடு

என்றுசொல்லிய நாய்க்கர்
ஏங்கி முகம்வாடி
மீனாக்ஷி சந்நிதிக்கு
விருப்பமுடன் சென்றேகி
உத்தரவு கேட்டு
ஒருநொடியில் நான்வருவேன்
என்று சொல்லியபோது
இசைவுடனே போனார்கள்
சொக்கர் திருஆலயத்தில்
துருசாகப் போய் புகுந்து
முக்கால் வலம்வந்து
மூவிருகால் தெண்டன்இட்டான்
"திரிபுரம் எரித்தவர்கள்தன்
தேவி பரமேஸ்வரியே
வீரனுக்கு வந்த
விதிப்பயனைத் தீரும்அம்மா!

கைகால் வளர்ந்து
    கடுக எழுந்திருக்க
வேண்டும் அம்மாதாயே
    வேதாந்த நாயகியே"
என்றுசொல்ல நாயக்கர்
    ஈஸ்வரியும் தான்பார்த்து

கால் கை வளர்தல்

கால்கையும் தான்வளர
    கட்டளையும் இட்டாள்காண்
திருமலை நாயக்கரும்
    திரும்பி வருவதற்குள்   1880
மீனாக்ஷி கிருபையினால்
    வீரனுக்கு முன்போல்
கால்கையும் தான்வளர்ந்து
    கடுக எழுந்திருந்து
திருமலை நாய்க்கர்முன்னே
    சீக்கிரமாய் ஓடிவந்து

வீரனது விளக்கம்

"வாரும்ஐயா ராஜாவே
    வார்த்தைசொல்ல கேளும்ஐயா
மாறுபடா வம்சத்தில்
    வந்து பிறந்தேன்காண்   1885
மாறுபடா மேனியிலே
    மாறுபட ஆச்சுதுகாண்
பூவையால் என்உயிர்
    பொன்உலகம் போகுதுஐயா
அன்று எனக்கு
    ஆயன் எழுத்துப்படியே
வாய்த்தது" என்றுவீரன்
    வண்மை உடன்இருக்க
காதினால் கேட்டு
    கண்ணீர்விட்டார் நாய்க்கரும்   1890
"வாழ்வும் பெரும்செல்வம்
    மாயம்இது ராஜாவே
நீரின்மேற் குமிழி
    நிலைமைஅற்ற வாழ்க்கைஇது
என்று இருந்தாலும்

இறப்பது நிச்சயம்தான்
    சலித்துநீர் தான்அழுக
    தருமமோ ராஜாவே"
என்றுசொல்லி வீரனுமே
    இவ்வண்ணம் தேறிநின்றான்   1895
உடன் கட்டை
"பெண்களில் இருவருமே
    பிரியமாய்த் தீக்குதிக்க
நாற்சவுக்க மாக [190]
    நலமான தீக்குழியை
உண்டுபண்ணி வைக்கநீரும்
    உத்தாரம் சொல்லும்ஐயா"
திருமலை நாய்க்கரும்
    சேதிஇது அறிந்து
வைகைக்குத் தான்போய்
    மாந்தோப்புக்குள் புகுந்து   1900
தீக்குழி ஆன
    செம்மைஉள்ள தாவதனை[191]
கண்டு குறித்து
    கடுகவே வெட்டிவைத்து
சந்தனக் கட்டைக்கொண்டு
    சதுராகத் தான்பரப்பி
தீக்குழியைச் சுற்றி
    ஜெயமங்களம் சொல்லி
வேதியரைத் தான்அழைத்து
    விதியாகச் செய்" என்றார்.   1905
ஆலாத்தி சுத்தும்பெண்
    ஆனதொரு வெள்ளையரும்
பொன்னான திருமேனி
    பொம்மியரும் கூடவேதான்
ஏற்றமுள்ள வீரனுமே
    இருவரையும் தான்அழைத்து
அன்னதானம் சொர்ணதானம்
    அன்பாகச் செய்வித்து
கோதானம் பூதானம்
    கோதையரால் செய்வித்து   1910
"காரிகை நீங்கள்இருவர்

கையாலயம் சேரும்" என்றார்,
காதினால் கேட்டுக்
கன்னிகள் தானும்அப்போ
பூரித்து மேனி
பொங்கி இருவரும்தான்
பூண்டிருந்த ஆபரணம்
பொரிபொரியாய் தோன்றிஎடுக்க
சந்தோஷமாய் இருவர்
சாமிமுத்து பாதத்தில்
அடைவுடனே தெண்டன் இட்டு
அன்பாய் இருபேரும்
இருவரும் தெய்வத்தை
இசமாகவோ[192] தொழுது
சுத்திவந்து தீக்குழியைச்
சீக்கிரமாய்த் தான்மூடி

வீரன் செய்கை

சடங்குகள் எல்லாம்
சதிராகத் தான்முடித்து
ஸ்நானம்அது செய்தபின்பு
தயவாய் பிராமணர்க்கு
வஸ்திரம் காசுபணம்
வன்மையாய்த் தான்கொடுத்து
பொற்றாமரைக் குளத்தில்
பொறுமையுடன் போய்இறங்கி
கோடாலி முடியவிழ்த்து
குதித்துமே ஸ்நானம்செய்து
சிவசிவா என்று
திருநீறு தானும்இட்டு
சந்தனம் புனுகும்
சவ்வாதுடன் தான் அணிந்து
பூசித் திருமேனிஎங்கும்
பொங்கமுடன் கதம்பம்
மிதியடியும் பூண்டுமே
ருத்திராக்ஷம் தாம்அணிந்து
என்தாயே மீனாக்ஷி
ஈஸ்வரியே என்றுசொல்லி
காளை முத்துவீரனுமே

கடுகெனவே தான்வந்து
ஆதி சிவனேஎன்று
அன்புடனே தான்வந்து
மீனாக்ஷி சந்நிதிமுன்
வீரையனும் வந்துநின்று
முக்கால் வலம்வந்து
மூவிருகால் தெண்டனிட்டு
திருமலை நாய்க்கர்தனை
திரும்பி முகம்பார்த்து
"வாரும் என்றுசொல்லி
வன்மையுடன் தான்அழைத்து
மீனாக்ஷி பொற்பாதம்
இதமுடனே சேர்வதற்கு
உத்தரவு சொல்லும்என்ற
ஒருவார்த்தை தான்கேட்டு
மனதுக்கு உகந்தபடி
மகிழ்ச்சியுடன் செய்என்றார்
போய்வாரேன் என்றுசொல்லிப்
புகலறிய வீரனுமே
பார்வதியின் பேரில்
பதினெட்டாம் படிஏறி
என்தாயே மீனாக்ஷி
எனக்குஎன்ன புத்திஎன்றான்
முந்திய மாலை
முதல்பூசை உனதுகாண்
கம்பத் தடியில்
காத்திருந்து பூசைகொள்வாய்,
என்றுசொல்ல மீனாக்ஷி
ஏற்றவரம் கொடுத்தாள்!

பார்வதி பாதம்

காளை முத்துவீரனும்தான்
கம்பத்து அடியில்வந்து
கன்றுஅறுக்கும் சூரிதனைக்
கையிலே தான்வாங்கி
பார்வதியே உந்தன்
பாதம் கதிஎன்று
கடுகைத் தவறாமல்

கழுத்தை அறுத்துக்கொண்டான்
வீரன் சிரசுதான்
மீனாக்ஷி பாதம்விழ
அல்லவரும்[193]கூடி
ஆச்சரியப் பட்டார்கள்

நாயக்கர் திரும்பல்

வீற்றிருந்த சேனையுடன்
வேந்தன் திருமலையை
மீனாக்ஷியம்மன் அப்போ
விடுதிபோய் சேரும்என்றாள்
அப்படியே எல்லாரும்
அரண்மனைக்கு போய்சேர்ந்தார்கள்!

வீரன் வேண்டுதல்

அன்றுமுதல் மூன்றுநாள்
அணிமுத்து வீரனுக்கு
பூசை நமஸ்காரம்
புசிப்புமே தானும்இல்லை
பார்த்து நல்லவீரனுமே
பதறியே கோபம்கொண்டு
இப்படிக்கு தான்இருந்தால்
ஏற்காது கலியுகத்தில்
என்று நினைந்து
எழுந்திருந்த அந்நேரம்
மீனாக்ஷி சந்நிதிபோய்
விதியுடனே தெண்டனிட்டு
"என்தாயே மீனாக்ஷி
எனக்குபுத்தி சொன்னபடி
பட்டணத்தில் உள்ளோரும்
பராமரிப்பது இல்லைஎனை
இதுபார்த்து நீ இருந்தா
என்வயிறு பசியாதோ
ஆதலால் பட்டணத்தில்
அமர்ந்த மனிதர்களைக்
கொள்ளைகொளும், எனக்கு
கூறுவையே ஆனாக்கால்
காவடியும் தோள்ஏந்தி

கம்பத்தடி வருவேன் அம்மா
என்று தான்சொல்ல
ஈஸ்வரியும் தான்கேட்டு

மீனாட்சி கூறியது

"கம்பத்து அடிவீரா
காரியத்தைச் சொல்லுகிறேன்
"துணிவு கூறும்வீரா!
துள்ளாதே இந்நேரம்
திருமலை நாயக்கர்தான்
செம்பொன் மணிமாளிகையில்
உள்ளே நுழைந்து
உபாயம்ஒன்றை செய்வாய்நீ
அவ்விடத்தில் உள்ளவரை
அதட்டிமிகச் சொற்பனத்தை
பண்ணி வந்தபூசை
பாங்குடனே வாங்குஎன்றாள்

வீரன் செயல்

என்தாயே மீனாக்ஷி
இதுபோதும் என்றுசொல்லி
திருமலை நாயக்கர்தான்
செம்பொன் மணி மாளிகையில்
ஆக்கிர மித்துப்போய்
அதட்டி தொடை தட்டி
நஞ்சுதின்று நஞ்சறுக்கும்
நடுச்சாம வேளையிலே
பட்டணத்தில் உள்ள
பாரமுனிகள் எல்லாம்
வண்டத்துரை வீரன்
வருகின்ற வழிதனிலே
எதிரே வரப்பயந்து
எல்லோரும் தாம்அளிப்பார்
மன்னர் அரண்மனையில்
மதில்ஏறி வீரன்போய்
சப்பிர மஞ்ச கூடத்தில்[194]
தனித்துச் சயனம்செய்யும்
திருமலை நாயக்கர்தனைச்
செவ்வாய் தான்பார்த்து
பதறி எழுந்துஇருந்து

பைங்கிளியைத் தான்எழுப்பி
    "காணாத சொப்பனந்தான்
    கண்டு பயந்தேனடி"
என்று சொல்லக்கேட்டு
    இயற்கைஉள்ள பெண்சாதி
"ஏது நடந்தாலும்
    ஈஸ்வரியாள் மீனாட்சி   1985
பொற்பாதம் அதுஒழிய
    புகலுவதற்கே ஏதுமில்லை"
மன்னவர்க்குத் தேறுதலை
    மங்கையரும் தான்உரைத்தாள்
சொல்லுகிற வார்த்தைஎல்லாம்
    துரைவீரன் கேட்டுஇருந்து
'ஆகட்டும் என்று'
    அரண்மனையை விட்டுமெள்ள
கோட்டை தலைவாசல்
    குதிரை லாயம்புகுந்து   1990
பஞ்ச கலியாண
    பட்டத்துக் குதிரையும்
அறுத்தாரே நொடியில்
    ஆங்காரம் கொண்டவன்காண்
மாட்டு மந்தையில்புகுந்து
    மகாபூசை கொண்டான்காண்
உக்கிரமுள்ள சேவகர்கள்
    ஒருநூறு தலையாரி
படுத்திருக்கும் சாவடியில்
    பாங்குடனே போய்புகுந்து   1995
சுழற்றி எறிந்தான்காண்
    அஞ்சாமல் வீரன்போய்
மண்டியிட்டு வீரன்
    மதயானையை அடக்கி
கன்னிகைப் பெண்கள்
    கண்உறங்கும் வேளையிலே
கன்னியர்கள் அருகில்வந்து
    காளைமுத்து வீரனும்தான்
அபயம் என்றசத்தம்
    அண்டம் எல்லாம் தான் அதிர   2000
காரணனும் தென்மதுரை
    கம்பத்து அடியில்வந்தான்

மன்னன் பூசை

அன்றிரவு சென்று
    அலர்கதிரோன் வந்துதித்தான்
கச்சித் திருமலையார்
    காலையில் எழுந்திருந்து
கால்கைகள் சுத்திசெய்து
    கனத்த பணிபூண்டு
கட்டியங்கள் கூற
    கவரிதனை வீச   2005
நாதசுர மேளம்
    நாட்டியங்கள் ஆடிவர
மந்திரிகள் சேனை
    மகிழ்ந்து மன்னர்கூட்டமுடன்
ஆசார வாசல்விட்டு
    அரண்மனையும் தான்கடந்து
சொக்கரது சந்நிதிக்கு
    துருசாக ஓடிவந்து
அங்கையற்கண் மீனாக்ஷி
    அம்மனுட சந்நிதியில்   2010
மீனாக்ஷி முன்பாக
    வேந்தன் விரைவில்வந்து
முக்கால வலம் வந்து
    மூவிருகால் தெண்டன்இட்டு
"என்தாயே மீனாக்ஷி
    ஈஸ்வரியே இப்போது
காணத சொப்பனங்கள்
    கண்ட விதங்கள்என்ன
அதிசயங்கள் வந்தவகை
    அடியேன் அறிவதற்கு   2015
வழியா உரைக்கவேணும்
    வாய்மைஉள்ள ஈஸ்வரியே!"
பார்வேந்தன் அப்போது
    பாதத்தில் தான்விழுந்தான்
வாழ்மதுரை சொக்கரும்
    மதுரை மீனாக்ஷியரும்
"அப்பா மகனே
    அதிசயங்கள் வந்தகதை
காரணமாய் வந்தகதைக்
    கம்பத்தடி வீரன்   2020

பட்டபாடு எல்லாம்
    பாரோர் நினைக்கவில்லை
பொந்தி[195] பசிமெத்த
    பொல்லாத வீரனுக்கு
உண்டான தினாலே
    ஓடிவந்தான் உன்மனைக்குத்
வீரன் குறை ஒழிய
    வேறொன்று தானும்இல்லை
பட்டணம் எங்கும்
    பலதெருவார் பூசைசெய்ய   2025
கம்பத்து அடியில்வந்து
    காணிக்கை தானும்வைத்து
சந்துக்குச் சந்து
    தனிப்பூசை தானும்இட்டு
இந்தப் படிக்கு
    இஷ்டம்உடனே தொழுதால்
வீரன் குறைதீர்ந்து
    வெகுவாய் மனங்களிப்பான்!"
என்றுசொல்லி ஈஸ்வரியும்
    இதமுடனே வாக்குஉரைக்க   2030
திருமலை நாயக்கர்
    சீக்கிரத்தில் தான்எழுந்து
கம்பத்து அடியில்வந்து
    காளை முத்துவீரனுக்கு
ஐந்நூறு பொன்கொண்டு
    அபிஷேகம் பண்ணிவைத்து
மண்டபமும் கட்டிவைத்து
    மகாபூசையும் கொடுத்து
தேங்காயும் உடைத்து
    தூபதீபம் கொடுத்து   2035
இளநீரும் செங்கரும்பும்
    இதமான பால்பழமும்
வீதிக்கு வீதி
    வேணமட்டும்[196] பூசைஇட
சந்துக்குச் சந்து
    தனிபூசை தானும்இட
எல்லோர் அறிய
    எங்கும் பறைஅறைய

மக்கள் செய்த பூசை

மதுரையில் உள்ளோர்கள்
    வகையுடனே தானும்அப்போ 2040
வீதிக்கு வீதி
    வேணபடி பூசைஇட்டார்
வீரன் இடத்திற்கு
    வேந்தன் வந்தேதொழுது
முப்பழமும் இட்டு
    "முன்பூசை போடுகிறேன்
வந்த வினைகள்எல்லாம்
    மாளவே செய்யும்ஐயா"
என்றுசொல்லி நாயக்கரும்
    இதமாகக் கைதொழுதார். 2045

வீரன் ஆவேசம்

இப்படி யாக
    இருக்கும் இந்தவேளையிலே
கோட்டைக்கு குறிகாரன்
    குமரமுத்து நாயக்கன்மேல்
ஆவேசம் வந்து
    அவன்பேரில் கொக்கரித்து
திருவாய் மலர்ந்து
    செயல்உற்றார் அந்நேரம்
"என்னை நினைக்காமல்
    இதுவரையிலே இருந்தீர். 2050
பொருந்தி பசியாறி
    பூரித்தே இனிஇப்போது
என்பெயரைச் சொல்லி
    "ஈந்தால் விபூதி தன்னை
வந்த பிணிநோயும்
    மானிடர்க்குத் தீரும்அப்பா
என்று தெளிவாய்
    இதமாகத்தான் சொல்லி
முன்இருந்த சேனைஎல்லாம்
    முழுதும் எழுந்திருக்கச் 2055
செய்து மனைஏறி
    செல்லுதே ஆவேசம்

நாயக்கர் செயல்

திருமலை நாயக்கர்
   திருநீறுந்தான் கொண்டு
அரண்மனைக்குச் சென்று
   ஆரிழைக்குத் தான்கொடுத்து
ஆண்பிள்ளை பிறந்தால்
   ஆணிமுத்து வீரன்என்று
இடவேணும் பேர்என்று
   இயம்பினார் நாயக்கரும்   2060

நாயக்கருக்குக் குழந்தை

கும்பிட்டு வாங்கி
   குயில்மொழியாள் தான்தரித்தாள்
மூன்று மாதம்சென்று
   முருக்கம்பூ மேனியரும்
புத்திரனும் உண்டானாள்
   பொற்கொடியும் அப்போது
பத்தான மாதத்தில்
   பாலகனையும் பெற்றுஎடுத்தாள்
பிள்ளைக்கு வீரன்
   பேர்வைத்து அந்நேரம்   2065
ஐநூறு வண்டியில்
   ஆனதொரு சர்க்கரையும்
மதுரை அறுகாதம்
   வாழ்மதுரை முக்காதம்
ஒன்பது காத வழி
   ஊர்தோறும் சர்க்கரைகள்
வீதிக்கு வீதி
   வேணமட்டும் வழங்கிவர
வேதியர் எல்லாம்
   வெகுவாய் தானம்கொடுத்தார்   2070
சொக்கருடன் மீனாக்ஷி
   துலங்குமதில் கோயில்சென்று

மன்னன் வேண்டுதல்

முக்கால் வலம்வந்து
   மூவிருகால் தெண்டன்இட்டு
அறுபது பொன்எடுத்து
   அபிஷேகம் பண்ணிவைத்து
அரண்மனைக்கு வந்து

அரசன் திருமலையும்
வீரனுக்குப் பூசை
விதமுடனே செய்து
“பூதலத்தில் உள்ளவர்கள்
பூசை கொடுப்பார்கள்
உன்காவல் உன்அடிமை
உண்மைஉள்ள வீரையனே!
தாங்காத்துக் கொண்டு
தயவாகக் காரும்ஐயா
ஐயாவே வீரனே
அனைவரையும் காத்திடுவாய்
அவர்அவர் பங்கில்
அனுதினமும் நீஇருந்து
என்னையும் காத்து
இரட்சிக்க வேனும்ஐயா!
என்று திருமலையனின்
இன்பமுடனே தொழுது
வாழ்மதுரை சொக்கர்
மதுரை மீனாக்ஷிஅம்மாள்
தாங்கள் கிருபையினால்
தாரணியோர் வாழ்ந்துஇருக்க
நாடு தழைக்க
நல்லமழை தான்பொழிய!

வாழி

தேவர்களும் வாழி
தேசத்தோர்கள் வாழி
அங்கையற்கண் மீனாக்ஷி
அம்மையும் தான்வாழி
பாடினோர் வாழி
படித்தோரும் தான்வாழி
கேட்டோர் கிளைதழைத்துக்
கீர்த்தி உடனேவாழி
மாடுகன்று மக்கள்
மருமக்கள் தான்வாழி
வீரனைப் பூசிக்கும்
வேல் வீரர் தாள்வாழி

அருஞ்சொற்பொருள்

1.	மும்மாரி	:	மூன்று மழை
2.	கற்பகம்	:	தேவலோக மரம்
3.	முப்போகம்	:	மூன்று முறை ஆண்டுக்கு விளைதல்
4.	தரளம்	:	முத்து
5.	காவு	:	சோலை
6.	பந்தி	:	தோட்டம்
7.	பொசித்தோர்	:	வறியோர்
8.	புழுகு	:	மணப்பொருள் (புனுகு)
9.	அரவிந்தம்	:	தாமரை
10.	சேடன்	:	ஆதிசேடன்
11.	ஆரணம்	:	காடு
12.	குலாவும்	:	நட்புகொள்ளும்
13.	பஞ்சரம்	:	கூடு
14.	காசினி	:	உலகம்
15.	குச்சிலி	:	கடை
16.	இந்து	:	சந்திரன்
17.	கனமான	:	சிறந்த
18.	காவான	:	சிறப்பான
19.	சொல்லு அமைச்சர்	:	சொல்லில் வல்ல அமைச்சர்
20.	வல்லமுடி	:	சிறந்த முடி
21.	செய	:	வெற்றி (ஜெய)
22.	மன்னிய	:	நிலைத்த
23.	பட்ட	:	பட்டத்து
24.	வாகு வலயம்	:	அணிகலன்
25.	செகம்	:	உலகம்
26.	பந்தம்	:	உறவு

27. அஞ்சல்	:	செய்தி
28. மங்கலியர்	:	மாங்கலியர்
29. சங்கை	:	நடை
30. பொங்கம்	:	சிறப்பு
31. சாதர்	:	சாதகம் பார்ப்போர்
32. பூதலம்	:	உலகம்
33. பூபாலன்	:	அரசன்
34. அவனி	:	உலகம்
35. அரி	:	திருமால்
36. கம்பங்களும்	:	தூண்களும்
37. க்ஷேத்திரம்	:	தலம்
38. தோத்தரித்த	:	வணங்கிய
39. தொக்கு	:	தொகுத்து
40. அரவை	:	அனாதை
41. இறைவன்	:	அரசன்
42. சந்ததமும்	:	நிலையாக
43. சந்தானம்	:	குழந்தை
44. பணைத்த	:	பெரிய
45. கலையாள்	:	ஆடையை உடையவள்
46. ஆர்ந்த	:	சிறந்த
47. சிந்தாகுலம்	:	துன்பம் சோர்வு
48. ஒன்பான்	:	ஒன்பது
49. மாயிரு	:	மிகப்பெரிய
50. விண்டலத்தில்	:	விண்ணுலகில்
51. கொடி	:	தொப்புள் கொடி
52. பிசகு	:	குற்றம்
53. மாலை	:	தொப்புள் கொடி
54. கொள்ளை	:	தானம்
55. நிருபனார்	:	அரசர்
56. சோதிட	:	குறிப்புகள்

57.	ததி	:	முறை
58.	வியத்தே	:	வியர்த்தே
59.	பூச்சக்கரம்	:	பூமி
60.	மத்திபம்	:	நடுநிலை
61.	அம்புவி	:	உலகம்
62.	மேதினியோர்	:	உலகமக்கள்
63.	காரும்	:	காப்பாற்றும்
64.	கடிவாசல்	:	காவல் உள்ள வாசல்
65.	காயம்	:	உடம்பு
66.	ஏந்திழை	:	பெண்
67.	வள்ளல்	:	குழந்தை
68.	அட்டதிக்கு	:	எட்டுதிசை
69.	இத்ததியே	:	இப்படியே
70.	தண்டிகை	:	பல்லாக்கு
71.	கோஷ்டம்	:	சத்தம்
72.	கடுக	:	விரைவாக
73.	சதுர்	:	சதுராட்டம்
74.	காரை	:	செடி
75.	சூரை	:	முள்செடி
76.	தட்டமுள்ள	:	அதிகமாக வளர்ந்த
77.	உத்தாரம்	:	உத்தரவு
78.	அட்சரம்	:	எழுத்து
79.	நீச்சன்	:	நீசன்
80.	பெரும்பதம்	:	மேல் உலகம்
81.	பாதரட்சை	:	செருப்பு
82.	சம்பு	:	ஒருவகை புல்
83.	தைய நல்லாள்	:	பெண்
84.	விரிவிரித்து	:	விறுவிறுத்து
85.	கொம்பணையாள்	:	பெண்
86.	கோதையர்	:	பெண்

87.	ஆயன்	:	திருமால்
88.	துய்ய	:	தூய, சிறந்த
89.	சுந்தரமாய்	:	அழகாய்
90.	சொர்ண	:	தங்க
91.	மாறுபட	}	குற்றமில்லாது
92.	மாசில்லா		
93.	வேறுபட		
94.	துவட்டி	:	துடைத்து
95.	பிராயத்தில்	:	வயதில்
96.	சதுராக	:	சிறப்பாக
97.	கிரமம்	:	முறை
98.	மறுதேசம்	:	வெளிநாடு
99.	பஞ்சைகள்	:	பஞ்சங்கள்
100.	சேவகம்	:	வேலை
101.	சிங்காரம்	:	அலங்காரம்
102.	மத்திக்காய்	:	காதணி
103.	சோமன்	:	மேல் துண்டு
104.	கடாட்சம்	:	அருள்
105.	கூசாமல்	:	தயங்காமல்
106.	சுகிப்பான போசனம்	:	சுவையான உணவு
107.	நாழி	:	நாழிகை
108.	சல்லடம்	:	ஒருவகை ஆடை
109.	தாய்யுத்தம்	:	தாயத்து
110.	கேளகம்	:	கேடயம்
111.	தென்மதுரை	:	மதுரை வீரன்
112.	பத்திரம்	:	பாதுகாப்பு
113.	ஒன்றி	:	தனியாக
114.	புழுகு	:	கொழுப்பு
115.	எகத்தாளம்	:	எக்காளம்
116.	பினத்துகிறாய்	:	பிலட்டுகிறாய்

117.	தனஞ்செயன்	:	வீரன்
118.	மருவி	:	சேர்ந்து
119.	இருகுமடி	:	இணங்கும் அடி
120.	கன்னிகை	:	பெண்
121.	அடைகாய்	:	பாக்கு
122.	தெண்டனிட்டு	:	வணங்கி
123.	நாகரிகம்	:	சிறப்பு
124.	சுத்தி	:	சுத்தம்
125.	பெட்பு	:	சிறப்பு
126.	சாங்கம்	:	பயபக்தி
127.	மைத்துனரே	:	கணவரே
128.	தேசிகனே	:	கணவனே
129.	வண்டன்	:	முரடன்
130.	குட்டி ஆட்டு தோல்	:	ஆட்டுக் குட்டி தோல்
131.	திலதம்	:	திலகம்
132.	மதுரை	:	மதுரை வீரன்
133.	புள்ளாங்குழல்	:	புல்லாங்குழல்
134.	உறன் முறை	:	உறவு முறை
135.	விசிதம்	:	சிறப்பு
136.	பதார்த்தம்	:	பலகாரம்
137.	வண்மை	:	சிறப்பு
138.	அரண்டு	:	பயந்து
139.	சர்வாபரண	:	அனைத்து நகைகளும்
140.	இரப்பு	:	விட்டு கூரை சாய்வு
141.	ஏகாந்தம்	:	இன்பம்
142.	புரவி	:	குதிரை
143.	பேர்த்தெறிந்தான்	:	பெயர்த்து எறிந்தான்
144.	பரிசனங்கள்	:	மக்கள்
145.	வெடிகாரம்	:	வெடி குண்டு
146.	அடைவாக	:	முறையாக

147.	மதுரை மகாமுனி	:	மதுரை வீரன்
148.	கொள்ளை	:	வெற்றி
149.	ஒக்க	:	சேர்ந்து ஒன்றாக
150.	குறிக்காரர்	:	ஒற்றர்
151.	அலங்கம்	:	தெரு
152.	வாடை	:	மணம் வாசம்
153.	ஏதுகா	:	ஏது (இலங்கை வழக்கு)
154.	கச்சைப் புரமை	:	காலணி
155.	எடுத்தெறிந்து	:	அலட்சியமாக
156.	வெறிக்காரர்	:	வெற்றி வீரன்
157.	உத்தரங்கள்	:	உத்தரவுகள்
158.	இடக்குகள்	:	துன்பங்கள்
159.	வாரதற்கு	:	வருவதற்கு
160.	சேர்வை	:	சம்பளம்
161.	உக்கிராணம்	:	அரங்கு கருவூல அறை
162.	பூ சக்கரம்	:	பூமி
163.	சலாதி	:	பாசறை
164.	ராணு	:	படை
165.	கங்குல்	:	இருட்டு
166.	பாளையம்	:	படை
167.	பதிவான	:	வழக்கமான
168.	எலும்பைகள்	:	உணவுகள்
169.	முழித்து	:	விழித்து
170.	தந்தம்	:	பல்
171.	சின்னம்	:	ஊது கொம்பு
172.	கம்பத்து	:	சூரியன்
173.	தரத்தை	:	செய்தியை
174.	மத்தகஜம்	:	யானை பிடாரி
175.	கேந்தம்	:	மணப்பொருள்
176.	பகட்டம்	:	பகை
177.	அந்தம்	:	அழகு

178. கைலாகு	:	கை உதவி
179. வசனிப்போம்	:	பேசுவோம்
180. கனகப்பணி	:	தங்க நகை
181. ஆசார	:	சிறப்பு
182. நடுநீதி	:	நியாயம்
183. அசந்து	:	அயர்ந்து
184. விசனம்	:	கவலை
185. சேதி	:	செய்தி
186. முடி	:	கொண்டை
187. கூரை	:	சேலை
188. அசடு	:	ஆபத்து
189. வெள்ளையார்	:	வெள்யைம்மாள்
190. சவுக்கம்	:	சதுரம்
191. தாவு	:	இடம்
192. இசமாக	:	பணிவாக
193. அல்லவரும்	:	எல்லோரும்
194. சப்ரமஞ்சக்கூடம்	:	பள்ளியறை
195. பொந்தி	:	வயிறு
196. வேண	:	வேண்டிய

ஆய்வு குறிப்புகள்

வீரன் வரலாறு

மதுரை வீரன் காசியிலே மன்னனுக்கு மகனாகப் பிறந்தான். பிறந்த பலன் படி தந்தைக்கு வேண்டாத பிள்ளையாகிக் காட்டிலே விடப் பட்டான். இழிகுல சின்னான் இவனை எடுத்து வளர்த்தான். பின்னர் பிழைப்பு கருதி பொம்மண்ண சீமைக்கு வந்தான். அங்கே மன்னன் மகளுக்குக் காவல் இருக்கும் நிலை வருகிறது. காவலன் காமுகன் ஆகி காதலனாகி காவல் பொருளையே சூறையிடுகிறான். பின்னர் அங்கிருந்து காதலியோடு திருச்சிக்குள் நுழைகிறான். அங்கே அவனுக்குப் படை வீரன் வேலை கிடைக்கிறது. அங்கும் அவன் ஒரு கோட்டைக் குறிகாரன் மகளைக் கற்பழிக்கிறான். அவளும் விரும்பியே கற்பழிகிறாள். கள்ளர் பயத்தைப் போக்க கட்டிய மனைவியுடன் பட்டாளம் கொண்டு மதுரைக்கு வருகிறான். மதுரையில் கொள்ளைகாரர்களை அழித்தபின் இவனே தன் உள்ளம் கொள்ளை கொண்ட தாசிப்பெண் வெள்ளையம்மாளைக் கொள்ளை செய்கிறான். அதற்குத் தண்டனையாகத் தன் கையையும் காலையும் தன் உயிரையும் இழக்கிறான். தீரன் தேவனாகிறான். தேசத்தோரால் வழிபடப்படுகிறான்.

இதுவே வீரன்கதை. பெயரில் மட்டுமல்ல வெற்றியிலும் இவன் வீரனே.

மதுரை வீரன் மாவீரன்

இக் கதையை அறிஞர் மு. அருணாசலம் குற்றவாளிகளைப் புகழும் கதைப் பாடல்கள் (Ballads Glorfying Criminals) என்ற வரிசையில் சேர்க்கிறார். ஏனென்றால் இவை சமுதாயத்தில் கீழ்த்தட்டு மக்களுக்குரிய சமுதாய விதிகள் எல்லாம் மேல்தட்டு மக்களின் சுய லாபத்துக்காக உருவாக்கப்பட்டவை என்ற எண்ணம் உண்டு. அவற்றை உடைக்க வேண்டும் என்ற ஆவல் இருப்பினும் அவர்களுக்கு அதற்கான ஆற்றல் இருப்பதில்லை. எனவே, அவர்களில் ஒருவன், அச்சட்டங்களை உடைக்க முயலும் போது அவர்களின் ஆதரவும் அன்பும் அவனுக்குக் கிட்டுகிறது. இப்படியே மதுரை வீரன் கற்பழித்தல், கொலை செய்தல், கொள்ளை செய்தல், மாமிசம் உண்ணல், மது அருந்துதல் போன்ற வேலைகளைச் செய்து, கீழ்த்தட்டு மக்களிடம் செல்வாக்கு பெற்றாள்ளான்.

மதுரை மாவட்டத்தில் ஒரு வீரன் இருப்பது போலவே, திருநெல்வேலி மாவட்த்தில் ஒரு காத்தவராயனும், நாகர் கோவிலில் ஒரு சின்னத்தம்பியும் உள்ளனர். இவர்கள் பெரும்பாலும் பின் தங்கிய மக்களாலும் தாழ்த்தப்பட்ட மக்களாலுமே வழிபடப்படுகின்றனர்.

வட்டார வீரர்களாகப் புகழ்பெற்ற இவர்கள் தமிழகத்தின் ராபின் ஹுட்கள் எனலாம். இவர்கள் இறக்கையில் வீரர் நிலையினின்றும் தேவதை நிலைக்கும். குலதெய்வம் காவல் தெய்வம் என்ற நிலைக்கும் மாறி விடுகின்றனர். அத்துடன் பெருந் தெய்வங்களுக்கு வாயில் தெய்வங்களாகவும் விளங்குகின்றனர். மதுரை வீரன் மீனாட்சி அம்மன் கோவிலிலும் காத்தவராயன் மாரியம்மன் கோவிலிலும், சுடலைமாடன் பகவதி அம்மன் கோவில்களிலும் வாயில் தெய்வமாக உள்ளனர்.

சண்டித்தனம் எவ்வாறு மக்களை அச்சுறுத்தி அடிமை கொண்டு ஆட்டிப்படைத்தது என்பதற்கு இக்கதைகள் சான்றுகளாகும். கிராம தெய்வ வழிபாடு பெருந் தெய்வ வழிபாடுகளோடு எவ்வாறு கலந்தது என்பதற்கும் இக்கதைகள் எடுத்துக்காட்டுகளாக விளங்குகின்றன.

வரலாற்றுச் செய்திகள்

1. காசியைத் துளசி மகாராஜன் தன் மனைவி பூமாயியுடன் வாழ்கிறான். இவனது காலத்தைப் பற்றி வரலாற்றில் சான்றில்லை.

2. பொம்மண்ணன் சீமை அங்கு உள்ளது. இதைக் குறிஞ்சிக் கோட்டை என்று மதுரை வீரசுவாமி உற்பத்தி பூசாரிப்பாட்டு' என்னும் நூல் கூறுகிறது. இதையும் நாம் அடையாளம் கண்டு கொள்வது சிரமமான விஷயம். வரலாற்றில் இதற்கும் தெளிவில்லை.

3. திருச்சியை விஜயரங்க நாயக்கன் ஆண்டபோது மதுரை வீரன் அங்கே இருக்கிறான். இவனது காலம் திருமலை நாயக்கர் காலமே.

4. திருமலை நாயக்கரின் காலமாக 'தமிழக வரலாறு' என்ற நூல் கி.பி. 1623-59 என்று கூறுகிறது. மதுரைவீரன் காலமும் இதுதான்.

5. கதை மூலமாகத் திருமலை நாய்க்கர் தன் ஆண் குழந்தைக்கு வீரன் பெயரை இடுகிறார். அக்குழந்தை 1669இல் ஆட்சிக்கு வந்த முத்து வீரப்ப நாயக்கராக இருக்கலாம்.

6. வரலாற்றுப்படி திருமலை நாயக்கர் காலம் கலகமும் கொள்ளை யும் நிறைந்த காலம்தான்.

பாட பேதங்கள்

1. ஒரே நேரத்தில் காசி மன்னனும் அந்நகர மாதிகச் சின்னானும்

குழந்தைக்காக வேண்டுதல் செய்கிறார்கள். இவர்கள் இரண்டு பேரின் வேண்டுதலையும் ஒரே வரத்தின் மூலம் தீர்க்க முனைந்தார் காசி விஸ்வநாதர். மன்னன் மனைவி குழந்தையைப் பெற சக்கிலியன் மனைவி குழந்தையை வளர்க்குமாறு விதி செய்தார். அவ்வாறே நடந்தது. நம் கதையில் இச்செயல் இல்லை.

2. மன்னன் பெயர் செயதுங்கராஜன், மகாராணி பெயர் பவானி, நம் கதையில் இவ்வாறில்லை.

3. மன்னன் ஊசி முனையில் குழந்தைக்காகத் தவம் செய்தான். நம் கதையில் இது இல்லை.

4. சம்பாகிறான் நாட்டில், சௌராஷ்டிரபுரம் எனும் நகரம். அதை நிகல சக்கரவர்த்தி தன் மனைவியுடன் அரசாண்டான். ஒரு நாட்டுக்குச் சென்றபோது மனைவியும் உடன் இருந்தாள். மனைவி ஒரு மானைக் கண்டு கேட்டாள். மன்னன் மான் மீது அம்பெய்தான். அம்பு தவசிருந்த முனிவர் காலில் பட்டது. மானின் இறைச்சியும் முனிவர் காலில் பட்டது. முனிவர் கோபம் சாபத்தில் முடிந்தது. சாபப்படி இருவரும் சக்கிலியன் சக்கிலிச்சியாகக் காசி நகரில் பிறந்தனர். நம் கதையில் இது இல்லை.

இத்தகைய பேதங்கள் என்னிடமுள்ள 'மதுரைவீரன் கதை' கைப் பிரதியில் உள்ளது. இதனை எனக்குத் திருநெல்வேலி மயிலேறி புலவர் கொடுத்தார். இப்பிரதியில் மதுரை வீரன் பிறப்பு வரை மட்டுமே உள்ளது.

'மதுரை வீர சுவாமி உற்பத்தி பூசாரிப் பாட்டு என்னும் நூல் பூசாரி ம. சக்திவேல் செட்டியார் அவர்களால் எழுதப்பட்டுள்ளது. இதிலும் பல பேதங்கள் உள.

1. குழந்தையை காட்டிலேவிட வந்தபோது மாய அவதாரன் ஆன திருமால் ஒரு மாமரமாகவும் இலக்குமி தேன்கூடு போலவும் வடி வெடுத்தனர். குழந்தை மரத்தடியில் வைக்கப்பட்டது. மாகாளி நாகம் வடிவு எடுத்தாள். குழந்தையை காத்து வந்தாள். நம் கதையில் இவ்வாறில்லை.

2. காளியே சக்கிலியன் மனைவியின் கனவில் தோன்றி குழந்தை யைப் பற்றி கூறுகிறாள். நம் கதையில் இது இல்லை.

3. வீரன் சிறுவயதில் அறுபதடி வேங்கையொன்றின் ஆற்றலை அடக்குகின்றான். நம் கதையில் இது இல்லை.

4. காளியம்மாள் வீரனுக்கு அவனது வரலாறு முழுவதையும் உரைக்கின்றாள். ஐந்தெழுத்து மந்திரத்தையும் உரைக்கின்றாள். நினைத்த

பொழுதில் வருவேன் என்று உறுதி கூறுகிறாள்.

5. காசி மன்னன் ஒருநாள் வேட்டைக்கு வருகிறான். அறுபதடி வேங்கை அவனைக் கொல்ல வருகிறது. வீரன் மன்னனைக் காப்பாற்று கிறான். அரசனும் அமைச்சனும் அவனைப் பற்றி யோசனை செய்கின்றனர். அவனைப் பின் தொடர ஒற்றரை அனுப்ப ஒற்றர் உண்மையை உரைக்க மன்னன் மாதிகனை வரவழைத்தான். அவனை அரசன் விசாரணை செய்தான். மறுநாள் வீரனை அரசவைக்கு அழைத்து வர ஆணையிடுகிறான். எனவே அச்சமுற்று மாதிகன் ஊர் விட்டு ஊர் போகிறான்; இது நம் கதையில் இல்லை.

6. பொம்மி பூவைப்பருவம் அடைந்ததும் சோதிடர்கள் பலன் பார்த்தனர். முப்பது நாள் பொம்மி அரண்மனையில் இருக்கக் கூடாது என்றும் அவள் அதற்குள் சோரம் போய் விடுவாள் என்றும் எச்சரித் தார்கள். எனவே அரசன் அவளைக் குடிசையில் வைத்தான்.. அரசரையோ அந்தணரையோ வணிகரையோ காவலுக்கு வைத்தால் அவர்கள் பொம்மியைக் கெடுத்து விடலாம் என்று அஞ்சி சக்கிலி யனைக் காவல் வைக்கிறான். நம் கதை இவ்வாறில்லை.

7. சக்கிலியன் காவல் செய்கையில் காளி வந்து மகனுக்கு ஆபத்து என்று உரைக்கிறாள். எனவே வீட்டிற்கு வருகிறான். மழை பெய்வதால் வீரன் காவலுக்கு வருகிறான் தந்தைக்குப் பதிலாக.

8. காளியே வீரனுக்கு அலங்காரம் புரிய ஆடை அணிகலன்களைக் கொடுக்கிறாள். அத்துடன் பொம்மிக்குத் தாலி கட்ட காளியே தாலி யைக் கொடுக்கிறாள். நம் கதையில் தாலியை வீட்டிலிருந்தே கொண்டு வருகிறான்.

9. வெள்ளையம்மாள் திருமலை நாயக்கனின் சொந்த மகள் வீரனுக்கு ஆலத்தி எடுத்தாள். ஆனால் நமது கதைப்பாடலில் மதுரை வீரன் வெட்டுப்பட்டபின் நாயக்கன் வீரனைக் கண்டு புலம்பும் போது வெள்ளையம்மாளை வேறு பெண்ணாகவே குறிப்பிடுகிறான்.

4. பழையனூர் நீலி

பழையனூர் நீலி கதைச் சுருக்கம்

1. பழக நல்லூரில்...

பழக நல்லூர் அழகுமிக்க சிற்றூர். அங்கே சிவனுக்கும் உமைக்கும் சேர்ந்தாற் போல ஒரு கோயில் உள்ளது. இக்கோயிலில் பணிப் பெண்கள் பலருண்டு.

சந்தன நங்கையும் ஒரு பணிப்பெண். இவள் மாலை வேளைகளில் விளக்கேற்றுவாள். விலைமகளிர் குலத்தில் பிறந்தவள். ஆனால் விலையற்றவள். களங்கமில்லாத கட்டழகி. வயதோ சிறுவயது. இளமை யின் வனப்பு அவளிடம் வந்து குவிந்தது. கண்கள் இரண்டும் வேலில் வடித்தவை. மத்தளத்தின் தாளத்திற்கேற்ப நடை பழகும் மங்கை நல்லாள்.

அந்தணன் ஒருவன் அக்கோயிலில் பூசை செய்து வந்தான். அவன் அங்கு செல்வாக்கும் சொல்வாக்கும் கொண்டவன். ஒரு நாள் இருவரும் சந்தித்தனர். அவளது கண்கள் கதை பேசின. கோவில் நம்பியான அந்தணனோ தன்னை இழந்தான். காதல் வலை அவனைக் கட்டி இழுத்துக் கொண்டது.

அன்று அவன் சீக்கிரம் பூசை முடித்தான். மனம் பூராவும் மகிழ்ச்சிப் பூக்களின் மணம். பூசைகளை முறையாகக் கூடச் செய்ய முடியவில்லை. சந்தனநங்கை தன் வீட்டிற்குப் புறப்படும் போது வேதியனும் பின் தொடர்ந்தான்.

அவன் வீட்டிலே அவன் வரவேற்கப்பட்டான். தடபுடலான உபசாரம் கிடைத்தது. அவள் ஆசை வார்த்தைகளை அள்ளித் தெளித்தாள். அவன் சிக்கித் தவித்தான். அவளது தாய்க் கிழவியோ வார்த்தைகளால் வர்ணமயமான பந்தல்களை இட்டாள். “அன்பு மகளே! இவர்தான் நமக்கு தெய்வம். இவரிடம் பணம் கேட்க வேண்டாம். ஏனென்றால் நமது நிலைமை வறுமையாகும் போது இவரே தருவார். வேறு எவரை யும் இனி வீட்டுக்குள் ஏத்தாதே” என்று அறிவுரைத்தாள். இருவரையும் தனியிடத்தில் விட்டுவிட்டு அவள் ஒதுங்கிக் கொண்டாள்.

கிழவி அந்தணனுக்கு வசிய மருந்து கொடுக்க விரும்பினாள். எனவே செப்பில் இருந்த மாத்திரையை எடுத்து பச்சையாகக் காய்ச்சினாள்.

மாங்கனியுடன் ஒரு தட்டில் வைத்து மகள் கையில் கொடுத்தாள். மகளும் அதை வாங்கி அவனை உபசரித்து உண்ணச் செய்தாள்.

மருந்து உண்டதும் அவன் மனம் மாறி விட்டது. கோவில் சொத்தை யெல்லாம் பணமாக்கி அவள் வீட்டிலே குவித்து விட்டான். சொந்த மனைவியாக அவளை எண்ணி சுகமெல்லாம் அனுபவித்தான். தன் சொந்த வீட்டை மறந்து இந்த வீடே கதியாகக் கிடந்தான். அவளுக்காகத் தன்பொருள் அத்தனையையும் செலவு செய்தான்.

வேதியன் வறியவன் ஆனான். அவளுக்குக் கொடுக்க அவனிடம் காசில்லை. அவள் அவனை நன்கு சோதனை செய்தாள். அவனிடம் எவ்வித பொருளும் இல்லை. உடனே தலைவலி, காய்ச்சல், குளிர் என்று பொய்யாகக் கூறி பிரிந்து படுத்தாள். தாய்க் கிழவியும் உண்மை அறிந்தாள்.

வேதியன் அவளைத் தொடர்ந்து அடுத்த அறைக்குச் சென்று "ஏனடி பிரிந்து போனாய்?" என்று இரங்கத்தக்க நிலையில் கேட்டான். தூங்குவது போல் பாவனை செய்யும் அவளைத் தூக்கிப் பார்த்தான் "எனக்குக் குடல் நடுக்கம். எனவே உம்முடன் நான் சுகம் கொள்ள முடியாது," என்று அவள் கூறினாள். "என்ன உடம்புக்கு? தெளிவாகக் கூறு. நான் போய் வைத்தியரை அழைத்து வரட்டுமா?" என்று கேட்டான் வேதியன்.

தாய்க் கிழவி வேகமாக வந்தாள். "அவள் கூறுவது பொய்யல்ல; உண்மைதான். கரும்பு சுவை என்றாலும் வேரோடு தின்ன முடியுமா? பெண்ணையும் பொழுது விடாமல் கூடினால் நல்லதா? இனி அவள் இரண்டு மாதம் ஓய்வெடுக்க வேண்டும். நல்ல மருந்தும் உளுந்துக்களி கோழிமுட்டை ஆட்டுக்கறி போன்ற சத்துள்ள உணவுகளையும் கொடுக்க வேண்டும். கையிலோ காசில்லை. என்ன செய்வது. இருந்த பொருளை எல்லாம் இழந்து விட்டோம்" என்று பொய்யாக புராணம் படித்தாள்.

"என் இன்பத்தைக் கெடுத்து விட்டாயே! நான் போய் பொருள் கொண்டு வாரேன்" என்று கூறி வேதியன் வெளியேறினான். வீட்டில் உள்ள எஞ்சிய பொருளையும் கொண்டு வந்தான்.

"இவளை நன்றாகக் குணமாக்கி என்னிடம் கொடு." என்று சொறி பிடித்த நாயாக. தாசி வீடே தஞ்சமெனக் கிடந்தான்.

சிறிது நாளில் வேதியனைக் கிழவி வெளியேற்றினாள். அவன் கோவிலுக்கு வந்தான் பூசை செய்ய முடியவில்லை. தாசி வீட்டுக்கு

வந்தான். கிழவி அவன் வரவை வெறுத்தாள். எனவே தன் மகளோடு பொய்யாகச் சண்டை இட்டாள்.

"பிச்சைக்காரர்களோடு என்ன பிரியம்? என்ன பேச்சு? அவரால் கால் ஒடிய கோவிலில் நடனம் ஆடியது போதும்; அவன் வீட்டை விட்டுச் சென்றால் தான் மானம்", கிழவி வசைபாடினாள்.

இதைக் கேட்ட நம்பி கலங்கி கண்ணீர் விட்டான். "பொருளை இழந்தேன். வீட்டிற்குச் செல்வதா? கோவிலுக்குச் செல்வதா?" என்று சிந்தித்தான். இறுதியில் அவ்வூரை விட்டு வெளியேறி விட்டான்.

இதையெல்லாம் சந்தன நங்கை கவனித்து வந்தாள். அவள் மனம் இதைப் பொறுக்கவில்லை. அவனது வறுமைக்கு மனம் வருந்தினாள். அவனை வீட்டிற்கு அழைத்து வந்து ஆதரிக்க எண்ணினாள். எனவே அவனைப் பின் தொடர்ந்து அவன் சென்ற காட்டில் பயணப்பட்டாள்.

2. நடுக்காட்டில்...

கண்டு பிடித்து வேகமாகச் சென்று வழி மறித்து அழைத்தாள். "ஐயா? கேடுகெட்டவள் கிழவி. அவள் பேச்சைப் பொருட்டாகக் கருத வேண்டாம். என்னிடம் இப்பொழுது உள்ள செல்வம் எல்லாம் நீ தந்ததுதான். எனவே என்னால் உம்மை மறக்க இயலாது. நீவீர் வெளியிடம் போக வேண்டாம். என்னோடு இங்கேயே சுகம் பெறுங்கள்" என்று கூறினாள். சந்தனம் உண்மையிலேயே மணந்தது.

வேதியன் மனம் வேறுவிதமாக எண்ணியது. 'இவளும் கெட்டவள் தானே. இவளால் அல்லவோ நான் வீட்டையும் கோவிலையும் இழந்தேன். எனது பொருளை அல்லவா இப்பொழுது நகைகளாகப் பூட்டி யுள்ளாள். இப்பொழுது வந்து அழைக்கிறாளே!'

"இக்கள்ளி மரத்தின் இருண்ட நிழலில் என் ஆசையைத் தீர்த்து விடுங்கள்" என்று அவள் அழைத்தாள். அவனும் அவள் ஆசையைப் பூர்த்தி செய்தான். வெற்றிலையைத் தின்றனர். அவள் தனக்கு வியர்வை தோன்றுகிறது என்றும் தன் முடியைக் கோதி விடுமாறும் வேண்டினாள். அவனும் அவ்வாறே செய்தான். அவள் களைப்பால் அவன் மடியி லேயே தலைவைத்துத் தூங்கிவிட்டாள்.

மடியிலே தூங்கும் மங்கையைக் கண்டான். "மருந்து தந்து மயக்கிய வளின் மகள் அல்லவா இவள். எனது சொத்தின் அளவால் நான் வேலை செய்யாமலேயே சாப்பிடலாம். அதைத்தானே நகையாக ஆக்கி

யுள்ளாள். இதை நாம் எடுத்துக் கொண்டாலும் அது தப்பில்லை. இவள் தூங்கும்போது இதைக் களவாடினால் யார் பார்க்கப் போகிறார்கள்" என்று எண்ணினான்.

அவளது நகைகளை ஓசைப்படாமல் கழற்றினான். ஒரு வேட்டி யிலே பொட்டணமாகக் கட்டினான். மணலைக் குவித்து அதில் அவள் தலையைத் தூக்கி வைத்து விட்டு எழுந்தான். சிறிது தூரம் நடந்தான். இவளை இம்மாதிரி இடைவழியில் விட்டுச் சென்றால் இவளால் நமக்குப் பிறகு இன்னல்கள் வரலாம். எனவே இவளைக் கொல்வதுவே முறையானது என எண்ணி பெரிய கல்லை எடுத்து அவள் தலையில் எறிந்தான். அவள் துடிதுடித்து இறந்தாள்.

சாகுமுன் "நல்ல மனதோடு வந்தேன். இவரைக் நலமாக்க வந்தேன். என்னை இவ்வாறு பிணமாக்கி விட்டானே. இதற்கு இக்கள்ளி மரமே சாட்சி நான் இதற்குப் பழிவாங்க வேண்டும். எனக்குக் கடவுள் அருள் புரிவார்" என்று எண்ணினாள். அவளது எண்ணம் அறிந்த வேதியன் இன்னொரு கல்லை எறிந்து கொன்றான். அவளைத் திரும்பி பார்க்காமல் ஓடினான்.

ஊரிலே கிழவி மகளைப் பற்றி எண்ணினாள். "மதிகெட்டவள்! மடச்சிறுக்கி! அவனைத் தேடிப்போனவளை இன்னும் வரக் காணோமே! "என்று சஞ்சலம் கொண்டாள். சந்தனத்தின் அண்ணனிடம் உரைத் தாள். "நீ போய் பார்த்து விட்டுவா. தங்கையை மட்டும் அழைத்துவா. வறுமை கொண்ட பார்ப்பனனை அழைத்து வர வேண்டாம். அவனால் வீண் செலவுதான்," என்று கூறினாள்.

சந்தனத்தின் அண்ணன் விரைவாகத் தங்கையைத் தேடிச் சென்றான். தங்கையின் சிதைந்த கோலத்தைக் கண்டான். தங்கையின் தலைமேல் கிடந்த கல்லை உருட்டினான். 'இவளைக் கொன்றது யார். புலியோ கடுவாயோ இல்லை. பார்ப்பான் தான் இப்பாதகத்தைப் புரிந்திருக்க வேண்டும். அவன் என்ன ராட்சதனோ. எல்லோரிடமும் இரக்கம் கொண்டவள் என் தங்கை. இவளையே கொன்று விட்டானே. கொன்றவனையும் காணமுடியவில்லையே. பெண் பழியோடு ஆண் பழியும் அவனை அடையுமாறு நானும் சாகப்போகிறேன். பழிக்குப் பழி வாங்க பகவான்தான் அருளவேண்டும்' என்று எண்ணமிட்டு தங்கை யின் கல்மீது தன் தலையை மோதிக் கொண்டு இறந்தான்.

அந்தணன் மிக வேகமாகக் காட்டில் நடந்து சென்றான் கொலை அச்சம் அவனுக்குக் குலை நடுக்கம் கொடுத்தது. நீர்வேட்கை அவனைத்

துன்புறுத்தியது. "தாசியைக் கொன்று விட்டோம். அவளை நாம் கொன்றதற்கான தடையங்கள் ஏதுமில்லை. காசிக்குச் செல்ல வேண்டும். நகைப் பணத்தை வட்டிக்குக் கொடுக்கலாம். கப்பல் வாங்கலாம். கவலை ஏதுமில்லை' என்று கைகொட்டிப் பாடி ஆடினான். மிக வேகமாகவும் நடைபோட்டான்

நீர்த்தாகம் மிகுதியாகவே ஒரு கிணற்றருகில் சென்றான். படிக்கட்டில் நகைப் பொட்டலத்தை வைத்து விட்டு கயிற்றுடன் உள்ள தோண்டியை எடுத்தான். அப்பொழுது கல்லுக்கடியில் உள்ள பாம்பு அவனைக் கடித்தது. அவன் செய்த பாவம் அரைநாழிகையில் அவனைப் பழி வாங்கிவிட்டது.

நகைப் பொட்டணத்தை எடுத்திட அவன் கை சென்றது. ஆனால் விஷத்தால் அவன் கை விரைத்துக்கொண்டது. எனவே நகை கிணற்றுக்குள் விழுந்தது. உதவிக்கு ஆள் தேவை என்று உரக்கக் குரல் கொடுத்தான். விஷம் தலைக்கு ஏறியதால் கொடிமரம் சாய்வது போல் அந்தணன் இறந்து விழுந்தான்.

3. எமலோகத்தில்...

மூன்று பேர் உயிர்களும் எமலோகம் சென்றன. இறக்கும் போது என்ன நினைப்பும் நிலைப்பும் கொள்கிறார்களோ அந்தப் படியே மறுபிறவியை அடைகின்றார்கள்.

மூவரது கணக்குகளையும் எமலோகத்தில் சித்திரபுத்திர நயினார் எடுத்துப் பார்த்தான். நன்றாக ஆராய்ந்து பார்த்தான். பழி வாங்கட்டும் என்று சந்தனமும் அவள் அண்ணனும் சோழ நாட்டில் பிறக்குமாறு விதித்தான். சோழ மன்னனுக்கே குழந்தைகளாக பிறப்பிக்க வைத்தான்.

4. சோழ நாட்டில்...

சித்திர புத்திர நயினார் விதித்தபடியே மூவரும் பிறந்தனர். சோழ மன்னனது மனைவியின் வயிற்றில் ஆணும் பெண்ணுமாக சந்தனமும் அவள் அண்ணனும் பிறந்தனர். அவர்கள் நீலன், நீலி என்ற பெயரும் பெற்றனர்.

நீலியும் நீலனும் குழந்தைகளாக இருப்பினும் பேய்களே. இரவு வேளைகளில் இருவரும் பிணம் தின்பதும் ஆடுமாடுகளை அடித்து தின்பதுமாக இருந்தனர். நாட்டில் அனைவரும் திகைத்தனர் என்ன

ஆகிறது. யாரால் ஆகிறது என எதுவும் புரியவில்லை. உண்மை தெரிந்த போது அரசன் இரு குழந்தைகளையும் ஒரு வேப்பமரத்தின் அடியில் விட்டான்.

இரு பேய்க் குழந்தைகளும் வேப்பமரத்திலேயே வாழ்ந்தன. ஒரு நாள் அவ்வூர் மக்கள் அம்மரத்தை வெட்டி கோவில் கட்டிவிட்டனர். நீலன் கோவில் பூசாரியைத் தொல்லைப் படுத்தினான். பூசாரியோ ஹோமத்தின் மூலம் நீலனைச் சுட்டு எரித்தான். நீலியோ அண்ணனை யும் இழந்து பழகநல்லூர் காட்டில் பழி வாங்குவதற்காகச் சென்றாள்.

காவிரிப்பூம்பட்டினத்தில் பிராமணன் ஆனந்தன் செட்டியாகப் பிறந்தான். நவகோடி நாராயணச் செட்டியே ஆனந்தனின் தந்தை யானார். சிறுவயதிலேயே அழகனாக, அறிவு மிக்கவனாக விளங்கினான். வணிகம் செய்வதில் மிகுந்த விருப்பம் உடையவனாக இருந்தான்.

ஒருநாள் வணிகம் செய்வதற்காக வெளியூர் புறப்பட்டான். வைரம், புஷ்பராகம், வைடூரியம், கோமேதகம் ஆகியவற்றைத் துணிப்பையில் எடுத்துக் கொண்டு கிளம்பினான். எடைப்படிகள், தராசு, உறைகல் போன்றவற்றையும் வைத்திருந்தான்.

இவனது தந்தை, இவன் சிறுவயதினனாக இருக்கும் போதே இவனை எச்சரித்திருந்தார். “நீ பழகநல்லூர் பக்கம் மட்டும் போகாதே” என்று உரைத்திருந்தார். அவனைக் காத்துக் கொள்ள காப்பு காட்டினார். மந்திரவாளொன்று கொடுத்தார். அவன் அவற்றை எடுத்துக் கொண்டா லும் எச்சரிக்கையைப் பற்றி கவலைப்படவில்லை.

அவன் புறப்பட்டு போகும் போது பல தீய சகுனங்கள் தோன்றின. பல்லியின் சத்தம். விதவையின் வரவு அந்தணன் வரவு, எண்ணெய் விற்கும் சுப்பனின் குறுக்கீடு குயத்தியின் புதுப்பானை தோற்றம், குருடனின் குறுக்கீடு, போன்றவை அவன் மனதை மாற்றவில்லை, அவன் பயணமும் தடைப்படவில்லை.

5. நடுக்காட்டில்...

காட்டில் நீலி செட்டியை எதிர்பார்த்துக் கொண்டிருந்தாள். அங்குள்ள மிருகங்களை அடித்துத் தின்றாள். அக்காட்டிற்கு செட்டி வந்தான்.

அவனிடம் ஒரு மலைக்குறத்தி வந்தாள். முன்பின் தெரியாத அவள் குறிகளைச் சொன்னாள். "முன் பிறவியில் அந்தணனாகப் பிறந்தாய். உன்னோடு வந்த தாசியைக் காட்டில், கள்ளி மரத்தடியில், கல்லெறிந்து கொன்றாய். அவள் நீலிப் பேயாக உன்னைப் பழிவாங்கக் காத்து நிற்கிறாள். எனவே காட்டுக்குள் போக வேண்டாம்" என்று புத்திமதி சொன்னாள்.

அவன் குறிகாரியின் குறியை மீறிவிட்டான். அவன் பயணத்தைத் தொடர்ந்தான். பிறவிவினை அவனைப் பிடரியைப் பிடித்து தள்ளியது.

நீலி அழகிய பெண்ணாக வந்தாள். ஒளி மிகுந்த செவ்வாய். உயர்ந்த குமிழ்மூக்கு, தெளிந்த தலைமுடி, சீரான நகைகள், குளிர்ந்த முகம், இத்தனை வசீகரங்களுடன் கொலைகார நீலி வந்தாள்.

செட்டியைக் கண்டாள். "அத்தானே அழகனே! வாரும் மன்னவரே!" என்று வரவேற்றாள். "இந்தக் காட்டில் தனியாக இருக்கிறாயே! யார் நீ? எனக்காகவா காத்திருக்கிறாய்? ஏன்? நீ சிறு பெண்ணல்லவா!" என்றான். "பெண்ணென்றாவது தெரிந்ததே. கண் மறைத்து விட்டதா. என்னைத் தெரியவில்லையோ? முன்பு உமது அழகான கையால் எனக்குப் பேன் பார்த்தீரே! இப்பொழுது அக்கையால் வெற்றிலைக்குச் சுண்ணாம்பு தாரும்," என்று கேட்டாள்.

செட்டி சிந்தித்து பார்த்தான். குறத்தி சொன்ன நீலி இவள் தானோ? எண்ணமே அச்சம் தந்தது. முகம் வியர்த்தது. அவளிடமிருந்து தப்பி பாதையிலே மிக வேகமாக ஓடினான்.

"ஏன் ஓடுகிறீர் உம்மையல்லவா தேடினேன். எனக்குத் தாலி தந்தவரே! ஏன் வாட்டமாக இருக்கிறீர். நாம் ஒரே ஊரில் இருந்தும் நமது உறவினை அறிய மாட்டீரோ. எனது தமையனும் இறந்து விட்டான். பழகநல்லூர் போக வேண்டும். பாதை தெரியவில்லை. உம்மைக் கண்டதும் பயம் தீர்ந்தது. இருவரும் சேர்ந்து போவோம் வாரும். இருவரும் இன்பம் துய்க்கலாம். எனது ஆசையைத் தீரும்" என்று வேண்டினாள்.

"ஏனடி இவ்வாறு சண்டி பசுபோல திரிகிறாய். உனக்கு வேறு மாப்பிள்ளையே கிடைக்கவில்லையா? என்னை ஏன் வாட்டுகிறாய். போ என்னிடம் வர வேண்டாம்" என்று வெறுத்துரைத்தான் செட்டி.

"அன்று உன்னோடு நான் வாழ்ந்தேன். இனி எனக்கு யார் தாலி கட்டப் போகிறார்கள். என் கழுத்தில் நான் இட்ட நகைகளை யெல்லாம் நீர் களவாடி போய்விட்டீர். எனக்குப் பிழைப்பதற்கு வேறு

வழியில்லை. எனவே உம்மைத் தொடர்ந்து வந்தேன். அன்று நீர் என்னைக் கொன்றதை இன்று இங்கு எவரும் அறியமாட்டார்கள். இப்பொழுது உமது கைவாளால் இரண்டு துண்டாக வெட்டிவிடும். நீர் வேதியர். உமக்கு வெட்டவும் குத்தவும் வீரமுண்டோ? இப்போது செட்டியாக பிறந்தீர். உமக்கு சீற்றம் வருமோ. என்னை உதறி விட்டு எங்கே நீர் போகிறீர். நான் உம்மோடு வருவதை நீர் மறுத்தால்தான் மனம் பொறுக்க மாட்டேன். எனக்குச் சுண்ணாம்பு இருந்தால் தாரும். சூரியனும் மணலும் சுட்டெரிக்குது. தாகம் ஏற்படுகிறது. நான் வெற்றிலை போட வேண்டும். உம்மை காணாததால் கண்ணும் வாயும் உலருது. பரிசப்பணம் போல் சுண்ணாம்பு தாரும்" என்று நீலி நயந்து கேட்டாள்.

"மானம் கெட்டவளே உனக்கு மரியாதையும் கெட்டு விட்டதா. மாமன் மகன், மச்சான் என்றெல்லாம் ஏன் இவ்வாறு உரிமை கொண்டாடுகிறாய்? என்னைத் தொந்தரவு செய்யாதே. நான் தோள் சுமந்து களைத்துப் போனேன். என்னை ஏறிட்டுப் பாராதே! என் அங்கம் பதறுகிறது. என்னோடு ஏன் வீணாகச் சண்டை இடுகின்றாய்?" என்று எரிச்சலுடன் கேட்டான்.

"மிகவும் களைத்து விட்டீரோ? என் துன்பத்தை அறியீரோ? வெற்றிலை தின்னாமல் எனக்குத் தலை சுற்றுகின்றது. தாகத்தோடு நான் தவிக்கும்படி விட்டு விடாதீர்கள். நான் சாய்ந்து உறங்க முன்பு நீர் உமது மடியைத் தந்தீர். உம்மோடு கூடி இருக்கும் வகை அறியாமல் நான் உம்மை பறிகொடுத்து விட்டால் கள்ளிச் செடியும் சிரிக்குமே" என்று வஞ்சகமாகச் சொன்னாள்.

"எனக்கு நீ எதுவும் சாடை சொல்ல வேண்டாம். என் வாழ்வை நீ சனியாக முளைத்து விட்டாய். உனக்கு ஏற்றவன் நானில்லை" என்று சொன்னான்.

அஞ்சி நடுங்கி செட்டி வேகமாக ஓடினான். நீலியோ வேறு வடிவம் எடுத்து வீடமைத்து செட்டியை வரவேற்றாள். 'மருமகனே வாரும். உமக்காக என் மகள் காத்திருக்கிறாள். சமையல் தயாராக இருக்கிறது' என்று சொன்னாள். அப்போது இன்னொரு அழகியும் அங்கு வந்து 'அத்தானே வாரும்' என்று மாயம் செய்தாள்.

இதைக் கண்ட செட்டி இம்மாயத்திற்கு மருண்டான். இப் பெண்கள் எல்லாம் பேய்கள். இவை நம்மை தான் பழிவாங்க முயல் கிறது என எண்ணி மந்திரவாள் எடுத்து வெட்டுவதற்குச் சென்றான். உடனே நீலியின் மாயம் கலைந்தது.

நீலி மட்டும் செட்டியைப் பின் தொடர்ந்தாள். ஒரு கள்ளிச் செடியை ஒடித்து குழந்தையாக்கிக் கொண்டாள். நான் உம்மை விட மாட்டேன். என்னை ஏமாற்றி விட்டு போக வேண்டாம். என்னால் இக்குழந்தையை வளர்க்க முடியாது என்று முறையிட்டுக்கொண்டே வந்தாள். செட்டி இதுகண்டு வேகமாக ஓடினான். குழந்தையையும் அழவைத்துக் கொண்டு நீலி புலம்பிக் கொண்டே பின்னால் வந்தாள். பழகை நல்லூரில் போய் முறையிடுவேன் என்று சொன்னாள்.

6. பழகை நல்லூரில்...

செட்டியார் வேகமா ஓடிவந்து பழகை நல்லூர் வந்து சேர்ந்தான். அங்கு நின்ற மக்களிடம் 'அடைக்கலம் தாரும்' என்றான்.

அவ்வூர் மக்கள் அவன் மீது இரக்கம் கொண்டனர். 'நடந்ததைக் கூறும்' என்று கேட்டனர்.

"இவள் தான் உங்கள் ஊர் நீலியா? இவள் என்னைத் தொடர்ந்து வருகின்றாள். எனக்கு நீங்கள் தான் உயிர்ப்பிச்சை தரவேண்டும்" என்று வேண்டினான்.

பிள்ளையோடு வந்த நீலியும் அவ்வூர் மக்களிடம் முறையிட்டாள். இவர் எனது கணவர். எனக்குக் குழந்தை பிறந்ததும் என்னை வெறுத்து கூத்தி வீடு சென்றார். மூன்று பிள்ளைகள் பிறந்து இறந்து விட்டன. இந்தப் பிள்ளை பிறந்ததும் இவர் தாசி வீடு புறப்பட்டார். நான் பின்தொடர்ந்தேன். அவர் என்னை விட்டு விலகி ஓடுகிறார். நான் பிள்ளையைச் சுமக்க முடியாமல் சுமந்து வருகிறேன். சீராச்சி என்ற கூத்தி இவருக்கு மருந்து வைத்து விட்டாள். என்னை நீங்கள்தான் காப்பாற்ற வேண்டும். உங்களது பெண்போல் என்னைக் கருத வேண்டும்." இவ்வாறு நீலி சொன்னதை மக்கள் நம்பிவிட்டார்கள்.

"செட்டியாரே! இது உமக்கு ஆகாது. இவளை விட்டுப் போக வேண்டாம். நாங்கள் உமக்கு வீடும் பொருளும் தருகிறோம். நீங்கள் இந்த ஊரிலேயே வாழுங்கள்" என்று ஊரார் ஆதரவு கொடுத்தனர்.

செட்டியாரோ பயந்து கொண்டே உண்மையை எடுத்துச் சொன்னான். "இவள் என் மனைவியல்ல. நீலி என்னும் பேய். இவள் என்னைக் கொல்ல முயல்கிறாள். கள்ளிச் செடியைப் பிள்ளையாக்கினாள். இவளை நம்பாதீர்கள். இவளிடம் இருந்து என்னைக் காப்பாற்றுங்கள்," என்று அழுதான் செட்டியார்.

நீலி தன் பிள்ளையை இறக்கி விட்டாள். அப்பிள்ளை செட்டியார் அருகில் வந்து ஒட்டிக் கொண்டது. இதற்குச் செட்டி மிகவும் பயந்தான் குழந்தையைக் கொல்ல வேண்டும் என்று வாளை எடுத்தான். இதை ஊர் மக்கள் கண்டு அவன் மீது சந்தேகம் கொண்டனர்.

"அவரிடம் இருந்து அந்த வாளை வாங்காவிட்டால் அவர் என் குழந்தையைக் கொன்று விடுவார். ஏற்கனவே இவர் ஒரு பெண்ணை தலையில் கல்லைப் போட்டு கொன்றிருக்கிறார்" என்று நீலி வஞ்சக மாகப் பேசினாள்.

'இவளாலே உமக்கு என்ன பயம் என்று மக்கள் அவனைத் தேற்றினர். இன்று மட்டும் இவளோடு வாழும் உமது வாளை எங்களிடம் கொடும். பிறகு தந்து விடுவோம்' என்று கூறினர்.

"என்னுடல் இறப்பதற்கு உங்களுக்கும் விருப்பமா? பிசாசின் கையில் என்னைப் பிடித்து கொடுக்கின்றீர்களே!" என்று திகைத்தான்.

ஊர் மக்கள் இவனைத் தேற்றினர். நல்ல வீடு ஒன்று கொடுத்தனர். உண்ண வைத்தனர். கட்டிலும் மெத்தையும் கொடுத்து உறங்கச் சொல்லினர். கதவை அடைத்து வெளியே மறைந்து நின்று இவர்களைக் கவனித்தனர்.

இதை அறிந்த நீலி அன்புடையாள் போல் செட்டியுடன் உரையாடத் தொடங்கினாள். 'கூத்தி மேல் ஆசை கொண்டீர். குரங்காகி விட்டீர். அறையை விட்டு வெளிவராத நான் அம்பலம் கண்டேன். நம் குலம் அழியும் காலம் இதுவோ. சின்னஞ்சிறு வயதில் கொண்ட சுகத்தை மறப்பேனோ? என்னை மார்போடு அணைத்துக் கொள்ளும். கலவியில் உம் மனம் மாறும்' என்று எடுத்துச் சொன்னாள்.

பின்னர், மாயக் குழந்தைக்குத் தொட்டில் கட்டி தாலாட்டுப் பாடினாள். அவளது தாலாட்டுப் பாடலைக் கேட்ட ஊரார் செட்டியாரிடம், "செட்டியாரே! காலையில் நாங்கள் வருவோம். கலங்க வேண்டாம். குழந்தையும் தூங்கிவிட்டது, நாங்களும் தூங்கப் போகிறோம்" என்று கூறினர்.

ஊர் மக்கள் போன பின்னர் குழந்தை கள்ளியானது, 'உலக மக்கள் அறிய உம்மைப் பழி வாங்குவேன். கடித்துக் கொல்வேன்' என்றாள். மெல்ல செட்டியார் மேல் விழுந்தாள். வெறி கொண்டாள். அவனது கழுத்தினைப் பல்லால் கடித்தாள். தொண்டை துண்டுபட்டது. இரத்தத்தை உறிஞ்சி குடித்தாள். 'தொம்மி திம்மி' என்று

கூத்தாடினாள். அவனது நெஞ்சைப் பிளந்தாள், அவனது இரத்தத் தால் பொட்டு வைத்தாள். கள்ளியை நெஞ்சிலே நிறுத்தி நாட்டினாள். மண்டபத்தின் மேல் முகட்டைப் பிளந்து மேலே பறந்து சென்றாள்.

செட்டியாரைக் கொன்ற பின்னும் அவளது சினம் தீரவில்லை. அண்ணனுக்கு நேர்ந்த பழிக்குப் பழிவாங்க எண்ணினாள். நரை கிழவியாக வேடம் எடுத்தாள். ஊர் மக்களிடம் காலையில் வந்து கேட்டாள், 'என் மகன் ஒருவன் என் சொல் கேளாதவன். வியாபாரம் செய்வதற்காக இவ்வூர் வந்தான். மனைவியை வீட்டில் வைத்து விட்டு தாசியோடு இங்கு வந்தான். அவனைத் தேடி வந்தேன். அவனை கண்டீர்களோ?'

இதை ஒருவன் கேட்டு 'நாங்கள் அவர்கள் இரண்டு பேரையும் ஒரு மண்டபத்தில் தங்க வைத்துள்ளோம்' என்றான்.

அனைவரும் மண்டபம் வந்தனர். மகனது நிலையைக் கண்டு கதறி அழுபவளைப் போன்று அழுதாள் நீலி. "இவனைக் கொன்றது யார்? இதற்குக் காரணம் நீங்கள் தானே" என்று கேட்டாள்.

மக்கள் திகைத்தனர். "நீலிதான் கொன்றிருப்பாள் யார் கண்டது? ஒன்றும் தெரியவில்லை. தகனம் செய்வோம்'' என்று ஆறுதல் சொன்னார்கள்.

நீலியோ, கிழவி வடிவில் ஒப்பாரி வைத்தாள். அவளது மக்கள் தேற்றினர். "அம்மா நீ அழ வேண்டாம்! ஆணையிட்டபடி, உன் மகனைக் காப்பாற்ற முடியாததால் நாங்கள் தீப்பாய்ந்து மாள்வோம்" என்று சொல்லினர்; மாண்டனர்.

ஊர் மக்களில் ஒருவன் காலையிலேயே வயலுக்கு உழுவதற்கு ஏறுடன் சென்று விட்டான். நீலி அவன் மகனைப் போல் வடி வெடுத்தாள். அவனிடம் போய் ஊர் மக்களின் நிலையைச் சொன்னாள். ஊராரின் நிலையறிந்து அவனும் ஏரிலே பாய்ந்து உயிர் விட்டான்.

பின்னர் நீலி தயிர்க்காரி போல வடிவம் கொண்டாள். கள்ளிப் பாலை கறந்து கடும் நஞ்சையும் கலக்கினாள். அந்த ஊர்ப் பெண்களை யெல்லாம் தயிர் என்று சொல்லி குடிக்க வைத்துச் சாகடித்தாள். குடித்தவர்கள் மாண்டனர்.

நீலி இவ்வாறு தன் பழியை முடித்துக் கொண்டாள். பின்னர் குலவையிட்டு கூத்தாடினாள். இறுதியில் இறைவனடி சேர்ந்தாள்.

பழையனூர் நீலி கதைப்பாடல்

பாயிரம்

பண்டு[1]தொட்டு இன்றுவரை இந்தப்
    பாருள்ளோர்[2] பயமாய்க்கூறும்
சண்டாள நீலியென்னும்
    சாமுண்டி இசக்கிஅருள்
கொண்டுஅடியேன் அவள்கதையைக்
    குதூகலமாய் பாடியெந்தன்
அண்டையிலே[3] நின்றவளும் வெகு
    ஆனந்தமாய்க் கேட்கச்சொல்வேன்

சந்தன நங்கையின் அழகு

அழகுடைய பழகநல்லூர்
    அம்மையப்பன் திருக்கோயில்
விளக்கெடுக்கும் முறைக்காரி[4]   10
    வேசை சந்தனநங்கைவள்
களங்கமில்லா சிறுகுமரி
    கண்கள்ரெண்டும் வேல்போன்றாள்
முழங்குதாள் மத்தளத்தின்
    முத்தாய்ப்புபடி நடக்கும்[5]
முந்தானைக் காரியவள்
    வந்தவள் ஒருநாளரங்கில்

நம்பியின் காதல்

மணியமிகும் கோவிலுக்கு[6]
    வாய்மூப்புக் காரனவன்[7]   20
வந்தவளும் கண்மிரட்ட[8]
    வசியமானான் கோவில்நம்பி
சிந்தையது மனமகிழ்ந்து
    சீக்கிரத்தில் பூசையெல்லாம்
சந்தமொன்றும்[9] பாராமல்
    சட்டெனவே தான்முடித்து
விந்தையாக தாசிமகள்
    வெளியிறங்கிப் போகையிலே
சந்தோசமாய் அவனும்
    தான்தொடர்ந்து போகலுற்றான்   30

கிழவியின் போதனைகள்

ஆசைமொழி பலதும்பேசி
அவளுடனே உறவாடி
வேசைமகள் வேதியனை
வீட்டகத்தில்[10] கூட்டிவந்தாள்
வீட்டில் வரக் கண்டவுடன்
வேசையுட தாய்க்கிழவி
"நாட்டமுள்ள என்மகளே
நமக்குஒரு தெய்வமல்லோ
கிருபையுடன் பணம்காசு சும்மா
கேளாதே நீமகளே!
வறுமைதனை கண்டபோது
மனமிருந்தால் தந்திடுவார்
வேறொருவர் இனிமேலால்
வீட்டுக்குள்ளே ஏத்தாதே[11] நீ!"
மாறுகண்ணி[12] தாய்க்கிழவி
மகள்தனக்குப் புத்திசொன்னாள்
என்றுசொல்லித் தாய்க்கிழவி
எழுந்துசென்றாள் அப்புறத்தில்

கிழவியின் கெடுசெயல்

அப்புறம் சென்றவள்
பாப்பானை மருந்துட்டி[13]
அகப்படுத்த வேண்டுமென
செப்பில் இருந்ததொரு
குளிகையைத்தான்[14] கொண்டு
கோந்து[15] போல் காய்ச்சி
ஒப்புர வாகவே[16]
உபசாரம் பேசியே
ஒத்தஓர் மாங்கனியும்
துப்புற வாயொடு[17]
தாம்பளத்தில் வைத்தே
மகள்கையில் கொடுத்தனளே

மகள் செயல்

மகளுமதை வாங்கி
மரியாதை யோடேந்தி
மறையோனை மிகவிரும்பி

மழுப்பி[18] உபசாரம்பண்ணி
மங்கையும் உண்ணச்செய்தாள்

மறையோன் நிலை

தின்றஉடன் மனந்திரும்பி
தேவாலயத்தின்[19] சொத்தாகக்
கொண்டுவந்த பொருளைஎல்லாம்
கூத்தியருக்குக் கொடுக்கஎண்ணி
மழுப்புகின்ற வார்த்தையெல்லாம்
மறையோனும் கேட்டிருந்து
கண்டாளே கண்ணாட்டி[20] வெகு
காதலுடன் கழுத்தைக்கட்டி
பண்டைநல்ல வழக்கம்போல
பாரியென[21] முத்தமிட்டான்

மாதவள் கலை

முத்தமிட்டு விட்டவரை
முறிக்குள்ளே[22] கூட்டிச்சென்று
கட்டில்மெத்தை மேலிருத்தி
கடிதடத்தில்[23] மாட்டினாளே
சுத்தமுள்ள வேதியனும்
சொகுசாக போகசுகம்[24]
சொந்தமனையாட்டி என்றே
விந்தையாக அனுபவித்தான்
என்றும் ஏகபோகம்
பிந்தினநாள்[25] தொட்டவனும்
சொந்தமனை ஏகாமல்[26]
வந்திடுவான் நித்தமும்
வசியமிட்ட வீட்டுக்குள்ளே
வேசியவள் வீட்டைவிட்டு
வெளியிறங்கிப் போகாமல்
வேணதெல்லாம் தானம்கொடுப்பான்
தூண்டில்பட்ட மீனைப்போல
வேதியனும் தேவஸ்தானம்
வெகுநாளாய் கொள்ளையிட்டு
கொள்ளையிட்ட பொருளையெல்லாம்
கூத்தியர்க்கு உரிமையாக்கி
தள்ளையிட்ட மருந்தாலே

தான்மறந்து கொடுத்துவந்தான்
    மங்கையவள் மார்பணைய
மட்டுமில்லே பணச்செலவு
    செங்கையாலே அவள்தொடவே
செலவுசெய்வான் கோடிபொருள்   100

காசேதான் கணவன்

இந்தவிதமாய் சிலநாளாய்
    வந்துவந்து போகையிலே
அந்தநம்பி ஒருநாளில்
    ஆசையுடன் ஒருவீட்டில்
கொடுக்கஒரு காசுமின்றி
    கூத்தியுடன் வீட்டில்வந்து
மதிமயங்கி வேதியனும்
    மடிதனிலே தான்கிடக்க   110
முதலிருக்கும்[27] மடிச்சீலை[28]
    முந்தியெல்லாம்[29] தடவினாளே

வேசையின் வேடம்

கொடுக்கமுதல் இல்லையென்று
    கொண்டாளே சுகக்கேடு
சுகக்கேடு தலைக்குவலி
    சுரக்கச்சல் பனிவிரையல்[30]
மிகப்படியே ஆச்சுதென்று
    மெள்ளஎழுந்து அங்கேபோனாள்
தாய்க்கிழவி இருக்கும்வீட்டில்   120
    தையல்சென்று உறக்கமானாள்
அதைக்கண்ட பாப்பானும்
    "அன்புடைய கண்மணியே!
ஏதுக்கடி அங்கேபோனாய்?
    எந்திழையே பெண்கொடியே"
என்றுசொல்ல வேதியனும்
    தாய்கிழவி அறையதிலே
சென்றுஉறக்கம் ஆனபெண்ணை
    செங்கையாலே தூக்கிவைக்க
அதற்கவளும் ஏதுசொல்வாள்   130
    "அடியாள் குடல்நடுக்கம்
ஆகையினாலே இன்றுசுகம்

ஆகாது உம்மோட"
என்றுசொல்ல வேதியனும்
ஏதுசொல்வான் அவளிடத்தில்
என்னடி சொல்லுகிறாய்
ஏந்திழையே என்சொல்வேன்
என்னவேண்டும் சொல்லடியே
இப்போத்தானே பண்டிதரை[31]
கூட்டிவாரேன் இப்போது
சொன்னாலே போதும்பெண்ணே
என்றவுடன் தாய்க்கிழவி
ஏதுசொல்வாள் அந்நேரம்
"முன்னாலே சொன்னாளே
முழுமடச்சி சூழ்ச்சிஇல்லை
கரும்புருசி என்று கண்டால்
வேரொடு தின்பீரோ
கன்னியரை எந்நேரம்
கலந்தரிக்கால் கலங்காளோ
இன்னும்இனி வேண்டுமானால்
இரண்டுமாசம் ஏகமாக[32]
மன்னக சயனமதில்[33]
படுக்கவச்சு மருந்துஊட்டி
என்மகளுக்கு உளுந்துகளி[34]
எண்ணையுடன் முட்டைக்கோழி
அன்னமுடன் ஆட்டுக்கறி
அடுக்கடுக்காய் ஊட்டவேணும்
ஊட்டவொரு காசுமில்லை
உடமையெல்லம் பாழாச்சு
வாட்டமுற்ற நாங்களுமே
வகைமோசம் போனோமே"
கெடுத்தாயே மாமியிதோ
எடுத்துவாரேன் என்றேகி
அடுத்திருந்த அகரமேறி[35]
ஆனபொருள் அத்தனையும்
எடுத்துவந்து கொடுத்தானே
ஏழையந்த மறையோனும்
நல்லபடி சுகப்படுத்தி
நாயகியைத் தந்திடுவாய்

சொறிபிடித்த நாயைப்போல
அந்தணனும் காத்திருந்தான்

வேசியின் வஞ்சகம்

கொண்டுவந்த பொருளையெல்லாம்
சண்டாளி பறித்துக்கொண்டு
கொண்டஒரு கொடுமைதன்னை
கண்டாலும் சகிப்பதாமோ
"அண்டையிலே இருந்தவனை
அய்யாநீர் இன்றுபோகும்
என்றிடவே அந்தணனும்
எழுந்துசென்றார் ஆலயத்தில்
கன்றைத்தேடும் பசுபோல
வந்தாரே தாசிவீட்டில்
வந்தவுடன் தாய்க்கிழவி
மகளுடனே சண்டையிட்டாள்
"பிச்சை எடுப்பாரோட
பேசினால் கிடைப்பதென்ன
கச்சைகட்டி கோயில்சென்று
கால்முறிய நடனமிட்டு
காலமது கழித்ததெல்லாம்
போதுமடி அவராலே
காத்திருந்து தூங்குவதேன்
கழுவடியில்[36] நாயதுபோல்
செத்தவனை[37] வீட்டைவிட்டு
சென்றாக்கால் மானமுண்டு"

நம்பியின் நிலைமை

தாய்க்கிழவி பேச்சையெல்லாம்
திடுக்கிடவே கேட்டுஅய்யன்
மாக்குமாக்கென்று[38] அழுது
மறையோனும் வெளியிறங்கி
ஆக்கமெல்லாம் அழுந்தினான்
அகரமேதும் போகாமல்
போக்கத்த[39] பூசைபண்ண
பொன்னூர் கோவிலுக்குப்போகாமலே
பட்டணத்தை விட்டவனும்
பரதேசம் போகலுற்றான்

ஆசிரியர் கூற்று

இந்தவிதம் வந்த
விதியெல்லாம் பாத்திருந்த
அந்த சிறுக்கிமகள்
அன்புடனே இரக்கமுற்று
சொந்த மனையாளைவிட
சுகம்தந்து ஆதரித்து
பணந்தந்த நன்றிதானோ!
சிந்தைமிக நொந்தவளும்
சீக்கிரத்தில் செல்லுமந்த
அந்தணனைத் தொடர்ந்துவந்த
அரியதொரு விதியதுவும்
அதனால்வந்த வலியஒரு
நீலியான கதைசொல்வேன்

தாசியின் வேண்டுகோள்

பரதேசம் போனதொரு
பாப்பானை கூட்டிவர
துரிதமாக[40] தாசிமகள்
தொடர்ந்தாளே அவன்பிறகே
கடுநடையாய் தானோடி
கானகத்தே போய்மறித்தாள்
“ஐயா கேடுகெட்ட
கிழவி சொல்லை
கேட்கலாமோ என்கணவா
என்னுடைய வீட்டிலுள்ள
உடமையெல்லாம் யாருதந்தா?
மன்னவரே உம்மையல்லால்
மறுத்தொருவர் தந்ததுண்டோ
மன்னவரே உம்மைவிட்டு
மறந்திருக்க மாட்டுவேனா?[41]
வாருங்கள் சாமிகளே
போகவேண்டாம் பரதேசம்!
சேருங்கள் இங்கேவைத்து
சிறியசுகம் தாரு”மென்றாள்

வேதியனின் எண்ணம்

கேட்டுநின்ற மறையோனும்

கெட்டமுண்டை இவளல்லவோ
வீடுவிட்டு கோவில்விட்டு
வெளியிறங்கப் பண்ணிஅவள்
மாட்டிவந்தாள்[42] இப்போது
மங்கைநல்லாள் பெண்களெல்லாம்
பூட்டிவந்தாள் ஏனிதுவோ
கூட்டிச்சென்று கொலவுமோ
என்றஎண்ணம் மனத்தில்கொண்டு
இருந்தானே மணல்மேலே
“இருண்டகள்ளி நிழலதிலே
என்கலியைத் தீருமென்றாள்
வெருண்ட[43] அந்தவேதியனும்
விடாயசுகம்[44] தானீந்து
வெத்திலையும் அடக்காயும்
விரும்பியவர் தின்றிடவே
மற்றவளும் விசற்குதென்று[45]
மயிர்முடியைக் கோதும்என்றாள்
பழிகாரன் மேற்பார்த்து
பகிர்ந்தமுடி கோதிடவே
வழிநடந்த களைப்பாலேஅவன்
மடிதனிலே உறங்கிவிட்டாள்

மறையவன் திட்டம்

நித்திரையைத் தானறிந்து
நெஞ்சதிலே வைரமுண்டாம்
பச்சிலையில் மருந்துதந்த
பாதகத்தி மகளல்லவோ
ஆறுலட்சம் பொன்னுடைமை
அடக்கமாக வைத்திருந்தும்
வேறுதொழில் செய்யாமல்
வீட்டிலிருந்து உண்டிடலாம்
அப்பொருளை இப்போது
அணிந்துவந்தாள் அல்லாது
தப்பில்லை இதைஎடுத்தால்
சுவாமிகோபம் இதிலேஎன்ன?
ஆரறிவார் உறங்கையிலே
ஆபரணங்கள் அகற்றிவிட்டு

திட்டம் செயலானது

போட்டுவிட்டு போவோமென்று
பொன்னையெல்லாம் கழற்றினானே
பொன்கழற்றி வேட்டியிலே
பொட்டணமாய் கட்டிவைத்து
துடையளவு[46] மணல்குவித்தான்   280
தோகைதலை அதிலிறக்கி
மடிமேலே இருந்ததலை
மணல்மேலே இறக்கிவைத்து
வைத்தவனும் எழுந்திருந்து
வழிநடந்தான் சிறிதுதூரம்
பொட்டணத்தை எடுத்தவனும்
போனானே சிறிதுதூரம்

திட்டத்தில் ஒரு மாற்றம்

சுத்தமான மனத்தோட
துரிதமுடன் நடந்திடவே
சித்தமது மனம்மாறி   290
இத்திதியில்[47] இவளைஇந்த
மாதிரியாய் விட்டுச்சென்றால்
மெத்தஇடர் வந்திடுமே
மேல்நமக்கு சுகமுமில்லை
என்றவனும் திரும்பியங்கே
எடுத்துவாரான் கருங்கல்லை.

மரணத்தின் மடியில்

கல்லெடுத்து தலையில்போட்டு
கள்ளிமரத்தோடு ஒளிந்தான்
கல்விழவே கண்பிதுங்கி
காரிகையும் நொந்திருந்து   300
சொல்உளறி ஏதுசொல்வாள்
துடிதுடித்த வேசிமகள்

வேசியின் சாபம்

"நலமான மனத்தோடே
நலிவு[48] சொல்லி திருப்பவந்தேன்
என்னையுமே இந்தவிதம்
இடைவழியில் பிணமாக்கி

மன்னவரே நீர்சுகமாய்
    வாழ்வதற்கே வையகத்தில்
முன்னும்பின்னும் பாராமல்
    முடித்துவிட்டீர் என்உயிரை   310
இந்தஉந்தன் பழிதனக்கு
    இந்தகள்ளிமரமே சாட்சி
கள்ளிமரம் அல்லாமல்
    கானகத்தில் ஆருஉண்டு
கடவுளே பழிக்குப்பழி
    கடாச்சிப்பர்[49] எனக்கு"

வேசியின் வேகம்

என்றுசொல்லும் வேளையிலே
    சண்டாள வேதியனும்
பின்னுமொரு[50] கல்லெடுத்து
    பேதையுட தலையில்இட்டு   320
மன்னுயர் காணாமல்
    மறையோனும் ஓட்டமானான்

கிழவியும் மகனும்

விதிகெட்ட வேசிமகள்
    வேதனையை சகியாமல்
சதிவுற்று சாகிறதை
    சற்றும் அறியாதகிழவி
மதிகெட்ட மடச்சிறுக்கி
    மறையோனை தொடர்ந்துசென்றாள்
இதுவரையும் வரக்காணேன்
    என்று மகனோடு உரைத்தாள்   330
"தேடியே போனாள்தங்கை
    திரும்பியே வரவுங்காணேன்!
வாடியே நிற்பாள்காட்டில்
    மறையவன் என்செய்தானோ
ஓடியே நீதான்சென்று
    உன்னுடைய தங்கைதன்னை
நாடியே கூட்டி இங்கு
    நடுக்கென[51] வாடாமகனே
வரும்போது மைந்தா அந்த
    வாக்கரிசி[52] அற்றான்தன்னை   340

பழையனூர் நீலி 455

விரும்பிநீ கூட்டிவராதே
வீணிலே செலவுசொன்னேன்
தரும்பணம் இனியோயில்லை
தங்கையோ தெரியாள்
அரும்பெனத் தள்ளிவாடா
சுந்தரமகளை” என்றாள்

அண்ணனின் அவலம்

என்றுசொன்ன மொழிகேட்டு
எழுந்திருந்து விரைந்தோடி
சென்றுஅங்கே படுகளத்தை
சேர்ந்துஅண்ணன் கண்டுஏங்கி
தலைமேலே கிடந்தகல்லை
தானுருட்டி தள்ளிவிட்டு
“புலிகடுவாய் தடமுமில்லை
போட்டிருந்த உடைமையில்லை!
பலியெடுத்தான் பாப்பானை
பாருலகில் யாருமில்லை
ஆகாகா மாபாவி
அந்தணனும் ராட்சதனோ
ஆருக்கும் இரங்குமெந்தன்
அருமையுள்ள தங்கையினை
அரக்கனென்று அறியாமல்
அடுத்தவளைக் கெடுத்தானே.
கெடுத்தானே சண்டாளன்
கிருபையற்ற கல்மனத்தான்
எடுத்தானே ஓட்டமது
இங்கவனைக் காணலியே
ஆண்பழிக்கும் பெண்பழிக்கும்
அந்தணனே ஆளாக
பாப்பானும் பிழைப்பானோ?
பழகநல்லூர் பிழைத்திடுமோ?
பழிக்குப்பழி வாங்குதற்கு
பகவானே அருளவேணும்
தங்கையரைக் கொன்றகல்லில்
தன்தலையை மோதிக்கொண்டு
அங்குஅவனும் செத்தானோ
அரசனுலகம் சேர்ந்தானோ

நம்பியின் நம்பிக்கை

கொலைசெய்த பாதகன்
கொன்றபின்னே கடுநடையாய்
தலைசுத்தி கானகத்தில்
தாகமாய்த் தண்ணீர்தேடி
தொலைதூரம் சென்றுநின்று
சொகுசாக யோசிக்கின்றான்
தாசியைக் கொன்றபழி
தமக்கில்லை தடமுமில்லை
நாட்டுப் பாதைவிட்டு
காட்டுவழியாக சற்றுதூரம்போறான்
காசிக்குப்போய் வட்டிவாசிதேடலாம்
கப்பலும் வைத்திடலாம்
கவலைநமக்கில்லை என்றந்தவேதியன்
கைகொட்டி பாடினானே
சண்டையிடுகிற வண்டக்கிழவியின்[53]
தங்கச் சிமிழியைத்
தட்டானிடத்திலே விலைகேட்கலாம்
சந்தோசம் மெத்த மெத்த
விடைநிலத்திலே ரெண்டாறுகாதம்
விரைந்து நடந்திடவும்

வேதியனின் விதி

வேசியைக்கொன்றதோர் இரத்தவெறியினால்
வெயிலில் தகைஎழும்ப
தண்ணீர்கிணற்றின் கரையிலேசென்று
தகையாறலாம்[54] எனவே
தங்கவுடமையை படிக்கட்டில்
தானும் இறக்கிவச்சு
தண்ணீர்கயிற்றோடுத் தோண்டியைத்
தொட்டந்த கல்லில் வைத்திடவும்
கற்புடைக்[55] குள்ளியிருந்தொரு
சர்ப்பமும் கத்துதுமே
வேதியனை அய்யோகடித்ததே

நம்பியின் நெஞ்சம்

அறியாத பெண்ணையும்

பழையனூர் நீலி

அங்கேநான் கொன்றது
அரைக்ஷணம்[56] ஆனாலும்   410
தாமதமில்லாமல் சர்ப்பமாய்
வந்ததுவே மெய்யில்
விசத்தினால் ஐயனும்பையவே
பொட்டணத்தை மெல்லவேகையிலே
தூக்கவே அக்கையும்
விசத்தினால் விரைத்திழுக்க
கையதுநழுவியே கட்டழகிநகை
கசமான கிணற்றில்விழ
கண்டோர் உண்டோ வென்று
கூப்பிட்டு கரையிலே   420
விழுந்திட அவன்கொண்ட
விசமது மண்டையிலேறி
கொடிமரம் முறிந்ததுபோல்
சண்டாள பிராமணனாய்வந்த
சாமியும் செத்தானே

(ஆசிரியர் கூற்று)

இந்தவிதம் மூவர்உயிர்
எமலோகம் சென்றபின்பு
ஒவ்வொருவரும் இறக்கையிலே
உற்றதொரு நினைப்பைப்போல
நல்கிடுமே மறுஜென்மம்   430
நன்றாக குலவிக்கவென்று[57]
அவ்வுலகிலிருந்த பின்னர்
அவர்க்கு தந்தமுறைசொல்வேனே

மறுபிறவி வரலாறு

சென்றுநின்ற மூவர்களைச்
சித்திரபுத்திர நயினார்கண்டு
அவர்களுட கணக்கெடுத்து
அளவாகத்தான் பார்த்தான்
கேள்வியில்லா[58] கேடுவாய்ந்த
பழகநல்லூர் கிழவியோட
ஒருமுறைக்குக் கெட்டொழிந்தால்   440
ஒளியநன்கோர்[59] என்றுசொல்லி

நாசமாகும் கருவியாகநின்ற
　　தாசிமக்கள் நிஷ்டூரப்[60] பேயாக
சீமையாளும் சோழமன்னன்
　　தேவியுட திருவயிற்றில்
ஆண்மையுள்ள ஸ்திரிபுருஷர்
　　ஆகவேதான் படைத்தான்
பாழான வேதியனைப்
　　பழிக்குப் பழிதான்கொடுக்க
காவிரிப்பூம் பட்டிணத்தில்
　　கட்டுடைய[61] வணிகர்குலச்
செட்டி திருவயிற்றில்
　　சேரவேதான் படைத்தார்.

வசனம்

இவ்வாறு மூவரும் மாண்டு அவர்கள் உயிரானது பிரம்மா விதிப்படி முன்பழியைத் தீர்க்க, தாசியான சந்தன நங்கையின் உயிரும் அவளது அண்ணன் உயிரும் சோழ மன்னனது மக்களாகப் பெண்ணும் ஆணுமாகப் பிறந்தனர். நீலன், நீலி என்று இவர்கள் பெயர் பெற்றனர். இவர்கள் இரவு நேரங்களில் பிசாசாக மாறி ஊரில் உள்ள ஆடு மாடுகளைக் கொன்று தின்று விட்டு பகல் வேளைகளில் குழந்தைகளாக உருமாறி வருவதுமாக சில நாட்கள் கழிந்தன. இதனால் நாட்டில் உள்ளோரது சங்கடம் பொறுக்க முடியாத அரசன் தன் மக்களை நடுக்காட்டில் கொண்டு விட்டு வர தலையாரிகளுக்குப் பணித்தான். தலையாரிகளும் அக்குழந்தைகள் இரண்டையும் கானகத்தில் ஒரு வேம்பின் மூட்டில் விட்டுச் சென்றனர். இவ்வாறு அண்ணனும் தங்கையும் வேப்ப மூட்டில் நிற்கும் தருணம், பழகநல்லூர் ஊர்க்காரர்கள் அந்த வேம்பை முறித்து எடுத்துச் சென்று அவர்களின் ஊர்க் கோவிலைக் கட்டி முடித்தார்கள். அந்த வேம்போடு தொடர்ந்து வந்த ஆண் பிசாசான நீலன் அந்தக் கோவில் பூசாரியைத் தொல்லை படுத்திட பூசாரி ஓமம் வளர்த்து ஓமத்தின் மூலம் நீலனைச் சுட்டெரித்தான். தனித்து நின்றாள் கானகத்தில் நீலி.

செட்டியின் பிறப்பு

பட்டணமாம் பட்டணமாம்
　　காவிரிப் பூம்பட்டணமாம்
காவிரிப்பூம் பட்டணத்தில்
　　காசுக்கடை செட்டியாராம்

நவகோடி நாராயணச்செட்டியின்
    தவப்பயனாய் வந்துஉதித்தான்

செட்டியின் சிறப்பு

செல்வச் சிறுபையன்
    சிங்காரப் பேரழகன்
கல்வி மிகுந்தவன்தான்
    கச்சவடந்தன்னில் செட்டி
ஆனந்தன் என்றவன்பேர்
    அழகுடைய பாலகன்தான்.

செட்டியின் பயணம்

தானும்தன் முன்வினையால்
    தனிவழியாய் புறப்படுவான்
வைரம் புஷ்பராகத்தோடு
    வைடூரியம் கோமேதகம்
வாரிமுடித்து எடுத்தான்
    செண்டுவாள்[62] பைக்குள்ளே
சீரான படிச்சரக்கு[63]
    தராசுடனே உரைகல்
செம்பொன்னால் செய்தகுச்சும்
    சேரஒரு பைக்குள்வச்சான்
பைகளெல்லாம் தோளிலிட்டு
    பழகநல்லூர் தேடிவார
பவிசைத்தான் என்னசொல்வேன்
    பதுமத்தான்[64] கற்பனையோ

தந்தையின் புத்திமதி

அய்யய்யோ இவர்தந்தை
    அறியாத சிறுவயதில்
மெய்யான புத்திமதி
    மிகப்படவே ஓதிவைத்தார்.
பையாநீ ஒருகாலும்
    பழகநல்லூர் போகாதே!
பட்சமாய் உரைத்துமவர்
    பாலகனை வளர்த்துமவர்
நய்யாது[65] வாழ்ந்திடவோர்
    நல்லரட்ச பந்தம்[66]தந்து

சொந்த ரட்சையாகித்
தந்தை தந்திட்ட
மந்திர வாளெடுத்து
சோரான[67] பைக்குள்வச்சு
சொகுசாக வருவான்பையன்
செய்யும் ஒரு வாணிபமாய்
சீமையெல்லாம் வருவான்பையன்.

தீயசகுனங்கள்

சொல்லவொன்று வரும்வேளை
பல்லியது பசிக்காகப்
பற்கடித்து கத்துதென்றான்
அடுத்தபடி அறுதலியும்[68]
அப்பவோர் அந்தணனும்
எண்ணவிற்கும் சுப்பயனவன்
எதிரவரவும் கண்டானே
பானைத்தட்டும் ஒருகுசத்தி
புதுப்பானை ஏந்திவர
பெண்ணொருத்தி செட்டிமுன்னே
புதுக்குடத்தைப் போட்டுடைத்தாள்
என்னாயிது என்றுசெட்டி
எண்ணமுற்று நிற்கையிலே
கண்ணுகெட்ட ஒருகுருடன்
கலக்கம் வருதென்றுசொல்ல
விரைவாகப் பட்டணத்தை
விட்டவனும் சென்றிட்டான்

நீலியின் செயல்

நின்றாள் நெடுநாளாய்
நீலி நெடுங்கானகத்தில்
தின்றாள் பசுக்களையும்
சேர்ந்தகுட்டி ஆடுமுதல்
வென்றாள் விழிமேலே
விண்ணுலகம் தானதிர
என்றே பெருங்குரவை
எண்திசையும் கேட்டதுவே

பழையனூர் நீலி

குறத்தி சொன்ன குறி

அன்னேரம் மலைக்குறத்தி
    ஆடி ஆடி எதிரில்வர
முன்னும்பின்னும் தெரியாதபேர்
    அணுகாகுறி சொல்லக்கேளு!
முன்னாளில் நீமறையோன்
    மூத்தகுடி உன்தேவி
உன்மேலே மனதாய்   530
    உன்கூட வழிநடந்தாள்
வந்தவளை மடிகிடத்தி
    கள்ளியின்கீழ் உறங்கினபின்
மங்கையுட தலைமேலே
    படலைக்கல்லைத்[69] தூக்கியிட்டு
பாவையரைக் கொன்றதுண்டு!
    ஆவியது நீலியாகி
பாதையிலே பலியெடுக்க
    பாத்து அங்கே நிக்குதப்யா
பாவி அங்கே போகாதே   540
    பழநீலி உன்னைமறித்து
கோபித்துக் கொன்றுதின்பாள்
    கொடியவள் பார்வளையில்[71]
போகாதே என்மகனே
    புத்தியொன்று சொல்லக்கேளு

குறி மீறல்

குறத்திமொழி கேளாமல்
    கொடும்போக்காய்ப் போகலுற்றான்
ஜென்மவினை தடையாமல்[72]
    திரும்பிவிட வொட்டாமல்[73]
கர்மவினை பிடரியிலே   550
    கைகொடுத்துத் தள்ளிடுமாம்
தள்ளிடவே கானகத்தில்
    தன்வழியே வாரபோது

நீலியின் தோற்றம்

கள்ளியந்த நீலி
    கடுஞ்சினமாய் வனமலையாய்

ஒளிபிறந்த செவ்வாயும்
உயர்ந்தகுமிழ் மூக்கழகும்
ஒளிந்ததொரு குழையழகும்
சீர்புனைந்த நகையழகும்
குளிர்ந்த முகச்சுந்தரியாய்
கொலைநீலி தோன்றுவாளாம்

நீலியும் செட்டியும்

தோன்றிவர நடுவழியில்
செட்டியுட முகம்பார்த்து
"சுந்தரனே! அத்தானே
வந்தீரோ மன்னவரே!"
அந்தவுரை கேட்டசெட்டி
அவளுடைய முகம்பார்த்து

செட்டியின் வினா

சுந்தரியே நீயும்பாரு
இந்தவனந்தனிலே தனியாக
வந்ததென்ன விந்தையம்மா
வாக்கான முறைதானேது
இக்கானில் எனக்காக
காத்து நின்றயாமால்
நிற்காதே என்னவேண்டும்
நீயும்சிறு பெண்பாரு!"

நீலியின் விடை

"பெண்ணென்று தெரிந்தமட்டும்
போதுமய்யா அத்தானே!
கண்ணுஎன்ன மறைத்ததுவோ
கண்டாலும் தெரியலையோ
முன்னொருநாள் பேன்பார்த்த
முகூர்த்த முள்ள[74] கையாலே
தின்னவொரு வெத்திலைக்கு
சுண்ணாம்பு தாருமென்றாள்

செட்டியின் ஐயமும் அச்சமும்

சுண்ணாம்பு கேட்டவளை
அண்ணாந்து பாத்தசெட்டி
பண்ணாங் குறத்திசெய்த
படுநீலிஇவள் தானென்று

பார்த்து அகமிகநடுங்கி
வேர்த்து முகம்வேசாறி[75]

பதைபதைத்துப் பருநடையாய்[76]
பாதையிலே ஓட்டமுற்றான்

நீலியின் தொடர்தல்

ஓடுகிறீர் செட்டியாரே
உம்மையல்லோ தேடிவந்தேன்
வாடிவிட்டீர் நீருமெந்தன்
மாங்கல்யம் தந்தவரே!
பாடுபட்டும் பாழாகிப்
பரஸ்திரிமேல் ஆசைகொண்டீர்
வாட்டமுற்ற வணிகரேநீர்
வாடவேண்டாம் என்னாலே

கேளும் ஒருவார்த்தை”
கிட்டவந்து வழிமறித்து
“ஒருஊரில் குடியிருந்தும்
உறவறிய மாட்டீரோ?
உம்முடைய மாமனுக்கு
உரிமையுள்ள மகளல்லவோ
என்னுடைய தமையன்வந்து
இறந்துவிட்டான் இக்கானில்
காடுகளெல்லாம் தேடி
கண்பூத்ததுவே நான்அடைந்தேன்

வேதன் விதிப்படியே
வாய்த்ததுவே என்கணவா!
பழகநல்லூர் போகவேண்டி
பாதையது தெரியாமல்
பாவிமகள் நான்ஒருத்தி
பரிதவிக்கும் வேளையிது!
எவருமில்லா கானகத்தில்
உம்மைகண்டு பயம்தீர்ந்தேன்!
இருவருமே ஒன்றாக
ஏகிடுவோம் என்கணவா

ஏகுமுன்னே இங்கேவந்து
என்னுடனே சம்போகம்[77]
இனிதாக நடத்தியல்லோ
என்கலியை[78] தீருமென்றாள்

மைத்துனரே வாரு" மென்று
மடமடனெ சிரித்தாளே!

செட்டியின் கோபம்

சிரித்தவளை செட்டியாரும்
சீர்மையுடன் பார்க்கலுற்றான்
"கறக்கவொட்டா பசுப்போலே
காடேறி திரிவதென்ன
வரிக்குயிலே உன்னையொரு
மாப்பிள்ளையும் கேட்கலையே
சிறுக்கிஎன்னை வாட்டவந்த
சண்டாளி மூதேவி!
ஒட்டுவித்தை[79] பண்ணவேண்டாம்
ஒதுங்கிப்போ" என்றுரைத்தான்

நீலியின் மாயம்

"உனக்குஅன்று வாழ்க்கைப்பட்டு
ஒருவீட்டில் குடியிருந்தோம்
எனக்குஇன்று தாலிகட்ட
எவன்இனிமேல் வரப்போறான்?
கழுத்தில்இட்ட உடமை[80]எல்லாம்
களவாடிப் போனீரே!
பிழைக்கவொரு மதியற்று
தொடர்ந்துவந்தேன் பின்னாலே!
அன்றுஎன்னை கொன்றகதை
கண்டதிங்கே யாருமில்லை
இன்றைக்கு கைவாளால்
வெட்டிடுவீர் இரண்டுதுண்டாய்!
வெட்டிடவும் குத்திடவும்
வேதியர்க்கு வீரமுண்டோ?
செட்டி மகனாகப்பிறந்து
சீறவும்நீர் படித்தீரோ!
ஓடிவரும் என்னையுந்தான்
உதறிவிட்டு போவதெங்கே?
வரப்பணிய சொல்வீரானால்
மனம்பொறுக்க மாட்டேன்"என்றாள்!

(வேறு)

"சுண்ணாம்பு சுண்ணாம்பு
செட்டியாரே சுண்ணாம்பு
சுண்ணாம்பு தாரீரோ
இன்னாரே வெயிலினில்
சூடும் மணலும்
பொடியுங் கருகுது!
புண்ணா உழையுது[81]
தண்ணீர் தவிக்குது!
பூத்தான வாயிலே
பாக்கோடு போடவே
கையிலே இருக்கின்ற
வெற்றிலையோடு உம்மை
காணாது கண்ணும்
வாயும் உலறுது
பையவே ஆடவர்
பெண்ணை கலியாணம்
பண்ணிக் கொடுக்கும்
பரிசப்பணம் போலே!

வேறு

"மானங் கெட்டவளே உனக்கு
மரியாதை தானில்லையே?
மாமன் மகனென்றும்
மச்சான் நீரென்றும்
வாயினில் வர
வகையான காரணம் என்ன?
சுண்ணாம்பு கேட்டவளே
என்னைசோலி[82] படுத்தாதே!
தோளில் கிடக்கின்ற
பையில் சரக்கைநான்
சுமந்து அடைந்தேனடி!
அண்ணாந்து பாராதே
எந்தன் அங்கம் பறக்குதடி!
அய்யோ கெடுபாவி
அநியாயம் ஏன்உனக்கு
என்னடி பெண்ணேநீ

என்முன்னே வந்துகாட்டில்
ஏதுக்கடி சும்மா
வாதுக்குச் சண்டை
இடுகிறாய் வெள்ளாட்டி?"[83]
"மெத்த சடைத்தீரோ என்
வியாதியை கண்டீரோ?
வெத்திலைத் தின்னாமல் இவ்வழி
மெத்தவும் சுத்திடுங்கள்
தண்ணீர் குடியாமல் என்னைத்
தவிக்க விட்டோடுகிறீர்
முன்னமே சாய்ந்துறங்க
மடிதந்த துரையல்லவா?
கூடத்தெரியாமல் நானும்மை
கொஞ்சத்தில் விட்டுவிட்டால்
கூட்டமரம் நிறை
காட்டில் வளர்கள்ளி
கொப்பும் சிரியாதோ?"
"சாடை சொல்லா தேடி
சனியாக முளைத்தாயே
சாடைக்கும் இந்த
சலுகைக்கு நானும்
தரமல்ல போடி"என்றான்!

(விருத்தம்)

1. போடியே என்றுசொல்லி
புலம்பியே அகம்கலங்கி
சாடியே ஓடக்கண்டு
தையலாள் முன்னேநின்று
வாடியே வரும்நாதற்கு
வழிமத்தியில் வீடமைத்து
தேடியே பசியைத்தீர்க்கும்
தேன்மொழி போல வந்தாள்

2. வந்துமே நின்றுஅங்கு
வேறுமங்கையாய் தோன்றி
மைந்தனே மருகவாவா
அலுப்பினைத் தீர்த்துப்போவாய்

பழையனூர் நீலி

உந்தனைக் காணவேண்டி
வந்தனன் எந்தன்புத்திரி
விந்தையாய் சமையலெல்லாம்
மெத்தவே தயார்என்றனள்.
அப்போது இனியொருத்தி
அலங்கார சிறுதனத்தாள்[84]
வந்துமே நின்றுஅங்கே
வேறுவழி தோன்றினாளே
விந்தையாய் சமையல்எல்லாம்
வேதியர்க்கு செய்து வைத்து
"அத்தானே வாரு"மென்று
அழைத்தவளும் உபசரிக்க.

செட்டியின் சிந்தனை

அந்தோஇது என்னவிந்தை
ஆருமில்லா கானகத்தில்
அஞ்சாறு பெண்கள்வாழும்
அலங்கார வீடல்லோ!
அதில்ஒருத்தி மாமிபோலும்
அடுத்தஒருவள் கொழுந்திபோலும்
வந்தவளும் பேய்தானோ!
வழிமறித்த இவளும்பேயோ!
எவ்விதமாய் இவளைவிட்டு
ஏகிடுவோம்" என்றுஎண்ணி

மந்திரவாளால் மாயம் கலைந்தது

மந்திரவாள் தன்னைஎடுத்து
மங்கையரை வெட்டச்சென்றான்
சென்றஉடன் பெண்கள்கூட்டம்
சிதறியங்கே ஓடிடவே
நின்றாளே நீலியவள்
நிஷ்டூர சிந்தையோட

நீலியின் ஜாலம்

"அத்தானே உம்மைவிடேன்
அடியாளும் நானும்வாரேன்
எத்திவிட்டு போகவேண்டாம்
என்குழந்தையை என்னசெய்வேன்

என்னசெய்வேன் இனிவளர்க்க
　　என்னாலே முடியாதுஎன்றாள்!"
பக்கத்தில் நின்றகள்ளி
　　பருங்கொப்பை தான்முறித்து
பாலகனாய் இடுக்கியல்லோ
　　பதறவைத்தாள் செட்டிதன்னை
செட்டியதை கண்டுஅஞ்சி
　　சிந்தையது மிகக்கலங்கி
எட்டிமுகம் பாராமல்
　　எடுத்தானே நெடுஓட்டம்,
ஓடுகின்ற செட்டிதன்னை
　　உரக்கவே கூவிக்கொண்டு
ஓவெனவே பிள்ளைதன்னை
　　உரக்கவே அழச்செய்து
காட்டினில் நடந்து
　　கால்சடைந்தாள் போல
காதலன் கூடவரும்
　　கன்னியர் போலவன்றோ
நாடியவள் எடுத்துவந்து
　　நவின்றுமே நல்லவாக்காய்
நாயகன் தனையேவேண்டி
　　இரங்கிடும் மனைவிபோல
பாடிடும் அவன்தான்
　　பாரில்உள்ளோர் கேட்பதற்கு
சாற்றுவேன் அப்பாலுள்ள
　　தையலாள் வித்தைதன்னை
"அன்பற்று போனீரேசெட்டியாரே
　　அகம்பகைத்து போனீரே!"
"கையில் பத்திரமுண்டு
　　பகட்டாதே போடி"என்றான்
"சித்திரை மாதத்திலேஎன்னை
　　தேத்தி கழுத்தறுத்தாய்"
என்றந்த சேயிழையாள்நீலி,
　　...காால்லவோ நான்வல்லேன்
　　...ாமமன்னவனே?
　　...தோர் காப்புடையாள் என்னை

நகட்டிநீர் போகலாமோ
போடிநீ என்று சொல்லும்செட்டியாரே
போனால் விடுவேனா?
ஓடியேபோக வேண்டாம்பழகை
ஊர்தனில் சென்றுரைப்போம்
ஊரதனில் சென்றுஉந்தன்
உண்மையை கூறியேநான்
சென்றல்லோ மன்னவரேநீரும்
செப்பிடு அத்தனையும்”
என்றுசொல்ல கேட்டசெட்டி
எடுத்தானே நெடுஓட்டம்
நின்றாரே பழகைஊரார்!
“நேசரே அபயமென்றான்.
அபயமிட்ட குரலோசை
அம்பலத்தார் தான்கேட்டு
சபையாகக் கூடிவந்து
“சாற்று” என்றார் சங்கடத்தை;
அதுகேட்டு செட்டியாரும்
அகம்நடுங்கும் குரலோடு

செட்டியின் வேண்டுகோள்

“இவள்தான்உங்கள் ஊர்நீலியா
என்னோடு தொடர்ந்துவந்தாள்
உயிர்பிச்சை தாருமைய்யா
உடன்துரத்த வாருங்களேன்
ஓடிவாராள் என்பிறகே
உரைப்பதையும் நம்பாதீர்”
என்றுசெட்டியார் சொல்லும்முன்னே
இடுக்கியபிள்ளையோடு வந்தாளேநீலியவள்
மூடாக்கு தானிறக்கி
முகத்தைமெல்ல காட்டியல்லோ
பழகைஊரார் அறிவிழந்து
பாவைசொல் கேட்டிடவே

நீலியின் முறையீடு

“குழந்தையது பெற்றஉடன்
கூத்திவைக்க துணிந்தார்

செட்டிச்சியான பாவி
சிறுமையிலே வாழ்க்கைப்பட்டேன்
பச்சப்பிள்ளை தாச்சியல்லோ
பகல்வழிதான் நடப்பேனா
அண்ணமாரே கேட்டிடுவீர்
அடியாள் நான்பட்ட கனா[85]
என்தகப்பன் நாகர்பிள்ளை
நாடறியவே இவர்க்கு
மங்கைஎன்னை இளமையிலே
மாலையிட்டு தான்கொடுத்தார்
எங்கள்அம்மா மாபாவி
என்னைக்கொடுத்த நிஷ்டூரி
இவருடனே நான்வாழ்ந்து
இரண்டுமூன்று பிள்ளைபெற்றேன்
எல்லாம் செத்தப்பின்னே
இக்குழந்தை ஈன்றெடுத்தேன்
இத்தருணம் என்னைவிட்டு
எங்கேயோ போகலுற்றார்!
எனக்குஇது அண்ணமாரே
என்னசெய்வேன் ஏந்திழையாள்
என்தாலி தழைப்பதற்கு
ஏகிவந்தேன் இவரோடு
அயர்ந்துஅயர்ந்து நான்வரவே
பிள்ளையைத்தான் யார்எடுப்பார்
மயங்கிநின்ற பிள்ளையைத்தான்
வாள்உருவி வெட்டவந்தார்
காட்டில்வந்து எனைஅடித்து
நடுக்காட்டில் விட்டுவந்தார்.
பயந்தோடி தொடர்ந்துவந்தேன்
பசிதாகத் தோடல்லவோ
சீராச்சி என்றுஅவர்
சிறுக்கிஅந்த தாசிவீட்டில்
போறதாக கூறிவந்தார்
புண்ணியரே! ஊரவரே!
பாவிஅந்த பகைக்காரி
மருந்தைஇட்ட மாபாவி

பழையனூர் நீலி

மருந்தைஇட்ட மாபாவியவள்
வாழ்வதுண்டோ வையத்தில்
தன்கிளையும் தழைக்குமோ?
ஊராரே தஞ்சமென்று
உங்களடி நான்பணிந்தேன்
உங்கள்தங்கை என்றுஎண்ணி
உடன்காத்து ரட்சியுங்கள்!"
அந்தமொழி கேட்டு
அனைவரும் ஒன்றுகூடி 870
"ஆகாது செட்டியாரே
அகமுடையாள் மெய்நோக
போகாதீர் இன்னேரம்
பொருள்தாரோம் வீடுதாரோம்
பொருந்தியே இருவருமாய்
புண்ணியரே இருந்திடுவீர்"
என்றுசொல்லும் வேளையிலே
ஏதுசொல்வான் செட்டியவன்
"சொல்லுகிறேன் ஊராரே
சொல்வதெல்லாம் உண்மையல்ல 880
உயிரைஉண்ணும் கொடுநீலி
ஊராரே பழிகாரி
வாறவழி தன்னில்என்னை
மடிபிடித்து தொடர்ந்தாள்
கடிக்கவரும் பாம்புஇது என்று
கைநழுவி ஓடிவந்தேன்
குட்டிபோட்ட புலிவிரட்டி
கொல்லவல்லோ வருகுதுகாண்
விட்டிடாது என்னையுமே
விழுங்காமல் காத்திடுங்கள் 890
சல்லியான[86] கானகத்தில் இவள்
கள்ளியைப் பிள்ளையாக்கி
கொல்என்னைத் தொடர்ந்தாள்
கொல்லாமல் காத்திடுவீர்"

(கவிக் கூற்று)

மயங்கிடும் ஊரவரை
மயக்கியே நீலியவள்
தயங்கிடும் பிள்ளைதன்னை

தரையினில்விட்டு தகப்பனிடம்
பயமில்லா பாலகனைப்போல்
பாரினில் விட்டுஅல்லோ
ஜெயம்கொண்ட விந்தைதனை
இனிமே சொல்லுவேனே.

நீலியின் நடிப்பு

“பெத்தவரே ஊரவரே
பேதங்கள் நினைக்கவேண்டாம்
கள்ளமில்லை உள்ளபடி
வெள்ளையல்லோ நானுமையா
கவனமதை ஆர்அறிவீர்
கடவுள்தான் அறிவார்”
பாலகன்தான் சென்று
செட்டி காலைபிடிக்க
பார்த்திருந்த ஊரார்கள்
ஆர்த்து சொல்வார்கள்

செட்டியின் சினம்

அய்யோ எல்லோரும்
இவள்கையில் ஆக்கிவிட்டாரே
என்னை கொல்வதுமுன்னே
உன்பிள்ளைதனை கொல்லுவேன்
என்று எழுந்தவனும்
பார்த்தாரே ஊரரவர்
நின்றபடி வாள்உருவி
நின்றானே செட்டியவன்

நீலியின் கோரிக்கை

கண்டாளே நீலியவள்
கட்டழகன் செட்டியைத்தான்!
நிஷ்டுர நீலியவள்
எடுத்தாளே பிள்ளையைத்தான்
“பத்திரத்தை வாங்காவிட்டால் செட்டி
பழிவெட்டாய் வெட்டிடுவான்
சத்தியமாக சொல்லுகிறேன்
சண்டாள செட்டியவன்
மூத்தகுடியாள் ஒருத்திஇவர்
முந்திதனில் உறங்கையிலே

பழையனூர் நீலி

கல்லெடுத்து தலையிலிட்டு
    கள்ளிமரத்தோட அழித்தார்
பிள்ளையும் இப்போது
    பிழைத்திட வேண்டுமானால்
வள்ளலுடைய பத்திரத்தை
    வாங்கவேணும் ஊரவரே
என்றுசொல்லும் வேளையிலே
    ஏதுசெய்வார் ஊரவர்கள்

ஊரார் உறுதிமொழி

"என்னபயம் இவளாலே
    என்னவாகும்" என்றுஉரைத்தார்   940

"இன்னமும்நீர் இவளோட
    இன்னொருநாள் இணங்கிவாழும்
வண்ணமுடன் வாள்தன்னை
    தந்திடுவீர் எங்களிடம்
திண்ணமாக நாங்களதைத்
    திருப்பித் தந்திடுவோம்"
என்றுசொல்லி ஊரவர்கள்
    வாங்கினார்கள் ஆயுதத்தை
"என்னுடனே உங்களுக்கு
    இறப்பதற்கு நாளாச்சே!   950
பிசாசான இவள்கரத்தில்
    பிடித்துதர வந்தவரே!
நாசமுறுங் காலமிதே
    நன்றோ" என்றுசொன்னான்
தேன்போலே வார்த்தைபேசி
    தேற்றியவர் ஏதுசெய்வார்

ஊரவர் செயல்

"கல்லறையின் மண்டபத்தில்
    கதவுதன்னை தான்திறந்து
எல்லோரும் தான்காண
    இருவரும் சோறுமிட்டு   960
கட்டிலிட்டு மெத்தையிட்டு
    கனகமணி விளக்கேற்றி"

என்றுசொல்லி கதவடைத்தார்
ஏற்றதொரு ஊரவரும்

நீலியின் நடிப்பு

காத்திருக்கும் ஊரவரை
கண்டாளே நீலியவள்
அப்போது நீலியவள்
அன்புடனே ஏதுசொல்வாள்
"கூத்தியர்மேல் ஆசைகொண்டு
குரங்கதுபோல் ஆனீரே
அறையில் இருந்தவள்நான்
அம்பலந்தான் கண்டேனே?
அழகிதுவோ நம்குலந்தான்
அழியுங்காலம் ஆனதுவோ?
சின்னஞ்சிறு வயதில்நான்
சேர்ந்தசுகம் மறப்பேனா?
மன்னவரே மன்மதரேஎன்
மார்போடு அணையுமிப்போ
இன்னமுமே கலவிசெய்தால்
இணங்காதோ உன்மனது,"
என்றுசொல்லி குழந்தையை
ஏந்திழையள் தூங்கவைத்தாள்
எடுத்தகிளி குரலாலே
இளங்குழந்தை தாலாட்டுவாள்

நீலியின் தாலாட்டு

பச்சைபச்சை நிறத்தோனே
பால்வடியும் மேனியனே
உச்சியிலே பூத்தோனே
உடம்பெல்லாம் பாலோனே
வெட்டவெட்ட தழைத்தோனே
வேலிகட்டி காத்தோனே
சுட்டாந் தரையினிலே
கண்ணுவிட்டு தழைத்தோனே
முக்கவரம் உள்ளவனோ
முன்நிறைந்த மேனியனோ
கைக்குஇசைவாய்[87] வந்துதித்த
கண்மணியே கண்ணுறங்கு

நீலன் மருமகனோ
நீலியம்மை வளர்த்தகண்ணோ
காண்டா வனமதிலேஇவன்
கட்டையாய் முளைத்தவனோ
நாட்டமுடன் பெற்றவரை
நாடலைய வைத்தவனோ
சித்திரையில் பிறந்தவனே
செட்டிநெஞ்சில் போய்கிடடா
போதுமடா உன்ஆசைஎன்
புணக்கம்[88] தீர்ந்ததுடா
மாபாவி நானுனக்கு
மாதாவும் ஆனேனே.
மாதாநான் பாலுனக்கு
மார்புவழி கொடுத்தறியேன்
மாதாவால் உந்தன்உயிர்
மாளுவதும் முன்பழியோ
பாலாநீ படுத்துறங்கு
பகல்விடிந்தால் பால்தாரேன்
கோலா கலமாகக்
கொழுந்தேநீ கண்ணுறங்கு

ஊரார்விடை பெறுதல்

தாலாட்டுக் கேட்டுஊரார்
சந்தித்து என்சொல்வார்
“சீலமுள்ள செட்டியாரே
காலையில் நாங்கள்வாரோம்
கலக்கமென்ன, உமக்குஇனி
பாலகனும் உறக்கமானான்
படுத்துறங்க போறோ” மென்றார்

நீலியின் பழிதீர்ப்பு

ஊரவர் போனபின்பு
உடனவள் கள்ளிதன்னை
தூரவே சாத்திவச்சு
துரிதமாய்ச் சேதிகேட்க
“பாருள்ளோர் அறியஉம்
பழிக்கு உயிர்வாங்க

காராளர் அறியஉம்மை
 கடித்துமே கொல்வேன்" என்றார்
கொல்லுவேன் என்றவள்
 மெல்லவே செட்டியார்மேல்
விழுந்து வெறிகொண்டு
 பல்லினால் தொண்டையைப்
பற்றிக் கடித்திட்டாள்
 தொண்டையைத் துண்டுபடுத்தி
சேரையைத்⁸⁹ தான்குடித்து
 தொம்மிதிம்மி யென்றவள் 1040
தோதாகக் கூத்தாடி
 நெஞ்சைப் பிளந்து
நெடுமூச்சு எறிந்தாள்
 நெற்றியில் பொட்டுமிட்டாள்
நீட்டியே கள்ளியை
 நெஞ்சிலேநாட்டியே நெடுமண்டபந்தன்னை
மண்டபத்தின் முகட்டைப்பிளந்து
 மேவானிலே தான் பறந்து
மாயக் கொடு வடிவைவிட்டு
 மறுவேடம் தானெடுப்பாள் 1050

அண்ணனின் பழிதீர்த்தல்

செட்டிதன்னைக் கொன்றபின்னே
 சினந்தீர மாட்டாமல்
அண்ணனுட பழிவாங்க
 ஆயிழையும் துணிந்தாளே.
நரைகிழவி வடிவெடுத்து
 நாட்டாரின் முன்னேவந்து
உரைத்திடுவாள் ஒருகதைதான்
 உண்டுபண்ணி கூறிடுவாள்.

நீலி கிழவியானாள்

"ஊராரே என்மகன்தான்
 ஒருசொல்லும் கேளாதான் 1060
நேராக இவ்வூரில்
 வியாபாரம் செய்யவென்று
மனையாளை வீட்டில்வச்சு

மற்றதொரு வேசியோடு
கனிவாகக் கலந்திங்கு
கலிகாலன்[90] வந்தானே
ஆரேனும் கண்டதுண்டா
அன்புடையீர் கூறிடுங்கள்
அலைந்துவந்தேன் மாதாநான்
அவனியிலே[91] மாபாவி
மருமகளை வீட்டில்வச்சும்
மகனைஇங்கு தேடிவந்தேன்
மகனையுந்தான் கண்டீரோ
மடியாமல்[92] காட்டுவீரோ"
அண்டையிலே நின்றொருவன்
அத்தனையும் கண்டுவந்தான்
அண்டையிலே[93] நின்றஅவன்
"அவர்களிரு பேரையுந்தன்
மண்டபத்தில் அடைத்துவைத்தோம்
வாரும்" என்றான் கிழவியைத்தான்

ஊரவரின் நிலைமை

கிழவியைக் கொண்டுஅந்த
ஊரவர்கள் சூழ்ந்து
மண்டபம் தன்னைத்திறந்து
இழவு[94] விழுந்ததை
எல்லோரும் கண்டு
'இதென்னய்யோ' என்றார்
கிழவியாய் வந்த
அந்நீலியும் ஜாலமாய்
"பாலனைக் கொன்றவரே!
கேடிது ஆராலேவந்தது
கொன்றது ஆர்சீக்கிரம்
சொல்லும்" என்றாள்
ஊர்களிலொரு பேரிலான்
முன்வந்து நீலிதான்கொன்றாளோ
உண்மையையார் சொல்லவல்லார்
ஒன்றுந் தெரியலையே
தாயாரை என்செய்திடுவோம்
தகமை[95] முடித்திடுவோம்

வாயாலே அழுதால்
    வருவானோ செத்தவன்   1100
போவோம் நாமும்," என்றதும்
    தாயாக வந்தஅம்மா
பாவி நீலியும்
    தன்மகன் செத்ததுயர்
தாங்காத பாவனை
    காட்டிப் பழிகூறி
ஒப்பாரி வைக்கலுற்றாள்
    அழுதவளைத் தான்பார்த்து
அம்பலத்தார் ஏதுசொல்வார்
    "அம்மாநீ எழுந்திருங்கள்   1110
அழவேண்டாம் நாங்களுமே
    அக்கினிக்குக் குண்டு[96] வெட்டி
அனைவருமே அதில்பாய்ந்து
    ஆணையிட்டபடி நாங்கள்
அனைவருமே அதில்செய்வாரோம்."
    என்றவர்கள் எழுந்துசென்று
தீக்குழியில் சாடிட

கிழவி குமரியானாள்

எல்லோரும் செத்தாரோ
    என்றவளும் தேடிவர
ஊரிலொருவன் அன்று   1120
    உழுதுவரச் சென்றவனை
நேரிலவன் மகள்போல்
    நின்று மனங்கலங்கி
ஏரில்[97] விழச்செய்து
    எமலோகம் சேர்த்திட்டாள்

குமரி தயிர்க்காரியானாள்

ஊரிலும் பின்னுமொரு
    தயிர்க்காரி வடிவெடுத்து
தயிர்ப்பானை தலையில் வைத்து
    'தயிரோ தயிரோ,'வென்று
தனித்திருக்கும் மங்கயரைத்   1130
    தாகவிடாய் தீர்ப்பவராய்
கள்ளிப்பாலைத் தான்கறந்து

கடுத்தவிஷம் கலக்கி
மெல்லவந்து மங்கையரை
மனங்கலங்கிக் குடிக்கவைத்தாள்
குடித்தவர்கள் எல்லோரும்
குலநாசம் ஆனார்கள்

நீலி நினைத்தை முடித்தாள்

குரலையிட்டுக் கூத்தாடி
நின்றாளோ கொடுநீலி,
இந்தவிதம் பழகைநல்லூர்
எல்லோரும் அழிந்தபின்னர்
அந்தநீலி யானவளும்
அரனடியை[98] நினைந்துநின்று
எந்தனுடைய வேலையெல்லாம்
முடித்தாச்சு இனியென்ன
தந்தருளும் வரம்"என்று
தன்வடிவாய் கேட்டிடவே
கேட்டவளைப் பார்த்தஈசன்
கிருபையுற்று பார்த்தவுடன்

ஈசன் தந்தவரம்

நாட்டினிலே இனிச்சென்று
நல்லகுண சீலியென[99]
தேட்டமுள்ள[100] உன்னடிமை
தேசத்தார் தலையெடுத்து
வாட்டமின்றி அவர்குறையை
தீர்த்தாள்வாய் போஎன்றார்
அன்றுமுதல் இன்றுவரை
அம்மையவள் பழவூரில்[101]
நின்றுநம்மை காத்துவரும்
நிலைமைசொல்ல என்றாலே
ஒன்றாலும் முடிவதல்ல
உத்தமரே உலகோரே
நன்றாயிவள் கதையை
நாள்தோறும் பாடுவீரே.

அருஞ்சொற்பொருள்

1.	பண்டு	:	பழமை
2.	பாருள்ளோர்	:	உலகில் உள்ளோர்
3.	அண்டை	:	அருகில்
4.	விளக்கெடுக்கும் முறைக்காரி	:	தினந்தோறும் விளக்கேற்றுபவள்
5.	முத்தாப்பு	:	தாளலயம்
6.	மணியம்	:	மான்யம்
7.	வாய்மூப்புக்காரன்	:	தலைவன்
8.	கண்மிரட்ட	:	கண்சிமிட்ட
9.	சந்தம்	:	வழக்கம்
10.	வீட்டகத்தில்	:	வீட்டிற்கு
11.	ஏத்தாதே	:	அனுமதிக்காதே
12.	மாறுகண்ணி	:	மாறுதல் உள்ள கண்ணி
13.	மருந்து	:	வசியமருந்து
14.	குழிகை	:	மாத்திரை
15.	கோந்து	:	பசை
16.	ஒப்புரவு	:	விருப்பம்
17.	துப்புரவு	:	சுத்தம்
18.	மழுப்பி	:	ஏமாற்றி
19.	தேவாலயம்	:	கோவில்
20.	கண்ணாட்டி	:	வேசி
21.	பரி	:	மனைவி
22.	முறி	:	அறை
23.	கடிதடம்	:	பெண்குறி
24.	போக சுகம்	:	உடல் உறவு

பழையனூர் நீலி

25.	பிந்தினநாள்	:	அடுத்தநாள்
26.	ஏகாமல்	:	செல்லாமல்
27.	முதல்	:	பணம்
28.	மடிச்சீலை	:	மடி
29.	முந்தி	:	முந்தானை
30.	விரையில்	:	குளிர்
31.	பண்டிதர்	:	வைத்தியர்
32.	ஏகம்	:	மொத்தம்
33.	சயனம்	:	படுக்கை
34.	உளுந்தங்களி	:	ஒருவகை உணவு
35.	அகரம்	:	வீடு
36.	கழுவடி	:	கழுநீர் அருகில்
37.	செத்தவனை	:	ஏழையை
38.	மாக்குமாக்கென்று	:	ஏங்கி ஏங்கி
39.	போக்கத்த	:	வழியற்ற
40.	துரிதம்	:	வேகம்
41.	மாட்டுவேனோ	:	மாட்டேன்
42.	மாட்டி வந்தாள்	:	சிக்கிக் கொண்டாள்
43.	வெருண்ட	:	அஞ்சிய
44.	விடாய சுகம்	:	பருவசுகம்
45.	விசற்குது	:	வியர்க்குது
46.	துடை	:	தொடை
47.	இத்ததி	:	இவ்வேளை
48.	நலிவு	:	துன்பம்
49.	கடாச்சிப்பர்	:	அருள்செய்வார்
50.	பின்னும்	:	பிறகும்
51.	நடுக்கென	:	விரைவாக

52.	வாக்கரிசி	:	வாய்க்கு அரிசி
53.	தகையாறலாம்	:	தாகம் தீரலாம்
54.	கற்புடை	:	கல்லிற்கு இடையில்
55.	அரைசனம்	:	அரைவிநாடி
56.	குலவிக்க	:	நிகழ
57.	கேள்வி	:	அறிவு, படிப்பு
58.	ஒளியநன்கோர்	:	மிகவும் நல்லது
59.	நிஷ்டூர	:	கொடிய
60.	கட்டுடைய	:	சிறப்புடைய
61.	செண்டுவால்பை	:	மிக நீண்டுள்ள வாணிபை
62.	படிச்சருக்கு	:	எடைப்படிகள்
63.	பதுமத்தான்	:	நான்முகன்
64.	நய்யாது	:	வருந்தாது
65.	ரட்சபந்தம்	:	காப்பு
66.	சோரான	:	சிறந்த
67.	அறுதலி	:	விதவை
68.	படலை	:	பெரிய
69.	பதி	:	பழி
70.	பார்வலை	:	பார்வையில்
71.	தடையாமல்	:	தடை ஆகாமல்
72.	வெட்டாமல்	:	முடியாமல்
73.	முகூர்த்தமுள்ள	:	சிறந்த
74.	வேசாறி	:	களைத்து
75.	பருநடை	:	விரைவான நடை
76.	சம்போகம்	:	உடலுறவு
77.	கலியை	:	ஆசையை, குறையை
78.	ஒட்டுவித்தை	:	சேருதல்
79.	உடைமை	:	நகை
80.	உழையுது	:	துன்புறுது

81.	சோலி	:	வேலை
82.	வெள்ளாட்டி	:	தாசி
83.	தனத்தாள்	:	மார்புடையவள்
84.	சளம்	:	துன்பம்
85.	சல்லியான	:	கொடுமையான, தனிமையான
86.	கைக்கு இசைவாய்	:	கைக்கு ஏற்றதாய்
87.	புணக்கம்	:	பகை
88.	சோரை	:	இரத்தம்
89.	கலிகாலன்	:	கெட்டவன்
90.	அவனி	:	பூமி
91.	மடியாமல்	:	சோர்வில்லாமல்
92.	அண்டை	:	நெருக்கம்
93.	இழவு	:	இழப்பு, இறப்பு
94.	தகனம்	:	எரிப்பு
95.	குண்டு	:	குழி
96.	ஏரில்	:	ஏர்கலப்பைக் கொழுவில்
97.	அரன்	:	சிவன்
98.	குணசீலி	:	குணம் கொண்டவள்
99.	தேட்டம்	:	விருப்பம்
100.	பழவூர்	:	திருவெல்வேலி மாவட்டத்தில் உள்ள ஊர்.

ஆய்வுரை

1. நீலிபெயர் – விளக்கம்

நீலி என்றால் கொற்றவை என்னும் தாய் தெய்வத்தைக் குறிக்கும் என்பார் சிலப்பதிகார ஆசிரியர் (11, 22). எனவே, சிலப்பதிகார காலத்திற்கு முன்னரே நீலி வழிபாடு பரவி விட்டது என்றும், நீலியின் கொடுமை கொற்றவையின் கொடுமை போன்றது என்பதால் இரண்டும் ஒன்றாகி விட்டது என்றும் கூறலாம்.

சிலப்பதிகாரத்தில் சங்கமன் மனைவியின் பெயரும் நீலி என்று குறிக்கப்படுகிறது. எனவே தெய்வப் பெயர்களை மக்கள் சூட்டிக் கொள்ளும் மரபுக்கிணங்க சிலப்பதிகார காலத்தில் நீலி வழிபாடு சிறந்து விளங்கியிருக்க வேண்டும்.

2. நீலி கதையின் கால ஆராய்ச்சி

இது பண்டைக்காலத்திற்கும் பண்டைக்காலத்தைச் சார்ந்தது என்பர் அறிஞர் ஹமீது. நீலகேசி, திருதொண்டர் புராணம், ஆலங்காட்டு தலப் புராணம். மூவர் தேவாரம் இரத்தின கண்டகம். பெரியபுராணம், திருப்புகழ் போன்ற நூல்கள் நீலி கதையைக் குறிப்பிடுகின்றன.

நீலகேசி கி.பி. முதல் நூற்றாண்டைச் சார்ந்ததாகக் கருதப் படுவதால் நீலிகதை கிறிஸ்து பிறப்பதற்கு முன்னரே நிகழ்ந்திருக்க வேண்டும். சிலப்பதிகார காலத்தில் நீலி வழிபாடு கொற்றவை வழிபாட்டுடன் கலந்து விட்டதாலும் மக்களும் நீலியின் பெயரைச் (சங்கமன் மனைவி) சூட்டிக் கொண்டதாலும் சிலப்பதிகார காலத்திற்கு முன்னரே நீலிகதை நிகழ்ந்திருக்க வேண்டும். இதன் காலம் கிறிஸ்து பிறப்பதற்கு முன் எனலாம்.

3. நீலிகதையின் இட ஆராய்ச்சி பழையனுரா? பழவூரா?

தொண்டை மண்டல சதகத்தின் கூற்றுப்படி நீலிகதை பழையனூரில் நிகழ்ந்ததாக அறிகிறோம். ஆனால் அச்சுப் பிரதியும் கைப்பிரதியும் கூறுவதினின்றும் பழவூரே நீலி பிறந்த ஊர் என அறிகிறோம். அவற்றில் பழயனூர் என்ற பேச்சுக்கே இடமில்லை. பழகநல்லூர் என்று காட்டப் படும் ஊரானது இன்றைய பழவூரேயாகும்.

நீலிக்குக் கோவில்கட்டி வழிபடும் வழக்கம் தொண்டை மண்டலத் தில் இல்லை. தென்பாண்டியிலேயே உள்ளது. பழவூரில் நீலி கோயில் உள்ளது. முப்பந்தரம் என்று அழைக்கப்படும் முப்பந்தலில் இசக்கி

எனும் நீலி கோயில் உள்ளது. இங்கு நீலி வழிபாடே பின்னர் இசக்கியம்மன் வழிபாடாக மாறியுள்ளது.

இசக்கியம்மன் சிலையின் தோற்றம் மிகப்பயங்கரமானது. இரத்தம் தோய்ந்த பற்களுடன் இடுப்பில் கைக்குழந்தையுடன காட்சியளிப்பது நீலியை நினைவூட்டுகிறது.

தென்பாண்டியில் உள்ள இசக்கியம்மன் கோவில்களில் கொடை விழா ஆண்டு தோறும் நடைபெறும் போது பழைய சிலையைக் கழித்து புதிய சிலையை நிறுவுவார்கள். இப்புதிய சிலையை முப்பந்தலில் இருந்து கொண்டு வரும் வழக்கம் இன்றும் உள்ளது. எனவே முப்பந்த லில் தோன்றிய நீலி எனும் இசக்கி வழிபாடு பல இடங்களிலும் பரவி யிருக்க வேண்டும் என அறிகிறோம்.

எனவே இதன்படி பார்த்தால் பழையனூரில் தோன்றிய நீலி வழிபாடு தெண்பாண்டியில் பரவி பழவூரில் நிலைத்து விட்டது எனலாம்.

பழையனூரில் தீக்குழி மண்டபம் அமைத்து வேளாளர் சிறப்பை விளக்க கோயில் அமைத்துள்ளனர். இம்மண்டபம் 25.7.1966ல் திறக்கப் பட்டது. எனவே பழையனூர் நீலி வழிபாட்டை மறந்து வேளாளர் வழிபாடு தொடங்கி உள்ளது எனலாம்.

4. நீலி கதையின் கதை ஆராய்ச்சி

நீலியின் கதையை நீலகேசி, தேவாரம், திருத்தொண்டர்புராணம், கம்பஇராமாயணம், பெரியபுராணம், திருப்புகழ், சேக்கிழார் பிள்ளைத் தமிழ், தொண்மைண்டல சதகம், அபிதான கோசம், கலைக்களஞ்சயம் சிறப்பு பெயர் அகராதி ஆகிய நூல்கள் குறிப்பிடுகின்றன.

(i) நீலகேசியில் நீலியின் கதை

கி.பி. முதலாம் நூற்றாண்டு என்றும் கி.பி. 10 ஆம் நூற்றாண்டு என்றும் இருவேறு காலங்களைக் கணிக்கும் நீலகேசியிலும் நீலியின் கதை பேசப்படுகிறது. ஹமீது அவர்கள் நீலகேசியை நீலியைப் பற்றிக் கூறும் மிகத் தொன்மை நூல் என்கிறார்.

“ஆய்நீல உண்கண் அலவாய் அடங்காமை செய்யும்
பேய் நீல கேசி” (அவையடக்கம்2)

என்று நீலகேசி கூறுகின்றது. பேய் நீலகேசி என்பதற்கு உரைக்காரர் பழையனூர் காளி என்று குறிப்பிடுகிறார்.

(ii) தேவாரத்தில் நீலிகதை

தேவாரத்தில் ஒருபாடல் நீலிகதையைக் குறிப்பிடுகின்றது. இதில் வேளாளர் தம் வாக்கினைக் காப்பதற்காக தீப்புகுந்த செயல் போற்றப் படுகிறது.

"இன்னும் புகழ் நிற்கவூர் பழிக்காம எழுபதின்மர் துன்னுந்
தழல்புக் கொளிந்த தொல்லாங் கருதிப் பொருளாயுன்னும்
புரிசைத்திரு வாலங்காட்டி னானபதி
மன்னுந் தமிழில் வகுத்ததன்றோ தொண்டை மண்டலமோ
வஞ்சப் படுத் தொருத்தி வாணாள் கொள்ளும் வகைகேட்
டஞ்சம் பழையனூ ராலங் காட்டெம் மடிகளே"

(பதிகம் 45.1)

(iii) திருத்தொண்டர் புராண வரலாற்றில் நீலிகதை

உமாபதி சிவாச்சாரியார் தனது திருத்தொண்டர் புராண வரலாறு என்னும் சேக்கிழார் சுவாமிகள் புராணத்தில்,

"மாறு கொடு பழையனுயர் நீலிசெய்த
வஞ்சனையால் வணிகன் உயிர் இழப்பத் தங்கள்
கூறிய சொல் பிழையாது துணிந்து செந்தீக்
குழியில் எழுபது பேரும் முழ்கிக் கங்கை
ஆரணி செஞ்சடை திருவாலங் காட்டப்பர்
அண்டமுறு நிமிர்ந்தாடும் அடியின் கீழ் மெய்ப்
பேறு பெறும் வேளாளர் பெருமை எம்மால்
பிரித்து அளவிட்டு இவ்வளவெனப் பேசலாமோ?"
என்று நீலியால் தீப்புகுந்த வேளாளர் சிறப்பு
விளங்கப்படுகிறது.

(iv) கம்ப இராமாயணத்தில் நீலிகதை

கம்பர் நீலியின் கதையை அறிந்தவர். இவர் வேளாளர் சிறப்பைக் கூறும்போது,

"நீலி தனதுக் கஞ்சி நின்ற வணு கேசர்க்காகக்
கோலிய பயங் கொடுக்குங்கை!"

என்று குறிப்பிடுகின்றார்.

(v) பெரிய புராணம் கூறும் நீலிகதை

சேக்கிழார் பெருமானும் தீப்புகுந்த வேளாளரைச் சிறப்பித்து போற்றுகின்றனர். ஒரு பாடலில்,

நற்றிறம் புரி பழையனூர் சிறுத்தொண்டர் நவை வற் (து)
உற்றபோது தம் உயிரை நும் வணிகனுக்கொருகால்

பழையனூர் நீலி

சொற்ற மெய்மை யுந் தூக்கி அச்சொல்லையே காக்கப்
பெற்ற மேன்மையில் நிகழ்ந்தது பெருந்தொண்டை நாடு

என்று தொண்டை நாட்டின் சிறப்பை வேளாளரின் சிறப்பாகக் கூறு கின்றார்.

பழையனூர் நீலி செய்த வஞ்சனையாள் என்றும் நீலியின் வஞ்சனையைக் குறிப்பிடுகிறார்.

(vi) திருப்புகழ் கூறும் நீலி நாடகம்

திருப்புகழ் பாடிய அருணகிரிநாதர் வேசையரைப் பற்றிக் குறிப்பிடும் போது 'நீலி நாடகம் பயில் மண்டைகள்' என்று கூறுகின்றார். வேசையரது ஜாலங்கள் எல்லாம் நீலியின் செயலுக்கு ஒப்பானது என்று பொருள். எனவே அருணகிரியார் நீலியின் கொடுமை யைப் பொதுமைப் படுத்தியுள்ளார்.

(vii) சேக்கிழார் பிள்ளைத்தமிழில் நீலி கதை

"நலத்தனுயரும் பழையனூர் நாளும் பொலியும் அவையகத்து
நலிவுபரி நீலியைக் கண்டு நடுங்கா நின்ற வணிகனுக்கு
நிலத்திலியனின் னுயிர்க்கிறுதி நேருமாயின் யாமெல்லாம்
நெருப்பின் முழுகி உயிர் துறப்போம் நீ ஒருத்தி
என்று உரைத்தபடி
வலத்த னுயர்ச் செற்றவனா வண்ணம் எழுநாக் குழி முழுகி
வடவாரணியத் தாடொருவர் மலர்த் தாலியைவ்
வெழுபதின்மர்
குலத்தினின் உதித்தார் அருள்மழை பெய் கொண்டல்
வருக வருவே, (வருகைப் பருவம் 6)

என்று சேக்கிழார் பிள்ளைத்தமிழ் வேளாளர் குலத்தைச் சிறப்பித்துப் பாடும் போது நீலியைப் பற்றியும் விளக்கியுரைக்கின்றது. இந்நூலின் உரையாசிரியர், "பிற மகளிர் பால் போகம் துய்த்தான் ஒருவன். அவன் மனைவி அதனைத் தடுத்தாள். விழாவிற்காக அடுத்தவூர் அழைத்துச் செல்வது போல சென்று காட்டில் கொன்றுவிட்டான். அவள் பேயாகிக் கணவனைப் பழிவாங்கினாள்" என்று நீலி கதையைச் சுருக்கியுரைக் கிறார். கோவலனைப் போன்று பரத்தையுறவினைச் சொல்லும் இக்கதை ஏனைய கதையினின்றும் வேறுபட்டது.

(viii) தொண்டை மண்டல சதகம் கூறும் நீலிகதை

படிக்காசுப் புலவர் எழுதிய தொண்டைமண்டல சதகம் நீலி கதையைக் குறிப்பிடுகின்றது. புரிசைக் கிழாருக்கும் திரு பச்சை நாச்சிக்கும் நீலன், நீலி என்ற இருவர் இரட்டையராகப் பிறந்தனர்.

பகலில் குழந்தை வடிவம் இரவில் பேய் வடிவம். நாட்டுக்குள் பேரழிவு. வேம்படியில் விடப்படுகின்றனர். ஊர் மக்கள் வேப்பமரத்தை வெட்டவே நீலன் இறக்க நீலி திருச்செங்கோடு செல்கிறாள். காஞ்சிபுரத்து நாகந்தை செட்டியின் மகன் தரிசன செட்டியை நீலி வழிமறித்து பல்வேறு ஜாலங்களைச் செய்து, செட்டியைக் கொலை செய்ய முயலுகிறாள். தாசியாய், நாக கன்னியாய், மனைவியாய், தண்ணீர்ப்பந்தல்காரியாய், பேயாய் வடிவெடுக்கிறாள்.

இறுதியில் பழையனூரில் வேளாள மக்கள் 70 பேரிடம் வழக்குரைத்து தனி வீட்டில் வாழ்கிறாள். அப்போது நீலி செட்டியிடம் தன் முற்பிறவி கதையைக் கூறி பழிதீர்ப்பதிலுள்ள நியாயத்தை விளக்கு கிறாள். செட்டி உடனே வருகிறான். நீலி பழி தீர்க்கிறாள். வேளாள மக்கள் தீக்குளிக்கின்றனர்.

முற்பிறவி வரலாறு கச்சியில் ஞானாதிபன் மகன் புவனமதி காசி யாத்திரை செல்கிறான். அங்கே சத்தியக் ஞானியின் மகள் நவக்கியானியை இரண்டாம் முறையாக மணக்கிறான். கச்சி திரும்பும் போது அவனுடன் அவன் மனைவியுடைய அண்ணனும் வருகின்றான். திருவாலங்காட்டருகில் வரும்போது மனைவியையும் அவள் வயிற்றுக் குழந்தையையும் கொலை செய்கிறான். அவளது அண்ணன் இதையறிந்து தற்கொலை செய்கிறான்.

இக்கதைக்கும் சதகத்திற்கும் முற்பிறவி வரலாற்றில் மிகுந்த வேறுபாடுள்ளது. நீலனும் நீலியும் சோழனுக்குப் பிறக்கவில்லை. செட்டியும் காவிரிப்பூம்பட்டினத்தில் பிறக்கவில்லை. பெயரும் ஆனந்தன் இல்லை மற்றபடி இரு கதையும் ஒன்றுதான்.

(ix) அபிதான சிந்தாமணியில் நீலிகதை

நவஞ்ஞானி என்னும் பார்ப்பினி தன் கணவன் தன்னையும் தன் குமரனையும் கொலை செய்ததால் பழி வாங்கிட திருவாலங்காட்டில் புரிசைக் கிழாருக்குப் புத்திரியாகப் பிறந்து பேயாக அலைந்தாள். கணவன் தரிசனச் செடியாகப் பிறந்ததை அறிந்து அவனை அக் காட்டில் மயக்க முயன்றாள். இறுதியில் பழையனூர் வேளாளரிடம் முறையிட்டுப் பழி தீர்த்தாள்.

இந்நூல் சந்தனநங்கை என்னும் தாசியை நவஞ்ஞானி என்னும் பார்ப்பினியாகக் குறிப்பிடுகிறது. இதில் நீலியும் அவள் குழந்தையும் கொல்லப்படுவதாக அறிகிறோம்.

(x) அபிதான கோசம் கூறும் நீலிகதை

அபிதான கோசம் இயற்றிய முத்துத் தம்பிப் பிள்ளை நீலி காஞ்சிபுரத்தில் போய் வேளாளரிடமும் முறையிட்டதாகக் குறிப்பிடு கிறார். அத்துடன் நீலி செட்டியின் இரண்டாம் மனைவி போன்று வடிவெடுத்துச் சென்று வழி மறித்ததாகவும் கூறுகின்றார். எனவே இவர் கூற்றுபடி செட்டிக்கு இரு மனைவியர் என்றும் வழக்கு நடந்த ஊர் காஞ்சிபுரம் என்றும் அறியமுடிகிறது.

(xi) கலைக்களஞ்சியம் கூறும் நீலிகதை

தமிழ்க் கலைக்களஞ்சியம் செட்டி தன் மனைவியைக் கொலை செய்ததாகக் கூறுகிறது. பழையனூரில் நீலி வழக்காடியதாகவும் இதன் மூலம் அறிகிறோம்.

(xii) சிறப்புப் பெயரகராதியில் நீலிகதை

வணிகனது மனைவி மணஞ் செய்த சிறிது காலத்திலேயே இறந்து பேயாய் திரிந்ததாகவும் கணவனை வழிமறித்து பழி வாங்கியதாகவும் அறிகிறோம்.

வணிகன் மனைவி ஏன் இறந்தாள் எப்படி இறந்தாள் என்றும் ஏன் பழி வாங்கினாள் என்றும் அறிய முடியவில்லை. முற்பிறப்பு கதை இங்கு குறிக்கப்படவில்லை.

(xiii) மூவேந்தர் பாடல்கள் கூறும் நீலிகதை

வேளாளர் தீப்புகுந்ததை அறிந்த மூவேந்தர்களும் வேளாளரின் செயலை வியந்து பாடியுள்ளதாக திரு. மு. அருணாசலம் அவர்கள் குறிப்பிடுகிறார். அப்பாடல்கள் வேளாளரைப் போற்றுகின்றன. பாண்டியன்,

"பிழைத்தாரோ காராளர் பேய்மகள் சொற்கேட்டுப்
பிழைத்தார்கள் அல்லர் பிழைத்தீர்ந்தார்
பிழைத்தார்கள் எல்லோருங்காண எரியகத்தே மூழ்கினார்
எல்லோம் இன்று முளர்"

என்று பாடியதாக அறிகிறோம்.

(xiv) ஆராய்ச்சி அறிஞர் மு. அருணாசலத்தின் கருத்து

செட்டி ஏதோ ஒரு காரணத்திற்காகத் தன் மனைவியைக் கொன்று விட்டான். அவள் பேயாகி பழிதீர்த்துக் கொண்டாள். வேளாளர் தீப்புகுந்தனர் மூவேந்தர் இதைப் பாராட்டினர். (Bulletin of the Institute of Traditional cultures, Madras, Jan1975, p.2)

நீலியின் கொடுமையைக் கண்டு மக்கள் அவளை 'இசக்கி' என்று அழைத்தனர். அவளுக்கு இசக்கியம்மன் கோவில்கள் அமைத்தனர். குமரி மாவட்டத்தில் உள்ள முப்பந்தலில் இவள் கோயில் கட்டி வணங்கப் படுகிறாள். (Ballad Poetry, p.209)

(xv) அறிஞர் ஹமீது அவர்களின் ஆய்வு

நீலியும் கணவனும் தம்பதிகளாக வாழும் போது கணவன் பரத்தை வழி பிரிகின்றான். திரும்பி வந்தவனுடன் புது வாழ்வு தொடங்க வேறிடம் செல்லுகின்றனள். செல்லும் வழியில் இரவில் மனைவி தூங்கும் போது வணிகன் அவளைப் பாழுங் கிணற்றில் தள்ளிக் கொல்லு கிறான். கணவனைப்பழி வாங்கப் பேயாய் நீலி உலவுகிறாள். மறு பிறவியில் அவ்வழியாக வந்த கணவனை நீலி உரிமை கொண்டாடி வழக்காடி பழி தீர்க்கிறாள்.

இக்கதையுடன் கண்ணகி கதையை ஒப்பாய்வு செய்கிறார் அறிஞர் ஹமீது. இவர் குறிப்பிடும் கதைக்குச் சான்றாக 'நாடோடி வழக்கில் நாளும் மக்கள் நாவில் தவழும் கதையாய்' விளங்குகிறது.

இக்கதையில் நீலியின் கணவன் பரத்தை வழி பிரிவதும் நீலி கிணற்றில் தள்ளப் பட்டுக்கொல்லப்படுவதும் புதிய செய்திகளாக உள.

(xvi) சுஜாதாவின் கதை

'கரையெல்லாம் செண்பகப்பூ' என்ற தொடர் கதையில் நீலிகதை கூறப்படுகிறது. அதில் வேலவன் மனைவி நீலி வேலவன் தாசியின் விருப்பத்தை நிறைவேற்றவே நீலியைக் கொன்று தாலியைப் பறிக்கிறான். பாம்பு கடித்து மாள்கிறான். நீலி தன் கணவன் தாசிக்காகத் தன்னைக் கொன்றுவிட்டானே என எண்ணி மறு பிறவியில் காத்திருந்து பழி வாங்குகிறாள்.

இக்கதை ஹமீது ஆய்வுக்கதையைப் போல விளங்குகிறது. இதற்கு ஆதாரம் எதுவெனப் புரியவில்லை.

மலையாளத்தில் நீலி

வில்லப்டிப்பாட்டாக ஒரு நீலி கதை கேரளத்தில் வழங்குகிறது. இப்பாட்டு மலையாள லிபியில் இருக்கிறது. மொழி முழுவதும் தமிழே' என்று தமிழவன் கூறுகிறார். அவர் தமது 'மலையாள நாட்டுப்புற பாடல்கள்' என்ற நூலில் இதனைத் தமிழில் மொழிபெயர்த்து தந்துள்ளார். நீலி பிராமணனை வசீகரிப்பதும், பிராமணன் நீலியைக் கொல்வதும்' பிராமணனுக்கு ஆபத்து வருவதும் இங்கு சொல்லப் படுகிறது.

பழையனூர் நீலி

'அழகுடைய பழவனெல்லூர்
அம்மயப்பன் திருக்கோயில்'
என்றே இப்பாடலும் தொடங்குகிறது.

நீலி பிராமணனை மயக்கி பணத்தைப் பறிப்பதனை விபரமாகக் கூறியுள்ளார். மயக்கு மருந்துடன் மயக்கு மொழிகளையும் மயக்கு செயல்களையும் இவள் பயன்படுத்துகிறாள். மலையாளக் கதையும் தமிழில் உள்ளது போலவே உள்ளது.

(5) நீலி கதையின் வேறு பெயர்கள்

'பழையனூர் நீலி' என்றே இலக்கிய வழக்கில் குறிப்புள்ளது. ஆனால் 1934இல் அச்சான நீலி கதை 'பழகைநல்லூர் நீலிகதை' என்று பெயர் பெற்றுள்ளது. பழகநல்லூர் நீலிகதை என்று எனக்குக் கிடைத்த கைப் பிரதிகள் கூறுகின்றன. மக்கள் நெல்லை குமரி மாவட்டங்களில் 'பழவூர் நீலிக்கதை' என்றே பேச்சு வழக்கில் கூறுகின்றனர்.

கேரளத்தில் தெக்கன் பாட்டு வகையைச் சேர்ந்த பஞ்சவன் காட்டு நீலிப்பாட்டு நீலி கதையைக் கூறும். இதனை 'நீலிகதா' என்றும் அழைப்பர்.

(6) அச்சுப்பிரதியும் கைப்பிரதியும் ஒப்பாய்வு

1931இல் வெளியான அச்சுப்பிரதியுடன் எனக்குக் கிடைத்தக் கைப்பிரதிகளையும் ஒப்பிட்டபோது யானறிந்த சில உண்மைகளை இவண் தொகுத்துரைக்கின்றேன்.

1. கதைப்பாடலின் தொடக்கமாக முன்னுரை அல்லது பாயிரம் போல் அமைந்துள்ள பகுதியில் இரண்டுக்கும் வேறுபாடு உள்ளது. 'உன்னுடைதாள் பணிவேன்' என்று அச்சுப்பிரதி தொடங்குகிறது. பண்டு தொட்டு இன்று வரை என்று கைப்பிரதி தொடங்குகின்றது.

2. கதையின் தொடக்கத்தில் இரண்டு பிரதிகளிலும் ஒத்து விளங்கு கின்றது. அழகுடைய பழகநல்லூர் அம்மையப்பன் திருக்கோயில்' என்று தொடக்கத்தில் பழக என்று கைப்பிரதியிலும் 'பழகை' என்று அச்சுப் பிரதியிலும் காணப்படுகின்றன.

3. வேசை மகளின் பெயர் சந்தன நங்கை என்ற குறிப்பு அச்சுப் பிரதியில் இல்லை.

4. வேசையின் வேலையை 'விளக்கெடுக்கும் முறைகாரி' என்று கைப்பிரதி கூற கூத்தாடும் முறைக்காரி என்று அச்சுப்பிரதி கூறுகிறது.

5. நீலியின் தாலாட்டானது அச்சுப்பிரதியில் கீழ்க்கண்டவாறு-

“வீட்டிலே பிறக்காமல்
வெட்ட வழியிலே பிறந்தானோ”

என்று தொடங்குகிறது.

6. செட்டியைக் கொல்லும் முன் நீலி அவனுக்கு முத்தமிட்டு அவனுக்காக இரங்கிக் கூறும் காட்சியை அச்சுப்பிரதியில் காணுகிறோம். ஆனால் கைப்பிரதியில் அக்குறிப்பு இல்லை.

7. அச்சுப்பிரதியில் நீலி கோவலன் போலே சீவனைக் கொள்ளை கொடுத்திடவந்தீரே என்று செட்டியிடம் கூறுகிறாள். பின்னர் நீலி கிழவி வடிவில் ஊர்மக்களிடம் தோன்றி “பழகையைக் கண்ணகை போலே சுடுவேன்” என்று கூறுகிறாள். இலக்கிய அல்லது வழக்கில் உள்ள கதைக் குறிப்புகள் கைப்பிரதியில் இல்லை.

8. நீலியானவள் தன் பழியைத் தீர்த்த பின்னர் அரனடியைச் சேர்வதும் அரன் அவளைத் தெய்வமாகத் திரும்பி அனுப்புவதும் அச்சுப் பிரதியில் இல்லை.

9. நீலி இறுதியில் பழவூரில் நின்று மக்களைக் காத்து வரும் செய்தியைக் கைப்பிரதி மட்டும் கூறுகின்றது.

10. நீலி தன் பழியைத் தீர்த்தபின்னரும் ஊரவரை நடுங்க வைத்த போது ஊரவர் கோடங்கியை அழைத்துக் குறிபார்த்தனர். நீலியும் 16 வயது பருவத்தினளாகி தனக்கு முப்பந்தரத்து ஊரில் கோயில் கேட்கிறாள்.

‘தையுநல்ல மாஸ்த்தையிலோ
தலைச் செவ்வாய்க் கிழமையிலே
திங்கள் கிழமை குடியழைத்து
செவ்வாய் கிழமை கொடையுமிட்டார்

அதை ஏற்ற மாஇசக்கி பழகையூராரைக் காத்து வருகிறாள் என்று அச்சுப்பிரதி கூறுகிறது. எனவே இக்கதையால் நீலிக்கோயில் முப்பந்த லில் இருந்தாலும் அவள் பழகையூர் மக்களைக் காத்து வருவதாக அறிகிறோம். இரண்டு கதையிலும் இக்குறிப்பில் ஒற்றுமை யுள்ளது.

(7) நீலிகதை; சில மதிப்பீடுகள்

இந் நீலிக் கதையானது சமுதாய இலக்கிய உளவியல் தன்மைகளில் சிறந்து விளங்குகின்றன. அக்கால சமுதாயத்தைப் படம் பிடிப்பதுடன் சிறந்த இலக்கியமாகவும் திகழ்கின்றது.

பழையனூர் நீலி

1. இலக்கியமாகப் பார்க்கும் போது நீலி கதை ஒரு வில்லுப்பாடல் நிலையில் அமைந்துள்ளது. இடையில் ஓரிடத்தில் உரை நடையும் பெற்றுள்ளது.

2. வருணனைகளும், உரையாடல்களும், சிறுபாடல்களும், கலந்து ஒரு சிறந்த இலக்கிய பூங்காவாக விளங்குகிறது.

3. "தூண்டில் பட்ட மீனைப்போல" (4)
   'கன்றைத் தேடும் பசுபோல' (91)

போன்ற உவமைகள் நிறைந்துள்ளன.

4. கதையின் இடையிலேயே ஆசிரியர் கூற்று அமைந்துள்ளது. (103-109)

5. எளிமை, இனிமை, விரைவு, தெளிவு அத்தனையும் நிறைந்து அருமையாக அமைந்துள்ளது.

6. "பச்சை பச்சை நிறத்தோனே
   பால் படியும் மேனியனே
   உச்சியிலே பூத்தானே
   உடம்பெல்லாம் பாலானே" (497-512)

என்று நீலி தாலாட்டும் போது இருபொருளில் பாடுகிறாள். அவள் குழந்தை உண்மையான பிள்ளையல்ல. கள்ளியவள் கள்ளியையே பிள்ளையாக்கியவள். 'கள்ளிச் செடி பச்சை வண்ணமானது. பால்வடியும் தன்மையது, உச்சியில் பூவுடையது. உடம்பெல்லாம் பாலுடையது, என்று பாடுகிறாள். ஊரவர்கள் 'பச்சைக் குழந்தை என்றும் பால் வடியும் மேனி என்றும் உச்சியிலே பூவிருக்கிறது' என்றும் பொருள் கொள்ளுமாறு அமைத்துப் பாடுவது இலக்கிய இன்பத்தை மிகுவிக்கின்றது.

II சமுதாய விளக்கம்

இக்கதையால் அக்காலச் சமுதாயம் நன்முறையில் விளக்கப் பெறுகிறது.

1. பரத்தையர் உறவும் காசுக்காகப் பரத்தையர் வாழ்ந்த வாழ்வும் விளக்கப்படுகின்றது.

2. வழக்கு முறைகளும் நீதிக்காக வாழ்ந்த உத்தம நிலையும் உரைக்கப்படுகின்றது.

3. மாயமந்திரங்களில் நம்பிக்கை கொண்ட ஒரு மந்தகதியான சமுதாயம் படம் பிடிக்கப்படுகிறது.

4. வழிபாடுகளின் வளர்ச்சியும் வகைகளும் எவ்வாறு நிகழ்கின்றன என்பதற்கு நீலி தெய்வமாகும் நிலை சான்று பகிர்கின்றது.

III உளவியல் விளக்கம்

உளவியல் பூர்வமான பல உண்மைகளையும் இக்கதையால் நாம் அறிந்து கொள்ள முடிகின்றது.

1. கோரத்தில் இறந்த ஆன்மா அமைதியுறுவதில்லை என்றும் தன் ஆசை நிறைவேறிய பிறகே அமைதியுறும் என்றும் உளவியலார் கூறுவர். நீலியின் ஆன்மாவும் பழிவாங்கி பிறகே அடங்குகிறது.

2. வேசையர் பொருளையே மூலதனமாக்கியவர்கள். பொருள் இருக்கும் போது மதித்த கிழவி பின்னர் விரட்டுகிறாள். இது பொருட் பெண்டிரின் உளவியலாகும்.

3. வேசையின் அண்ணன் பழிவாங்க தன்னால் முடியாதபோது தற்கொலை செய்து கொள்வதன் மூலம் மறுஜென்மத்தில் பழிவாங்கலாம் என்று எண்ணுவது சமய உளவியலாகும்.

4. நீலி வழக்காடும் போது கள்ளியைக் குழந்தையாக்கிக் கொள்வதன் மூலம் அவையோர் இரக்கத்தைப் பெறுவதும் உளவியல் உண்மையேயாகும்.

8. கர்ண பரம்பரை செய்தி

இக்கதையைப் பாடி முடித்ததும் சில வில்லுப் பாடகர்கள் இறுதியில் பழவூருக்கு நீலி வந்த கதையைப் பாட்டாக இல்லாமல் உரைநடையாகவே கூறி முடிப்பதும் உண்டு.

இவ்விறுதிக் கூற்றானது நீலி வழிபாடு எவ்வாறு தென்பாண்டியில் பரவியது என்பதற்குச் சான்றாக அமைகின்றது. அவ்வசனப்பகுதி கீழ்க் கண்டவாறு அமைந்திருக்கும்.

(வசனம்)

"இவ்வாறு நீலியானவள் மீண்டும் பூலோகம் வந்து பழவூர் அருகில் வாசம் செய்து கொண்டிருந்தாள். அப்போது பழவூரிலே ஒரு கோயில் பூசாரி பூசை வைப்பதற்காக மத்தியான வேளையிலே வெயிலென்றும் பாராமல் வேணலென்றும் பதுங்காமல் வந்து கொண்டிருந்தார். இதைக் கண்ட நீலி அவரிடம் பூசை பெற விரும்பினாள். எனவே வழி மறித்து வாதாட ஆரம்பித்தாள். நீலியின்

தன்மையை அறிந்த பூசாரி அவளது தலையிலே காஞ்சிர முளையை அடித்து அவளது கர்வத்தை அடக்கி சர்வ பலத்தையும் குறைத்து விட்டார்.

பல் பிடுங்கப்பட்ட பாம்புக்குட்டிபோல நீலியானவள் திகைத்தாள். பின்னர் ஒரு வேலைக்காரி போல வேடமிட்டுச் சென்று பூசாரியின் வீட்டையடைந்தாள். அங்கே பூசாரியின் மகள் தலைப் பிரசவத்திற்காக தாயில்லாவிட்டாலும் தகப்பன் வீடு வந்திருக்கிறாள். பழிவாங்கும் எண்ணம் கொண்ட நீலி சூலியிடம் நல்ல வேலைக்காரி போல பழகி வேலையும் பெற்றுக் கொண்டாள். வீடு திரும்பிய பூசாரி புதியவளைக் கண்டும் ஐயுறாமல் இருந்தார்.

காலத்தை எதிர் பார்த்திருந்த நீலி ஒரு நாள் பூசாரி இல்லாத சமயத்தில் சூலியிடம் தன் தலையில் பேன்கடி இருப்பதால் தலைபார்க்குமாறு வேண்டினாள். நீலியின் தலை மயிரைச் சிக்கெடுத்த சூலி காஞ்சிர முளையைக்கண்டு 'அக்கா! என்ன இது? தலையிலே முள் இருக்கிறதே' என்றாள். உண்மையை மறைத்த நீலி 'ஆமட்டி முள்தான்! அதனை பிடுங்கி விடு,' என்று கேட்டுக் கொண்டாள். சூலியும் தன் பல்லால் கடித்து முளையை வெகுமுயற்சிக்குப் பின் பிடுங்கி யெறிந்தாள்.

காஞ்சிரமுளை விடுபட்டதும் நீலியின் சுய ரூபம் வெளியானது. சூலியைக் கொன்று இரத்தம் குடித்து விட்டு சூலியின் வயிற்றுக் குழந்தையையும் கடித்துத் தின்றாள். வீடு திரும்பிய பூசாரி இதைக்கண்டு மிரண்டார். பழவூரிலே நீலியின் அட்டகாசம் அதிகமானபோது அவளுக்கும் கோயில் அமைத்து வழிபாடு செய்தார். மக்களும் அவளை வணங்கி வருகின்றனர்.

9. நாட்டுப்புறத்தில் நீலி

நீலியின் கதை பொது மக்களிடம் பரவலாகி வழங்கப்படுகின்றது. மக்கள் தம் பேச்சு வழக்கில் மிக்க சாதாரணமாக 'இவள் பழவூர் நீலியம்மா' என்று கொடுமைக்காரிகளைக் குறிப்பிடுவதுண்டு.

தென்பாண்டி மக்கள் சொலவடை சொல்லுபோது, 'நீலிக் கண்ணீர் நிமையிலே' என்று குறிப்பிடுவர். நீலியின் அழுகையானது எவ்வளவு தூரம் நடிப்பாக இருந்தது என்பதற்கு இச்சொலவடை சான்றாக விளங்குகின்றது!

வையகத்தில் பலவுருவம் பூண்ட நங்கை
வயிறுண்டு காலில்லை சடையோ குட்டை

கையில்லை வாயுண்டு பேசமாட்டாள்
காசினியில் வெகுபோரை கெடுத்த நீலி
ஐயமின்றி வாரிதனில் விஜயஞ் செய்து
அகிலமெலாந் தெரிசனஞ் செய்தானந்திப்பாள்
மெய்வேந்தர் வீணருக்கும் விருந்துக்கேற்வரின்
மேதினியி லிவளாரென் றியம்புவீரே

(தமிழில் விடுகதை ப.245)

என்ற விடுகதையின் விடை 'மீன்' ஆகும். இதில் 'காசினியில் வெகு பேரைக் கெடுத்த நீலி' என்று மீனைக் குறிப்பிடும் போது இவ்விடுகதை நீலியின் கொடுமையை நினைவுறுத்துகிறது.

"ஆயிரம் கண்ணுடையா
அழகில் சிறந்த கண்ணு
பதினாயிரம் கண்ணுடையா
பாதகத்தி நீலியவ" (தமிழர் நாட்டு பாடல்கள் ப.44)

என்று மாரியம்மனைப் பாடும்போது அவளை நீலி என்று குறிப்பிடுகின்றனர் நாட்டுப்புற மக்கள். அப்போது நீலியின் கொடுமையைச் சுட்டிட 'பாதகத்தி' என்றும் கூறுகின்றனர்.

இவ்வாறு நாட்டுப்புற மக்களின் அன்றாட பேச்சு வழக்கிலும், சொலவடைகளிலும், விடுகதைகளிலும், பாடல்களிலும் நீலியின் நினைவுகள் நீக்கமற நிறைந்துள்ளன. இவளது எண்ணங்கள் பயத்தையே பயமுறுத்துவன; கோரத்தையே கோரப்படுத்துவன.